# முரண்பாடு

## ஹெர்வே லெ தெல்லியே

தமிழில்

சுந்தரவேலு பன்னீர்செல்வம்

தடாகம்

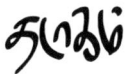

# முரண்பாடு

- **ஆசிரியர்:** ஹெர்வே லெ தெல்லியே
- **பிரஞ்சிலிருந்து தமிழில்:** சுந்தரவேலு பன்னீர்செல்வம்
- **முதற்பதிப்பு:** மே *2024*
- **பக்க வடிவமைப்பு:** கி. ஆஷா
- **அட்டை ஓவியம்:** ப. ம□ வண்ணன்
- **அட்டை வடிமைப்பு:** வெ. பாலாஜி

***Muranpaatu*** a Tamil translation of ***L'Anomalie*** by ***HERVÉ LE TELLIER*** in French, published by ***Éditions Gallimard,*** in ***2020*** translated in Tamil by ***Sundaravelu Pannirselvame.***

© *Editions Gallimard, Paris, 2020 All rights reserved*

Tamil translation © Thadagam, Chennai, 2023

"The Work is published with the support of the Publication Assistance Programs of the Institut français."

© All rights reserved. No part of this publication may be reproduced or transmitted in any form or by any means, electronic or mechanical, including photocopy, recording, or any information storage and retrieval system, without permission in writing from the publisher.

**Published by:**

THADAGAM
No.112, First Floor, Thiruvalluvar Salai
Thiruvanmiyur, Chennai 600 041
Mob: +91-98400-70870
www.thadagam.com | info@thadagam.com

**ISBN:** 978-93-93361-28-8

**Published in May 2024**

**Price: ₹ 420**

## நூலாசிரியர் குறிப்பு

ஹெர்வே லெ தெல்லியே (Hervé le Tellier) என்ற பிரெஞ்சு எழுத்தாளர் ஏப்ரல் 21, 1957இல் பாரிஸில் பிறந்தார். ஒரு அறிவியல் பத்திரிகையாளராகத் தனது வாழ்க்கையைத் தொடங்கிய அவர், ஒரு எழுத்தாளராக, 1998இல் 'ஞாபகமறதி நோயாளிகள் மறக்க முடியாத எதையும் அனுபவித்ததில்லை' (Les amnésiques n'ont rien vécu d'inoubliable) என்ற புத்தகம் வெளியிடப்பட்டதன் மூலம் பொது கவனத்திற்கு வந்தார்.

# நூல் அறிமுகம்

பிரெஞ்சு எழுத்தாளர், ஹெர்வே லெ தெல்லியே (Hervé le Tellier)யின் L'Anomalie என்ற நாவல் கல்லிமார் (Gallimard) பதிப்பகத்தாரால் வெளியிடப்பட்டது. இது 2020 ஆண்டிற்கான கோன்கூர் (Goncourt) என்ற ஃபிரெஞ்சு இலக்கியப் பரிசை வென்றது. இந்த நாவல் ஒரு அறிவியல் புனைகதையாகும். 'முரண்பாடு' நாவல் பாரிஸ் நியூயார்க் ஏர் பிரான்ஸ் விமானப் பயணத்தில் நடக்கும் சம்பவங்களைப் பற்றியது. பயணிகளில் தொழில்முறை கொலையாளி பிளேக், நைஜீரிய இசைக் கலைஞன் ஸ்லிம்பாய், பெண் வழக்கறிஞர் ஜோனா, கட்டடக் கலைஞன் ஆந்திரே, அவனுடைய தோழி லூசி, கணையத்தில் நோய்க் கட்டியுடன் அவதிப்படும் தாவீது, தனது வளர்ப்புத் தவளைக்கு அடிமையான சோபியா, எழுத்தாளர் விக்டர் மியெசெல் போன்றவர்கள் பயணம் செய்கிறார்கள். அந்த விமானம் திடீரென ஒரு பிரம்மாண்டமான குமுலோனிம்பஸ் எனும் மேகக் கூட்டம் ஒன்றின் மீது நேருக்கு நேர் மோதுகிறது. பயங்கர கொந்தளிப்பை அனுபவித்த அந்த போயிங் விமானம் கென்னடி விமான நிலையத்தில் தரையிறங்க அனுமதி மறுக்கப்பட்டு ஒரு அமெரிக்க இராணுவத் தளத்தில் தரையிறங்க வேண்டிய கட்டாயம் ஏற்படுகிறது. அங்கு விமானப் பணியாளர்கள் மற்றும் பயணிகள் அமெரிக்க இராணுவத்தாரால் தடுத்து வைக்கப்படுகின்றனர்.

மூன்று மாதங்களுக்கு முன்பும், இதைவிட ஒரு பெரிய கொந்தளிப்புக்குப் பிறகு, அதே விமானம் அதே குழுவினருடனும் அதே பயணிகளுடனும் நியூயார்க்கில் தரையிறங்கியது. முதல் விமானத்தின் இந்த சரியான பிரதி முன்பு பயணித்த அதே நபர் களுடன் இப்போது எப்படி, எங்கிருந்து வந்தது? நகல்கள் யதார்த்தமாக மாறக்கூடும் என்ற கருதுகோளை ஹெர்வே லெ தெல்லியே முன்வைக்கிறார்.

# மொழிபெயர்ப்பாளர் அறிமுகம்

சு. பன்னீர்செல்வம் புதுவை மாநிலம் காரைக்காலில் 16-01-1956 அன்று பிறந்தார். பிரஞ்சுவழிக் கல்வியில் 11ஆம் வகுப்பு (BREVET ELEMENTAIRE) வரை படித்த பின் சென்னைப் பல்கலைக்கழகத்தில் வேதியியலில் இளங்கலை பட்டமும், புது டில்லி ஜவஹர்லால் நேரு பல்கலைக்கழகத்தில் பிரஞ்சு மொழியில் முதுகலைப் பட்டமும், புதுவைப் பல்கலைக் கழகத்தில் முனைவர் பட்டமும் பெற்றவர்.

சென்னை, லயோலா கல்லூரி, புதுவை அரசு கல்லூரிகள், புதுவைப் பல்கலைக்கழகம் ஆகிய பல்வேறு கல்வி நிறுவனங் களில் பிரஞ்சு மொழி, கலாச்சாரம், இலக்கியம், மொழிபெயர்ப்பு ஆகியவற்றை 35 ஆண்டுகளுக்கும் மேலாகக் கற்பித்திருக்கிறார்.

புதுவைப் பல்கலைக்கழகத்தில் பேராசிரியராக இருந்தபோது பிரஞ்சுத்துறைத் தலைவர், மானிடவியல் புல முதன்மையர் கல்லூரி மேம்பாட்டுத் துறையின் தலைவர் (பொறுப்பு) மற்றும் பல்கலைக்கழகப் பதிவாளர் (பொறுப்பு) ஆகிய பதவிகளை வகித்திருக்கிறார்.

பிரஞ்சு அரசாங்கத்தின் உயரிய விருதான செவாலியர் பட்டம், புதுச்சேரி பல்கலைக்கழக சிறந்த ஆசிரியர் விருது, அனைத்திந்திய பிரஞ்சு பேராசிரியர்கள் சங்கத்தின் பதக்கம் போன்ற பல விருதுகளைப் பெற்றவர்.

தேசிய மற்றும் சர்வதேச மாநாடு மற்றும் கருத்தரங்குகளில் ஆராய்ச்சிக் கட்டுரைகளை அளித்திருக்கிறார். பிரஞ்சு மொழி பயிற்சி நூல்கள் எழுதி வெளியிட்டதோடு, சிறுகதைகள், நாவல்களை பிரஞ்சிலிருந்து தமிழுக்கும் தமிழிலிருந்து பிரஞ்சுக்கும் மொழிபெயர்த்து வெளியிட்டிருக்கிறார்.

## உள்ளடக்கம்

### I. வானத்தைப் போல கறுப்பு

| | |
|---|---:|
| பிளேக் | 13 |
| விக்டர் மியெசெல் | 30 |
| லூசி | 40 |
| தாவீது | 51 |
| சலவை இயந்திரம் | 60 |
| சோபியா கிளெஃப்மேன் | 68 |
| ஜோனா | 81 |
| மியெசெல் விவகாரம் | 93 |
| ஸ்லிம்பாய் | 100 |
| அத்ரியனும் மெரிதித்தும் | 113 |
| நகைச்சுவை | 126 |
| ஆந்திரே | 132 |
| முதல் தருணங்கள் | 146 |

### II. 'வாழ்க்கை ஒரு கனவு' என்று சொல்லப்படுகிறது

| | |
|---|---:|
| அந்தத் தருணம் | 159 |
| ஏழு விசாரணைகள் | 171 |
| தெகார்த் 2.0 | 188 |
| விளக்கப்படம் 14 | 199 |

| | |
|---|---:|
| எப்படி இருந்தாலும் அது நடக்கப்போகிறது | *207* |
| கொட்டகை | *219* |
| மெரிதித்தின் கேள்விகள் | *225* |
| சில ஜனாதிபதிகள் | *233* |
| மக்களுக்குத் தெரிந்துகொள்ள உரிமை உண்டு | *240* |

## III. அர்த்தமில்லாத பாடல்

| | |
|---|---:|
| இரண்டாவது வகையுடனான சந்திப்பு | *249* |
| ஓர் ஆண் ஒரு பெண்ணைப் பார்க்கிறான் | *259* |
| சோபியாக்களின் உலகம் | *271* |
| ஸ்லிம்பாய்கள் | *277* |
| அதே வீரன் மீண்டும் இறக்கிறான் | *285* |
| ஹூட்ஸ் vs வாசர்மேன் | *293* |
| குழந்தை ஒன்று, தாய் இரண்டு | *298* |
| மறுபடியும் வரும் விக்டர் மியெசெலின் உருவம் | *308* |
| இரவுக்காட்சி | *323* |
| ஜேக்கப் எவன்ஸுக்குள் கேட்கும் குரல் | *342* |
| அழிக்கப்பட்டவை | *347* |
| கடிதங்கள் 3 மின்னஞ்சல்கள் 2 பாடல் 1 ஆக மொத்தத்தில் பலன் – பூஜ்யம் | *359* |
| கடைசி வார்த்தை | *375* |

## I. வானத்தைப் போல கறுப்பு

'நீ கனவு காண்கிறாய்' என்று சொல்லும் நானும் கனவுதான் காண்கிறேன்.

ZHUANGZI

உண்மையான அவநம்பிக்கையாளர், தான் அப்படி அவநம்பிக்கையாளராக மாறுவதற்கு ஏற்கனவே தாமதமாகி விட்டது என்பதை அறிவார்.

முரண்பாடு
விக்டர் மியெசெல்

## பிளேக்

ஒருவரைக் கொலை செய்வது என்பது பெரிய விஷயமே அல்ல. அதற்கு நன்றாகக் கவனிக்க வேண்டும், கண்காணிக்க வேண்டும், தீவிரமாகச் சிந்திக்க வேண்டும், வெற்றிடத்தில் கத்திவீச பழகிக்கொள்ள வேண்டும். அவ்வளவுதான். வெற்றிடத்தில் கற்பனையாகக் கத்திவீசத் தெரிந்திருத்தல் மிகவும் அவசியம். பிரபஞ்சத்தைச் சுருங்கச் செய்வதற்கான வழியைக் கண்டு பிடித்து, அது துப்பாக்கி முனையிலோ அல்லது கத்தி முனையிலோ ஒடுங்கும்வரை சுருங்கச் செய்ய வேண்டும். கேள்விகள் எதையும் கேட்கக் கூடாது. கோபமாக இருக்கும் நேரத்தில் எதையுமே செய்யக் கூடாது. வழிமுறையைத் தேர்ந் தெடுத்து, அதைப் பின்பற்ற வேண்டும். பிளேக்கால் அனைத் தையும் செய்ய முடியும், அவன் எப்போதிலிருந்து அப்படிச் செய்யத் துவங்கினான் என்பதை நினைவில்கொள்ள முடியாத அளவிற்கு வெகு நாட்களுக்கு முன்பிருந்தே அவன் செய்து வருகிறான். அதை ஒருமுறை செய்த பிறகு எல்லாம் தானாக வந்துவிடும்.

பிறரின் மரணத்தில் இருந்துதான் பிளேக் தனது வாழ்க்கையை அமைத்துக்கொள்கிறான். தயவுசெய்து அவனுக்கு நீதிபோதனை எதையும் செய்யாதீர்கள். அப்படி யாராவது நெறிமுறைகளைப் பற்றிப் பேச விரும்பினால், அவன் புள்ளிவிவரங்களை எடுத்துக் காட்டி மகிழ்ச்சியுடன் பதிலளிப்பான். ஏனெனில் - பிளேக் மன்னிப்பு கேட்டபடியே சொல்கிறான்:

ஒரு சுகாதார அமைச்சர் பட்ஜெட்டில் செலவுகளைக் குறைக்கும் சாக்கில், ஒரு இடத்தில் "ஸ்கேனரையும்", இன்னொரு இடத்தில் ஒரு டாக்டரின் எண்ணிக்கையையும், வேறு எங்காவது ஒரு இடத்தில் தீவிரச் சிகிச்சைப் பிரிவில் இருந்து ஒரு படுக்கையையும் குறைக்கும்போது, ஆயிரக்கணக்கான மனிதர் களின் வாழ்நாள் குறிப்பிடும்படி குறைகிறது என்று தெரிந்தே செய்கிறார். அவர்கள்தான் பொறுப்பு என்றாலும் தாங்கள் குற்றமற்றவர்கள் என்ற பாட்டையே திரும்பத்திரும்பப் பாடு வார்கள். பிளேக்கைப் பொறுத்தவரை அப்படியில்லை. எப்படி யிருந்தாலும், அவன் தன்னை நியாயப்படுத்தத் தயாரில்லை. அதைப்பற்றி அவன் கவலைப்படுவதும் இல்லை.

ஒருவரைக் கொல்வது என்பது ஒரு தொழில் அல்ல, அது சமயத்திற்குத் தகுந்தாற்போல் போடும் ஒரு திட்டம். ஒரு மனநிலை என்றும் சொல்லலாம். பிளேக்கிற்கு வயது பதி னொன்று. அப்போது அவனுக்கு பிளேக் என்ற பெயர் இல்லை. பொர்தோவிற்கு அருகிலுள்ள ஒரு சிறிய பாதையில் அவன் தன் தாயுடன் 'பெழொ' காரில் பயணம் செய்துகொண்டிருக்கிறான். அவர்கள் அப்படி ஒன்றும் வேகமாகச் செல்லவில்லை. அப்போது ஒரு நாய் சாலையைக் கடக்கிறது. அதைக் கண்டு அவன் தாயார் கத்துகிறாள், காரை நிறுத்த முயல்கிறாள், கார் வளைந்துவளைந்து சென்று பின் நின்றேவிட்டது.

"காரிலேயே இரு, அன்பே, ஐயோ கடவுளே! நீ காரிலேயே இரு". பிளேக் அவள் சொன்னதைக் கேட்கவில்லை. தன் தாயைத் தொடர்ந்து அவனும் காரிலிருந்து இறங்குகிறான். அது ஒரு சாம்பல் நிற 'கோலி' வகை நாய். கார் மோதியதில் அதன் மார்பு எலும்புகள் நொறுங்கிவிட்டன. சாலையோரத்தில் உள்ள புல்தரையில் இரத்தம் வழிந்து ஓடுகிறது. ஆனால், நாய் இன்னும் இறக்கவில்லை. ஒரு சிறு குழந்தை அழுவதைப் போல் அது சிணுங்குகிறது. பிளேக்கின் தாய் அங்கும் இங்குமாக ஓடுகிறாள். பீதியில் பிளேக்கின் கண்களைத் தன் கையால் மூடுகிறாள். பயத்தில் வார்த்தைகள் வராமல் தடுமாறுகிறாள். ஆம்புலன்ஸை அழைக்க விரைகிறாள்.

"ஆனால், அம்மா, இது ஒரு நாய். ஒரு சாதாரண நாய்தானே."

பிளவுபட்ட சிமெண்ட் தரையில் நாய் சிரமத்துடன் மூச்சு விட்டது. நொருங்கிக் கிடந்த அதன் உடல் அலங்கோலமாய் கிடந்தது. படிப்படியாக மூச்சிறைப்பு குறைந்து நிற்கத் துவங்குகிறது. பிளேக்கின் கண் முன்பாகவே அது மரண அவஸ்தைப்படுகிறது. பிளேக் அதன் உடலிலிருந்து உயிர் மெல்ல வெளியேறுவதை ஆர்வத்துடன் பார்க்கிறான். அதன் கதை முடிந்துவிட்டது. சிறுவன் தன் தாய் முன் சோகமாக இருப்பதுபோல் நடிக்கிறான். ஆனால், அவன் உண்மையில் வருத்தப்படவில்லை. அவன் அம்மா அந்த இடத்திலேயே உறைந்து கிடக்கிறாள். பிளேக் பொறுமையை இழந்துவிட்டான். தன் தாயின் சட்டையைப் பிடித்து இழுத்து, ‘வா, அம்மா, இங்கே இன்னும் இருப்பதில் அர்த்தமில்லை. அதன் உயிர் போய்விட்டது. வா, போகலாம். நான் விளையாட செல்வதற்கு நேரமாகிவிட்டது.

கொலை செய்வதற்கும் ஒரு திறமை வேண்டும். அவனுடைய மாமா சார்லஸ் வேட்டையாட அவனை கூட அழைத்துச் சென்ற நாளன்றுதான் தனக்குத் தேவையான எல்லாத் திறமைகளும் இருப்பதை பிளேக் கண்டுகொண்டான். மூன்று முறை சுட்டதில் மூன்று முயல்கள் விழுந்தன. அது ஒரு வரப்பிரசாதம். அவன் குறி விரைவாகவும் துல்லியமாகவும் இருக்கும். உடைந்து போன பழைய துப்பாக்கிகளாக இருந்தாலும் சரி, தவறான அளவுகளில் செய்யப்பட்ட துப்பாக்கிகளாக இருந்தலும் சரி, அவற்றைக் கொண்டு சரியாகக் குறிவைத்து சுடுவதில் வல்லவன். இளம் பெண்கள் அவனைக் கண்காட்சி மைதானத்திற்கு இழுத்துச் செல்வார்கள்.

“ஏய், தயவுசெய்து, எனக்கு ஒரு ஒட்டகச்சிவிங்கி பொம்மை, ஒரு யானை பொம்மை, ஒர்கேம் பாய் வேண்டும்”, என்று கேட்பார்கள்.

“ஆம், மீண்டும் போய் விளையாடு!”

பிளேக் மென்மையான பஞ்சடைத்த பொம்மைகளையும் வீடியோ கேம்களையும் ஜெயித்து அனைவருக்கும் வழங்கு வான். கொஞ்சம் புத்தி தெரிவதற்கு முன்பே துப்பாக்கி சுடும் போட்டி அரங்கங்களில் எல்லாம், அவன் ஒரு சிம்ம சொப்பனமாகி

விட்டான். மான்களை எப்படி வெட்டித் துண்டு போடுவது, முயல்களை எப்படித் தோலுரித்துக் கூறுபோடுவது போன்ற வேலைகளை சார்லஸ் மாமா தனக்குக் கற்றுக்கொடுக்கும்போது மிகுந்த ஆர்வத்துடன் கற்றுக்கொள்வான். ஒன்றை மட்டும் தெளிவாகப் புரிந்துகொள்ள வேண்டும்: ஒரு விலங்கைக் கொல்வதிலும் அல்லது ஒரு அடிபட்ட மிருகத்தை சாகடிப்பதிலும் அவனுக்கு எந்த மகிழ்ச்சியும் இல்லை. அந்த அளவுக்கு அவன் கல்நெஞ்சக்காரன் இல்லை. கண்டிப்பாகக் கிடையாது. அவனுக்குப் பிடித்தது அந்தத் தனித்திறமை மட்டுமே. ஒரு செயலைத் திரும்பத்திரும்ப ஒரு பிழையுமில்லாமல் செய்ய பழகுவதுதான் அவனுக்குப் பிடிக்கும்.

பிளேக்கிற்கு வயது இருபது. லிபோவ்ஸ்கி, ஃபார்சாட்டி அல்லது மார்ட்டின் என்ற பிரெஞ்சுப் பெயரைப் பயன்படுத்தி, ஆல்ப்ஸில் உள்ள ஒரு சிறிய நகரத்தில் உள்ள சமையல் கலை நிர்வாகப் பள்ளியில் சேர்ந்தான். வேறு வழி இல்லாமல்தான் இதில் சேர்ந்தான் என்று கிடையாது. எந்தப் பள்ளியில் வேண்டுமானாலும் அவன் சேர்ந்திருக்க முடியும். எலெக்ட்ரானிக்ஸ், கணினி ப்ரோகிராமிங் ஆகியவற்றில் அவனுக்கு ஆர்வம் உண்டு. திறமையான மொழி அறிவும் உண்டு. உதாரணத்திற்கு ஆங்கிலத்தை எடுத்துக்கொள்ளுங்கள், லண்டனில் உள்ள லாங்ஸ் இன்ஸ்டிட்யூட்டில் மூன்று மாதங்கள் மட்டுமே படித்தான், அதற்குள் உச்சரிப்புப் பிழை இல்லாமல் சரளமாகப் பேசும் அளவுக்குத் திறமையை வளர்த்துக்கொண்டான். ஆனால், எல்லா வற்றையும்விட பிளேக்கிற்கு சமையல் கலையில்தான் நாட்டம் அதிகம் இருந்தது: சமையல் குறிப்புகளை எழுதுவதற்குச் செலவழித்த அந்த வேலையற்ற தருணங்கள், மிக மெதுவாக கரையும் தருணங்கள். சமையலறையில் இருக்கும் அனலினால் ஏற்படும் நடுக்கம், கடாயில் வெண்ணெய் மெதுவாக உருகுவதைப் பார்த்துக்கொண்டிருக்கும் நீண்ட அவசரமில்லாத நொடிகள், அதில் வெள்ளை வெங்காயம் வதங்குவது, ஒரு கேக் உப்பி வருவதைப் பார்ப்பது – ஆகிய இவற்றிலெல்லாம் அவனுக்கு ஒரு ஈர்ப்பு இருந்தது. அவனுக்கு வாசனை மசாலாப் பொருட்கள் மேலும் ஒரு ஆசை. ஒரு தட்டில் வண்ணமயமான, ருசிமிக்க பதார்த்தங்களைப் பரப்பி வைப்பதில் மகிழ்ச்சி அடைவான்.

அவன் ஹோட்டல் பள்ளியில் மிகவும் புத்திசாலியான மாணவனாக இருந்திருக்கலாம், ஆனால் உண்மையில், லிபோவ்ஸ்கி (அல்லது ஃபார்சாட்டி அல்லது மார்ட்டின்), வாடிக்கையாளர்களிடம் கொஞ்சம் மரியாதையாக நடந்துகொண்டிருந்தால், எந்த ஒரு பிரச்சினையும் ஏற்பட்டிருக்காது. இது ஒரு பொது ஜனசேவைத் துறை, சேவை, உனக்குப் புரிகிறதா, லிபோவ்ஸ்கி (அல்லது ஃபார்சாட்டி அல்லது மார்ட்டின்)?

ஒருநாள் மாலை நேரத்தில் மதுபானக் கடையில், ஒருவன் மிகுந்த குடிபோதையில் பிளேக்கிடம் யாரையோ கொல்ல வேண்டும் என்று கூறுகிறான். அதற்குச் சரியான ஒரு காரணமும் இருக்கலாம், தொழில் சம்பந்தப்பட்ட காரணமாகவும் இருக்கலாம் அல்லது ஒரு பெண் சம்பந்தப்பட்ட காரணமாகவும் இருக்கலாம், ஆனால் பிளேக்கிற்கு அது ஒரு பொருட்டல்ல.

"நீ அதை செய்வாயா? பணத்திற்காகச் செய்வாயா?"

"நீ முட்டாள்தனமாகப் பேசுகிறாய்," என்று பிளேக் பதிலளித்தான். "வடிகட்டிய முட்டாள்தனம்."

"நான் உனக்கு நிறைய பணம் தருகிறேன்."

அவன் தருவதாகச் சொன்ன தொகை நான்கு இலக்கங்கள் கொண்டது. பிளேக் சிரிக்கிறான்.

"இல்லை. நீ விளையாடுகிறாய்."

பிளேக் தன் பானத்தை மெதுவாகப் பருகி, அதிக நேரத்தை எடுத்துக்கொள்கிறான். அந்த மனிதன் அப்படியே சரிந்து விழுந்தான். பிளேக் அவனை உலுக்கி எழுப்பினான்.

பிறகு, "நான் சொல்வதைக் கேள், அதை யார் செய்வான் என்று எனக்குத் தெரியும். அதற்கு இரண்டு மடங்கு பணம் தேவை. நான் அவனைச் சந்தித்ததில்லை. ஆனால் அவனை எப்படித் தொடர்புகொள்வது என்று நாளை உனக்குச் சொல்கிறேன், அதன் பிறகு, நீ அவனைப் பற்றி மீண்டும் என்னிடம் பேசவே கூடாது, சரியா?"

அந்த இரவில்தான் அவன் பிளேக் என்ற பெயரைக் கண்டுபிடித்தான். ஏனென்றால் அந்தோனி ஹாப்கின்ஸின் ரெட் டிராகன் என்ற திரைப்படத்தைப் பார்த்த பிறகு வில்லியம்

பிளேக்கை பற்றி அவன் படித்தான். அதோடு, அவன் கவிதைகளில் ஒன்றை விரும்பினான்: "ஆபத்தான உலகத்தில் நான் குதித்தேன்: / உதவியற்றவனாக நிர்வாணமாக, உரத்தக் குரலில் / மேகத்தில் ஒளிந்துகொண்ட ஒரு பிசாசு போல."

"பிளேக்" என்ற வார்த்தைக்கு, ஏரி என்றும், கறுப்பு நிறத்தின் சாயலுடன் என்றும் அர்த்தம், ஆம், அது அவனுக்குப் பொருத்தமானதாகத்தான் இருந்தது.

அடுத்த நாள் ஒரு வட அமெரிக்க சேவை வழங்குநர் ஒருவன் ஜெனீவாவில் உள்ள இணைய செண்டரில் blake.mick.22இன் மின்னஞ்சல் முகவரியைப் பதிவு செய்தான். பிளேக் ஒரு பழைய லேப்டாப்பிற்காக அந்நியன் ஒருத்தனுக்குப் பணம் கொடுக்கிறான். பழைய நோக்கியாவும் ப்ரீபெய்ட் கார்டும், கேமரா, டெலிஃபோட்டோ லென்ஸ் ஆகியவற்றையும் வாங்குகிறான். தனது உபகரணங்களைப் பெற்றவுடன், அந்தப் பயிற்சி சமையல்காரன் பாரில் சந்தித்தவனிடம் பிளேக்கின் தொடர்பு விவரங்களைக் கொடுக்கிறான், "ஆனால் முகவரி இன்னும் பயன்பாட்டில்தான் இருக்கிறது என்பதற்கு எந்த உத்தரவாதமும் இல்லை." அவன் காத்திருக்கிறான். மூன்று நாட்களுக்குப் பிறகு, அந்த நபர் பிளேக்கிற்கு சங்கேத மொழியில் ஒரு செய்தியை அனுப்புகிறான், அதில் அவன் எச்சரிக்கையாக இருக்கிறான் என்பது தெரிகிறது. அவன் கேள்வி எழுப்பி, பாதுகாப்பாக இருக்கிறதா என்று சோதித்துப் பார்க்கிறான். சில சமயங்களில் செய்தி பரிமாற்றங்களுக்கிடையில் ஓரிரு நாட்கள் கடந்தாலும் பரவாயில்லை என்று விட்டுவிடுகிறான். இலக்கு, வழிமுறைகள், டெலிவரி நேரங்கள் ஆகியவற்றைக் குறித்து பிளேக் பேசுகிறான். இந்த விதமான அவனது முன்னெச்சரிக்கைகளைப் பார்த்து அந்த மனிதனுக்கும் நம்பிக்கை ஏற்படுகிறது. இருவருக்கும் இடையே ஒரு உடன்பாடு ஏற்படுகிறது. பிளேக் பாதி கட்டணத்தை முன்பணமாகக் கேட்கிறான்: அந்தத் தொகையில் மட்டும் நான்கு பூஜ்ஜியங்கள் இருக்கின்றன. நடக்கவிருக்கும் அந்தச் சம்பவம் 'இயற்கையான காரணங்க'ளால் ஏற்பட்டதுபோல இருக்க வேண்டும் என்று அந்த மனிதன் விளக்கிய போது, பிளேக் கட்டணத் தொகையை இரட்டிப்பாக்கி, ஒரு மாதம் அவகாசம் வேண்டும் என்றும் வலியுறுத்துகிறான். அவன் ஒரு தொழில்முறை

நிபுணன் என்று நம்பும் அந்த மனிதன் எல்லா நிபந்தனை களையும் ஏற்றுக்கொள்கிறான்.

பிளேக் இப்படி ஒரு திட்டத்தைச் செயல்படுத்தத் துவங்குவது இதுதான் முதல் முறை. அவன் ஏற்கனவே மிகவும் கவனத்துடன், எச்சரிக்கையுடன், கற்பனைத்திறனுடன்தான் காரியங்களைச் செய்வான். அவன் கொலை சம்பந்தப்பட்ட பல திரைப்படங் களைப் பார்த்திருக்கிறான். தொழில் தொடங்கியதில் இருந்து, அவன் குறிப்பிடும் இடத்தில் ஒரு பிளாஸ்டிக் பையில் கட்டணத்தையும், ஒப்பந்தத் தகவல்களையும் பெற ஏற்பாடு செய்வது அவன் வழக்கம். அது ஒரு பேருந்து, ஒரு துரித உணவு கடை, ஒரு காலி வீட்டு மனை, ஒரு குப்பைத் தொட்டி, ஒரு பூங்கா: இவற்றில் ஏதாவது ஒன்றாக இருக்கலாம். அவன் மிகவும் தொலைதூரத்தில் உள்ள இடங்களைத் தவிர்ப்பான், ஒரு பொது இடமாக இருந்தால், அவனை யாராலும் அடையாளம் காண முடியாது. அவன் அந்த இடத்தை ஸ்கேன் செய்து, குறித்த நேரத்திற்கு முன்பே அங்கு இருப்பான். அவன் கையுறைகள், தலைக்கவசம், தொப்பி, கண்ணாடிகள் ஆகியவற்றை அணிந் திருப்பான். அவன் தனது தலைமுடிக்கு சாயம் பூசிக்கொள்வான். விக் எப்படி பொருத்திக்கொள்வது என்பதையும் கற்றுக்கொண் டான். கன்னங்களை குழிவிழுந்தாற்போல் காட்டவும் தெரியும், உப்பி இருப்பது போல் காட்டவும் தெரியும்.. அவன் ஒவ்வொரு நாட்டிலிருந்தும் டஜன் கணக்கில் கார் நம்பர் பிளேட்டுகள் வைத்திருப்பான். காலப்போக்கில், பிளேக், தூரத்தைப் பொறுத்து கத்தி எறிதலைக் கற்றுக்கொண்டான்; வெடிகுண்டு தயாரிப் பதையும் ஜெல்லிமீனிலிருந்து கண்டறிய முடியாத விஷத்தைப் பிரித்தெடுப்பதையும் கற்றுக்கொண்டான். சில நொடிகளில் பிரவுனிங் 9 மிமீ, க்ளோக் 43 ஆகிய துப்பாக்கிகளை எவ்வாறு அக்குஅக்காக பிரிப்பது, எவ்வாறு ஒன்றுசேர்ப்பது என்பது பற்றியும் நன்றாகத் தெரிந்துகொண்டான். அவனுக்கு வழங்கப் படும் ஊதியத்தையும் பிட்காயினாகவே வாங்குவான், அவன் ஆயுதங்களையும் பிட்காயினைக் கொடுத்தே வாங்குவான். ஏனென்றால் கிரிப்டோகரன்சியின் இயக்கங்களைக் கண்டறிய முடியாது என்பதால். அவன் தனது வலைதளத்தைக் கறுப்பு வலைத்தளமாக அமைப்பான், அதில் வேலை செய்வது அவனுக்கு

ஒரு விளையாட்டாகத் தோன்றும். ஏனென்றால் இணையத்தில் எல்லாவற்றுக்குமே பயிற்சிகள் உள்ளன. அவற்றைத் தேடிக் கண்டுபிடிக்க வேண்டும், அவ்வளவுதான்.

ஆக, அவனுடைய இலக்கு சுமார் ஐம்பது வயதுள்ள மனிதன் ஒருவன். பிளேக்கிடம் அந்த மனிதனின் புகைப்படமும் பெயரும் உள்ளன, ஆனால் அவனை கென் என்ற பெயரில் அழைக்க முடிவு செய்தான். ஆம், பார்பியின் கணவனைப் போல. ஒரு நல்ல தேர்வு: "கென்" அவனுக்கு முழு வாழ்க்கையையும் வழங்கவில்லை.

கென் தனியாக வாழ்கிறான், அது ஒரு நல்ல ஆரம்பம். ஒரு வேளை மூன்று குழந்தைகளுடன் இருக்கும் திருமணமான ஒரு மனிதன் என்றால் வாய்ப்பு எப்போது கிடைக்குமோ என்று காத்திருக்க வேண்டும் என பிளேக் தனக்குத் தானே நினைத்துக் கொள்கிறான். இப்போது பிரச்சினை என்னவென்றால், கெனின் வயதில், இயற்கை மரணத்திற்குப் வாய்ப்புகள் இல்லை: கார் விபத்து, சமையல் வாயு கசிவு, மாரடைப்பு, தற்செயலான வீழ்ச்சி. அவ்வளவுதான். மாரடைப்பைத் தூண்டும் பொட்டா சியம் குளோரைடை எப்படி வாங்குவது என்று அவனுக்குத் தெரிந்ததைவிட, பிரேக்குகளை நாசமாக்குவதற்கோ அல்லது ஸ்டீயரிங்கைச் சேதப்படுத்துவதற்கோ பிளேக்கிற்கு அதிகம் தெரியாது. வாயுவைப் பயன்படுத்தி மூச்சுத்திணறலை உண்டாக்கு வதிலும் அவனுக்குப் பரிச்சியம் இல்லை. அவனை வீழ்த்து வதற்கான வழியைத் தேர்ந்தெடுத்தான். ஆண்டுக்குப் பத்தாயிரம் இறப்புகள். குறிப்பாக வயதானவர்கள், ஆனால் அதைப் பற்றி யோசனை செய்தான். கென் ஒரு விளையாட்டு வீரனும் இல்லை. அவனை எதிர்த்து சண்டையிடுவதும் ஒரு கேள்விக்குறிதான்.

அன்னேமாஸ்ஸுக்கு அருகிலுள்ள ஒரு தனி அடுக்கு மாடி வீட்டின் முதல் தளத்தில் இரண்டு படுக்கையறைகள் கொண்ட குடியிருப்பில் கென் வசிக்கிறான். மூன்று வாரங்கள் முழுவதுமாக பிளேக் கண்காணித்து தனது திட்டத்தைத் தயாரித்தான். வாங்கிய முன்பணத்தைக் கொண்டு, ஒரு பழைய ரெனால்ட் பேனல் டிரக்கைவாங்கினான், அதில் அடிப்படை தேவைகளைப் பொருத்தி னான் - ஒரு இருக்கை, ஒரு மெத்தை, விளக்குகளுக்குக் கூடுதல் பேட்டரிகள். இவற்றுடன் அந்த வீட்டிற்குப் பக்கத்தில் இருந்த

ஒரு வெறிச்சோடிய வாகன நிறுத்துமிடத்தில் ஒரு இடத்தைத் தேர்ந்தெடுத்தான். அங்கிருந்து குடியிருப்பை முழுவதுமாகப் பார்க்க முடியும். கென் ஒவ்வொரு நாளும் சுமார் 8:30 மணிக்கு வீட்டை விட்டு கிளம்பி, சுவிஸ் எல்லையைத் தாண்டி வேலைக்குச் சென்று பின் ஏழு மணியளவில் வேலையிலிருந்து திரும்புவான். வார இறுதியில் சில சமயங்களில் பத்து கிலோமீட்டர் தொலைவில் உள்ள போன்வில்லில் இருந்து ஒரு பிரெஞ்சு ஆசிரியை வந்து அவனுடன் இணைந்து கொள்வாள். செவ்வாய்க் கிழமை அவனுக்கு மிகவும் முக்கியமான நாள், அவன் சில மணிநேரம் முன்னதாகவே வீட்டிற்கு வந்து, நேராக ஜிம்மிற்குச் செல்வான், இரண்டு மணிநேரம் கழித்துத்தான் திரும்புவான், சுமார் இருபது நிமிடங்கள் குளியலறையில் செலவழிப்பான், பின்னர் டி.வி.யின் முன் அமர்ந்து சாப்பிடுவான், கணினியில் சிறிது நேரம் வேலை செய்துவிட்டு, பிறகு படுக்கைக்குச் செல் வான். செவ்வாய்க்கிழமை மாலை நேரத்தில் கொலை செய்யலாம் என்று குறிக்கப்பட்டது. பிளேக் தனது வாடிக்கையாளனுக்கு இரகசிய மொழியில் ஒரு செய்தியை அனுப்புகிறான்: "திங்கள் கிழமை, இரவு 8 மணிக்கு?" ஒரு நாள் முன்னதாக, இரண்டு மணிநேரம் முன்னதாக. வாடிக்கையாளனிடம் செவ்வாய்க் கிழமை இரவு 10 மணி என்ற பொய் சான்று இருக்கும்.

குறிப்பிடப்பட்ட நாளுக்கு ஒரு வாரத்திற்கு முன்பு, கென்னின் வீட்டிற்கு ஒரு பீட்சாவை அனுப்புவதற்கு பிளேக் ஏற்பாடு செய்கிறான். டெலிவரி செய்பவன் அழைப்பு மணியை அடிக்கிறான், கென் ஒரு கணமும் தயங்காமல் கதவைத் திறந்து, பீட்சா எடுத்து வந்தவனைக் குழப்பமாகப் பார்க்கிறான். அந்த டெலிவரி பையன் பெட்டியை எடுத்துக்கொண்டு வெளியேறி னான். பிளேக் இனி பார்க்க வேண்டிய தேவை இல்லை. அடுத்த செவ்வாய்க்கிழமை, அவனே தனிப்பட்ட முறையில் பீட்சா பெட்டியை எடுத்துச் செல்கிறான். காலியான தெருவை ஒரு கணம் கூர்ந்து நோட்டமிட்டு, வழுக்காத ஓவர்ஷூக்களை அணிந்து, தனது கையுறைகளைச் சரிபார்த்தான். கென் ஷவரில் இருந்து வெளியே வரும்போது மணியை அடிக்கலாம் என்று சிறிது நேரம் காத்திருந்தான். கென் தனது மேலங்கியை அணிந்துகொண்டு கதவைத் திறந்து, டெலிவரி செய்யும் நபரின் கைகளில் இருந்த

பீட்சா பெட்டியைக் கண்டு பெருமூச்சு விடுகிறான். ஆனால், அவன் எதையோ சொல்ல எத்தனிக்கும் முன்னரே, வெற்றுப் பெட்டி தரையில் விழுந்தது. உடனே பிளேக் இரண்டு மின்சார முனைகளை அவன் மார்பில் வைத்து அழுத்தினான். அதிர்ச்சியில் கென் கீழே விழுந்தான், பிளேக் அவனுடன் குனிந்து கென்னின் அசைவுகள் நிற்கும்வரை, பத்து வினாடிகள் அழுத்தத்தைத் தொடர்ந்தான். அந்த மின்சார ஆயுதத்தை விற்றவர்கள் அது எட்டு மில்லியன் வோல்ட்கள்வரை மின்சாரத்தைப் பாய்ச்சி அதிர்ச்சியை உண்டாக்கும் என்று உறுதியளித்திருந்தனர். பிளேக் ஒரே ஒரு முறை மட்டும் அந்த ஆயுதத்தை உபயோகித்து கிட்டத்தட்ட கென்னை சாய்த்துவிட்டான். பாய்ந்தெழுந்து, முனகும் கென்னைக் குளியலறைக்கு இழுத்துச் செல்கிறான். அவனுக்கு மேலும் ஒருமுறை மின்சார அதிர்ச்சியைக் கொடுக் கிறான், பின்னர் ஒரு பயங்கரமான வன்முறையில் இறங்கி அவன் தேங்காயை வைத்து பத்து முறை அதற்கான பயிற்சியை மேற்கொண்டான் - கென்னின் தலையைத் தனது கைகளுக்கு இடையில் நெற்றிப்பொட்டில் அழுந்த பிடித்து, மேலே உயர்த்து கிறான். பின்னர் தனது முழு பலத்துடன் அதைத் திரும்ப எறிந்தான்: கென்னின் மண்டை ஓடு தொட்டியின் பக்கவாட்டில் சிதறுகிறது, வைர வடிவிலான தரை ஓட்டில் தாக்கத்தின் வேகத்தால் விரிசல் ஏற்படுகிறது. இரத்தம் உடனடியாகப் பரவத் தொடங்குகிறது, பிசுபிசுப்பான கருஞ்சிவப்பு நிறத்தில் நகச் சாயம் போல, சூடான இரும்புத் துருவின் வாசனையுடன் நிறைவு பெற்றது. கென்னின் வாய் திறந்தபடி இருந்தது. அநாகரிகமாக, அவன் கண்கள் அகலமாக திறந்தபடி, கூரையை வெறித்துப் பார்க்கின்றன. பிளேக் அவனது அங்கியைப் பாதி திறக்கிறான்: மின்சார அதிர்ச்சிகள் எந்தத் தடயத்தையும் விடவில்லை. ஒரு சோகமான சறுக்கலைத் தொடர்ந்து தன்னால் இயன்றவரை ஒழுங்குபடுத்தி அந்த உடலைக் கிடத்துகிறான்.

அப்போதுதான், அவன் எழுந்து நின்று தனது வேலையைத் தானே பாராட்டிக்கொண்டபோது அவனுக்குத் திடீரென சிறுநீர் கழிக்க வேண்டும் என்ற உந்துதல் ஏற்பட்டது. இப்படி என்றுமே அவனுக்குத் நடந்ததில்லை? அதையும் எதிர்கொள்வோம். திரைப்படங்களில் கொலையாளிகள் சிறுநீர் கழிப்பதில்லை.

இது மிகவும் அவசரமானது, கழிவறையில் தன்னை விடுவித்துக் கொள்வதைக்கூட அவன் சிந்திக்கிறான்

அதன் பிறகு தடயங்களை முழுமையாக அகற்ற வேண்டும். ஆனால், காவலர்கள் அதைத் தங்கள் கவனத்தில் எடுத்துக் கொண்டால், ஒரு டீனேஜ் புத்திசாலியாகவோ, அல்லது எளிமையான வழிமுறையைப் பின்பற்றியோ, அவர்கள் சில டி.என்.ஏ.வைக் கண்டுபிடிப்பார்கள். கண்டிப்பாக. குறைந்த பட்சம் அதைத்தான் பிளேக் கருதுகிறான். எனவே, அவன் சிறுநீர்ப்பை கெஞ்சியபோதிலும், அவன் தனது திட்டத்தைத் தொடர்கிறான், வேதனையில் முகம் சுளிக்கிறான். அவன் சோப்பை எடுத்து, கெனின் குதிகால் மீது உறுதியாகத் தேய்த்து, அதன் ஒரு தடத்தைத் தரையில் நசுக்கி, அனுமானிக்கப்படும் சறுக்கலுக்கு ஏற்ப அதை எறிந்தான்: சோப்பு நசுங்கி, கழிப்பறை கோப்பைக்குப் பின்னால் சிக்கிக்கொள்கிறது. மிகவும் சரியாகவே எல்லாம் நடந்தது. நாளை அதைக் கண்டுபிடிப்பது புலனாய்வாளருக்கு, புதிரைத் தீர்த்துவிட்ட மகிழ்ச்சியை ஏற்படுத்தும். பிளேக் குளியலறையை அதன் அதிகபட்ச வெப்ப நிலைக்கு அமைத்து, அதை இயக்கி, நீராவி குழாயின் அனைத்துத் தொடர்பையும் தவிர்த்து, ஷவர்ஹெட்டை கெனின் முகம், மார்பை நோக்கி சுழற்றுகிறான், பின்னர் அவன் குளியலறையை விட்டு வெளியேறினான்.

ஜன்னலுக்கு ஓடி, திரைச்சீலைகளை மூடிவிட்டு, கடைசியாக அறையைச் சரிபார்க்கிறான். ஒரு உடல் பல மீட்டருக்கு இழுத்துச் செல்லப்பட்டதற்கானத் தடயம் எதுவும் இல்லை, மேலும் இளஞ்சிவப்பு நீர் தரை பலகைகளுக்கு மேல் வெள்ளமாக வரத் தொடங்கியது. கணினி இயங்கிக்கொண்டே இருந்தது, மேலும் புல்வெளிகள், பூக்கள் நிறைந்த மலர் படுக்கைகளின் படங்கள் திரையில் ஓடின. கென் ஒரு பச்சை நிறக் கட்டைவிரலைக் கொண்டிருந்தான். பிளேக் கட்டடத்தை விட்டு வெளியேறி, தனது கையுறைகளைக் கழற்றி, இருநூறு மீட்டர் தொலைவில் நிறுத்தப்பட்டிருந்த தனது ஸ்கூட்டர் அருகில் வந்து, அதை இயக்கி ஒரு கிலோமீட்டரைக் கடந்தபின், இறுதியாக, சிறுநீர் கழிப்பதற்காக நிறுத்துகிறான். அய்யோ, அவன் இன்னும் தனது கறுப்பு காட்டன் ஓவர்ஷூக்களை அணிந்துள்ளான்.

இரண்டு நாட்களுக்குப் பிறகு, ஆர்வமுள்ள சக ஊழியன் போலீஸைத் தொடர்புகொள்வான், போலீஸ் சாமுவேல் டாட்லரின் தற்செயலான மரணத்தைக் கண்டுபிடிக்கும். பிளேக் அதே நாளில் நிலுவையில் உள்ள பாக்கித் தொகையைப் பெறுவான்.

இவை அனைத்தும் நீண்ட, நீண்ட காலத்திற்கு முன்பு நடந்தது, அதன் பின்னர் பிளேக் தனக்காக இரண்டு வாழ்க்கைகளை அமைத்துக்கொண்டான். ஒன்றில் அவன் பலரின் கண்களுக்குப் புலப்படாதவன். இருபது குடும்பப் பெயர்கள் கொண்டவனாகவும் பல முதல் பெயர்கள் கொண்டவனாகவும், ஒவ்வொரு நாட்டுடனும் தொடர்புடைய பாஸ்போர்ட்டுகள் கொண்டவனாகவும் இருந்தான், ஆனால் உண்மையான பயோ மெட்ரிக்ஸ் மூலம். ஆம், நீங்கள் நினைப்பதை விட இது எளிதானது. மற்றொன்றில், அவன் ஜோ என்ற பெயரில் பாரிஸைத் தளமாகக் கொண்ட ஒரு மகிழ்ச்சியான நிறுவனத்தை நடத்துகிறான். பொர்தோ, லியோன், இப்போது பெர்லின், நியூயார்க் ஆகிய ஊர்களில் சைவ உணவுகளை ஹோம் டெலிவரி செய்கிறான். அவனது வணிகக் கூட்டாளியான அவன் மனைவி ஃப்ளோராவுடனும், இரு குழந்தைகளுடனும் அதிகமாகப் பயணம் செய்கிறான் என்றும் சில சமயங்களில் அதிக நேரம் வெகுதொலைவிலேயே இருப்பதாகவும் புகார் கூறுகிறார்கள். உண்மைதான்.

~

## மார்ச் 21, 2021,
## கோகு, நியூயார்க் மாநிலம்

இந்த மார்ச் 21 அன்றும், பிளேக் பயணத்திலேயே இருக்கிறான். நல்ல மழையிலும் ஈரமான மணலிலும் ஓடுகிறான். நீண்ட மஞ்சள் நிற முடி, தலைப் பட்டை, கறுப்புக் கண்ணாடி, மஞ்சள், நீல நிற ஜாக்கிங் டிராக் சூட். ஆஸ்திரேலிய பாஸ்போர்ட்டுடன் பத்து நாட்களுக்கு முன்பு நியூயார்க்

வந்தடைந்தான். அவனது அட்லாண்டிக் கடற்பயணம் மிகவும் பயங்கரமானது, அவன் தனது கடைசி மணிநேரம் வந்து விட்டதாககூட நம்பினான், இந்த ஒப்பந்தங்கள் அனைத்துக்கும் கடவுள் பழிவாங்க இருப்பதுபோலத் தோன்றியது. முடிவில்லாத ஏர் பாக்கெட் ஒன்றில் அவனது பொன்னிற விக் கூட அவன் தலையை விட்டு வெளியேறியது.

ஒன்பது நாட்களாக அவன் தனது மூன்று கிலோமீட்டர் கடற்கரை தூரத்தை வானத்தின் கீழ் கடக்கிறான். குவோக்கில், பத்து மில்லியன் டாலர் கட்டடங்களுக்கு முன்னால் நடக் கிறான். டூன் ரோடு என்று அழைக்கப்படும் குன்றுகள் அமைக்கப் பட்டிருக்கின்றன. அதை எளிமையாகச் சொல்வதானால், சுற்றிலும் பைன் மரங்களும், நாணல்களும் வளர்ந்திருக்கின்றன. இதனால் எந்த வில்லாவும் அதன் அண்டை வீட்டாரின் பார்வையில் தெரியாது. ஒவ்வொரு உரிமையாளரும் கடல் முழுவதும் தனக்கு மட்டுமே சொந்தமானது என்று கருத முடியும். செம்மரத்தால் ஆன அகலமான பலகைகள், பரந்த விரிகுடா ஜன்னல்கள், கடற்கரைக்குச் செல்லும் படிக்கட்டுகள் கொண்ட ஒரு அற்புதமான வீட்டின் முன், அவசரமின்றி நடக்கிறான். அவனுக்கு மூச்சுத் திணறுகிறது. பிறகு குனிகிறான், தனது தலையை உயர்த்தி, தொலைவில் உள்ள ஒரு மனிதனை நோக்கி வணக்கம் சொல்கிறான். குண்டாக இருக்கும் அந்த மனிதனுக்கு வயது ஐம்பது இருக்கும். காபி குடித்துக்கொண்டிருக்கிறான். நல்ல வெயிலில், பக்கவாட்டு சுவர்மீது சாய்ந்தபடியே. கூட ஒரு இளைஞன். உயரமான, பொன்னிற, குட்டையான முடி கொண்டவன் அவனுடன் இணைந்திருக்கிறான். கவலையுடன் அவன் கரையைப் பார்க்கிறான். அவனது சட்டையின் கீழ், ஒரு கண்ணுக்குத் தெரியாத ஹோல்ஸ்டர் இடது பக்கத்தில் உள்ள துணியை உயர்த்திக் காட்டுகிறது. அவன் வலது கை பழக்கம் கொண்டவன். இன்று, இந்த வாரத்தில் இரண்டாவது முறையாக, பிளேக் அவர்களை அணுகி சிரித்துக்கொண்டே, மணல் பாதையில், நாணல்கள், வளர்ந்த புற்கள் இடையே செல்கிறான்.

பிளேக் நிதானமாக நடந்தவாறே சோம்பல் முறிக்கிறான். கொட்டாவி விடுகிறான். பெரியவர் பேசுவார் என்று காத்திருக் கிறான்.

"ஹலோ டான். எப்படி இருக்கிறீர்கள்?

"ஹாய், ஃபிராங்க்" இன்னும் மூச்சு வாங்கி சுவாசித்துக் கொண்டிருக்கும் டான்-பிளேக், முகம் சுளிக்கிறார்.

"ஓடுவதற்கு மோசமான வானிலை," என்ற அவர் ஒரு வாரத்திற்கு முன்பு சந்தித்ததிலிருந்து வளர்ந்த நரைத்த மீசை, தாடியுடன் இருந்தார்.

"கெட்ட நாளும் கூட" என்று பிளேக் பதிலளித்து, ஐந்து கெஜம் தொலைவில் நின்றான்.

"இன்று காலை ஆரக்கிள் பங்கு விலைகளைப் பார்த்தபோது உங்களைப் பற்றி நினைத்தேன்.

"அதைப் பற்றி என்னிடம் சொல்லாதே. வரும் நாட்களில் நான் என்ன கணிக்க முடியும் தெரியுமா, ஃபிராங்க்?

"இல்லை?"

பிளேக் துண்டைக் கவனமாக மடித்து, அதை தன் பையில் வைத்துவிட்டு, ஒரு துப்பாக்கியை எடுத்து, இளைஞனை நோக்கி மூன்று முறை சுட்டான். அந்தத் தாக்குதல் இளைஞனைப் பின்னுக்குத் தள்ளுகிறது. பின் அவன் ஒரு பெஞ்சில் சரிந்தான். பின்னர் மூன்று முறை ஃப்ராங்கை நோக்கி சுட்டான். ஃப்ராங்க் எந்த சப்தமும் இன்றி குதித்து, கீழே விழுந்து, கட்டை சுவற்றிற்கு எதிரில் சரிந்தான். ஒவ்வொரு முறையும் மார்பில் இரண்டு குண்டுகள், நெற்றியின் நடுவில் மற்றொன்று. ஒரு நொடியில் ஆறு குண்டுகள், P226 கைத்துப்பாக்கியின் சைலன்சருடன். கடல் அலைகளும் சத்தத்தை மூழ்கடித்தன. மேலும் ஒரு ஒப்பந்தம், குறையின்றி நிறைவேறியது. இலட்சம் டாலர்கள் எளிதாக வெல்லப்பட்டது.

ப்ளேக் சிக் சாவர் கைத்துப்பாக்கியை மீண்டும் தனது பையில் வைத்து, மணலில் இருந்த ஆறு உறைகளை எடுத்து, மெய்க்காப்பாளனைப் பார்த்து பெருமூச்சு விடுகிறான். பார்க்கிங் உதவியாளர்களை வேலைக்கு அமர்த்தும் நிறுவனம், இரண்டு மாதங்களில் அவர்களுக்குப் பயிற்சி அளித்து, இந்தக் கத்துக் குட்டிகளை நிஜ உலகிற்கு அறிமுகப்படுத்துகிறது. இந்த ஏழை ஊழியன் தனது வேலையைச் செய்திருந்தால், அவன் தனது

முதலாளிகளுக்கு டான் என்ற முதல் பெயரையும், வெகு தொலைவில் இருந்து எடுக்கப்பட்ட அவனது புகைப்படத்தையும், பிளேக்கால் உடனடியாகக் குறிப்பிடப்பட்ட ஆரக்கிள் நிறு வனத்தின் பெயரையும் கொடுத்திருக்கலாம். அவை அவனை சமாதானப்படுத்தியிருக்க முடியும். ஆரக்கிள் நியூ ஜெர்சியின் உதவி லாஜிஸ்டிக்ஸ் மேலாளரான, பிளேக்கைப் போலவே தோற்றமளிக்கும் நீண்ட பொன்னிற முடியுடன் இருக்கும் டான் மிட்செல், டஜன் கணக்கான நிறுவன விளக்கப்படங்களைப் பார்த்திருப்பார்.

பின்னர் பிளேக் தனது ஓட்டத்தை மீண்டும் தொடங்குகிறான். பலமாகப் பெய்யத் தொடங்கும் மழை, அவனது காலடிகளின் சுவடுகளை மங்கச் செய்கிறது. வாடகை டொயோட்டா இரு நூறு கெஜம் தொலைவில் உள்ளது, அதன் உரிமத் தகடுகள், ஒரு வாரத்திற்கு முன்பு புரூக்ளின் தெருக்களில் காணப்பட்ட அதே மாதிரியான காரின் உரிமத் தகடுகள். ஐந்து மணி நேரம் கழித்து, அவன் ஒரு புதிய அடையாளத்துடன் லண்டனுக்கு விமானத்திலும், பின்னர் யூரோஸ்டார் இரயிலில் பாரிஸுக்கும் செல்வான். பத்து நாட்களுக்கு முன்பு அவன் பயணித்த பாரிஸ்-நியூயார்க் விமானத்தை விட அவன் திரும்பும் விமானம் குறைவான பரபரப்புடன் இருந்தால், நன்றாக இருக்கும்.

இப்போது பிளேக் மிகவும் கைதேர்ந்தவனாக மாறிவிட்டான். அவனுக்கு இனிமேல் வேலையின் நடுவில் சிறுநீர் கழிக்க வேண்டும் என்ற உந்துதல் ஏற்படாது.

~

## ஞாயிறு, ஜூன் 27, 2021, முற்பகல் 11:43, லத்தீன் குடியிருப்பு பகுதி, பாரிஸ்

பிளேக்கிடம் கேளுங்கள், அவன் சொல்லுவான், "சேன் வீதியின் மூலையில் உள்ள இந்தக் கடையில்தான் சேன் ஜெர்மேனின் சிறந்த காபியை நீங்கள் அருந்தலாம்" என்று.

ஒரு அருமையான காபி. சிறந்த காபி கொட்டையின் சரியான விகிதத்தில் பிறந்த ஒரு அதிசயம். புதிதாக வறுத்த நிகரகுவா கொட்டைகளை நன்றாக அரைத்து, வடிகட்டி தண்ணீருடனும், தினசரி சுத்தம் செய்யப்படும், சிம்பாலி எனும் காபி மெஷினில் போட்டு தயார் செய்யப்படுவது.

பிளேக் தனது முதல் சைவ உணவகமான ஓடியோனுக்கு வழக்கமாக வரும் பழக்கத்தை ஏற்படுத்திக்கொண்டான். நீங்கள் எந்த விதத்திலும் விரக்தியடைந்திருந்தாலும், பாரிஸில் உள்ள இந்த மொட்டை மாடிக்கு வரலாம். அக்கம்பக்கத்தாருக்கு, அவன் ஜோ, ஜொனாதன், அல்லது ஜோசப், அல்லது ஜோசுவா வாகவும் இருக்கலாம். அவன் ஊழியர்கள்கூட அவனை ஜோ என்றுதான் அழைப்பார்கள். வணிகப் பதிவேட்டில் பதிவு செய்யப்பட்ட வர்த்தக நிறுவனம் வைத்திருக்கும் மூலதன முதலீட்டில் தவிர, அவன் பெயர் வேறு எங்கும் தோன்றாது. பிளேக் எப்போதும் ஒரு இரகசியத்தன்மையைக் கொண் டிருந்தான். அதை புத்திசாலித்தனம் என்றும் சொல்லலாம். மேலும் அவன் செய்வதும் சரிதான் என்பதை ஒவ்வொரு நாளின் நிகழ்வுகளும் நிரூபிக்கின்றன.

இங்கே ப்ளேக் தன் சுயபாதுகாப்பைக் குறைத்துக்கொள் கிறான். கடையில் பொருட்கள் வங்கச் செல்கிறான். தன் இரண்டு குழந்தைகளையும் பள்ளியிலிருந்து அழைத்து வரச் செல்கிறான். அவனின் நான்கு உணவகங்கள் ஒவ்வொன்றிற்கும் ஒரு மேலாளரை வேலையில் அமர்த்திக்கொண்ட பிறகு, அவனும் ஃப்ளோராவும் நாடகத்துக்கும் சினிமாவுக்கும் செல்கிறார்கள். ஒரு சாதாரணமான. அந்த வாழ்க்கையிலும் ஒருவன் தன்னைத் தானே காயப்படுத்திக் கொள்ளவும் முடியும். தற்செயலாக, குதிரைவண்டியில் மத்தில்தேயுடன் செல்லும்போது, அவன் கவனக்குறைவாகத் தன் கண் புருவத்தைப் பெட்டியின் கதவின் மேல் மோதி காயப்படுத்திக் கொண்டான்.

அவனது இரண்டு வாழ்க்கைகளுக்குமிடையில் எந்தவித சம்பந்தமும் இன்றி, அவை தனித்தனியாகவே இருக்கின்றன. ஜோவும் ஃப்ளோராவும் லக்ஸம்பேர்கு தோட்டத்திற்கு மிக அருகில் ஒரு நல்ல அடுக்குமாடி குடியிருப்புக்கான கடனைத்

திருப்பிச் செலுத்தினர். பிளேக் பன்னிரண்டு ஆண்டுகளுக்கு முன்பு வடக்கு பாரிஸ் அருகே, ஜன்னல்களும் கதவுகளும் சுவர்களைப்போல இருக்கும் இரண்டு அறைகள் கொண்ட ஒரு அடுக்குமாடி குடியிருப்பை, லஃபாயேத் வீதியில் உள்ள ஒரு அழகான கட்டடத்தில் வாங்கினான். ஒரு அதிகாரம் பெற்ற குத்தகைகாரன் ஒருவன் வாடகையைச் செலுத்துகிறான். அவனது பெயரும் ஒவ்வொரு ஆண்டும் மாறுகிறது. ஏதோ அவன் இல்லாதது போன்றும் தோன்றுகிறது. இதற்கு மேலும் ஒருவன் மிகவும் கவனமாக இருக்க முடியாது.

பிளேக் தனது காபியை அருந்துகிறான். அதில் சக்கரையு மில்லை அவனுக்கும் எந்த வித மனசஞ்சலமும் இல்லை. ஃப்ளோரா பரிந்துரைத்த புத்தகத்தை அவன் படிக்கிறான்; கடந்த மார்ச் மாதம் பாரிஸ்-நியூயார்க் பயணத்தின் போது அந்தப் புத்தக ஆசிரியரை அவன் பார்த்ததைத் தன் மனைவியிடம் தெரிவிக்கவில்லை. மதிய உணவு நேரம், ஃப்ளோரா குவென்டி னையும் மத்தில்தேவையும் தன் பெற்றோர் வீட்டிற்கு அழைத்துச் சென்றாள். அவன் மதிய உணவைத் தவிர்க்கின்றான். ஏனென்றால் இன்று காலையில்தான் அவன் பிற்பகல் மூன்று மணிக்கு ஒரு சந்திப்பை உறுதி செய்திருக்கிறான்: முந்தைய நாள் இரவில் பெறப்பட்ட ஒரு ஒப்பந்தம் பற்றி பேசுவதற்காக. ஒரு எளிய விவகாரம்தான், நல்ல ஊதியம். வாடிக்கையாளன் மிகவும் அவசரமாக இருப்பதுபோல் தெரிகிறது. அவன் எப்போதும் செய்வது போல், உடை மாற்றுவதற்கு அவன் லா ஃபாயெத் வீதிக்குத் திரும்பிச் செல்ல வேண்டும். அவனிடமிருந்து முப்பது மீட்டர் தொலைவில், ஒரு முகமூடி அணிந்த மனிதன் தலையை மூடிக்கொண்டு, இறுகிய முகத்துடன் அவனைப் பார்க்கிறான்.

## விக்டர் மியெசெல்

விக்டர் மியெசெலுக்கு வசீகரத்தில் ஒன்றும் குறை வில்லை. அவனது நீண்ட கோண முகம் பல ஆண்டு இடை வெளியில் மென்மையாகிவிட்டது, மேலும் அவனது அடர்த்தி யான முடி, அவனது ரோமானிய மூக்கு, அவனது ஆலிவ் நிற மேல் தோல் ஆகியவை காஃப்காவை நினைவுபடுத்தும். அவன் நாற்பது ஆண்டுகளைத் தாண்டிய வீரியமுள்ள காஃப்கா. அவன் உடல் உயரமாகவும் ஒல்லியாகவும் இருக்கும். இருப்பினும் அவனது தொழில் நிமித்தமாக அமர்ந்தபடியே வாழ்ந்த வாழ்க்கை முறை அவனைச் சற்றுத் தடிமனாக மாற்றிவிட்டது.

விக்டர் எழுதுகிறான். ஐயோ பாவம். மலைகள் நம்மையும் பார்க்க வரும், விடுபட்ட தோல்விகள் ஆகிய இரண்டு நாவல் களுக்கும் நல்ல விமர்சன வரவேற்பு இருந்தபோதிலும், பாரிஸின் மிகவும் உயரிய இலக்கியப் பரிசு பெற்றிருந்தபோதிலும், அவற்றின் விற்பனை சில ஆயிரம் பிரதிகளைக்கூடத் தாண்ட வில்லை. இதைவிட சோகம் வேறு எதுவும் இல்லை என்றும், ஏமாற்றம் தோல்விக்கு எதிரானது என்றும் அவன் தன்னைத் தானே தேற்றிக்கொண்டான்.

நாற்பத்துமூன்று வயது. பதினைந்து வருடங்கள் எழுத்தில் கழிந்தது. ஒரு இரயில் போன்ற இந்தச் சிறு இலக்கிய உலகில், தகுதியற்ற டிக்கெட் பரிசோதகர்களின் உடந்தையுடன், சீட்டு இல்லாத வஞ்சகர்கள் சத்தமில்லாமல் தங்களைத் தாங்களே முதல் வகுப்பு இடத்தில் அமர்த்திக்கொள்ளுவதையும் அப்பாவிகள் இரயில் நிலைய மேடையிலேயே விடப்பட்டிருப்பதையும் பார்க்க

அவலமாக அவனுக்குத் தோன்றியது. அழிந்துவரும் அந்தத் தாழ்ந்த மேதைகளின் கூட்டத்தில் தன்னையும் சேர்த்துக் கொள்ள மியெசெல் விரும்பவில்லை. ஆனாலும், அவன் மனம் தளரவில்லை. அதைப் பற்றிக் கவலைப்படாமல், புத்தகக் கண் காட்சிகளில் பல மணிநேரங்கள் அமர்ந்து நான்கு புத்தகங்களி லாவது கையெழுத்திட ஒப்புக்கொண்டான். தோல்வியடைந்த யாரோ ஒருவன் மேசைமுன் அடுத்த நாற்காலியில் அமர்ந்திருந்து, நேரமும் இருந்தால் அவர்கள் இருவரும் மகிழ்ச்சியுடன் பேசிக் கொள்வார்கள். தன்னிலை மறந்த மியெசெல், எல்லாவற்றையும் மீறி நகைச்சுவையாளராகப் புகழ் பெற்றவன். ஆனால் யாருக்கு நகைச்சுவையாளராக அழைக்க தகுதி இருக்கின்றதோ அவனுக்கு "எல்லாவற்றையும் மீறி" என்ற முத்திரை கொடுக்கப்படும்.

மியெசெல் தன் வருமானத்தை மொழிபெயர்ப்புகளிலிருந்து பெறுகிறான். ஆங்கிலம், ரஷ்யன், அவன் குழந்தை பருவத்தில் அவன் பாட்டி அவனுடன் பேசிய போலிஷ் ஆகிய மொழி களிலிருந்து. அதிகம் படிக்கப்படாத பத்தொன்பதாம் நூற்றாண்டு எழுத்தாளர்களான விளாடிமிர் ஓடோவ்ஸ்கி, நிகோலாய் லெஸ்கோவ் ஆகியோரின் படைப்புகளை மொழிபெயர்த் துள்ளான். இன்னும் பல்வேறு மொழிபெயர்ப்புகளையும் செய் திருக்கிறான். ஒரு புத்தகத் திருவிழாவில் கேட்டுக்கொண்டதற் கினங்க, ஸ்டார் ட்ரெக்கில் உள்ள கொடூரமான வேற்று கிரகவாசிகளின் மொழியான க்ளிங்கன் மொழியில் 'வெயிட்டிங் ஃபார் கோடாட் என்ற புத்தகத்தை, மொழிபெயர்த்திருக்கிறான். தனது வங்கியாளருக்கு ஒரு நல்ல வாடிக்கையாளனாக இருப் பதற்காக, அதிகமாக விற்பனையான ஆங்கிலோ-சாக்சன் நாவல் களையும் விக்டர் மொழிபெயர்த்தான். இது சிறார்களுக்கு சிறு இலக்கியக்கலையின் நிலையை அளிக்கின்றது. அவனது தொழில், மரியாதைக்குரிய, சக்திவாய்ந்த வெளியீட்டாளர்களின் கதவுகளைத் அவனுக்காகத் திறந்தது. ஆனால் அவன் சொந்தமாக எழுதியவற்றின் கையெழுத்துப் பிரதிகள் வாசலைக் கூடத் தாண்டவில்லை.

மியெசெல் ஒரு மூடநம்பிக்கையைக் கொண்டுள்ளான்: அவன் ஜீன்ஸ் பாக்கெட்டில் எப்போதும் ஒரு லெகோ செங்கல் இருக்கும், மிகவும் பொதுவானது, இரண்டிற்கு நான்கு என்ற அளவில்,

பிரகாசமான சிவப்பு நிறத்தில். அவனும் அவன் தந்தையும் அவன் குழந்தைப் பருவ அறையில் கட்டிய ஒரு கோட்டையின் மாதிரியின் வெளிப்புறச் சுவரிலிருந்து எடுக்கப்பட்டது. அந்தக் கோட்டையின் கட்டுமான வேலையின்போது ஒரு விபத்து ஏற்பட்டது. அதனால் கோட்டை முடிக்கப்படாமல், அவன் படுக்கைக்கு அருகில் அந்த கோட்டையின் சிறு வடிவம் இருந்தது. சிறுவன் அடிக்கடி, மௌனமாக, போர்முனைகள், இழுவைப்பாலம், சிலைகள், நிலவறை ஆகியவற்றைப் பார்த்துக் கொண்டிருப்பான். கட்டடத்தின் கட்டுமானத்தைத் தனியாக மட்டும் தொடர்வது மரணத்தை ஏற்றுக்கொள்வது போன்றது, அதை அகற்றுவது போன்றது. ஒருநாள் அவன் சுவரில் இருந்து ஒரு செங்கல்லை எடுத்து, தனது பாக்கெட்டில் வைத்து, கோட்டையை அகற்றிவிட்டான். அது முப்பத்தி நான்கு வருடங்களுக்கு முன்பு நடந்தது. இரண்டு முறை விக்டர் செங்கல்லை இழந்தான், இரண்டு முறை அதே மாதிரியான ஒன்றைப் பெற்றான். முதலில் வலியுடன், பின்னர் எந்தக் கவலையும் இல்லாமல். கடந்த ஆண்டு அவன் தாயார் இறந்தபோது, அவளது சவப்பெட்டியில் செங்கல்லை நழுவ விட்டுவிட்டான். உடனடியாக வேறு ஒன்றை எடுத்துக்கொண்டான். இந்தச் சிறிய சிவப்பு நிற செங்கல் அவன் தந்தை அல்ல, அது ஒரு நினைவுப் பொருள்.

மியெசெலுக்கு குழந்தைகள் இல்லை. உணர்வுபூர்வமாக, குறையாத உற்சாகத்துடன் ஒரு தோல்வியிலிருந்து மற்றோர் தோல்விக்குப் பறக்கிறான். அடிக்கடி வீட்டில் இருந்து வெகு தொலைவிலேயே இருப்பான். அவனுக்கு நம்பிக்கையில்லை. மேலும் அவன் ஒரு நீண்ட வாழ்க்கை காலத்தைக் கடந்து செல்வதற்கு ஏற்ற பெண்ணைச் சந்தித்ததில்லை. அல்லது அவன் ஒருபோதும் வெற்றியடையாத வகையில் தனது தோழர்களைத் தேர்ந்தெடுக்கிறான்.

அது ஒரு பொய்: அவன் நான்கு ஆண்டுகளுக்கு முன்பு, ஏர்லஸ் என்ற ஊரில் நடந்த மொழிபெயர்ப்பு பற்றிய கருத்தரங்கில் ஒரு பெண்ணைச் சந்தித்தான்: “ஒரு எழுத்தாளரின் நகைச் சுவையை மொழிபெயர்ப்பது” எப்படி என்று அவன் விளக்கும் போது கூட்டத்தில், அவள் முன்வரிசையில் இருந்தாள். அவளை மட்டும் பார்க்காமல் இருப்பதற்கு முயன்றான். ஒரு பதிப்பாளர்

அதைத் தேர்ந்தெடுத்திருந்தான் - ரஷ்ய பெண்ணியவாதியான லியோபோவ் கவுரேவிச்சின் படைப்பை எங்களுக்காக மொழி பெயர்க்க முடியுமா? நீங்கள் என்ன நினைக்கிறீர்கள்? அருமை யாக இருக்கும், இல்லையா?

விக்டரால் நழுவ முடியவில்லை. ஆனால், இரண்டு மணி நேரம் கழித்து, சாப்பாடு முடிவில், இனிப்பு பலகாரத்தை எடுப் பதற்காகப் பொறுமையாக அனைவரும் நின்றிருந்த வரிசையில், அவள் புன்னகையுடன் அவன் பின்னால் நின்றாள். காதலின் உண்மை குணம் என்னவென்றால், இதயம் உடனே அறிந்து கொண்டு சத்தமாகச் சொல்லிவிடும், "நிச்சயமாக, நீங்கள் அவளை நேசிக்கிறீர்கள்" என்று. ஆனால், நேரிடையாக அந்த நபரிடம் சொல்ல முடியாது. அவர்களும் அதைப் புரிந்துகொள்ளவும் மாட்டார்கள். எனவே, நீங்கள் ஏற்கனவே அவர்களது பணயக் கைதிகள் ஆகிவிட்டதை மறைக்க, அவர்களிடம் பேசுவீர்கள்.

சாக்லேட்டைச் சாப்பிட்டு முடிக்கும்போது விக்டர் திரும்பி அவளை நெருங்கினான். சாக்லேட் க்ரீம் என்பதை ஆங்கிலத்தில் எப்படி மொழிபெயர்ப்பது என்று தடுமாறிக்கொண்டே அவனிடம் கேட்டாள். "மன்னிக்கவும், என்னால் உடனே சொல்ல முடிய வில்லை." அவள் பணிவாகச் சிரித்தாள், தேவதை போல் ஒலிக்கும் கரகரப்பான குரலில் அஸ்காட் க்ரீம் எனலாம் என்று பதிலளித் தாள்; சில நண்பர்களுடன் சேர்வதற்காக மீண்டும் தன் மேசைக்குச் சென்றாள். சாண்டில்லியைப் போலவே அஸ்காட்டும் ஒரு பந்தய மைதானம், ஆனால் அவை இருப்பது இங்கிலாந்து என்பதை உணர அவனுக்குச் சிறிது நேரம் பிடித்தது.

அவர்கள் பார்வையைப் பரிமாறிக்கொண்டார்கள். அவன் அவளைப் புரிந்துகொள்ள முயன்றான். அவன் மதுக்கூடத்திற்குச் சென்றான். அவள் அங்கே அவனுடன் வந்து சேர்வாள் என்ற நம்பிக்கையில். ஆனால், அவள் ஒரு விவாதத்தில் சிக்கிக் கொண்டாள். ஒரு இளைஞனைப் போலவே தன்னைத் தானே முட்டாளாக்கிக் கொண்டு. அவன் தனது ஹோட்டலுக்குத் திரும்பினான். கருத்தரங்க பேச்சாளர்களின் புகைப்படங்களுக் கிடையில் அவளது படத்தைக் கண்டுபிடிக்க முடியவில்லை. ஆனால் சந்தேகமில்லாமல் அவன் மீண்டும் அவளைச் சந்திக்கலாம் என்று நம்பினான். மறுநாள் காலை முழுவதும் அவன் பல்வேறு

சாக்குப்போக்குகளைச் சொல்லியபடி எல்லா கருத்தரங்கு களுக்கும் அவளைத் தேடிச் சென்றான், வீணாக அலைந்ததுதான் மிச்சம். கருத்தரங்க நிறைவு விருந்திலும் அவளைக் காணவில்லை. அவள் சுத்தமாக மறைந்துவிட்டாள். ஹோட்டலில் கடைசியாக காலை உணவின்போது, அமைப்பாளர்களில் ஒருவரிடம் அவளைப் பற்றி விசாரித்தான். ஆனால் "சிறிய", "கருமையான", "கவர்ச்சியான" என்று அவன் சொன்ன எதுவும் எந்தப் பெண்ணையும் சரியாக வரையறுக்கவில்லை.

தொடர்ச்சியாக இரண்டு ஆண்டுகள், விக்டர் கருத்தரங்கத் திற்குச் சென்றான். உண்மையாகச் சொல்லவேண்டுமென்றால், அது அவளைச் சந்திக்க வேண்டும் என்பதற்காகத்தான். அப்போ திருந்து - அஸ்காட் ரேஸ்கோர்ஸ் அல்லது கஸ்டர்டைப் பற்றி குறிப் பிடும் சிறிய பக்கங்களின் மொழிபெயர்ப்புகளில் அவன் இறங்கினான். மேலும், கவுரேவிச்சின் கட்டுரைத் தொகுப்பில் இருந்துதான் அவன் இந்தக் குறும்புத்தனத்தைத் தொடங்கினான்: தொடக்க உரையில், "பெண்களுக்கு நாம் ஏன் அனைத்து உரிமைகளையும் சுதந்திரத்தையும் கொடுக்க வேண்டும்" என்று துவங்கிய பகுதியில் "சுதந்திரம் என்பது ஒரு சாக்லேட் கேக்கில் இருக்கும் கஸ்டர்ட் கிரீம் அல்ல, அது ஒரு உரிமை" என்ற வாக்கியத்தைச் சேர்த்தான். இது பூடகமாகத்தான் இருந்தது, யாருக்குத் தெரியும்? அவள் கோஞ்சரோவில் ஆர்வமாக இருந் தாள். இல்லை இல்லை! அவள் புத்தகத்தைப் படிக்கும்போது, கூடுதலாக இருந்த வாக்கியத்தை அவள் கவனிக்கவில்லை. வெளியீட்டாளரும், வாசகர்களும்கூட கவனிக்கவில்லை. விக்டர் வாழ்க்கையை அதுபோக்கில் விட்டு விட்டான். மனம் விரக்தி யடைந்தது போதும்.

ஆண்டின் தொடக்கத்தில், பிராங்கோ- அமெரிக்க அமைப்பு ஒன்று, அவனை வளர்த்த இந்த திரில்லர்களில் ஒன்றிற்காக அவனுக்கு மொழிபெயர்ப்புப் பரிசை வழங்கியது. மார்ச் மாத தொடக்கத்தில், அவன் அதைப் பெறுவதற்காக அமெரிக்கா புறப்பட்டான். அப்போது விமானம் பயங்கரமான ஒரு கொந்தளிப்பில் நுழைந்தது. நீண்ட நேரத்திற்கு, விமானத்தை புயல் எல்லா திசைகளிலும் அலைக்கழித்தது. கேப்டன்

நிதானமான தைரியம் சொல்கிறான், ஆனால் கேபினில் யாரும், மியெசெல் உட்பட, எல்லோரும் கடலில் மூழ்கப்போகிறோம் என்று சந்தேகப்பட்டார்கள். சில நீண்ட நிமிடங்கள், அவன் நாற்காலியில் ஒட்டிக்கொண்டு, எந்தவொரு அதிர்ச்சிக்கும் ஆளாகாதபடி தனது தசைகளை இறுக்கி சமாளிக்கிறான். பனிமூட்டமான இரவைக் காட்டும் ஜன்னலை அவன் பார்வை தவிர்க்கின்றது. பின்னர், அவனுக்கு சில வரிசைக்கு முன்னால், இந்தப் பெண்ணைப் பார்த்தான். விமானத்தில் ஏறும்போதே அவளைக் கவனித்திருந்தால் அவன் கண்கள் அவளைவிட்டே அகன்றிருக்காது. காணாமல் போன அவனின் அர்லேசியன் பெண்ணைப்போன்று அச்சு அசலாக இல்லாவிட்டாலும், அவள் அந்தப் பெண்ணையே தீவிரமாக அவனுக்கு நினைவூட்டினாள். அவளது மென்மை, அவளது அம்சங்களின் நேர்த்தி, அவளுடைய தோலின் அமைப்பு, அவளுடைய மெலிந்த உடல் ஆகியவற்றிலிருந்து அவள் மிகவும் இளம் பெண் என்று நினைக்கலாம். ஆனால் அவள் முப்பதுகளில் இருந்ததாக அவள் கண்களைச் சுற்றியுள்ள சிறிய சுருக்கங்கள் கூறுகின்றன. அவளது ஆமை ஓட்டு கண் கண்ணாடியின் பக்கவாட்டு தட்டுகள் அவள் மூக்கின் மீது தற்காலிகமாக இரு கோடுகளை வரைகின்றன. அவள் சில சமயங்களில் தன் பக்கத்து சீட்டில் இருப்பவரைப் பார்த்துச் சிரிக்கிறாள், அவளைவிட வயது முதிர்ந்தவர். ஒருவேளை அவளுடைய தந்தையாக இருக்கலாம். விமானத்தின் அதிர்வுகள் அவர்களை மகிழ்விப்பதாகத் தோன்றுகிறது. அந்த போலித்தனம் அவர்களுக்குத் தைரியம் கொடுக்கிறதோ என்னவோ!

ஆனால், விமானம் ஒரு புதிய காற்று வளையத்துக்குள் விழுகிறது, திடீரென்று, அவனுக்குள் ஏதோ உடைந்தது போல் உணர்கிறான். அவன் கண்களை மூடிக்கொண்டு, தனது உடலைப் இழுத்துப் பிடிக்க முயற்சிக்காமல், எல்லா திசைகளிலும் தன்னைத் தானே தூக்கித்தூக்கி விட்டுக்கொள்கிறான். கடுமையான மன அழுத்தத்தில், போராடுவதை நிறுத்திவிட்டு, இறக்கும் நிலைக்குத் தங்களைத் தாங்களே தயார்செய்துகொள்ளும் ஆய்வுக் கூட எலிகளில் அவனும் ஒருவனானான்.

இறுதியாக, நீண்ட நேரத்திற்குப் பிறகு, விமானம் புயலின் தாக்குதலில் இருந்து தப்பிக்கின்றது. ஆனால், மியெசெல் ஒரு

நிஜமற்ற பயங்கரமான நிலையில் சிக்கித் தவித்துக்கொண்டு இருக்கிறான். அவனைச் சுற்றி வாழ்க்கை மீண்டும் தொடங்கு கிறது, மக்கள் சிரிக்கிறார்கள், அழுகிறார்கள், ஆனால் அவன் இதையெல்லாம் மேகமூட்டமான கண்ணாடிக்குப் பின்னால் இருந்து பார்க்கிறான். தரையிறங்கும் வரை யாரும் இருக்கையை விட்டு எழக் கூடாது என்று கேப்டன் தடை விதித்தார். ஆனால், அனைத்து ஆற்றலும் வற்றிப் போயிருந்த மியெசெல்லால், தனது நாற்காலியில் இருந்து எழ முடியவில்லை. விமானத்தின் கதவுகள் திறந்தவுடன், பயணிகள் விமானத்திலிருந்து வெளியேற பொறுமையிழந்து விரைகிறார்கள், ஆனால், விமானம் இப்படிக் காலியாகும்போதும், மியெசெல் தனது இருக்கையில், ஜன்ன லுக்கு அருகில் அமர்ந்திருக்கிறான். ஒரு விமானப் பணிப்பெண் அவன் தோளில் தட்டுகிறாள், அவன் எழுந்திருக்க ஒப்புக் கொள்கிறான். அப்போது அவன் மறுபடியும் தீவிரமாக அந்த இளம் பெண்ணைப் பற்றி சிந்திக்கிறான். அவளால் மட்டுமே அவனை இந்த மாயப் பள்ளத்தில் இருந்து மீட்க முடியும் என்பதை அவன் உணர்கிறான். அவளைத் தன் கண்களால் தேடுகிறான், ஆனால் அவள் கண்ணில் படவில்லை, குடியேற்றச் சோதனைச் சாவடியில் இருந்த வரிசையிலும் அவளைக் கண்டுபிடிக்க முடிய வில்லை.

புத்தக அலுவலகத்தின் தலைவர் அவனை விமான நிலை யத்திலிருந்து அழைத்துச் செல்ல வருகிறார். வாயடைத்து கலங்கிய படி வந்த மொழிபெயர்ப்பாளர் மீது அக்கறையுடன் விசாரிக்கிறார்:

“என்ன ஆச்சு? நீங்கள் நன்றாக இருக்கிறீர்களா, மிஸ்டர் மியெசெல்?”

ஆம். நாங்கள் கிட்டத்தட்ட இறந்துவிட்டோம் என்றே நினைத்தேன். ஆனால் இப்போது நன்றாக இருக்கிறேன்.

அவனது சலிப்பான தொனி தூதரகத்திலிருந்து வந்தவரை கவலையடையச் செய்கிறது. ஹோட்டல் சென்றடையும் வரை அவர்கள் ஒரு வார்த்தையும் பரிமாறிக்கொள்ளவில்லை. மறுநாள் பிற்பகலில், மியெசெலை அழைப்பதற்காக அவர் திரும்ப வரும்போது, மொழிபெயர்ப்பாளர் நாள் முழுவதும் தனது அறையை விட்டு வெளியேறவில்லை என்றும் சாப்பிடவில்லை

என்பதையும் புரிந்துகொள்கிறார். வற்புறுத்தி அவனைக் குளிக்கவும், ஆடை அணியவும் செய்தார். சென்ட்ரல் பூங்காவிற்கு எதிரிலிருக்கும், ஐந்தாவது அவென்யூவில் உள்ள ஆல்பர்டைன் புத்தகக் கடையில்தான் வரவேற்பு நிகழ்ச்சி நடக்க இருந்தது. பொருத்தமான தருணத்தில், கலாச்சார ஒருங்கிணைப்பாளரில் அழுத்தமான சைகையின் பேரில், மியெசெல் பாரிஸில் எழுதப்பட்ட நன்றி உரையைத் தனது சட்டைப் பையில் இருந்து எடுக்கிறான். பின்னர், ஒரு தட்டையான குரலில், மொழிபெயர்ப்பாளரின் பங்கு "ஒரு படைப்பில் அடைக்கப்பட்டுள்ள தூய மொழியை இடமாற்றம் செய்வதன் மூலம் விடுவிப்பதாகும்" என்று உறுதிப் படுத்துகிறான். உயரமாக இருப்பவரும் தனக்குத் தானே சிரித்துக் கொள்பவருமான அந்த அமெரிக்க பெண் எழுத்தாளரைப் பற்றி அவனே நினைக்காத அனைத்து நல்ல விஷயங்களையும் பற்றி வலுக்கட்டாயமாகப் பேசினான். பிறகு திடீரென்று பேச்சை நிறுத்தினான். தர்மசங்கடமான நிலைமையைச் சமாளிக்கும் விதமாக, பெண் எழுத்தாளர் மைக்ரோஃபோனை எடுத்து அவனுக்கு அன்புடன் நன்றி தெரிவிக்கிறார். அவரது அற்புதமான கதைக்காக இரண்டு புதிய தொகுதிகளை வெளியிடப்போவதாகவும் உறுதிப்படுத்தினார். பின்னர் காக்டெய்லின் தருணம் வருகிறது; மியெசெல் காணப்படவில்லை.

"சே, இந்த மாதிரியான விழாக்களால் நமக்கு எவ்வளவு செலவாகிறது, அவர் இன்னும் கொஞ்சம் முயற்சி செய்திருக்கலாம்" என்று கலாச்சார ஆலோசகர் முணுமுணுக்கிறார். புத்தக ஆலோசகர் மியெசெலை வேண்டாவெறுப்பாக பாதுகாக்கிறார். அவன் மறுநாள் காலை விமானத்தில் ஊர் திரும்ப வேண்டும்.

பாரிஸுக்கு வந்தவுடன் யாரோ சொல்லசொல்ல எழுதுவது போல் எழுதத் துவங்கிவிட்டான். இந்த எழுத்தின் கட்டுப்பாடற்ற இயக்கவியல் அவனை வேதனையின் படுகுழியில் தள்ளுகிறது. முரண்பாடு என்று பெயரிடப்படும், இந்தப் புத்தகம் எழுத்தாளரின் ஏழாவது புத்தகமாக இருக்கும்.

"என் வாழ்க்கையில், நான் எந்தச் செயலையும் செய்யவில்லை. வெகு காலமாகவே செயல்கள்தான் என்னை உருவாக்கியது. எந்த ஒரு இயக்கமும் என் கட்டுப்பாட்டில்

நிறைவேற்றப்படவில்லை என்பதையும் நான் அறிவேன். நான் எதிர்பார்க்காத இடங்களுக்கு இடையே என் உடல் நகர்ந்து உயிர் பெற்றது. குறைந்த சக்தியின் வளைவுகளை மட்டுமே நாம் பின்பற்றும் போது, நாம் நம் சுற்றுப்புறத்திற்கு எஜமானர்களாக இருக்கிறோம் என்பதை மறைமுகமாகக் குறிப்பிடுவது தற் பெருமை. அதுதான் எல்லைகளின் வரம்பு. நமது வானத்தின் எல்லையை எந்த விமானமும், ஒருபோதும் நீட்டிக்காது.

சில வாரங்களில், எழுத்துப் பைத்தியமான விக்டர் மியெசெல், கவிதை வரிகளுக்கும் மனோதத்துவத்திற்கும் இடையில் ஏற்ற இறக்கமாக இருக்கும் இந்த நூலின் நூறு பக்கங்களை தன் பாணியிலேயே நிரப்பினான்: "முத்தை உணரும் சிப்பி, தன் நினைவில் வலியை மட்டுமே அறியும், அது வலியின் இன்பம் மட்டுமே. [...] தலையணையின் குளிர்ச்சி ஒவ்வொரு முறையும் என் இரத்தத்தின் அர்த்தமற்ற வெப்பநிலைக்கு என்னைத் திருப்பி அனுப்புகிறது. நான் குளிரில் நடுங்குகிறேன் என்றால், என் தனிமையின் தாக்கத்தால் உலகத்தைச் சூடேற்ற முடியவில்லை."

கடந்த சில நாட்களாக அவன் வீட்டை விட்டே வெளியே வரவில்லை. அவனது பதிப்பகத்தார்க்கு அனுப்பிய கடைசிப் பத்தியில், இந்த மீளமைப்பு அனுபவம் ஒரு செய்யமுடியாத விஷயத்தை எவ்வளவு தூரம் எல்லைக்குட்படுத்துகிறது என்று விளக்குகிறது: "நான் இல்லாவிட்டால் உலகம் எப்படி இருக்கும் என்று எனக்குத் தெரியாது, நான் இன்னும் தீவிரமாக இருந்திருந்தால் எந்தக் கரைக்கு அதை நகர்த்தி இருப்பேன் என்றும் எனக்குத் தெரியாது. என் மறைவு அதன் இயக்கத்தை எப்படி மாற்றும் என்றும் தெரியவில்லை. காணாமல் போன செங்கற்கள் என்னைக் கொண்டு செல்லாமல் விட்டுவிட்ட பாதையில் இதோ நான் நடக்கிறேன். உயிரும் மரணமும் இணையும் பிரித்தறிய முடியாத ஒன்றாக நான் மாறுகிறேன். அங்கு இறந்தவரின் முகத்தில் உயிருள்ளவரின் முகமூடி ஒன்றி சாந்தமாகிறது. இன்று காலை, வானிலை தெளிவாக இருப்பதால், நான் என்னையே நன்றாகப் பார்த்துக்கொள்ள முடிகிறது. நானும் மற்றவர்களைப் போலவே இருக்கிறேன். நான் என் இருப்புக்கு முற்றுப்புள்ளி வைக்கவில்லை; ஆனால், அழியாமைக்கு உயிர் கொடுக்கிறேன். இறுதியாக, இத்தருணத்தை ஒத்திவைப்பதை

நோக்கமாகக் கொண்டிருக்காமல் நான் ஒரு கடைசி வாக்கியத்தை வீணாக எழுதுகிறேன்."

இந்த வார்த்தைகளை எழுதி, கோப்பை தன் பதிப்பாசிரியருக்கு விக்டர் மியெசெல் அனுப்பினான். அடையாளம் காண முடியாத பதட்டத்தால் ஆக்கிரமிக்கப்பட்டு அவன் பால்கனி சுவற்றின் மேல் ஏறி, தவறி கிழே விழுந்துவிட்டான். இல்லை இல்லை, தானாகவே குதித்துவிட்டான். எந்த ஒரு கடிதத்தையும் அவன் விட்டு விட்டு செல்லவில்லை. ஆனால், அவனின் முழு புத்தகமுமே அவனின் இந்த இறுதி முடிவிற்குக் கொண்டு செல்கிறது.

நான் என் இருப்புக்கு முற்றுப்புள்ளி வைக்கவில்லை; ஆனால் அழியாமைக்கு உயிர் கொடுக்கிறேன்.

ஏப்ரல் மாதம் 22ஆம் தேதி, நன்பகல் 12 மணி.

# லூசி

### திங்கட்கிழமை ஜூன் 28ஆம் தேதி, 2021,
### மெனில்மோந்தான், பாரிஸ்

அதிகாலை வேளையில், முகத்தைக் கோணியபடி ஒருவன் படுக்கையறை கதவை அமைதியாகத் திறக்கிறான். இருளில், அவனது சோர்வான கண்கள் ஒரு பெண் தூங்கிக் கொண்டிருந்த கட்டிலையே பார்த்தன. ஷாட் மூன்று வினாடிகளே நீடிக்கும். ஆனால் லூசி போகார்ட் அதை விரும்பவில்லை. மிகவும் பிரகாசமான, மிகவும் சிதறிய, மிகவும் நிலையான காட்சி. ஒளிப்பதிவாளர் தூக்கக் கலக்கத்தில் இருந்திருக்க வேண்டும்.

ஸ்பெஷல் எஃபெக்ட்களுக்கு அவர்கள் காமா, கான்ட்ராஸ்ட் ஆகியவற்றுடன் வேலை செய்ய வேண்டும் என்று சொல்கிறாள். பின்னணியில் தெரியும் ஒரு ஓவியத்தை மங்கலாக்க வேண்டும் என்று குறிப்பிடுகிறாள். அவள் வின்சென்ட் கேசலின் முகத்தைச் சுற்றிலும் லேசாக மறுவடிவமைக்கிறாள். அவனை நெருக்கத்தில் படம்பிடிக்கிறாள். சில காட்சி அமைப்புகளால் வேகத்தைக் குறைக்கிறாள். அதற்கு ஒரு நிமிடம் ஆகிறது. இதோ முடிந்து விட்டது. மிகவும் சிறப்பாக உள்ளது. இந்தக் கவனமும், இந்தத் திரைப்பட உள்ளுணர்வுதான், அவளை பல இயக்குநர்களின் விருப்பமான எடிட்டராக மாறியுள்ளது.

இப்போது அதிகாலை, ஐந்து மணி. லூயிஸ் தூங்குகிறான். இரண்டு மணி நேரத்தில், அவள் அவனை எழுப்புவாள், அவள் காலை உணவைத் தயார் செய்வாள். ஆம், அவனது ஐந்தாம் வகுப்பிற்கான பாடத் திட்டத்தில் இருக்கும் கடினமான

ஆங்கில வினைச்சொற்களை அவன் பயிற்சி செய்ய உதவுவாள். ஆனால், தற்போதைக்கு, லூசி ஒரு மேவெனின் இந்த உட்புறக் காட்சியை அவசரமாக மீண்டும் ஒருங்கிணைக்கிறாள். அதை அவர்கள் மதியத்திற்கு முன் மீண்டும் ஒன்றாகப் பார்க்க வேண்டும். கழுத்து வலியெடுக்க, கண்கள் வறண்டுபோக அவள் எழுகிறாள். கணப்பு அடுப்பின் மேல் இருக்கும் பெரிய கண்ணாடி ஒரு சிறிய, மெல்லிய பெண்ணின் உருவத்தைப் பிரதிபலிக்கிறது, ஒரு இளம் பெண்ணின் காற்றோட்டமான வடிவங்கள், வெளிறிய தோல், சிறந்த அம்சங்கள், குட்டையான கருமை நிற முடி. அவளின் மெல்லிய கிரேக்க மூக்கில் பெரிய ஆமை ஓடு ஃப்ரேம் கண்ணாடிகளை அணிந்திருக்கிறாள். அது அவளுக்கு ஒரு மாணவியின் தோற்றத்தை அளிக்கிறது. ஹாலின் ஜன்னலுக்கு நடந்து செல்கிறாள். அவள் வெறுமையால் துவண்டு போகும்போதெல்லாம், இந்தக் குளிர்ச்சியான கண்ணாடியின் மேல் தான் அவள் நெற்றியை வைத்துக்கொள்வது வழக்கம். நகரமே தூங்குகின்றது. ஆனால் அது அவளை ஈர்ப்பதை உணர்கிறாள். அவள் விரும்புவது என்னவென்றால், தன் உடலைக் கைவிட்டு, வெளியில் உள்ள எல்லாவற்றோடும் இணைய வேண்டும்.

ஒரு "டிங் டிங்" அவளுக்கு மின்னஞ்சல் வந்திருப்பதை அறிவித்தது. அவள் ஆந்திரேவின் பெயரைப் படித்துப் பார்த்து விட்டு பெருமூச்சு விடுகிறாள். அவள் கோபமாக இருக்கிறாள். அவன் வற்புறுத்தக் கூடாது என்று அவனுக்குத் தெரிந்தும் அவனால் கட்டுப்படுத்த முடியவில்லையே என்பதால். அவன் எப்படி ஒரே நேரத்தில் மிகவும் புத்திசாலியாகவும் சுலபத்தில் உடைந்து போகக்கூடியவனாகவும் இருக்க முடியும்? ஆனால், புத்திசாலித்தனம் முழுவதையும் இதயம் மிதிப்பதை தடுக்க முடியாத ஒன்றுதன் காதல் என்பது.

அவள் மூன்று ஆண்டுகளுக்கு முன்பு, திரைப்படத் தயாரிப்பு நண்பர்கள் ஏற்பாடு செய்திருந்த ஒரு மாலை விருந்தில் ஆந்திரேவைச் சந்தித்தாள். அவள் தாமதமாக வந்தாள். அங்கிருந்து புறப்படவிருந்த அவன் நின்றுவிட்டான். எல்லாரும் அவனை கேலி செய்தார்கள். ஆம், நிச்சயமாக. அழகான லூசி வருகிறாள், ஆந்திரே இனி வீட்டிற்குச் செல்லும் அவசரத்தில் இல்லை...

அவன்தான் ஆந்திரே வன்னியர் & எடெல்மேன் நிறுவனத்தின் ஆந்திரே வன்னியர். இந்தக் கட்டடக் கலைஞர் பற்றிதான் அவளிடம் சொல்லப்பட்டிருந்தது. ஐம்பது வயதைக் காட்டிலும், வயதானவனாகக் கற்பனை செய்து பார்க்கக்கூடிய உயரமான, ஒல்லியான மனிதன். அவனுக்கு நீண்ட கைகள் இருந்தன. கண்கள் சோகமாகவும் மகிழ்ச்சியாகவும் இருந்தன. அவற்றால் அழிந்துபோகும் இளமைத் தன்மையைத் தக்கவைத்துக்கொள்ள முடிந்தது. அவள் பேசியவுடனேயே அவனால் கவரப்பட்டதை உடனடியாக உணர்ந்துகொண்டாள். மேலும் அவன் தன் கைதி யாக இருப்பதை அவள் விரும்பினாள்.

சிறிது நேரம் கழித்து அவர்கள் மீண்டும் ஒருவரை ஒருவர் பார்த்துக்கொண்டார்கள். அவன், அவளைப் புத்திசாலித்தனத்தால் கவர்ந்தான். மேலும் அவளின் தர்மசங்கடத்தை விட கேலிக்குதான் பயப்படுகிறான் என்பதை அவள் புரிந்துகொண்டாள். அவள் முதலில் அவனைத் தந்திரமாக விலக்கினாள். ஆனால் அவர்கள் இருவரும் தொடர்ந்து சந்தித்து வந்தனர். ஒவ்வொரு முறையும் அவன் வேடிக்கையுடனும் கவனத்துடனும்தான் இருந்தான். அவன் தனது ஒற்றை வாழ்க்கையைப் பற்றி பெருமிதம் கொள்ள வில்லை என்று யூகித்தாள்; ஒவ்வொரு முறையும் 'அந்த' விஷயத்தை அவன் தவிர்ப்பான். அவனுக்குப் பல காதலிகளும் கொஞ்சம் திருட்டுத் தனமும் இருக்கலாம் என்று சந்தேகித்தாள்.

வசந்த காலத்தின் ஒரு மாலை நேரத்தில், அவன் இரவு உணவிற்கு அவளை வீட்டுக்கு அழைக்கிறான். அவள், அவனின் நண்பர்கள் பலரைக் கண்டு வியக்கிறாள்: ஒரு ஓவியர், அறுவைச் சிகிச்சை நிபுணர் ஒருவர், லெ மோந்த்-இன் பத்திரிகையாளர் ஒருவர், மதுவை மிகவும் விரும்பும் ஒரு நூலகர், பண்பட்ட மனிதரான அர்மண்ட் மெலோயிஸ் ஆகியோர் இருந்தனர். அவள் அவனைப் பற்றி உணவு இடைவேளையின் போது தெரிந்துகொள்கிறாள் - பிரெஞ்சு எதிர் உளவுத்துறையைக் கவனிப்பவன். ஆந்திரேயின், ஆடம்பரமில்லாத மரச்சாமான்கள் கொண்ட ஒரு பரந்த குடியிருப்பையும் பார்த்தாள். அங்கு மரமும், கட்டுமானத் துறையும் ஆதிக்கம் செலுத்துகின்றன. எங்கும் புத்தகங்கள், நாவல்கள், கட்டடக் கலைஞர்களின் கைவண்ணங்கள். ஒரு கண்ணாடி அலமாரியில், மிக்கி மவுஸின் பிரகாசமான

வண்ண பிளாஸ்டர் சிலை. அவள் விரல்களால் சிலையைத் தொட்டுப்பார்த்து, ஆச்சரியப்படுகிறாள். ஆந்திரே அவளிடம் வந்து:

“அது வித்தியாசமாக உள்ளது, இல்லையா?”

லூசியா புன்னகைக்கிறாள்.

“என் வீட்டில் உள்ள மற்ற பொருட்களுடன் ஒரு மாற்றத்திற்காக அதை வாங்கினேன். ஒரு வினோதத்துடன் நம்மால் பழக முடியாது. அதுதான் வாழ்க்கை. வினோதமான வாழ்க்கையானாலும் அதுதான் வாழ்க்கை.

மாலை முழுவதும், லூசியின் பார்வை இந்த மோசமான மிக்கி மவுஸை நோக்கியே காந்தமாகத் திரும்புகிறது. திடீரென்று, ஏன் என்று அவளுக்குத் சொல்லத் தெரியாமல், வால்ட் டிஸ்னியின் சுண்டெலி அவளிடம் பேசுகிறது. இந்த மனிதனால் மகிழ்ச்சி சாத்தியம் என்று அவளிடம் சொல்கிறது.

அவள் ஆந்திரேயை லூயிஸுக்கு அறிமுகப்படுத்துகிறாள். அவன் எந்த ஒரு கணக்கையும் போடவில்லை: இளமைப் பருவத்தில் நுழையவிருக்கும் இந்தக் கலகலப்பான, வேடிக்கையான பையனை அவன் உடனடியாக நேசிக்கிறான். அவனை ஒரு தோழனாக ஏற்க முயலவில்லை. ஆனால் அவன் ஏமாறவில்லை: லூசியின் இதயத்திற்கான இந்தப் போராட்டத்தில், அவனுக்கு எதிரி தேவையில்லை.

ஒரு நாள், மதிய உணவுக்குப் பிறகு, அவனும் அவளும் விடைபெறும்போது, அவள் தெருவைக் கடக்க ஒரு அடி எடுத்து வைக்கிறாள். ஆந்திரே அவளைக் கையைப் பிடித்து பின்னால் இழுக்கிறான். ஒரு டிரக் அவளைக் வேகமாகக் கடந்து செல்கிறது. அவன் அப்படி இழுத்ததால், அவள் தோள்பட்டையில் வலி ஏற்பட்டது. ஆனால், அவள் கிட்டத்தட்ட இறந்தே போயிருப்பாள். ஆந்திரேவின் முகம் வெளுத்துவிட்டது. அவர்கள் ஒரு கணம் அருகருகே நிற்கிறார்கள், நகரத்தின் சப்தங்கள் அவர்களைச் சுற்றி அதிகரித்ததாகத் தெரிகிறது. அவன் வேகமாகச் சுவாசிக்கிறான். அவளும்தான். அப்போது ஒரே மூச்சில் அவளைக் கட்டிப்பிடித்து கூறுகிறான்:

நான் உன்னைக் காயப்படுத்திவிட்டேன். மன்னிக்கவும், நான் பயந்துவிட்டேன். நான் என்ன நினைத்தேன் என்றால்... நான் உன்னை மிகவும் நேசிக்கிறேன்.

அவன் பின்வாங்கினான், அவனிடம் இருந்து வெளிப்பட்ட இந்த வாக்கியத்தால் பயந்தபடி. மற்றொரு மன்னிப்பைத் தட்டுத் தடுமாறி கேட்டுவிட்டுக் கிளம்பிவிட்டான். அவன் விலகிச் செல்வதை அவள் பார்க்கிறாள். முதன்முறையாக, அவன் வேக மாகவும் நேராகவும் நடப்பதை அவள் கவனிக்கிறாள். அவன் இன்னும் இளமையாக இருக்கிறான். அவள் ஆடிப்போய் விட்டாள். மீண்டும் அவனைத் தொடர்புகொள்ள ஒரு பதினைந்து நாட்கள்வரை ஆகும். அவர்கள் மீண்டும் சந்தித்தால், அவன் அதைப் பற்றி மீண்டும் பேச மாட்டான்.

ஆனால், அவன் அதைச் சொல்லிவிட்டான். 'நான் உன்னை விரும்புகிறேன்'. லூசி அந்த வாக்கியத்தில் எச்சரிக்கையாக இருக்கிறாள். அவள் அதை மிக விரைவாகக் கேட்டுவிட்டாள். அவள் வேறொரு மனிதனை நேசித்தாள், அவன் இந்தப் பொய் வினைச்சொல்லை அதிகமாகவும் மோசமாகவும் பயன்படுத்தி னான். அவளை அவமானப்படுத்தினான். அவளை மிக கேவல மாக நடத்தினான். காணாமலேயே போய்விட்டான். திரும்பி வந்து மீண்டும் காணாமல் போனான். அவளுடைய மென்மை யான தோல், மெலிந்த கால்கள், வெளிறிய உதடுகள், அவளுடைய அழகு, இந்த மகிழ்ச்சியின் வாக்குறுதி என்று அவளை விரும்பும் இந்த ஆண்கள் அனைவராலும் அவள் சோர்வடைந்துவிட்டதாக ஆந்திரேவிடம் சொல்ல விரும்புகிறாள். வேட்டையாடுபவர்களைப் போல அவளை அணுகியவர்களையும் பரிசு கேடயத்தைப் போல் சுவரில் அவளைத் தொங்கவிட விரும்பியவர்களையும் பார்த்து அவள் மிகவும் களைத்துவிட்டாள்.

அவள் தகுதிக்குத் தூண்டுதல் நிறைந்த காமம் வெகு சாதாரணம். அவள் இனியும் விளையாட்டுப் பொருளாக இருக்க விரும்ப வில்லை. கொஞ்சம்கொஞ்சமாக அவனிடம் ஈர்க்கப்பட்டு விட்டாள் என்றும், அதனால் தான் இங்கே இருக்கிறாள் என்றும் அவனிடம் சொல்ல விரும்புகிறாள். அவன் அவளுக்கு அளித்த நேரத்திற்கு, அவள் அவனிடத்தில் உணரும் இனிமைக்காக,

அவனுடைய மரியாதைக்காகவும் கூட. அமைதியாக பழைய காதலின் இந்த நிலையில் அவனை வைத்திருக்காமல் இருக்கவும், எப்படிக் கூர்மையாக இருக்க வேண்டும் என்பதைத் தெரிந்து கொள்ளவும், இல்லையேல் முழுவதுமாக அவனிடம் விட்டுக் கொடுக்கவும் அவள் விரும்புகிறாள். அவள் கடுமையானவ ளாகவும், சில சமயங்களில் கொடூரமானவளாகவும், அவன்மீது அவள் கொண்டிருக்கும் ஈர்ப்பை எதிர்த்ததற்காகவும் வெட்கப் படுவதில் திருப்தி அடைகிறாள்.

மற்றொரு குளிர்காலம் கடந்தது. நான்கு மாதங்களுக்கு முன்பு, அவர்கள் வழக்கமாகப் போகும், மரைஸ் அருகில் உள்ள சிறிய கொரிய உணவகமான கிம்ஸில் இரவு உணவிற்குப் பிறகு, அவன் மீண்டும் அவளிடம் சொன்னான்: “உனக்குத் தெரியும், லூசி, நான் உன் நலனில் அக்கறை உள்ளவன். எனக்கு எல்லாம் தெரியும். நமக்கு இடையே இருப்பதையும் நமக்கு எதிராக இருப்பதையும் தெரியும். என்றாவது ஒருநாள் நான் உன் துணைவனாக வேண்டும் என நீ விரும்பினால், முதல் அடி எடுத்து வைப்பது உன் கையில் தான் இருக்கிறது...” இந்த நேரத்தில் அவன் அவளுக்குக் காட்டும் தோற்றம் வயதுக்கு மீறியது, அவள் சிறிது மனக்கலக்கத்துடன் புன்னகைக்கிறாள். தான் அதிக நேரம் எடுத்துக்கொள்ள வேண்டும் என்று அவளுக்குத் தெரியும் என்றாலும், இந்த வீண் காத்திருப்பில் அவன் சோர்வடைந்துவிடுவானோ என்று அவள் பயப்படு கிறாள். சாதகமான தருணத்தின் கிரேக்கக் கடவுளான சின்ன கைரோஸை அவனது சிவப்பு முடியால் பிடிக்க அவள் முடிவு செய்கிறாள். அவளது முழு மனமும் அவளை அவனருகில் இருந்த பெஞ்சில் உட்கார வைக்கிறது, அவள் அவனை மென்மையாக முத்தமிடுகிறாள். எந்த ஆங்கில காதல் நகைச்சுவை திரையும் இதைவிட அழகான முதல் காட்சியைக் கொடுப்பதற்குத் துணிந் திருக்க முடியாது. அவளுக்கு எந்த வருத்தமுமில்லை.

அந்த அற்புதமான தருணத்திலிருந்து, ஆந்திரேவும் அவளும் ஒருவரையொருவர் விட்டுப் பிரியவில்லை.

ஆந்திரே ஒரு பதினைந்து நாட்களுக்குப் பிறகு, மார்ச் மாத தொடக்கத்தில், ஒரு கட்டுமானப் பணிக்காக நியூயார்க் செல்ல விருந்தான். அவள் அதே நேரத்தில் கடைசி வான் ட்ரொட்டாவை

எடிட்டிங் செய்து முடித்திருந்தாள். மேலும் ஒரு மாதத்திற்கும் மேலாக மேவென்னுக்கு முன் எதுவும் திட்டமிடவில்லை. அவர்கள் ஒன்றாகச் செல்ல வேண்டும் என்று அவன் விரும்பினான்: அவர்களுக்கு நிறைய நேரம் கிடைக்கும். சென்ட்ரல் பூங்காவில் உள்ள வாத்துகளுடன் விளையாடலாம். குகன்ஹெய்மில் உள்ள க்ளீஸுக்குப் போகலாம். பிராட்வேயில் ஒரு இசை நிகழ்ச்சியில் கலந்துகொள்ளலாம். அவன் தனது கட்டுமான இடத்தையும் காட்ட வேண்டும் என்ற நிபந்தனையுடன் அவள் தயக்கமின்றி ஏற்றுக்கொண்டாள். "அதன் ஒரு பகுதியாக" தானும் இருக்க விரும்புவதாக அவனிடம் சொன்னாள். வீட்டிற்குச் சென்றதும், அவள் மகிழ்ச்சியுடன் தனது சூட்கேஸை முன்கூட்டியே தயார் செய்தாள். "என்னென்ன புத்தகங்களை எடுத்துக்கொள்வது? கோட்ஸி, ஹாப், ரோமெய்ன் கேரி புத்தகங்கள், அது அவ்வளவு கனமாக இல்லை. இந்தக் கறுப்பு உடை, ஆம், இது எனக்குப் பொருத்தமாகவும் நன்றாகவும் இருக்கிறது. அந்தப் பாவாடை மிகவும் குட்டையாக உள்ளது, ஆனால் நான் டைட்ஸ் அணிவேன். பிப்ரவரியில் குளிர் அதிகமாக இருக்கும்." அவள் மிகவும் புதிய அற்பத்தனத்தால் மகிழ்ச்சியடைந்தாள். லூயிஸ் தனது பாட்டியுடன் சிறிது காலம் தங்குவதற்கு ஒப்புக்கொண்டான்.

விமானப் பயணம் கொந்தளிப்பாகவும், பயமுறுத்துவதாகவும் இருந்தது. விமானம் இரண்டாக உடைந்துவிடும் என்று அச்சுறுத்திய போதும், பயம் அவள் தன் மீதான அனைத்துக் கட்டுப்பாட்டையும் இழக்கச் செய்த போதும், ஆந்திரே அவளுடன் சிரித்தபடி பேசுவதை நிறுத்தவில்லை. அவனைவிட மிகக் குறைவாகவே அறிந்திருந்த நியூயார்க்கை அவள் மிகவும் விரும்பினாள். அவர்கள் எட்டு நாட்கள் தங்க வேண்டும், ஆனால் பதினைந்து நாட்கள் ஆகிவிட்டது. கிழக்கு கிராமத்தில் அதிக கட்டணம் வாங்கும் சிகையலங்கார நிபுணரிடம், அவள் தனது நீண்ட பழுப்பு நிற முடியை மிகக் குட்டையாக வெட்டிக்கொண்டாள். "நான் இதற்கு முன்பு துணிந்திருக்க மாட்டேன், உனக்குத் தெரியும். நான் ஒரு புதிய வாழ்க்கையைத் தொடங்குகிறேன். நிச்சயமாக, இது மிக மோசமான முன்னுதாரணம், ஆனால் அதைச் சுட்டிக் காட்டாததற்கு அவள் ஆந்திரேவிற்கு நன்றியுள்ளவளாக இருந்தாள். அவன் அவளுக்கு எவ்வளவு உறுதியளித்தான், எந்த

அளவிற்கு அவர்கள் ஒருவருக்கொருவர் நேசிக்க முடியும் என்பதை அவள் உணர்ந்தாள்.

பின்னர், அவர்கள் மீண்டும் பாரிஸுக்குத் திரும்புகிறார்கள். எல்லாம் கொஞ்சம்கொஞ்சமாகப் புளித்துப்போகிறது. ஆந்திரேயின் மகிழ்ச்சியின் முன்னாலும், அவளைக் கட்டிப்பிடிக்க விரும்பும் அவனின் கைகளுக்கு முன்னாலும், சதா சர்வகாலமும் அவளுக்கு அவன் கொடுக்கும் முத்தங்களுக்கு முன்னாலும், கண்டிப்பாக அவளை ஒரு சண்டையில் வென்று கொள்ளையடித்த பொருளைப் போல அவனுடைய நண்பர்களுக்கு வலுக்கட்டாயமாக அறிமுகம் செய்ததைப் பார்த்தும் லூசியா கொஞ்சம் பின்வாங்கத் தொடங்கினாள். எலிகளைப் பிடிக்கும் பூனைகள் ஏன் அவற்றை வாழவிட மறுக்கின்றன? அத்தகைய ஆக்கிரமிப்பை அவள் விருப்பமில்லை. அவள் குறைவான எதிர்பார்ப்புகளையும் அர்ப்பணிப்பையும் விரும்பியிருப்பாள். அவனுடைய மனிதக் கரங்களின் பேராசை அவளைப் பயமுறுத்துகிறது. அவற்றின் அடக்குமுறை, காமம் பிறக்க வேண்டும் என்ற அவனுடைய சொந்த விருப்பத்தைக்கூட தடை செய்கிறது. அவன் இதை யெல்லாம் புரிந்துகொள்ள விரும்பவில்லை. ஆந்திரே மிகவும் நன்றாக மறைத்து வைத்திருந்த இந்தப் பலவீனம் தெளிவாகிறது. இல்லை, அவள் அவனைச் சமாதானப்படுத்த விரும்பவில்லை. இல்லை, அவனுடைய கொடுங்கோல் பசிக்கு அவள் அடிபணிய வேண்டியதில்லை. அவனது காயப்பட்ட நர்சீஸத்தை அவள் திருப்திப்படுத்த வேண்டியதில்லை. இந்த வயதிலும்கூட, என்னையும் அழைத்துச் செல்லுங்கள், என்னையும் அழைத்துச் செல்லுங்கள் என்று சிணுங்கும் நாய்க்குட்டியின் தோற்றத்தை அவளும் ஏற்க வேண்டியதில்லை. அவன் அவளைத் தன் கைகளிலும், படுக்கையிலும் பிணையாக சிக்கவைப்பதை ஏன் எண்ணிப்பார்க்க மறுக்கிறான்? அதுவே கடைசியாக அவள் விரும்பும் கடமையாக இருக்கும்போது, அவனிடம் தன்னை மறுத்ததற்காக அவள் ஏன் குற்ற உணர்ச்சியுடன் இருக்க வேண்டும்?

பின்னர், ஜூன் மாத தொடக்கத்தில், இந்த இறுதி இரவு உணவு நடக்கின்றது. எல்லாம் ஏற்கனவே முடிந்துவிட்ட நிலையில், ஆந்திரே அவளை மீண்டும் வெல்ல விரும்புகிறான். மேலும் அது ஏற்கனவே பழைய பாணியில் பாதியாக இருப்பதுபோல் மீண்டும்

கிம்ஸில் இருக்க வேண்டும் என்று அவன் வலியுறுத்துகிறான். -ஜென் அலங்காரம் அவள் மீது ஒரு மாய சக்தியைப் பிரயோகிக்க முடியும் என்று நம்புகிறான். மேலும் அவன் பேசுகிறான், அவனுடைய ஆறிக்கொண்டிருக்கும் க்ரீம் பாஸ்தாவின் முன். அவன் சொல்வதை மட்டும் கேட்டு, வார்த்தைகளில் அவனுடைய அளவற்ற ரசனைக்குத் தன்னை விட்டுக்கொடுத்து, ஒவ்வொரு அழகான வாக்கியமும் இன்னும் அசிங்கமாக விடைபெறுகிறது. அவள் அவனைப் பார்க்கிறாள். அவன் அவள் கையை எடுக்கிறான். அவள் விட்டுக்கொடுக்கிறாள். அவள் வேறு எங்கேயாவது இருக்கவே விரும்புகிறாள். அவள் இதயத்தில் குளிர் குடியேறுகிறது. அவள் மீண்டும் வயதானவனாகத் தோன்றும் இந்த அழகான மனிதனைப் பார்த்து கோபப்படாமல் புன்னகைக்கிறாள். ஆனால் அவனால் ஏன் அவள் ஏற்கனவே விலகிப் போய்விட்டாள் என்று புரிந்துகொள்ள முடியவில்லை? ஒரு வேளை அவளுக்குப் போதுமான ஆற்றல் இல்லை, அல்லது காதல் இல்லை – கடவுளே! அவள் அந்த வார்த்தையைத்தான் வெறுக்கிறாள். எல்லாவற்றையும் மீறி, ஆந்திரே ஒரு வகையான களிம்பு போல் இருக்கிறான். குணமடைய எடுக்கும் நேரம், இறுதியில் மிகவும் வேதனையான, வெறித்தனமான, வாசனை. இப்போது காயம் ஆறிவிட்டது... ஆனால் இல்லை, அவள் தவறு செய்துவிட்டாள். ஏன் அவர்களின் அழகான தொடக்கத்தை முடிவின் கசப்பான அளவுகோலில் படிக்கவா? அவனிடம் நடித்தது அவள் அல்ல. அவன் மட்டுமே அவளின் சொந்த நம்பிக்கைக்கு ஏற்ப வாழத் தவறிவிட்டான்.

இப்போது அவனும் அவளும் தனித்தனியாக இருக்கிறார்கள், இனி நாம் ஒன்றாக இல்லை என்பதை அவனுக்குத் தெரியப்படுத்த, அவரவர் உணவிற்கான பில்லை அவரவர் கட்ட வேண்டும் என்று அவள் வலியுறுத்துகிறாள். அப்போது அவன் அவளிடம் ஒரு சிறிய புத்தகத்தைக் கொடுத்தான்: விக்டர் மியெசெல் எழுதிய முரண்பாடு. அந்தப் பெயர் அவளுக்கு ஏதோ ஒன்றை நினைவுபடுத்துகிறது.

“இதோ, இது உனக்குப் பிடிக்கும்...”

அவள் அதை தற்செயலாகத் திறந்து, இந்த வாக்கியத்தைப் படிக்கிறாள்: ‘நம்பிக்கை நம்மை மகிழ்ச்சியின் தாழ்வாரத்தில்

காத்திருக்க வைக்கிறது. நாம் எதிர்பார்த்ததைப் பெறுவோம், துரதிர்ஷடத்தின் முன்னறைக்குள் நுழைவோம்.' கடவுளே! உவமைகள் மோசமாகத் தொடங்குகின்றன. இன்னும் கொஞ்சம் தள்ளி: 'கவர்ச்சி எப்போதும் ஒரு பொதுவான அறிவாக இருந்து வருகிறது, இது ஒரு பெரிய கலையை உடைக்கிறது.' எனவே அவள் ஒரு கலைஞி. பெரிய கலைக்குச் செல்வோம்.

அவள் பரிசைப் பெற்றுக்கொண்டு வெளியேறுகிறாள்.

இது மூன்று வாரங்களுக்கு முன்பு, ஆந்திரே மும்பைக்குப் புறப்படுவதற்கு நீண்ட காலத்திற்கு முன்பு, அந்த மோசமான சோயாரா அல்லது சுயாரா கோபுரத்தைக் கட்டும் வேலை எதிலும் அவளுக்கு ஆர்வம் இல்லாதபோது, அதன் நேர்த்தியைப் பற்றி அவன் தற்பெருமை அடித்துக்கொண்டான்.

திரையில், நேற்று அவன் அனுப்பிய மின்னஞ்சல் இன்னும் அடர் நீல எழுத்துகளில் இருந்தது. அதில் கிசுகிசுவோ, வெற்றுத் தனமோ, கேலியோ தோன்றாத வகையில் ஒரு வாக்கியமும் இல்லை. அவள் மனதைத் தொடக்கூடிய வகையில் ஒரு வார்த்தையும் இல்லை.

"நாம் இருவரும் ஒன்றாக இணைந்து நீண்ட வழி செல்ல விரும்பினேன், இருப்பதிலேயே மிக நீண்ட வழி கூட செல்ல விரும்புகிறேன்." அற்பத்தனம்! "என் பார்வையை நீ விரும்பி, உன்மீது வைத்த அன்பையும், ஆசையையும் நீ விரும்பியிருப்பாயா என்று எனக்குத் தெரியாது." அவள் கண்களை உருட்டி மேலே பார்க்கிறாள். இறுதியாக, இந்தப் பரிதாபகரமான மறுப்பு: "நான் பதில் ஒன்றையும் எதிர்பார்க்கவில்லை."

எப்படியிருந்தாலும், பதில் அனுப்புவதைப் பற்றி லூசி நினைத்துக்கூடப் பார்க்கவில்லை.

திடீரென்று அவள் தொலைபேசி ஒலிக்கிறது, மறைக்கப்பட்ட எண். ஒரு திங்கட்கிழமை. அதுவும் இரவு நேரத்தில், லூயிஸ் தனது அறையில் தூங்கிக்கொண்டிருக்கும்போது, அவனுக்கு எவ்வளவு தைரியம்? லூசி ஆத்திரத்துடன், தொலைபேசி ஒலியை நிறுத்துவதற்காக அதை எடுத்தாள். ஆனால் அதில் ஒரு பெண்ணின் குரல்:

"லூசி போகார்ட்?"

"ஆம்," லூசி மெல்லிய குரலில் பதிலளித்தாள்.

"கமிஷனர் மௌபாஸ். தேசிய போலீஸ்."

"ஆனால்... நீங்கள் தவறான எண்ணாக இருக்க வேண்டும்."

"நீங்கள் ஜனவரி 22, 1989 அன்று மோந்திரேயில் பிறந்தீர்களா?"

"ஆம்."

"நல்லது. நாங்கள் உங்கள் கதவிற்கு வெளியில்தான் இருக்கிறோம். தயவுசெய்து கதவைத் திறக்க முடியுமா?"

"ஏன்? என் மகன் தூங்குகிறான்."

"நாங்கள் உங்களுக்கு விளக்குவோம். எங்களிடம் பிடி வாரண்ட் உள்ளது, நான் அதை இப்போது உங்கள் வீட்டு கதவு இடுக்கில் தள்ளி விடுகிறேன். தயவுசெய்து கதவைத் திறக்கவும்."

# தாவீது

மே 29, 2021

மூன்றாம் அவென்யூ, நியூயார்க்

ஃபிகஸ் மரத்திற்குத் தாகமாக இருக்கிறது. அதன் பழுப்பு நிற இலைகள் வறட்சியில் சுருண்டு கிடக்கின்றன, கிளைகள் ஏற்கனவே இறந்துவிட்டன, உண்மையில் அது ஒரு பச்சை தாவரம். பிளாஸ்டிக் தொட்டியில் பாழடைவதைப் போல் இருக்கிறது சீக்கிரம் தண்ணீர் விடவில்லை என்றால், அது இறந்துவிடும் என்று தாவீது நினைத்தான். தர்க்கரீதியாக, காலத்தின் தொடர்ச்சியான வரிசையில் எங்கேயாவது நாம் திரும்பப் பெற முடியாத ஒரு புள்ளியைக் கண்டுபிடிக்க முடியும், ஒரு சரிசெய்ய முடியாத முனைப்புள்ளி, அதில் இருந்து எதுவும், யாரும் ஃபிகஸைக் காப்பாற்ற முடியாது. வியாழனன்று மாலை 5:35 மணிக்கு யாரோ தண்ணீர் பாட்டிலுடன் வந்து அம்மரத்துக்கு உயிர்கொடுப்பார்கள். அது முப்பது வினாடிகளுக்கு முன்பும் இருக்கலாம், நான் சொல்லவில்லை, இருக்கலாம். ஆனால் அங்கே, நீங்கள் என்ன நினைக்கிறீர்கள்? இயந்திரத்தை மறு தொடக்கம் செய்யக்கூடிய ஒரே செல், அதன் அண்டை வீட்டாரை எழுப்பக்கூடிய வீரம் மிக்க யூகாரியோட். வாருங்கள் பெண்களே, நமக்கு நாமே ஊக்கம் செய்துகொள்வோம், எதிர்வினையைப் பார்ப்போம், நம்மைப் புதுப்பித்துக்கொள்வோம். விடுங்கள், ஆகக் கடைசியாக வந்தவர் எங்களை விட்டுச் சென்றுவிட்டார். எனவே நீங்கள் மிகவும் தாமதமாகிவிட்டீர்கள், உங்கள் சிறிய பாட்டிலுடன், சியாவோ. ஆம், காலத்தின் இழையில் எங்கோ.

"தாவீது?"

ஒரு மென்மையான ஆண் குரல் தாவீதை அவனது தாவர உலகத்திலிருந்து வெளியே அழைத்தது. அவன் எழுந்து, ஐம்பது வயதுள்ள உயரமான மனிதனைக் கட்டிப்பிடிக்கிறான், அவனை விட சற்று வயதானவன். அவன் முடி ஏற்கனவே வெள்ளையாக இருக்கின்றது. அவனைப் போலவே தோற்றம். பொதுவான டி.என்.ஏ. தாராளமாக இருக்க வேண்டும்.

“வணக்கம் போல்.”

“எப்படி இருக்க தாவீது? ஜோதி உன்னுடன் வரவில்லையா?”

“அவள் கூடிய விரைவில் நம்முடன் இணைவாள். அவள் கோதே இன்ஸ்டிடியூட்டில் வகுப்பு எடுக்கிறாள். அதை ரத்து செய்ய நான் விரும்பவில்லை.”

“சரி.”

தாவீது தனது சகோதரனைப் பின்தொடர்ந்து ஆபீஸ் உள்ளே செல்கிறான். ஒரு பிரெஞ்சு எம்பயர் மேசை. ஓக் மர புத்தக அலமாரிகள். ஆர்ட் நோவியோ கிரிஸ்டல் சுவர் விளக்குகள். தடிமனான வெல்வெட் கருஞ்சிவப்பு திரைச்சீலைகள். ஜன்னல் வழியாக, லெக்சிங்டன் தெருவின் அழகான காட்சி அதற்கப்பால் மூன்றாம் அவென்யூவின் மூலை, அவர்களின் வெள்ளிக்கிழமை ஸ்குவாஷ் கிளப்பின் நுழைவாயில் ஆகியவை தெரிகின்றன. அது என்ன அறை என்பதை எளிதில் கண்டுபிடித்துவிட முடியாதபடி இருக்கிறது. இது ஒரு தலைசிறந்த புற்றுநோயியல் நிபுணரின் அலுவலகம்.

“உனக்கு காபி வேண்டுமா அல்லது தேநீரா, தாவீது?”

“காபி.”

போல் ஒரு காப்ஸ்யூலை காபி மஷினிற்குள் செலுத்தி, ஒரு அழகான இத்தாலிய கோப்பையைப் புனலின் கீழ் வைத்து, இன்னும் சில நொடிகளுக்குத் தனது சகோதரனின் பார்வையைத் தவிர்ப்பதற்கான ஒரு வழியைக் கண்டுபிடித்தான். தாவீது தனது முதல் பெயரை பலமுறை உச்சரிப்பதை வைத்தே அவன் எப்படிப்பட்டவன் என்று யூகிக்கிறான். திரைப்படங்களில், ஒரு சிப்பாய் போரில் அடிபட்டு இரத்தம் சிந்தும்போது, சார்ஜென்ட் அவனிடம் “அது சரியாகிவிடும். ஜிம்! நீ நன்றாக இருப்பாய்”

என்றால் அது ஒரு நல்ல அறிகுறி அல்ல. கருணைமிக்க சொல்லாட்சி, நுரையுடன் கூடிய இத்தாலிய எஸ்பிரெசோ காபி, பேசவேண்டிய தருணத்தைத் தொடர்ந்து ஒத்திவைக்கும் விதம், இவை அனைத்தும் மோசமானதை அறிவிக்கின்றன.

“எடுத்துக்கொள்.”

தாவீது தலையசைத்து, கோப்பையை இயந்திரத்தனமாக எடுத்துக்கொண்டு, உடனடியாக அதை மேசையில் வைக்கிறான்.

“மேலே செல்லு. நான் தயார்.”

“நல்லது. நேற்று, அல்ட்ராசவுண்ட்- எண்டோஸ்கோபியின் போது ஒரு பயாப்ஸி செய்தோமே, நினைவிருக்கிறதா தாவீது... எனக்கு அதன் முடிவுகள் கிடைத்தன.”

போல் கோப்பையை ஒதுக்கிவிட்டு, ஒரு உறையிலிருந்து படங்களை எடுத்து, தன் சகோதரனின் எதிரிலிருக்கும் மேசைமீது வைக்கிறான்.

“அதற்குதான் நான் பயந்தேன். இங்குள்ள சிறுகுடலுக்கு எதிரே உள்ள கணையத்தின் வால் பகுதியில் உள்ள கட்டியானது வீரியம் மிக்க கட்டியாகும். அது புற்றுநோய்க் கட்டி. அது அருகிலுள்ள இரத்த நாளங்கள், நிணநீர் மண்டலங்களுக்கு மட்டும்தான் பரவவில்லை. கல்லீரலும், சிறுகுடலும் புற்றுநோயால் பாதிக்கப் பட்டிருக்கின்றன. மருத்துவ ரீதியாக, நீ 4ஆம் நிலையில் இருக் கிறாய்.

“4ஆம் நிலை. அப்படியென்றால்?

“மிகவும் பாதிக்கப்பட்ட நிலை. கணையம், மண்ணிரல் அறுவைச் சிகிச்சையைச் செய்வது மிகவும் கடினம். அதாவது கணையத்தையும் மண்ணீரலையும் அகற்றுவது முடியாத காரியம்.”

தாவீது புற்றுநோயின் வீரியத்தைப் புரிந்துகொள்கிறான். அவன் மிகவும் சிரமப்பட்டு சுவாசிக்கிறான். போல் ஒரு கிளாஸ் தண்ணீரைத் தயாராக எடுத்துவந்து அவனிடம் கொடுத்தான். தாவீது அவனை நிமிர்ந்து பார்க்கிறான். கண்ணில் மஞ்சள் நிறத்தைக் கவனித்துதான் அவன் பரிசோதனைகள் கோரினான். தாவீது ஆழ்ந்த மூச்சை எடுத்து, கேட்கிறான்:

- என்ன சிகிச்சை செய்யப்போகிறார்கள்?

- இனி அறுவைச் சிகிச்சைக்கு வாய்ப்பில்லை என்பதால், கட்டியின் அளவைக் குறைக்க கீமோ, ரேடியோதெரபி இரண்டையும் செய்வோம்.

"என்ன சிகிச்சை செய்யப்போகிறார்கள், போல்?" தாவீது மீண்டும் கேட்கிறான்.

- அதை எப்படிச் சொல்வது? அது ஒரு மோசமான வியாதி.

- அதற்கு என்ன அர்த்தம்? நான் எத்தனை நாள் உயிரோ டிருப்பேன்?

"ஐந்து ஆண்டுகள் உயிர் வாழ்வதற்கு 20% வாய்ப்பு உண்டு, அப்படித்தான் புள்ளிவிவரங்கள் கூறுகின்றன. ஆனால், அதில் எந்த உறுதியும் இல்லை. அதைவிடச் சிறப்பாகச் செயல்பட முயற்சிப்போம். இரண்டாவது கருத்தைப் பெறுவதற்கு சவுலுடன் ஒரு சந்திப்பை ஏற்பாடு செய்தேன். அவர்தான் தலைசிறந்த மருத்துவர். அவர் உன்னை ஒரு அவசர நோயாளியாக அழைத் திருக்கிறார். அவர் உன்னை நாளை பார்க்கலாம், நான் ஏற்கனவே அவருக்கு உன் பையாப்சி பரிசோதனை முடிவுகளையும், எம்.ஆர்.ஐ. அறிக்கையையும் அனுப்பியுள்ளேன்."

"அதெல்லாம் இருக்கட்டும், போல். நான் உன்னை நம்பு கிறேன். நீ சொன்னபடியே செய்வோம். நாம் எப்போது சிகிச்சையைத் தொடங்கலாம்?"

" கூடிய விரைவில். உன்னால் எப்போது முடியுமோ அப்போது. இனிமேல், குறைந்தது மூன்று மாதங்களாவது நீ விடுமுறையில் இருக்க வேண்டும். உன் நிறுவனத்திற்குத் தெரிவித்துவிடு. உனக்கு மருத்துவக் காப்பீடு உள்ளதா?"

"இருக்கிறது என்று நினைக்கிறேன். நிச்சயமாக இருக்கிறது."

தாவீது எழுந்து சில அடிகள் நடந்தான். அவன் உடல் கோபத்தில் கொதிக்கிறது, ஆனால், அது கோபமா? அவன் முழு உடலும் அமைதியாக இருக்க மறுக்கிறது. ஆண்டவரே, நாம் ஏன் எப்போதும் முந்தைய வாரங்களுக்குத் திரும்பிச் செல் கிறோம்? ஏன் நம் குருட்டுத்தன்மையை அளவிட விரும்பாமல் இருக்க முடியாது? அந்தக் கவலையற்ற நாட்களில், இந்த

அறியாமையின் கடைசி ஆனந்தத்தில் இருந்துவிட்டோம்: இரவு உணவு சாப்பிடுவது, நகைச்சுவைகள் சொல்வது, குழந்தைகளைத் திரைப்படங்களுக்கு அழைத்துச்செல்வது, ஜோதியுடன் காதல் செய்வது, போலுடன் ஸ்குவாஷ் விளையாடுவது. இவற்றை செய்ததோடு மூன்று மாதங்களுக்கு முன்பே ஸ்கேன் செய்திருந்தால் போதுமானது. நோயை முன்கூட்டியே கண்டறிந்திருக்கலாம். ஒருவேளை, காப்பாற்றப்பட்டும் இருக்கலாம். தாவீது தனக் குள்ளேயே தன்னுடலில் எந்தப் பகுதியில் இந்த நோய் ஏற் பட்டிருக்கிறது என்பதை உணர முயன்றான்.

"எப்போது ஆரம்பித்தது?"

"எனக்குத் தெரியாது தாவீது. சொல்ல இயலாது. கட்டி ஒரு வருடமாகவோ அல்லது இரண்டு மாதங்களாகவோ இருந்திருக் கலாம். யாராலும் அறிய முடியாது. ஒவ்வொரு கணைய புற்று நோய்களும் வேறுபட்டவை."

"இரண்டு மாதங்களுக்கு முன்பே என்றால் சிகிச்சையைத் துவங்கியிருக்க முடியுமா?" இந்த நரக பாரிஸ்-நியூயார்க் பயணத்தின்போது ஆலங்கட்டி மழை என் விமானத்தை அழித்த தால், நான் ஏற்கனவே கொஞ்சம் சோர்வாக இருந்தேன், நினைவிருக்கிறதா? என் சிறுநீர் மிகவும் கரிய நிறத்தில் இருந்தது. பரிசோதனைகள் செய்துகொள்ளவே எனக்கு நேரமில்லை.

"எனக்கு தெரியாது. இனிமேல் நாம் என்ன செய்ய வேண்டும் என்பதில்தான் கவனம் செலுத்த வேண்டும், இன்னும் நிறையவே செய்ய முடியும் என்பதில் நான் உறுதியாக இருக்கிறேன்."

"புதிய சிகிச்சைகள், புதிய மருந்துகள் ஏதேனும் உள்ளதா?"

"ஆம், தற்போதுள்ள அனைத்து சிகிச்சை முறைகளையும் நாங்கள் முயற்சிப்போம், மேலும், நீ விரும்பினால், தற்போது நடைமுறையில் உள்ளதையும் சந்தைக்கு வராத புதிய சிகிச்சை களையும் உனக்காக ஏற்பாடு செய்வேன் என்று உனக்கு சத்தியம் செய்கிறேன்."

போல் பொய் சொல்கிறான், ஏனென்றால் நோய்க்கான சிறந்த சிகிச்சை என்று ஒன்றும் இல்லை, புதிதாகவும் ஒன்றும் இல்லை. இது முட்டாள்தனம், நான் மீண்டும் சொல்கிறேன், அதை எப்படிச் செய்வது என்று எங்களுக்குத் தெரியவில்லை, அடடா,

நாங்கள் ஒன்றும் அதிசய சிகிச்சையைக் கண்டுபிடிக்கவில்லை. ஒரு நெறிமுறை மற்றொன்றைவிட சிறப்பாக செயல்படுகிறது என்று நோயாளியிடம் ஏன் சொல்கிறார்கள் என்றும் கூடத் தெரியவில்லை.

"இது ஒரு வலிமிகுந்த புற்றுநோய், இல்லையா?"

"சிகிச்சை முழுவதும், வலியைக் குறைப்பதற்கான வழிகள் இருப்பதை உறுதிப்படுத்த நாங்கள் அனைத்தையும் செய்வோம் என்று நான் உனக்கு உறுதியளிக்கிறேன். கண்டிப்பாக, வேண்டாத பக்கவிளைவுகள் இருக்கும். தவிர்க்க முடியாது. எதுவுமே நம்மிடம் இல்லை."

விரும்பத்தகாதவை. நரக அவஸ்தைதான். நீ பேசு. ஆம், என் சகோதரனே, ஆம், நீ உன் தைரியத்தைத் தூக்கி எறிந்துவிட்டு, எல்லா வகையிலும் உன்னை நீயே காலி செய்து, உன் தலை முடியையும், உன் புருவங்களையும், உன் இருபது கிலோவையும் இழக்கப் போகிறாய். பிறகு என்ன? அதையெல்லாம் மறுபடி பெறுவதற்காக ஒருவேளை இரண்டு, மூன்று மாதங்கள் பிடிக்கலாம். 20% ஐந்தாண்டுகள் உயிர் வாழ்வதற்கான வாய்ப்பு உள்ளது. ஆனால் நிலைமை மோசமாகிக்கொண்டுதான் இருக்கும். என் தம்பியே, உனக்கு பத்தில் ஒரு வாய்ப்புதான். அதுகூட நிச்சயம் இல்லை. கடவுளே! இது அடுக்காது... போல் தன் நாற்காலியை இழுத்து தாவீது அருகில் அமர்கிறான். அவன் நகரவில்லை, முடங்கி, ஒடுங்கி இருக்கிறான். போல் ஏற்கனவே துவண்டுவிட்ட சகோதரனின் கையில் தன் கையை வைத்தான். இந்தச் செயல் அவன் பீதியை அமைதிப்படுத்தும் என்று நம்புகிறான். மேலும் அவன் தனது கையின் ஸ்பரிசம் அவன் மனஇருளை அகற்றிவிடும் என்றும் நம்புகிறான். அது பைத்தியக்காரத்தனம். ஆனால் பல வருட பயிற்சியிலும் நூற்றுக்கணக்கான நோயாளிகளை இன்னும் இழக்கிறார்கள். மாயாஜால சிந்தனையின் தோற்றம், பகுத்தறிவு மூளையின் ஆழத்தில் கூட. திடீரென்று, அது இப்போது அவனுக்குத் நினைவு வருகிறது. ஏன் இப்போது பல நினைவுகள்?

- பியோரியாவில் இரவு பந்துவீச்சு விளையாட்டுகளின் போது, தாவீது தாறுமாறாக பந்து வீசும் போதும், அதேபோல் பேட்டால் அடித்தபோதும்,

- ஆன்ட்டி லூனாவின் வீட்டிலிருந்து வந்த தீய்ந்துபோன உணவின் வாசனை,

- அந்தப் பொன்னிற முடி டெபோரா ஸ்பென்சர் அவர்கள் இருவரும் நட்பாக இருந்தபோது போட்டிருந்த இனிப்பான பெர்ரி வாசனை திரவியம்,

- அந்தப் பரட்டைத் தலை டோனி தி டைனோசருடன் உறங்கிக்கொண்டிருந்தவன்,

- இருங்கள், இருங்கள், மக்கள் ஏன் அவனை மீண்டும் அப்படி அழைத்தார்கள் என்று தெரியவில்லை,

- தாவீது தனது முதல் திருமணத்தில் - ஃபியோனாவுடன் முற்றிலும் அரைகுறை மனதுடன் திருமணத்தில் - பேசியது, நிச்சயமாக, அது அரைகுறையாக இருந்தது, மேலும் அந்தப் பேச்சு மிகவும் பிதற்றலாகவும், வேடிக்கையாகவும் மிகவும் மோசமாகவும் இருந்தது,

- அவன் மகனின் பிறப்பு, மகனும் தாவீது என்று அழைக்கப்படுகிறான், பேபி தாவீது. மாமா தாவீதின் கைகளில் தூங்குகிறான், அவன் மகப்பேறு வார்டில் உணர்ச்சியால் அழுதான்,

- புற்றுநோய் எல்லாவற்றையும் சுழலுக்குள் இழுத்துச் செல்லும், பின்னர், எங்கும் இல்லாமல் தொலைந்து போகும்,

அவன் கண்களில் கண்ணீர் துளிர்க்கிறது. அதுவும் திடீரென்று கொடூரமாக. ஒரு புற்றுநோய் மருத்துவர் சத்தம் போடுகிறார்: அது என்ன கூச்சல்? போல் ஒதுங்கி, ஒரு கைக்குட்டையை எடுத்து, சத்தமாக மூக்கை சிந்துகிறான்.

சூரிய ஒளிக் கதிர் அறையினுள் நுழைகிறது. இது சிறந்த தருணம் அல்ல, ஆனால் தாவீதுக்கு தங்க ஒளியை வழங்கு வதற்காக அது உள்ளே வருகிறது. அது ஒரு உயிரின் ஒளிக்கற்றை. அந்த மோசமான சூரியன் மேற்கே இரண்டு வானளாவிய கட்டடங்களுக்கு இடையில் கடந்து செல்லும் போது ஒரு குறுகிய கால அதிசயம் ஒன்று நடந்தது. மூன்றாவது தளம், மாலை மணி 5.21, குளிர்காலத்தில் வெயில் சரியாக பன்னிரண்டு நிமிடங்களுக்கு நீடிக்கும் ஒரு அதிசயம். மாலை 5:33 மணிக்கு அது முடிந்துவிடும்.

"நல்லது தாவீது. நான் எந்த நோயாளிகளையும் எதிர் பார்க்கவில்லை. ஜோதிக்காகக் காத்திருப்போம், நான் உனக்கு சிகிச்சை விதிமுறைகளை விளக்குகிறேன்."

போல் விரிவாக விளக்குகிறான். தாவீது குறுக்கிடாமல் கேட்கிறான். ஆனால் அடுத்த நாள், போல் அவனுக்கு மீண்டும் விளக்க வேண்டியிருந்தது. ஏனென்றால் அவனுக்கு எதுவும் நினைவில் இருக்காது. ஜோதியின் முகத்தில் இருக்கும் விவரிக்க முடியாத துயரத் தோற்றத்தைப் பற்றி தாவீது யோசித்திருப்பான். அப்பாவுக்கு உடல்நிலை சரியில்லை என்று சொல்லும்போது குழந்தைகளின் கண்களைப் பற்றி யோசித்திருப்பான். கிரேஸ், பெஞ்சமின், என் அன்பு செல்வங்களே, நீங்கள் இருவரும் மிகவும் தைரியமாக இருக்க வேண்டும். அம்மாவுக்கு நிறைய உதவ வேண்டும். சமர்த்தாக இருக்க வேண்டும், சரியா?

அவன் மருத்துவக் காப்பீடு பற்றி யோசித்திருப்பான். அது சிறப்பானதும் சரியானதும் ஆகும். ஆனால் அவர்கள் விசாரிப் பார்கள். 15 வயதிலிருந்து 25 வயது வரை, 10 வருடங்களைப் புகை பிடித்து வீணடித்துவிட்டதாகக் கேலி செய்வார்கள். தாங்க முடியாத வலியைப் பற்றி யோசித்திருப்பான். அழியப்போகும் அவனது கடைசி நாட்களைப் பற்றி யோசித்திருப்பான். தகனத்தைப் பற்றிக்கூட. இசையைப் பற்றியும் நினைத்திருப்பான். தனது நண்பர்களை விசாரிக்க வேண்டும். நல்ல விஷயம், போல். ராக் இசை, ப்ளூஸ் இசை. ஆனால் யாரிடமிருந்தும் எனக்கு மிகவும் கட்டாயமான கோரிக்கை வரவில்லை. அவன் கல்விக் கட்டணம், கடன் பற்றி மீண்டும் யோசித்திருப்பான். அவன் முன்கூட்டியே திருப்பிச் செலுத்திய அபார்ட்மெண்ட் கடன் தொகையைப் பற்றி யோசித்திருப்பான். என்ன முட்டாள்தனம், மரணம் ஏற்பட்டால், காப்பீடு அனைத்துக் கடனையும் செலுத்தப் போகிறது. அவன் வரவிருக்கும் அனைத்தையும், இன்னும் வரவிருக்கும் அனைத் தையும் பற்றி யோசித்திருப்பான். விசித்திரமான விஷயங்களைக் கூட நினைத்திருப்பான்.

"சொல்லப்போனால், போல்... உன் காத்திருப்பு அறையில்..."

"சொல்?"

"ஃபிகஸ் செடி. அதற்குத் தண்ணீர் விட வேண்டும்."

மாலை மணி 5:33. சூரியன் மறைகிறது.

## வியாழன், ஜூன் 24, 2021, இரவு 10:28,

## மவுண்ட் சினாய் மருத்துவமனை, நியூயார்க்

போல் காத்திருப்பு அறையில், ஃபிகஸ் செடி இறக்க வில்லை. ஆனால் தாவீது அங்குத் திரும்பிச் செல்லவில்லை, மேலும் இரண்டு வானளாவிய கட்டடங்களுக்கு இடையில் தெரியும் சூரிய ஒளியை இனி பார்க்க மாட்டான், சூரியனைக் கூடப் பார்க்க மாட்டான். மவுண்ட் சினாய் மருத்துவமனையில் அறை எண் 344 வடதிசையில் உள்ளது, இன்னும் சில நாட்களில், அவன் அதை காலி செய்வான் என்பதில் சந்தேகமில்லை. மரணம் அவனது மெலிந்த அம்சங்களில் வந்து தங்கிவிட்டது.

வலிக்கு எதிராக, பிரெஞ்சுக்காரர்கள் மார்ஃபினுடன் கூடுத லாக உருவாக்கி வரும் ஒரு நானோமெடிசினை நாங்கள் பரிசோதித்து வருகிறோம். இனி மருந்தின் அளவை அதிகரிக்க வேண்டிய அவசியமில்லை. மருத்துவக் குழுவினர் அவனைக் கைவிட்டு விட்டனர். ஏனென்றால் நோய் மிகவும் தீவிரமாகவும், மிகவும் ஊடுருவக்கூடியதும், மிகவும் மேம்பட்ட நிலையையும் அடைந்திருந்தது.

கதவைத் தட்டும் சத்தம் கேட்கிறது, ஆனால் யாரும் பதிலளிக்க வில்லை: மயக்கமாக இருக்கும் தாவீதுக்குப் பக்கத்தில் ஜோதி நாற்காலியில் தூங்கிக்கொண்டிருக்கிறாள். பல இரவுகள் அவனைத் தூங்காமல் கவனித்துக் களைத்துவிட்டாள். குழந்தைகள் மூன்று நாட்களாக போலின் வீட்டில்தான் இருக்கிறார்கள். கதவு மெது வாகத் திறக்கிறது. இரண்டு ஆண்கள் வருகிறார்கள். கறுப்பு உடை, தங்க நிற பேட்ஜ்கள் அணிந்திருந்தார்கள். ஒருவன் அமைதியாக, முதலில் தாவீது மீது குனிந்து, அவன் உதடுகளின் மூலையில் இருந்து உமிழ்நீரை ஒரு குச்சியைக் கொண்டு எடுத்து, சோதனைக் குழாயில் வைத்து உடனடியாக அறையை விட்டு வெளியேறினான். மற்றவன் ஒரு செல்போனை எடுத்து இறக்கும் நிலையில் உள்ள நோயாளியைப் புகைப்படம் எடுத்து அதை யாருக்கோ அனுப்புகிறான். வாடிய முகத்திலிருந்து கண்களை எடுக்க முடியாமல் ஒரு நாற்காலியில் அமர்கிறான்.

# சலவை இயந்திரம்

**மார்ச் 10, 2021,**

**அமெரிக்காவின் கிழக்குக் கடற்கரை, நீர்நிலைகள்**

**42° 8' 50" N 65° 25' 9" W**

அனைத்து அமைதியான விமானங்களும் ஒரே மாதிரியானவை. ஒவ்வொரு முறையும் கொந்தளிப்புக்குள்ளானது.

AF006 பாரிஸ்-நியூயார்க் விமானத்திற்கு எதிரில், நோவா ஸ்கோடியாவிற்கு தெற்கே, ஒரு பெரிய அடர்ந்த கரிய மேகக் கூட்டம் தெரிகிறது. மிக வேகமாக மேலெழும்புகிறது. இன்னும் 15 நிமிட தூரம்தான் உள்ளது. ஆனால் அது வடக்கிலும் தெற்கிலும் நூற்றுக்கணக்கான கிலோமீட்டர்கள், ஒரு வளைவாக நீண்டு, ஏற்கனவே கிட்டத்தட்ட 45,000 அடி உயரத்தை எட்டியுள்ளது. 39,000 வேகத்தில் பறக்கும் போயிங் 787 விமானம், நியூயார்க்கை நோக்கி இறங்கத் தொடங்கும் நிலையில், அதில் இருந்து தப்பிக்க முடியாமல் விமானி அறையில் ஒரு திடீர் சலசலப்பு உருவாகிறது. இணை விமானி வரைபடங்களையும் வானிலை ரேடாரையும் ஒப்பிடுகிறான். பெரிய கரிய மேக மூட்டம் பற்றி முன்கூட்டியே தெரிவிக்கப்படவில்லை, மேலும், விமானிகள் ஆச்சரியமும் கவலையும் படுகிறார்கள்.

ஒளிபுகா, சாம்பல் நிறச் சுவர் போன்ற மேகக்கூட்டம், திகைப்பூட்டும் சூரியனால் உச்சியில் நிறம் மாறி அசுர வேகத்தில் அவர்களை நோக்கி வருகிறது. தங்களைக் காத்து பராமரிக்கிற மேகத்தின் அடுக்குகளை ஆவலுடன் விழுங்குகிறது. கமாண்டர் மார்க்லே பாஸ்டன் அலைவரிசையைக் காட்டுகிறான். கருவிகளை ஆய்வு செய்கிறான். வானிலை ரேடார் 120 கடல் மைல்களில் சிவப்பு நிறமாகக் காட்டுகிறது. பாஸ்டன் தனது அதிர்வெண்ணில் ஒலிபரப்பும்போது அவன் தலையசைத்து, காபியைக் கீழே வைக்கிறான்.

"பாஸ்டன் கட்டுப்பாட்டில் உள்ள அனைத்து விமானங் களுக்கும், கிழக்குக் கடற்கரையில் உள்ள விதிவிலக்கான சூழ் நிலைகள் காரணமாக, விமான நிலையம் கேஜேஎஃப்கே விமான நிலையம் தவிர அனைத்து விமான நிலையங்களும் மூடப் பட்டுள்ளன. கிழக்குக் கடற்கரையிலிருந்து எந்த விமானமும் அரை மணிநேரத்திற்குப் புறப்பட வேண்டாம். எந்த விமானத் தையும் முன்னரே எச்சரிக்க முடியாத சூழ்நிலை மிக விரைவாக உருவாகி வருகிறது. கே.ஜே.எஃப்.கே. விமான நிலையம் தரை யிறங்குவதற்குத் திறந்த நிலையில் உள்ளது.

"பாஸ்டன் கன்ட்ரோல், ஹலோ. ஏர் பிரான்ஸ் 006, கென்னபங்கிற்குச் செல்லும் வழியில் மூன்றாவது நிலை ஒன்பது பூஜ்யம். நமக்கு முன்னால் ஒரு அசுரன் இருக்கிறான். அடுத்த 80 நாட்டிகல் மைல்களுக்கு மூன்று ஐந்து பூஜ்யத்தின் வழி கோரப்படுகிறது.

"ஏர் பிரான்ஸ் 006, இது பாஸ்டன் கட்டுப்பாட்டு அறை. விருப்பப்படி நடவடிக்கை எடுக்கலாம். கென்னடியை இப்போது 125.7இல் தொடர்பு கொள்ளவும். பை பை."

விமானி மார்க்லே முகம் சுளிக்கிறான். அடிவானம் வடக்கி லிருந்து தெற்காக, தவிர்க்க முடியாமல் தடுக்கப்படுவதைப் பார்க்கிறான். அட்லாண்டிக் கடல் மேல் இறுதி விமான பயணத்தின் இறுதிப் பயணத்திற்காக, வானம் அவனுக்கு ஒரு மறக்க முடியாத நினைவை வழங்கியது. விமான நிலையத்துடன் தொடர்பை இணைக்கிறான்.

"கென்னடி நெருங்குகிறது, ஏர் பிரான்ஸ் 006இலிருந்து. வாஷிங்டன் வரை தெற்கே செல்லும் பாதையில் விலகிச் செல்வதற்குப் போதுமான எரிபொருள் எங்களிடம் உள்ளது."

ஒரு கிளிக், மற்றொரு பெண்ணின் குரல், மிகவும் கண்டிப்பாக.

"மன்னிக்கவும், 006. முடியாது. நார்போக்கிற்கு அப்பாலும் அதே நிலைமைதான். இப்போது தெற்கில் இன்னும் மோசமாகக் கூட இருக்கலாம். எட்டு பூஜ்யம் யூனிட் வரை செய்ய முடிந்தால் இறங்கி, மீண்டும் கென்னடிற்குச் செல்லுங்கள். அந்த அளவுகளுக்குள் வைத்திருங்கள்."

மார்க்லே தலையை அசைத்து, தொடர்பைத் துண்டித்து, கேபின் மைக்ரோஃபோனைப் பிடித்து, பயணிகளுக்கு உறுதியளிக்கும் குரலில், முதலில் ஆங்கிலத்திலும், பிறகு அரைகுறை பிரெஞ்சு மொழியிலும்:

"இது உங்கள் கேப்டன், தயவுசெய்து உடனடியாக உங்கள் இருக்கைக்குத் திரும்பி உங்கள் சீட் பெல்ட்டைக் கட்டிக் கொள்ளுங்கள். அத்துடன் அனைத்து மின்னணு சாதனங்களையும் அணைக்கவும். மிகப் பெரிய கொந்தளிப்பான பகுதியைக் கடக்கப்போகிறோம். நான் மீண்டும் சொல்கிறேன்: மிகப் பெரிய கொந்தளிப்பு. உங்கள் பைகள், கம்ப்யூட்டர்களை உங்கள் முன்இருக்கையின் கீழ் அல்லது கொடுக்கப்பட்ட இடத்தில் வைக்கவும். எந்தத் திரவத்தையும் உடன் வைத்திருக்க வேண்டாம். உங்கள் முன் உள்ள டேப்லெட்டை மூடவும். விமானத்தில் உள்ள பணியாளர்கள், பயணிகள் கேபினின் பாதுகாப்பை உறுதிசெய்து, உடனடியாக உங்கள் இருக்கைக்குத் திரும்பவும். நான் மீண்டும் சொல்கிறேன், பயணிகளின் பாதுகாப்பு சோதனை களுக்குப் பிறகு, உடனடியாக உங்கள் இருக்கைக்குத் திரும்பவும்.

மேகக்கூட்டம் நெருங்கி வருகிறது, இது ஒரு பெரிய கூட்டம் ஆனால் இது சாதாரணமானது இல்லை. தொலைவில் உள்ளது. இது மேல் வளிமண்டலத்திற்கு உயரும் ஒரு தனி மேகமூட்டம் அல்ல, ஒரு கண்ணுக்குத் தெரியாத கையால் தூக்கப்பட்டு, ட்ரோபோபாஸில் ஒன்றிணைவது போல் டஜன் கணக்கானது. கடலில், கப்பல்கள் அபோகாலிப்டிக் மந்தநிலையில் சிக்கி இருக்க வேண்டும். இருபது வருட நீண்ட பயணத்தில், மார்க்லே இது போல பார்த்ததில்லை. இந்த வருடத்து புயல். அடுக்கு மண்டல குவிமாடங்கள் பதினாறு கிலோமீட்டர் உயரத்தில் உச்சம் பெறுகின்றன. விமானி இரண்டு நெடுவரிசைகளுக்கு இடையில் நழுவ முயற்சி செய்யலாம் ஆனால் அது அடுத்து பின்னால் வரும் நெடுவரிசைக்கு விரைந்து செல்ல வழிவகுக்கும். வானிலை ரேடார் இப்போது ஒரு குறுக்காக வெட்டப்பட்ட சிவப்பு பட்டையைக் காட்டுகிறது: நீர், பனிக்கட்டி ஆகியவற்றால் ஆன ஒரு தடுப்பு.

"அது எவ்வளவு வேகமாக வளர்கிறது என்று பார்த்தீர்களா?" கிட் கவலைப்படுகிறார். நாம் அந்த இடத்திற்கு வந்தவுடன் ஒரு

கண்மூடித்தனமான வீழ்ச்சியை அடையப் போகிறோம். அதை நம்மால் கடக்கவே முடியாது.

கிட் கவலைப்படுவதும் சரிதான், அட்லாண்டிக் கடற்பகுதியில் ஒரு வருடமும், நீண்ட பயணத்தில் மூன்று வருட அனுபவமும் மட்டுமே கொண்ட மார்க்லே நினைத்தார். அவர் மீண்டும் மைக்ரோஃபோனை ஆன் செய்து, கேபினுக்குத் திரும்புகிறார், விளையாட்டுத்தனமான, நாடகமாக்கும் தொனியில்.

“வணக்கம் நண்பர்களே, மீண்டும் தளபதி மார்க்லே. தயவு செய்து அமர்ந்திருங்கள், பெல்ட்டைக் கட்டிக்கொள்ளுங்கள். உங்கள் அருகில் அமர்ந்திருக்கும் குழந்தைகள் பெல்ட் கட்டி யிருக்கிறார்களா என்று சரிபார்க்கவும். எல்லா மின்னணு சாதனங் களையும் அணைக்கவும், நான் மீண்டும் சொல்கிறேன். அடுத்த நிமிடத்தில் நாம் ஒரு ஏர் பாக்கெட்டைச் சந்திப்பது மிகவும் சாத்தியம். அனைத்து விமானப் பணிப்பெண்களும் பயணிகளின் பாதுகாப்பு உறுதி செய்யப்பட்டவுடன் தயவுசெய்து உங்கள் இருக்கைக்குத் திரும்புங்கள்... உங்கள் உறுதிப்படுத்தலுக்காகக் காத்திருக்கிறேன்.”

“அனைத்தும் பாதுகாப்பான நிலையில் உள்ளன.” உறுதியாக. விமான அலுவலரின் குரல் வருகிறது.

“சரி, இந்த நிகழ்வு சுவாரஸ்யமாக இருக்கலாம், நீங்கள் அதை என்றும் நினைவில் வைத்திருப்பீர்கள் என்று நான் உத்தரவாதம் அளிக்கிறேன், ஆனால் உங்கள் இருக்கை பெல்ட் கட்டப்பட்டிருந்தால் பயப்பட தேவையில்லை என்று நான் உறுதியளிக்கிறேன்.” கேளிக்கை பூங்காவை விரும்புவோருக்கு அது ஒரு இராட்சத ராட்டினம்...

திடீரென, சூடான மேகக் கூட்டத்தை அடைவதற்கு முன்பே, போயிங் அதைத் தாங்குவதற்கு காற்று இல்லாமல் ஓடி, கூட்டத்திற்குள் மூழ்கியது. விமான உள்பகுதியின் கதவின் ஒலிகாப்பு இருந்தபோதிலும், விமானிகள் இருவரும் பயணிகள் அலறுவதைக் கேட்க முடியும் என்று நம்புகிறார்கள்.

கட்டுப்பாட்டைத் தன் கையில் எடுத்த விமானியின் உதவியால் திணிக்கப்பட்ட முப்பது டிகிரி கோணத்தால், நெடுவரிசையின் தென்மேற்கே, மிக மோசமான இடத்தில் உள்ள மேகக் கூட்டத்தில்

நுழைவதற்கு முன், விமானம் பத்து இடைவிடாத வினாடிகள் திடீர் வீழ்ச்சியை அனுபவிக்கிறது. உடனடியாக, மேகத்தின் சுழலும் நீரோட்டத்தில் போயிங் உருட்டப்பட்டது, எங்கும் ஒரே இருளாக இருக்கிறது. பயங்கரமான விபத்து: நூற்றுக்கணக்கான பெரிய ஆலங்கட்டிகள் விமான ஜன்னல்களை இயந்திரத் துப்பாக்கிபோல் தாக்குகின்றன. கவசக் கண்ணாடியில் அங்கும் இங்குமாகத் தாக்கம் தெரிகிறது. முடிவில்லாததாகத் தோன்றும் சில தருணங்கள், சூறாவளியின் காற்றுகள் இருந்தபோதிலும், போயிங் சிறு முன்னேற்றத்துடன் மேலெழும்புகிறது. இந்த நேரத்தில், ஒரு ராட்டினத்தில், வயிற்றின் அடிப்பகுதியை நசுக்குவது போல் ஒரு தீவிரமான உணர்வு.

மார்க்லே, தனது நாற்காலியில் கட்டப்பட்ட நிலையில், இரண்டு மின்சாரப் பிடிகளைத் தள்ளுகிறார், ஏனென்றால் அது என்ன வகையான விபத்து என்று தெரியவில்லை. பூமத்திய ரேகை அருகில் வடக்கு அட்லாண்டிக் பகுதியில் இந்த நிகழ்வு நடக்கிறது. அடடா, இது மிகவும் முட்டாள்தனம், எங்களிடம் மிகவும் சக்திவாய்ந்த இயந்திரங்கள், அற்புதமான நெகிழ்வுத் தன்மையின் இறக்கைகள் உள்ளன, விளையாட்டு விமான மாதிரியைப் போல இரண்டாக உடைக்கப்பட மாட்டோம். அது சாத்தியமேயில்லை. பரிசோதனையின்போது நாங்கள் டஜன் கணக்கான முறை தப்பித்தோம், என்ஜின்கள் செயலிழந்தன, மனச்சோர்வுகள் ஏற்பட்டன, ஆன்-போர்டு கணினிகள் சிக்கித் தவித்தன, ஆனால் நிஜ வாழ்க்கையில் நாம் தோற்கப் போவ தில்லை. மார்க்லே தனது குழந்தைகளைப் பற்றி நினைக்க வில்லை, மனைவியைப் பற்றி நினைக்கவில்லை, ஒருவேளை விமானிகள் தங்கள் வாழ்ந்த வாழ்க்கையை நினைக்க நேரம் இல்லாமல் இறந்துவிடுவார்கள். மேலும் மார்க்லே பயணி களைப் பற்றி சிறிதும் சிந்திக்கவில்லை, அவர் இந்தப் பெரிய விமானத்தைக் காப்பாற்ற முயற்சிக்கிறார். கனமான, பூதாகரமான போயிங், எனவே அவர் இதயத்தால் கற்றுக்கொண்ட சைகைகளை மீண்டும் மீண்டும் செய்கிறார். அவர் தனது அனிச்சைகளையும் அவரது இருபது வருட அனுபவத்தையும் நம்பியிருக்கிறார். ஆனால் அது இன்னும் ஒரு நரகம்தான்.

விமானிகள் இருவரும் குலுக்கப்பட்டு, சலசலப்புக்கு உட் பட்டு, உணர்ச்சிவசப்பட்டு, கருவிகளில் கவனம் செலுத்து கிறார்கள். அவர்கள் புயலுடன் சண்டையிடுகிறார்கள். இது கடந்த பத்து ஆண்டுகளில் ஏற்பட்ட, மிகவும் வன்முறை மிகுந்த ஒன்று என்றும் பின்னர் அறிந்துகொள்வோம், இடது பக்க மீட்டர் 15% சக்தி இழப்பைக் குறிக்கிறது. ஆனால் தீவிர மின்சார புலம் ஆன்-போர்டு எலக்ட்ரானிக்ஸைச் சீர்குலைக்கிறது. அன்றைய நாளின் முடிவில், இந்தச் சூறாவளியில், விமானம் தாக்குப்பிடித்து, தன்னை அதிகமாகவோ அல்லது குறைவாகவோ கிடைமட்ட மாகப் பராமரித்து, நிலைப்படுத்தி முடிவடைகிறது, மேலும் ஆலங்கட்டி மழை வலுவிழக்காவிட்டாலும், மேற்பரப்பில் காற்றோட்டம் இருந்தால் உள்பக்கம் இரண்டாவது வெடிப்பு ஏற்படாது.

குலுக்கல் சிறிது குறைந்தவுடன், மார்க்லே விமானத்திற்குள் பேசுகிறார். விமானத்தில் ஒரே கூச்சலும் சத்தமாக இருந்த போதிலும், அவர் கத்தாமல் இருக்க முயற்சிக்கிறார்.

"மக்களே கொந்தளிப்புக்கு மன்னிக்கவும். நாம் இந்த மேகக் கூட்டங்களைக் கடந்து நியூயார்க்கிற்கு நம் பாதையைத் தொடர வேண்டும். குறைந்தபட்ச நேரமாவது இந்த "துணி துவைக்கும் இயந்திரத்தில்" இருக்க வேண்டும்..."

திடீரென்று, ஒரு திகைப்பூட்டும் சூரிய ஒளி விமானி அறைக்குள் திரும்புகிறது, போயிங் மிருகத்தனமாகக் கிளம்பிவிட்டது, மீண்டும் அமைதி ஏற்படுகிறது. கொந்தளிப்புகள் உடனடியாக அவர்களுக்குப் பின்னால் தங்கிவிட்டன.

மார்க்லே திகைப்புடன், கட்டுப்பாடுகளைச் சரிபார்க்கிறார். வழக்கமான சத்தத்துடன் விமானம் நன்றாகப் பறக்கிறது, ஆனால் அனைத்துக் கருவிகளும் சரிசெய்யப்படவில்லை. ஐந்து நிமிடங்களுக்கு மயக்கம் தரும் வீழ்ச்சி இருந்தபோதிலும், உயரம் மீண்டும் 39,000 அடியில் காட்டப்படுகிறது, வானிலை ரேடார் சின்னஞ்சிறிய இடையூறுகளைக்கூடத் தெரிவிக்க மறுக்கிறது, மேலும் வெளிப்படையாக மீட்டரில் இரண்டு ஆறு பூஜ்யங்கள் தெரிகிறது. இண்டர்காமில் இருந்து மைக்ரோஃபோனை எடுக் கிறார் விமானி.

"சரி, நீங்கள் என்னுடன் பார்த்ததுபோல், நாம் அதிக சேதம் இல்லாமல் உடனடியாக மேகத்திலிருந்து வெளியேறினோம். மேலும் அறிவுறுத்தல்கள் வரும்வரை அமர்ந்திருக்குமாறும் அனைத்து மின்னணு சாதனங்களையும் அணைத்து வைக்குமாறும் கேட்டுக்கொள்கிறோம். விமான பணிப் பெண்களே, நீங்கள் இருக்கையிலிருந்து எழலாம். நன்றி. தயவுசெய்து விமானியைத் தொடர்புகொள்ளவும்."

மார்க்லே மைக்ரோஃபோனை வைத்து விட்டு, டிரான்ஸ் பாண்டரில் அவசரகால குறியீடு 7700ஐக் காட்டுகிறார். அவர் தனது ஹெல்மெட்டை மீண்டும் அணிந்து, கென்னடி முனையை அழைக்கிறார்:

"மே டே, மே டே, மே டே, கென்னடி முனை. இங்கே ஏர் பிரான்ஸ் 006. கொந்தளிப்பையும் கனமான அடுக்குகளில் பனிக்கட்டி மேகத்தையும் கடந்துவிட்டோம். யாருக்கும் காய மில்லை. ஆனால் எங்கள் கருவிகள் பழுதடைந்துவிட்டன. உயரம் காட்டும் கருவியும் வேகம் காட்டும் கருவியும் இல்லை. ரேடார் வேலை செய்யவில்லை. முன்பக்கம் முற்றிலுமாகச் சேதமடைந்துவிட்டது.

கென்னடியின் கட்டுப்பாட்டில், ஒரு ஆண் குரல் ஆச்சரியத் துடன் கேட்கிறது.

"மே டே பெறப்பட்டது. ஏர் பிரான்ஸ் 006. டிரான்ஸ்பாண்டர் 7700 குறியீட்டை உறுதிப்படுத்த முடியுமா?"

"நியூயார்க், ஏர் பிரான்ஸ் 006, நான் டிரான்ஸ்பாண்டர் 7700 உறுதி செய்கிறேன்."

ஆழ்ந்த புரிதலின்மையுடன் ஒரு குரல் மறுபடியும் கேட்கிறது:

"ஏர் பிரான்ஸ், கென்னடி முனையிலிருந்து, 7700இல் டிரான்ஸ்பாண்டரை உறுதிப்படுத்தவும். ஏர் பிரான்ஸ் 006 என்றா சொன்னீர்கள்?"

"உறுதியாக. ஏர் பிரான்ஸ் 006, மே டே. 7700இல் டிரான்ஸ் பாண்டரை உறுதி செய்கிறேன். நாங்கள் ஆலங்கட்டி மழையின் பெரிய மேகத்தைத் தாண்டி வந்தோம். முன்பக்க கண்ணாடியில்

விரிசல் ஏற்பட்டிருக்கிறது. ரேடோம் கருவி நிச்சயமாக உடைந்தே விட்டது.

சிறிது நேரம் தொடர்பு துண்டிக்கப்பட்டது. விமானிகள் ஒருவரை பார்த்துக்கொள்கின்றனர். ஆனால், ஒன்றும் பேச வில்லை. டிரான்ஸ்பாண்டர் குறியீட்டை மூன்று முறை அனுப்பி யாகிவிட்டது. கென்னடி முனை இன்னும் அவர்களை அடையாளம் காண முடியவில்லை. திடீரென்று இணைப்பு மீட்டமைக்கப்பட்டது. இந்த முறை, ஒரு பெண்ணின் குரல். ஆனால் முதலில் கேட்ட குரலைவிட மெதுவாக ஒலித்தது. நட்பாகவும் இல்லை.

"ஏர் பிரான்ஸ் 006 மேடே, கென்னடி முனையிலிருந்து. இது ஏர் டிராஃபிக் கண்ட்ரோல், விமானத்தின் கேப்டனின் பெயர் என்ன?"

மார்க்லே வாயடைத்துப் போகிறார். அவரது முழு உத்தியோக வாழ்க்கையில் எந்த ஒரு விமான நிலையக் கட்டுப்பாட்டாளரும் அவரிடம் விமானியின் பெயரைக் கேட்டதில்லை.

"ஏர் பிரான்ஸ் 006 மேடே, கென்னடி முனையிலிருந்து. நான் மீண்டும் கேட்கிறேன்: தயவுசெய்து, கட்டளையிடும் அதிகாரி யார்?"

# சோபியா கிளெஃப்மேன்

## வெள்ளிக்கிழமை, ஜூன் 25, 2021,
## கடற்கரை, நியூயார்க் மாநிலம்

பெட்டி என்ற பெயர் கொண்ட தவளை. லியாம்தான், ஒரு சனிக்கிழமை மதியம் அதை கண்டுபிடித்தான். சமைய லறையில், பாத்திரம் துலக்கும் தொட்டிற்கு அருகில் உள்ள ரேடியேட்டருக்குப் பின்னால், அதை கண்டான். அது ஒரு இறகு போன்று இலேசானது. ஒளி ஊடுருவக்கூடியது, ஒரு காகிதத்தை கசக்கி, நசுக்கி ஒரு தவளையைப் போல், நன்கு வெட்டப்பட்ட தொடைகள், உள்ளங்கைகளுடன் செய்யப்பட்டிருக்கிறது. லியாம் தனது சிறிய சகோதரியிடம் சொல்கிறான்:

"உனது பெட்டி கண்டிப்பாக இறந்துவிட்டது."

அவன் மகிழ்ச்சியுடன் கைகளை மேலே தூக்கியபடி நடன மாடத் தொடங்குகிறான்.

"பெட்டி இறந்துவிட்டது, பெட்டி இறந்துவிட்டது."

சோபியா அழ ஆரம்பித்தாள்.

மூன்று வாரங்களுக்கு முன்பு, பெட்டி தன் தொட்டியிலிருந்து தப்பித்துவிட்டது. அங்கு அழகான, ஈரமான பாசிகள், பளபளப் பான பச்சை செடிகள், சோபியா தேர்ந்தெடுத்த வட்டமான சாம்பல் நிற கூழாங்கற்கள், நீச்சல் குளமாக தேங்காயின் அரை ஓடு இருந்தபோதிலும். குறிப்பாக உயிருள்ள கறுப்பு ஈக்களை அவள் மாலையில் பள்ளியிலிருந்து வீட்டிற்கு வந்து அதற்கு உணவாக அளித்தபோதும் தப்பித்துவிட்டது. சோபியா தனது படுக்கைக்கு அருகில், ஒரு தாழ்வான மேசையில் தொட்டியை வைத்திருந்தாள். ஒவ்வொரு நாள் மாலையும் அவள் எழுந்து, ஒரு போர்வையைப் போர்த்திக்கொண்டு, புல்லின் அடியில் இருக்கும்

அசையாத தவளையிடம் அன்றைய நாளில் நடந்தவை குறித்து மெல்லிய குரலில் சொல்வாள். சோபியா விரும்பியது பெட்டி பாதுகாப்பாகவும், மகிழ்ச்சியாகவும் இருக்க வேண்டும் என்பதே. ஆனால் எல்லாவற்றிற்கும் மேலாக, வேட்டையாடிகளிடமிருந்து பாதுகாப்பாக இருக்க வேண்டும். இது அவள் கற்றுக்கொண்ட வார்த்தையும் விரும்பும் வார்த்தையும்கூட. சரியாகச் சொல்வ தென்றால், ஒருவேளை அதன் ஒலி கொஞ்சம் குழப்பமாக இருக்கலாம். ஆனால் தவளை எப்படியோ எல்லாவற்றிலிருந்தும் தப்பித்துவிட்டது. கன்வெக்டரின் சற்றே வெதுவெதுப்பான உலோகத்தட்டிற்கு எதிராக, ஒரு தளத்திற்குக் கீழே, அது வெப்பத்தையும் ஈரப்பதத்தையும் தேடி குதித்திருக்க வேண்டும். அது பசியுடனும் தாகத்துடனும் இருந்து, பல நாட்களாக மழை பெய்யாததால், அதனுடைய தோல் தோட்ட மண்ணைப் போல வெடித்து, மரணத்தில் உறைந்து, பெட்டி ஒரு தவளையின் எலும்புக்கூடாகவே மாறிவிட்டது.

சோபியா அதைத் தொட பயப்படுகிறாள், லியாமும், தலையைச் சொறிந்தபடியும் சிறிய உடலைச் சுற்றி கத்தியபடியும் வட்டமடுகிறான்.

அம்மா அவர்களிடம் சொல்கிறாள்:

“தயவுசெய்து கொஞ்சம் அமைதியாய் இருங்கள். நீங்கள் அப்பாவை எழுப்பிவிடப் போகிறீர்கள்.”

ஆனால் தந்தை கத்தியபடியே கீழே இறங்கி வருகிறான். “என்ன சத்தம் இது அவ்ரில்? என் ஓய்வு நேரத்தில் உன் குழந்தைகளை அமைதியாக இருக்கச் சொல்ல முடியாதா? நீ ஷாப்பிங் சென்றிருக்க வேண்டுமே” லெப்டினெண்ட் கிளார்க் கிளெஃப்மேன், பெட்டி உண்மையில் இறந்துவிட்டதைப் பார்க் கிறான். அவனுடைய மகள் இன்னும் அழுகிறாள். அவன் சிரிக்கிறான்.

“சரி, சோபியா, உன் தவளை, எப்படி இருக்கு தெரியுமா? பழைய சீன கருவாடு போல!”

கிளார்க் அதை இரண்டு விரல்களுக்கு இடையில் ஒரு காலைப் பிடித்துத் தூக்கி, அலட்சியமாக, ஒரு சூப் கிண்ணத்தில் வைக்கிறான்.

குடும்பத்தார் அனைவரும் ஒன்றாகப் பெட்டியை அடக்கம் செய்வதற்காகத் தங்களைத் தயார் செய்தனர். அதன் மதத்தைப் பற்றி அவர்களுக்கு எதுவும் தெரியாது என்றாலும், அவ்ரில் அவர்களைப் போலவே அதுவும் ஒரு பாப்டிஸ்ட் என்று முடிவு செய்கிறாள். எல்லாவற்றிற்கும் மேலாக, அது உண்மையான நீரில் மூழ்கும் விசுவாசியின் ஞானஸ்நானத்தைப் பெறவில்லை. என்றாலும் அது பெரும்பாலான நேரத்தைத் தண்ணீரிலேயே செலவிட்டிருக்கிறது. இது போதும். புதிதாகப் பிறந்த தவளை, தவளையின் சொர்க்கத்திற்குச் செல்லும். இறுதியாக கிளார்க் அதை கழிப்பறையில் வீசுவார், அதுவும் எளிதானது.

பெட்டி, சோபியாவின் ஆறு வயது பரிசு. அதை வைத்து சோபியா தவளைகளைப் பற்றி நிறைய கற்றுக்கொண்டாள். எடுத்துக்காட்டாக, அவை முந்நூறு மில்லியன் ஆண்டுகளாக உள்ளன, அவை டைனோசர்களை அறிந்திருக்கின்றன, அவற்றில் ஆயிரக்கணக்கான இனங்கள் உள்ளன, பூச்சிக்கொல்லியின் ஒரு கூறான அட்ராசின், அவற்றின் தோல் ஊடுருவக்கூடியதாக இருப்பதால் அவற்றை அச்சுறுத்துகிறது. இருப்பினும் அவை “பூச்சிகளை உண்பதால் பயனுள்ளதாக இருக்கும்” என்றும், அவர்கள் நட்டுவாக்கிளிகள், தேரைகள் போன்று நீரிலும் நிலத்திலும் வாழ்வன என்றும். குறிப்பாக, பெட்டி ஒரு தேரை, அனாக்சிரஸ் டெபிலிஸ் என்பதால், சோபியா அதன் பெயரை ஒரு அட்டைத் துண்டில் எழுதி அது இருந்த தொட்டியில் ஒட்டினாள். உண்மையில், இது ஒரு ஆண் தேரை, விற்பனையாளருக்குச் சரியாகத் தெரியாது – மிஸ். ஆண்டி பெருமூச்சு விட்டார், மன்னிக்கவும், அந்தத் தேரை வெறும் கட்டைவிரல் உயரம்கூட இல்லை, என்னால் இனப்பெருக்க உறுப்புகளைக் கவனிக்க முடியாது. அதற்கு மோர்கன் அல்லது மாடிசன் போன்ற இரு பாலினங்களுக்கும் பொருந்தக்கூடிய ஒரு பெயரைக் கொடுங்கள். ஆனால் சோபியா அதை பெட்டி என்று அழைத்தாள். சோபியா தொட்டியின் அருகில் வரும்போதெல்லம் பெட்டி தன் வளையில் அல்லது கற்களுக்கு அடியில் ஒளிந்துகொள்ளும். வாக்யூம் கிளீனரின் சத்தமும் அதை பயமுறுத்தும். லாகார்டியாவில் இருந்து புறப்பட்டு ஹோவர்ட் கடற்கரைக்கு மேல் பறக்கும் விமானங் களின் சத்தமும் அதை பயமுறுத்தும். அதை யாரும் பார்க்கவே

முடியாது. அது எல்லாவற்றுக்கும் மிகவும் பயப்படுகிறது. அது ஒரு குஞ்சு, கிளார்க் கேலி செய்தான். லியாமிடமோ, சோபியா விடமோ அப்படிச் சொல்லாதீர்கள் என்று அவ்ரில் பெருமூச்சு விட்டாள்.

பிறகு, கிளார்க் கிளெஃப்மேன் பெட்டியைச் சூப் தட்டில் இருந்து எடுக்கிறான். சோபியா கத்துகிறாள்:

"பெட்டி அசைகிறது, அம்மா. பெட்டி அசைகிறது!"

"என்ன? இல்லை சோபியா. உன் அப்பா தட்டைக் சற்று சாய்த்தார்."

"ஆம், அது அசைகிறது. பாருங்கள், பள்ளத்தில் தேங்கிய தண்ணீர்தான் காரணம்! அதை எழுப்பிவிட்டது. அம்மா, அம்மா, கொஞ்சம் தண்ணீர் விடுங்கள், தயவுசெய்து!"

அவ்ரில் தோள்களைக் குலுக்குகிறாள். ஆனால் ஒரு கிளாஸை எடுத்து, குழாயில் இருந்து தண்ணீரைப் பிடித்து பெட்டியின் மீது ஊற்றுகிறாள். தவளை முதலில் ஒரு காலை அசைக்கிறது. பிறகு மற்றொன்று, இறுதியாக அது உயிர் பெறுகிறது... அது ஒரு கடற்பாசி போல தண்ணீர் முழுவதையும் உறிஞ்சி அங்கேயே இருக்கிறது. கிண்ணத்தின் அடிப்பகுதியில் கிளர்ந்தெழுகிறது. அதன் தோல்கூட படிப்படியாக இழந்த பச்சை நிறத்தைப் பெறுகிறது.

"அட, என்ன பைத்தியக்காரத்தனமாக இருக்கிறது!" கிளார்க் கிளெஃப்மேன் ஆச்சரியத்துடன் கூறினான்.

"அது வறட்சியின் போது ஆக்சோலோட்களைப் போலவே செய்திருக்கிறது. அம்மா, உங்களுக்கு நன்றாக நினைவிருக்கிறதா? ஆக்சோலோட்கள், நாம் பார்த்தோமே. அதுவும் அதையே செய்திருக்கிறது. அது தூக்கத்திலேயே இருந்து மழைக்காலத்திற்காக காத்திருந்திருக்கிறது."

"அது பைத்தியக்காரத்தனம்," கிளார்க் மீண்டும் கூறுகிறான். நான் பார்த்ததே இல்லை, இந்த தவளை நாய் 100% இறந்து விட்டது, இங்கே அது வெப்பத்தில் நடுங்குகிறது. அது உயிருடன் இருக்கிறது என்று சொல்வது சுத்த பைத்தியகாரத்தனம்.

"கிளார்க், தயவுசெய்து குழந்தைகள் முன்னிலையில் இது போல் பேசாதீர்கள்" என்று அவ்ரில் கூறினாள்.

"நான் என் வீட்டில் இருக்கிறேன், அடடா, நான் விரும்பியபடி பேசுகிறேன்! உங்களுக்கெல்லாம் நான் என்ன, மாதாந்திர செலவு களைக் கொடுப்பதற்கும், முட்டாள்களின் நாட்டிற்குச் சென்று கொல்லப்படுவதற்கும் ஒரு இயந்திரமா? போதும், அவ்ரில், போதும், நிறுத்திக்கொள்ளுங்கள்."

அவ்ரில் தலை குனிகிறாள், சோபியாவும் லியாமும் உறைந்து போகின்றனர். கிளார்க்கின் கோபம் மேலும் அதிகரிக்கிறது. தனது முஷ்டிகளை இறுக்கி, தனக்குள்ளேயே அடக்கிக்கொள்கிறான். அப்படியில்லையென்றால் எல்லாவற்றையும் உடைப்பான். அவன் ஆப்கானிஸ்தானில் கிட்டத்தட்ட பத்து முறை இறக்கப் பார்த்தான். இதுதான் அவனுக்குக் கிடைக்கும் அனைத்து நன்றி யறிதலும். பத்து முறை, எளிதானது, அது சரி. யாரும் அதைப் பற்றி யோசித்ததில்லை. அவர்களைப் பற்றி சொல்வதற்குப் பெரிதாக ஒன்றுமில்லை. வியட்நாம் போர் நாட்களில் தேசியக் காவலில் மறைந்திருக்கும் அந்தச் சிறு கழுதைகளைப் போன்றவர்கள். சரி, கடந்த ஆண்டு அவர்கள் அந்தச் சக்கரம் வைத்த சவப்பெட்டியை மாற்றினர். அவனுடைய படைக்கு சில பீரங்கி டிரக்குகள் கிடைத்தன. உண்மையாக டிரக்குகள் எல்லாம் தரமானவை அல்ல, அவை சீக்கிரத்தில் வெப்பமடைய கூடியவை. மேலும் இராணுவத்தினரின் கவசம் 13 மி.மீ தாக்குதலைத் தாங்கக்கூடியது. ஆனால், சுற்றிலும் கவச-துளையிடும் குண்டுகள் இருந்தன. அவை வெறும் மணல் நிறத்தில் வர்ணம் பூசப்பட்ட அட்டைகள்தான்.

பெட்டி தவளையின் உயிர்த்தெழுதலுக்கு இரண்டு வாரங் களுக்கு முன்பு, அந்தப் பீரங்கி வண்டி பாகிராமில் உள்ள விமானப்படை தளத்தில் இருந்து காபூலுக்குச் செல்லும் வழியில் ஜஸ்தவா குண்டுகளால் சரமாரியாகத் தாக்கப்பட்டது. அதன் சத்தத்தில் இருந்து அவை சிரியாவின் ஆரம்ப நிலை அரை தானியங்கிகளாக இருக்க வேண்டும் என்று தெரிந்தது. இடதுபுறம் ஜன்னல் வழியாக ஒரு தோட்டா வந்தது. ஆனால், அது பின்புற கதவு வழியாக வந்ததாக அவர்களுக்குச் சொல்லப்பட்டிருந்தது. தாம்சனின் மார்பு, எவ்வளவு கச்சிதமாக அளவிட அவனுக்கு

வாய்ப்பளிக்கிறது. தோட்டாக்கள் உடல்களுக்காக வடிவமைக்கப் பட்டன, மேலும், அவன் பைத்தியம்போல் கத்தினான். தாம்சன் துணை இராணுவ நிறுவனமான அகாடமியில் கூலித்தொழிலாளி யாக இருந்தான். குழப்பமடைந்ததைவிட ஊமையாக இருந்தான், மேலும் அவன் துணை நிறுவனத்தில் தனது மோசமான வேலையை இழந்தான். ஜெனரல் மோட்டார்ஸின் தொழிற்சாலை அவனை ஒரு கழுதையைப் போல் ஒரு நாட்டிற்கு இழுத்துச் சென்றது. மற்ற இடத்தில் அதே தீப்பொறி கக்கும் குண்டுகளை ஒரு மணி நேரத்திற்கு முன்னூறு காசுகளுக்குத் தயாரித்தது. தாம்சன் மொன்டானாவில் இருந்த தன் குடிசையை விரும்பி னான், மேலும் இந்தக் கனவை அடைய, அவன் அல்பெர் மார்ல் நிறுவனத்தின் (Albermarle) பொறியாளர்களுக்கு நெருக்கமான பாதுகாப்பை வழங்கினான்: நான்கு மாதங்களாக அவர்கள் மூலப்பொருளான லித்தியத்தை எதிர்பார்த்துக்கொண் டிருந்தனர், செரீனா ஹோட்டல் காபூலில் இருந்து வெளியேறத் துணியவில்லை. நான்கு மாதங்கள் அவர்கள் தாது எடுக்கும் உரிமைகளைப் பெற முயன்றனர். கான்ஃபெங் லித்தியத்தில் சீனத் தோழர்களுக்கு முன்னதாக ஒப்பந்தம் செய்ய முயன்றனர். ஆனால் - துரதிர்ஷ்டம், தாம்சன்-அகாடமியின் ஆதரவு வாகனம் இல்லாமல் காபூலுக்குப் புறப்பட்டது. அவனும் இருநூறு டாலர்களை பீரங்கியில் சவாரி செய்வதற்குக் கொடுக்க வேண்டியிருந்தது. வெறும் இரண்டு மணிநேரம்தான். எவ்வளவு குழிகள், எவ்வளவு இடிபாடுகள், எவ்வளவு இரும்புத் துண்டுகள், பத்து வருடப் போரினால் அழிக்கப்பட்ட புறநகர்ப் பகுதி.

வெள்ளைக் கண்களை உருட்டிக்கொண்டும், இருமலில் இரத்தம் வழிந்தபடியும் இருந்த தாம்சனை சார்ஜென்ட் ஜாக் சமாளித்துக்கொண்டிருந்தபோது, கிளார்க் சுழலும் சிறு கோபுரத் திற்குள் நுழைந்து, தான் பட்ட எல்லா அவமானங்களையும் கூறியபடி, குண்டுகள் எங்கிருந்து வந்தனவோ அங்கு அவன் சுட்டான். நூற்றுக்கணக்கானோரால் கண்டுபிடிக்கப்பட்ட எறி கணைகள் ஒரு வெற்று மலையில் இரண்டு மண் குடில்களை நோக்கிச் சென்றன, இரண்டு ஏழை குடில்கள் தாக்கத்தின் கீழ் தூசியாக நொறுங்கின.

தடாகம் / 73

பீர்ங்கி மீண்டும் பாக்ராமுக்குச் சென்றது. அங்கு அறுவைச் சிகிச்சை அரங்கம் அவர்களுக்காகக் காத்திருந்தது. மருத்துவமனை ஏற்கனவே கூட்டத்தால் நிறைந்திருந்தது: முந்தைய நாள், ஆப்கானிஸ்தான் உதவியாளர்களில் ஒருவன், ஒரு துப்புரவுப் பையன், ரெஃபெக்டரிக்கு அருகே அல்லாஹு அக்பர் என்றபடி ஒரு பெல்ட்டால் தன்னைத்தானே வெடிக்கச் செய்தான். இரண்டு பேர் இறந்தனர், பத்து பேர் காயமடைந்தனர், ஏனெனில்

குடிபோதையில் வீரர்கள் குரானை பழித்ததாகக் கூறப்படுகிறது.

ஒருவேளை அது உண்மையாக இருக்கலாம், இந்தக் கதை. குவாண்டனாமோவில், நாங்கள் கூண்டுகளில் பன்றி இறைச்சி துண்டுகளை எறிந்தோம். துரோகிகள் எப்போதும் தேசபக்தியில் தஞ்சமடைவர். எப்படியும் தாம்சனுக்கான படுக்கையை நாங்கள் கண்டுபிடிக்க வேண்டியதில்லை, அவன் வந்தபோது அவன் இறந்துவிட்டிருந்தான் கேபினில் இரத்தம் நிறைந்திருந்தது. அங்கே, தாம்சன்மீது முன்னரே தண்ணீர் ஊற்றியிருக்கலாம், அது அவனை மீண்டும் உயிர்ப்பித்திருக்காது என்பது உறுதியானது. மன்னிக்கவும், கிளார்க் உண்மையில் குழந்தைகளுக்கு முன்னால் ஆத்திரத்தில் வார்த்தைகளைச் சொல்வதில் தயக்கம் காட்ட வில்லை. அவர்கள் என்ன ஒரு மோசமான உலகில் வாழ்கிறார்கள் என்பதை ஒருநாள் கற்றுக்கொள்ள வேண்டும்.

"உங்கள் முட்டாள்தனத்தால் நான் சாகிறேன்," கிளார்க் கூறினான், "அவ்ரில், நீ கடைக்குப் போய் ஏதாவது வாங்கித் தொலை… லியாம், நீ உன் இரத்தக்களரி வீடியோ கேமை விளையாடமல், உன் தாய்க்குப் பைகளை எடுத்துச் செல்ல உதவு. சோபியா, நீ உன் தவளையை மீண்டும் அதன் தொட்டியில் வை."

சோபியா கார் சாவியை அமைதியாக எடுத்துக்கொள்ளும் தன் தாயைப் பார்த்து, முணுமுணுத்துக்கொண்டிருக்கும் லியாமின் கையைப் பிடிக்கிறாள். பிறகு, அவள் கிண்ணத்தில் முற்றிலும் உற்சாகமான பெட்டியுடன் மாடிக்குச் செல்லும் தந்தையைப் பின்தொடர்கிறாள்.

தொட்டியில், ஒரு சிறிய ஈபிள் கோபுரமும் உள்ளது, அது ஒரு கூழாங்கல்மீது ஒட்டி இருந்தது. ஏனென்றால் நான்கு மாதங்களுக்கு முன்பு, அவர்களின் திருமண ஆண்டு விழாவிற்கு, குடும்பத்தோடு

பாரிஸுக்குச் சென்றனர். அவர்கள் பெல்லிவில்லில் இரண்டு அறைகள் கொண்ட ஒரு குடியிருப்பை முன்பதிவு செய்திருந்தனர். குழந்தைகள் அறையில் சோபா படுக்கையில் தூங்கினர். பல மாதா கோயில்களைச் சுற்றிப்பார்த்தனர். எல்லாவற்றையும் மீறி, சோபியா "நீர்வீழ்ச்சிகளை" பார்க்க வலியுறுத்தினாள். அவ்ரிலும் ஒப்புக்கொண்டாள், அவள் அவளை ஒரு பூங்காவுக்கு அழைத்துச் சென்றாள். அங்குதான் அவளது மகள் முதன்முறையாக ஒரு 'ஆக்சோலோட்'லைப் பார்த்தாள், இந்த அசாதாரண விலங்கு ஒரு கண்ணை அல்லது அதன் மூளையின் ஒரு பகுதியைகூடப் புனரமைக்கும் திறன் கொண்டது.

பின்னர் சோபியா, லியாம், அவர்களின் தாயார் ஆகியோர் நேராக நியூயார்க்கிற்குத் திரும்பிச் சென்றனர். வழக்கமான விமானத்தில் கடைசி அரை மணிநேரம் மிகவும் பரபரப்பாக இருந்ததால் குழந்தைகள் அலறுவதை நிறுத்தவே இல்லை. கிளார்க் அவர்களுடன் திரும்பவில்லை; அவன் ஒரு புதிய பணியைப் பெற்றான், அது அவனை பாரிஸிலிருந்து வார்சாவிற்கு அனுப்பியது, பின்னர் உடனடியாக வார்சாவிலிருந்து பாக்தாத்துக்கு அனுப்பப்பட்டான். இந்த முறை C17இல் இரண்டு ஆப்ராம்ஸ் பீரங்கிகள், 'அனைத்து குண்டுகளின் தாய்' எனப்படும் ஒரு பெரிய வெடிகுண்டு (பத்து டன், பத்து மீட்டர், அசுரன்) ஆகியவற்றுடன், கிளார்க் ஒன்பது வாரங்கள் தங்கியிருந்தான், இறுதியில் தாம்சனின் இரத்தத்தின் சூடான உலோக வாசனையுடன் ஹோவர்ட் கடற்கரைக்குத் திரும்பினான்.

சோபியாவின் புத்திசாலித்தனத்தால் அவ்ரில் பெருமை கொள்கிறாள். அவள் தன் சொந்த மகள், அவளது வாழ்வாதாரம், அவளது ஆர்வம் ஆகியவற்றில் பொறாமை கொண்டதற்காகத் தன்னைத் தானே குற்றம் சாட்டிக்கொள்கிறாள். சோபியாவின் வயதில், அவ்ரில் தனது தாயுடன் ஒட்டிக்கொண்டிருந்தாள், குறிப்பாக விலங்குகளின் படங்களுக்கு வண்ணம் பூசினாள். புத்திபேதலித்திருந்த தன் தாயை அவளது சகோதரிகளுடன் சேர்ந்து வீடு மாற்றவேண்டியிருந்தது. அப்போது அவள் தன் நூற்றுக்கணக்கான படங்களைக் கண்டுபிடித்தாள். அது பைத்தியக்காரத்தனமாக இருந்தது: ஊதா நிறக் குட்டிகள், இண்டிகோ நிறக் குட்டிகள், பச்சை நிறக் குட்டிகள், ஆரஞ்சு நிறக் குட்டிகள்.

அதில் வானவில்லின் அனைத்து வண்ணங்களும் இருந்தன. அவை யாவும் அமைதியாகவும் எப்போதுமே குட்டிகளாகவும் இருந்தன. அவளுக்கு ஞாபகம் வரவில்லை. அதுமட்டுமல்ல, அவளுக்கு அந்த நாட்களைப் பற்றிய நினைவு எதுவுமில்லை. இந்த உயரமான, பொன்னிற முடியுடைய, நலிவுற்ற, மிகவும் மென்மையான, அக்கறையுள்ள இந்த இளைஞனைத் திருமணம் செய்வதற்காக அவள் மிக இளம் வயதிலேயே தன் பெற்றோரை விட்டு வந்துவிட்டாள். அவன் ஒரு அழகான கவிதையை அவளுக்கு எழுதியிருந்தான். நோட்புக்கிலிருந்து கிழித்த தாளில் எழுதிய கவிதையை, தனது துணிச்சலால் சங்கடப்பட்டபடியே, அவன் அமைதியாக நீட்டினான்.

*மணிகளே ஒலி எழுப்புங்கள்*
*ஒளிந்து விளையாடுங்கள்,*
*நான் அவ்ரில் கன்னத்தில் முத்தமிட்டேன்*

ஆம், அந்த நேரத்தில், கிளார்க் மிகுந்த கவனத்துடன் இருந்தான். அவன் படிக்காததால் ஒரு ரியல் எஸ்டேட் முகவராகவும், பின்னர் ஒரு ஓட்டுநர் பள்ளி பயிற்றுவிப்பாளனாகவும் இருக்க முயன்றான். ஆனால், அவன் ஒரு பெண் வாடிக்கையாளரிடம் எரிச்சலடைந்ததால் அந்த வேலையை விட வேண்டிய தாயிற்று. மேலும், அவனால் எந்த ஒரு வேலையையும் தக்க வைத்துக்கொள்ள முடியவில்லை. இராணுவம் அவனுக்கு ஒரு பொறுப்பை வழங்கியது. அது அவனுக்கு கௌரவத்தை மீட்டுத் தந்தது. இருபத்து இரண்டு வயதில், பதினெட்டு வயது தோற்றத்தையுடைய இந்தப் பையனுக்குத் தலையை மொட்டை யடித்து, கறுப்பு நிற தொப்பி தரப்பட்டது. எல்லாவற்றிற்கும் மேலாக பதினைந்தாயிரம் டாலர்கள் போனஸாகவும் வழங்கப்பட்டது. சம்பள உத்தரவாதத்துடன், அவ்ரில் ரியல் எஸ்டேட் வீழ்ச்சியின் மத்தியில் ஹோவர்ட் பீச்சில் விற்கப்பட்ட ஒரு வீட்டைப் பேரம் பேசி கடனுக்கு வாங்கினாள். அதன் நொடித்துப் போன உரிமையாளர்கள் இப்போது வெளியேற்றப்பட்டனர். வெளியேறும் ஆத்திரத்தில் அவர்கள் தங்களால் முடிந்த அனைத்தையும் அடித்து நொறுக்கினர், தண்ணீர்த் தொட்டிகள், சமையலறை, படுக்கையறையின் சுவரைகூட அவர்கள் விட்டுவைக்க

வில்லை. இன்னும் சில ஆண்டுகளில், அண்டார்டிகாவில் த்வைட்ஸ் என்ற பனிப்பாறை, இரண்டு கிலோமீட்டர் தடிமன் கொண்ட, கிட்டத்தட்ட புளோரிடா அளவு கொண்ட இந்தப் பெரிய பனிப்பாறையானது உடைந்து உருகத் தொடங்கும் போது, வீடு தண்ணீரால் சூழப்படும். ஆனால், அவர்களால் உண்மையில் அதை சந்தேகிக்க முடியவில்லை, அவர்கள் எல்லாவற்றையும் மீட்டெடுத்தனர், அவ்ரில் அவளது பெரிய வயிற்றையும் மீறி தனியாகவே வண்ணப்பூச்சை மீண்டும் செய்தாள்.

*மென்மையான அவ்ரில், நிழல் அவ்ரில்,*
*ஓ என் இனிமையான, கொடூரமான பெண்மணி*
*வெளிர் நிறங்களில் பூக்கும் அவ்ரில்*

மாதங்கள் செல்லச்செல்ல, கிளார்க் தன்னம்பிக்கையுடன், முதலாளியாகவும் மாறினான். கவிதைகளை எழுதிய நல்ல பையனை அவளுக்கு அடையாளம் தெரியவில்லை. பயிற்சி அவனை புஷ்டியுடனும் கடினமாகவும் மாற்றியது. அவர்கள் காதலித்தபோது, தனது காதலியின் உடலைக் கண்டு மிகவும் பயந்த, மிகவும் கூச்ச சுபாவமுள்ள இந்த இளைஞன், இப்போது கொடூரமான, சுயநலவாதியாக மாறினான். அப்போதுதான் அவனைப் பார்த்து அவள் பயப்பட ஆரம்பித்தாள். ஆனால், கிளார்க் தனது பயிற்சியை முடித்து, இறுதித் தேர்வில் தேர்ச்சி பெற்றபோது, லியாம் பிறந்தான், பிறகு சோபியா பிறந்தாள்.

*அவ்ரில் பனிப் புயலில் சிக்கினாள்,*
*தூக்கத்துடனும் சூடாகவும் இனிமையாகவும்*
*இருந்த அவ்ரில்*

பல ஆண்டுகளுக்குப் பிறகு, மிருதுவான அவ்ரில், நிழலின் அவ்ரில், தற்செயலாக தன் சகோதரியின் வீட்டில் கிடந்த ஒரு புத்தகத்தைத் திறந்து பார்த்தாள். கரையில் விழுந்த ஒரு மீன்போல வாய் திறந்தபடி இருந்தாள். அவளது கவிதை, அவளுக்காகவே எழுதப்பட்ட அழகான கவிதை "Fall for April", ஒரு மறந்துபோன ஆங்கிலக் கவிஞன் எழுதியது. கிளார்க் அவளுக்கு முதல் சந்திப்பில் கொடுத்த காகிதத்தை, அதை அவள் இன்னும் ஒரு முட்டாள்போல் மடித்து தன் கைப்பையில் வைத்திருந்தாள்.

அவன் அந்தக் கவிதையை வகுப்பில் படித்தபோது சிரமம் எடுத்து எழுதிவைத்திருந்தான். குழந்தைகளுடன் அவள் தன் வீட்டிற்குத் திரும்பினாள். அன்றைய இரவை ஆத்திரத்துடனும் துயரத் துடனும் அழுது கழித்தாள். ஒரு இளைஞனின் அனைத்து அருவருப்புடனும், ஒரு பயிற்சி புத்தகத்திலிருந்து கிழித்த ஒரு பக்கத்தை கிளார்க் அவளிடம் கொடுத்த கடந்தகாலத்து ஏமாற்றப் பட்ட துயரத்தை நினைத்து அழுதாள்

*அவ்ரில், நான் உன்னைக் காதலிக்கிறேன்.*

~

கிளார்க் தொட்டியினுள் தட்டைச் சாய்த்தான். தவளை கீழே விழுந்து, பாசியின் மீது குதித்து, உடனடியாக ஒரு குளமாக இருக்கும் அரை தேங்காய் மூடிக்குள் மூழ்குகிறது.

“பெட்டிக்கு உணவளிக்க வேண்டும் அப்பா. அது பசியுடன் இருக்கும்.”

“அது ஓய்வெடுக்கட்டும், என் அன்பே, நீயும் குளித்து, பெட்டி போல் குளியல் தொட்டியில் விளையாடு.”

சோபியா பதில் எதுவும் சொல்லவில்லை. அவள் கீழே கதவு மூடும் சத்தத்தைக் கேட்கிறாள். அவளுடைய அம்மாவும் லியாமும் நடக்கும் காலடிச் சத்தம் தேய்ந்து மங்குகிறது. கதவுகள் சாத்தப்படுகின்றன. கார் ஸ்டார்ட் ஆனது. கிளார்க் குழாய்களை இயக்கி, நீரின் வெப்பநிலையைச் சரிபார்த்து, சில வாசனை உப்பு படிகங்களைப் போட்டு, காலணிகளைக் கழற்றுகிறான். சோபியா வெளியே நிற்கிறாள். அவன் அவளைப் பார்த்து முகம் சுளிக்கிறான்.

“சீக்கிரம், சோபி, கண்ணே, தண்ணீர் தயாராக இருக்கிறது. பாரிஸில் இருந்ததைப் போல நமக்கு இங்கு நேரம் இல்லை...”

கதவு மணி அடிக்கிறது, தந்தை நிறுத்துகிறான். மீண்டும் கதவு மணி அடிக்கிறது, சோபியா கதவின் பூட்டுச் சத்தத்தைக் கேட்கிறாள். கிளார்க் மேலே பார்க்கிறான்.

ஒரு பெண் குரல்:

“திரு கிளெஃப்மேன்?” திருமதி க்லெஃப்மேனா? எஃப்பிஐ (FBI)இல் இருந்து அதிகாரி சாப்மேன்.

“சரி, சோபியா, நான் கீழே போகிறேன். நீ குளிச்சிட்டு, நுரைக்குள்ளேயே இரு, பாதி நிரம்பியதும் குழாயை நிறுத்து, சரியா?”

கிளார்க் அறையை விட்டு வெளியேறுகிறான். கீழே அவள் தந்தை தனது குரலை உயர்த்துவது சோபியாவிற்குக் கேட்கிறது. ஒரு மனிதன் அவனுக்குக் கடுமையாகப் பதிலளித்தான், பின்னர் மற்றொருவன். வாக்குவாதம் தொடர்கிறது, குளியலறையின் கதவு தட்டப்பட்டது.

“நான் உள்ளே வரலாமா, சோபியா?” பெண் குரல் கேட்கிறது.

“வரலாம் மேடம்” என்று சோபியா பதிலளித்தாள்.

ஒரு பெண் உள்ளே வருகிறாள். அவள் புன்னகைக்கிறாள். அவள் கறுப்பாக இருக்கிறாள். அவளுடைய தலைமுடி பின்னோக்கி வாரப்பட்டு அம்மாவைப் போல் குட்டையாக இருந்தது, அவள் சோர்வாக இருப்பதுபோல் தெரிந்தாள். எஃப்பிஐ (FBI) அதிகாரி மண்டியிட்டு, அவளது கன்னத்தை மென்மையாக, தொழில் ரீதியாகத் தடவுகிறாள்: குழந்தைகளைப் பாதுகாப்பதற்கும் உறுதியளிப்பதற்கும் தொடுதல் இன்றியமையாத செயல் என்று நரம்பியல் நிரூபித்துள்ளது.

பின்னர் அதிகாரி அவளுக்கு உடம்பைத் துடைத்துக்கொள்ள ஒரு துண்டைக் கொடுக்கிறாள்:

“வணக்கம், சோபியா, என் பெயர் ஹீதர். அதிகாரி ஹீதர் சாப்மேன். சீக்கிரம் துடைத்துக்கொள். சட்டையைப் போட்டுக் கொள். நான் உனக்காக வெளியில் காத்திருக்கிறேன். சரியா? உன் அம்மா எங்கே போனாள் தெரியுமா?”

“அவள் லியாமுடன் கடைக்குச் சென்றிருக்கிறாள்.”

அந்தப் பெண் குளியலறையிலிருந்து வெளியே வந்து செல்போனை எடுத்தாள்:

“சோபியா கிளெஃப்மேன் என்னுடன் இருக்கிறாள். அவ்ரில் கிளெஃப்மேன் இப்போது எங்கிருக்கிறாள் என்பதைக்

கண்டறியவும், ஒருவேளை அருகிலுள்ள அங்காடியில் இருக்கலாம். செவ்ரோலெட் டிராக்ஸ் கறுப்பு நிற கார், உங்களிடம் கார் நெம்பர் இருக்கிறது. அவள் தன் பையன் லியாமுடன் இருக்கிறாள்.

சோபியா உடையணிந்துகொண்டு வரும்வரை அவளுக்காக அந்தப் பெண் காத்திருக்கிறாள். அவளை நோக்கிக் கையை நீட்டினாள். கீழே, சத்தம் ஓய்ந்திருந்தது. அவளுடைய அப்பா இப்போது அங்கு இல்லை.

"வா, சோபியா, உன் அம்மாவையும் உன் சகோதரன் லியாமையும் கண்டுபிடிப்போம். ஒன்றாக காரில் செல்வோம்."

"பிறகு வீட்டுக்கு வருவோமா? ஏனென்றால் பெட்டிக்கு உணவளிக்க வேண்டும்."

"பெட்டி?"

"அது என் தவளை, மேடம். அது இறந்துவிட்டது என்று நினைத்தோம், அது காய்ந்து போய்விட்டது. ஆக்சோலோட்கள் போல."

அந்தப் பெண் ஏற்கனவே எடுத்து வைத்திருந்த தனது செல்போனை வைத்துவிட்டாள்.

"உன் தவளையைப் பற்றிக் கவலைப்படாதே. அதையும் நாங்கள் பார்த்துக்கொள்வோம். எல்லாம் சரியாகிவிடும். என்னை ஹீதர் என்று அழைக்கவும். சரியா, சோபியா?"

"சரி அம்மா."

# ஜோனா

### ஜூன் 25, 2021 வெள்ளிக்கிழமை
### பிலடெல்பியா

"ஜோனா, உன் மூளை ஒரு கோதிக் தேவாலயம் போன்றது" என்றான் சீன் ப்ரியர்

ஜோனா வாஸர்மேன் சீன் ப்ரியரின் கண்களைப் பார்த்து தன் திகைப்பை மறைக்கிறாள். தேவாலயமா? கதீட்ரலா? கோதிக்கா? உண்மையாகவா? குறைந்தபட்சமாவது ஆடம்பரமான கோதிக், வழக்கறிஞர் நினைக்கிறாள். தாஜ்மஹாலோ, பிரமிடுகளோ அல்லது லாஸ் வேகாஸில் உள்ள சீசர் அரண்மனையோ ஏன் இல்லை? ஒரு கணம் திடுக்கிட்ட அவள் ஒரு பதிலைக் கண்டு பிடித்தாள்.

"இது ஒரு மனிதனின் மூளையை விடச் சிறந்தது."

"மன்னிக்கவும்?"

"சீமோன் தெ போவார் (Simone de Beauvoir)க்கு 'ஆணின் மூளை' இருக்கிறது என்று அவளின் தந்தை சொல்லிக்கொண்டே இருப்பார்.

வால்டியோவின் தலைமை அதிகாரி சிமோனும் அவளுடைய தந்தையும் அவர்களின் நாயுடன் நட்பாக இருந்ததை நினைத்து நக்கலாகச் சிரித்தான். ஜோனா தனக்குள்ளே சிரித்துக்கொண்டாள். சிறந்த முறையில், சிமோன் யார் என்பது பற்றி ப்ரியருக்கு தெளிவற்ற யோசனைதான் உள்ளது, முப்பது பில்லியன் டாலர் மருந்துக் கடையின் முதலாளிக்குச் தன் முட்டாள்தனத்தைக் காட்ட உரிமை இல்லைதான். ஒரு கோதிக் கதீட்ரல்... பற்றி அவன் பேசுவதா? என்ன ஒரு பரிதாபம்!

ஜோனா பிலடெல்பியாவில் உள்ள வால்டியோவின் தலைமை யகத்திற்குக் கோப்புகளைப் பின்தொடர்ந்து அவற்றை எடுத்துச் செல்லும் ஒரு இளம் துணை வழக்கறிஞருடன் வந்தாள். பெரும் பாலான வரி விவகாரங்கள், கையகப்படுத்தும் ஏலங்கள் கொண்ட மருந்து நிறுவனம் டென்டன் & லவல் நிறுவனத்தில் அவள் மூன்று மாதங்களாகப் பணிபுரிகிறாள். இரண்டு மாதங்கள் ப்ரியர் அவரது நேரடித் தொடர்பில் இருக்கிறான். அவர்களின் முதல் சந்திப்பின்போது, ப்ரியர் அவளிடம், தன் மெதுவான டெக்சாஸ் சொற்றொடர்களுடனும், வேட்டையாடும் விலங்குகளை அறியாத ஒரு பெரிய வேட்டைக்காரனின் புன்னகையுடனும் கேட்டான்:

"சொல்லுங்கள், திருமதி வாஸர்மேன், அந்த டென்டன் லவலில் இருக்கும் மரமண்டைகளில் இருந்து நான் ஏன் உங்களைத் தேர்ந்தெடுத்தேன் என்று தெரியுமா?"

"நான் யூகித்து சொல்கிறேன், மிஸ்டர் ப்ரியர். நான் ஸ்டான்போர்டில் வகுப்பில் முதலிடத்தில் பட்டம் பெற்றதாலோ, அல்லது ஒருவேளை, நான் ஒரு இளம் பெண் என்பதாலோ, நான் கறுப்பாக இருந்தாலும் நிச்சயமாக. ஹார்வர்டில் உங்களுடன் இருந்த வயதான வெள்ளையர்களுக்கு எதிரான எல்லா வழக்கு களிலும் நான் வெற்றி பெற்றதாலோ இருக்கக்கூடும்."

ப்ரியர் வெடித்துச் சிரித்தான்.

"மிகவும் சரி, வக்கீலே. ஏனென்றால் உங்களால் மட்டுமே அத்தகைய பதிலைத் துணிந்து கொடுக்க முடியும்."

"என்னைப் பொறுத்தவரையில், மிஸ்டர் ப்ரியர், உங்களால் என்னைப் பொறுத்துக்கொள்ள முடியும் என்பதால்தான் உங்களை வாடிக்கையாளராக ஏற்றுக்கொண்டேன்."

ப்ரியர் தொடர்ந்தான், ஏனென்றால் கடைசி வார்த்தை அவனுடையதாக இருக்க வேண்டும்:

"நானும் கார்னகி மெல்லனில் படித்தவன் என்பதை மறந்து விடாதே."

ஆட்டம் டிரா ஆனது! இந்த விளையாட்டிலிருந்து, ஜோனா வாஸர்மேன், சீன் ப்ரியர் ஆகிய இருவரும் பூமியில் சிறந்த நண்பர்களாக இருப்பதுபோல் நடிக்கின்றனர். ஒருவருக்கொருவர்

சமமாகப் பேசிக்கொள்ள வேண்டும். ப்ரியர் அதை மரியாதைக் குரிய ஒரு செயலாக ஆக்கினான். இது சமூகத்தின் கலவையும் இரு இனங்களின் கலவையும் ஆகும்... அங்கு மல்டி மில்லியனர் வாரிசு தன்னைப் பெருமைப்படுத்திக்கொள்கிறான். ஹூஸ்டனில் இருந்து வந்த ஒரு கறுப்பின புத்திசாலியைப் பற்றி சிறிதும் அலட்சியம் காட்டாமல் எப்படி விவாதிப்பது என்பதை அறிந்து மகிழ்கிறான். உதவித்தொகை வைத்திருக்கும் உறுதியான செயல் திட்ட மாணவி. எலக்ட்ரீஷியனிற்கும் தையல்காரிக்கும் பிறந்தவள். அவன் அவளைப் பற்றிய அனைத்துத் தகவல்களையும் திரட்டி விட்டான்.

அவர்கள் பரிமாற்றங்களில், முப்பத்து மூன்று ஆண்டுகள் அவர்களைப் பிரித்தாலும், இரண்டு பில்லியன் டாலர்கள் மூலதனப் பங்குகள், பளபளக்கும் செயற்கைப் பற்கள் இருந் தாலும் – இருவரும் தங்கள் முதல் பெயர்களைத் தவறாகப் பயன்படுத்துகின்றனர். மேலும் இது அவர்களின் உரையாடலை போலிதனத்தின் நேர்த்தியான தொடுதலுடன் வண்ணமயமாக்கு கிறது. அவர்கள் மொழி லத்தீனாக இருந்தால், அவர்கள் ஒருவரையொருவர் 'நீங்க' என்பதற்குப் பதில் பழக்கமான 'நீ' என்றே பேசிக்கொள்வார்கள். தனது தோட்டக்காரனின் நண்பன் என்று தன்னை அறிவித்துக்கொள்ளும் ஒரு முதலாளித்துவ வாதியாக, ப்ரியர் இந்த நட்பின் புனைகதையைப் பற்றி தனக்குள் நம்பிக்கொண்டான், ஆனால் ஜோனா எதிலும் ஏமாறவில்லை. ப்ரியரின் சிரிப்பில், அவன் தன்னுடனேயே எடுத்துச் செல்லும் சொல்ல முடியாத தென்னகத்தன்மையையும் அனைத்து இன உறவுகளையும் ஊடுருவிச் செல்லும் அந்த அடையாளங்களையும் நிழல்களையும் அவள் புரிந்துகொள்கிறாள். அவனின் அந்தத் தன்னிச்சையான தோரணையை அவள் உணர்ந்தாள். அது தன் கறுப்பு கார் ஓட்டுநருக்கு மிகவும் இனிய புன்னகையை வழங்க நன்கு அழகுபடுத்தப்பட்ட முடி கொண்ட ஒரு பணக்கார வெள்ளைப் பெண்ணை அங்கீகரிக்கிறது. கபட புன்னகை, இந்த அடிமைச் சந்ததியின் இயல்பான தாழ்வுமனப்பான்மை பற்றிய அவளின் திடமான உறுதியைத் தெரிவிக்கின்றது. 'காற்றோடு சென்றது' படத்தின் காலத்தில் இருந்து இன்றளவும் ஒரு அங்குலம்கூட நகராத இந்த நச்சுப் புன்னகை. தனது குழந்தை

பருவத்தில் ஜோனா தனது தையல்காரத் தாயின் வெள்ளை வாடிக்கையாளர்களின் பவுடர் பூசிய முகத்தில் கண்ட புன்னகை.

இருபதாம் நூற்றாண்டின் முடிவில் ஒரு நாள் சிறுமி ஜோனா பள்ளியை விட்டு வெளியேறும்போது, பள்ளி பேருந்துக்காகக் காத்திருந்தபோது, ஒரு கறுப்பு கார் அவள் முன் நின்றது. பின்புற கறுப்பு ஜன்னல் கண்ணாடி கீழே இறக்கப்பட்டது. ஒரு வகுப்பு தோழி அவளுக்கு காரில் இடம் தர முன்வந்தாள். இன்னும் சில நிமிடங்கள் ஜோனாவுடன் இருப்பதில் தனக்கு மகிழ்ச்சியைக் கொடுக்கும் என்று புன்னகையுடன் சொன்னாள்.

"ஆமாம், ஜோனா, உள்ளே வா, உன்னை இறக்கிவிட நாங்கள் கொஞ்சம் மாற்றுப்பாதையில் செல்வோம், அது ஒரு பொருட்டல்ல."

"அது முக்கியமில்லை." ஜோனா புரிந்துகொண்டாள்: எரிச்சலடைந்த தாய் தன் மகளின் வற்புறுத்தலுக்கு அடிபணிந்தாள். அவள் பெரிய ஜெர்மன் காரில், தன் தோழியுடன் பின்னால் ஏறினாள். டிரைவர் சீட்டில் இருந்த பெண்மணி, தான் கண்ணிய மானவள் என்பதை உரையாடலில் காட்ட விரும்பினாள்:

"அப்படியானால் ஜோனா, நீ என்னவாக விரும்புகிறாய்? உன் அம்மாவைப் போல தையல்காரியாகவா?"

ஜோனா பதில் சொல்லவில்லை. வீட்டிற்கு வந்ததும், அவள் தன் தாயின் மடியில் விழுந்தாள். அவள் கண்கள் நனைந்திருந்தன. அவளைக் கட்டிப்பிடித்து, தன் குறிப்பேடுகளை எடுத்தாள். ஒரு வாக்கியத்தின் ஆணவம் மகள்களை மிகவும் நன்றியுள்ளவர் களாகவும் பள்ளி மாணவிகளை மிகவும் கடின உழைப்பாளி களாகவும் ஆக்கியது.

இருபது ஆண்டுகளுக்குப் பிறகு, தான் எங்கிருந்து வருகிறாள், எங்குச் செல்கிறாள் என்று ஜோனாவிற்குத் தெரியும். எல்லா வற்றிற்கும் மேலாக, இந்த ஹெப்டாக்ளோரான் விசாரணையில், பாதிக்கப்பட்ட பலர் பெண்கள், கிட்டத்தட்ட எல்லா வண்ணங் களிலும். அத்தகைய கறுப்பின வழக்கறிஞர் வாக்கியங்களை நகர்த்தி எதிரிகளின் ஆக்கிரமிப்பைத் தடுப்பார் என்பது அவளுக்குத் தெரியும். எந்த விஷயத்திலும் ப்ரியரின் கணக்கு நன்றாக இருக்கும். அவன் தனது வழக்கறிஞராக அவள் இருக்க

வேண்டும் என்று மிகவும் விரும்பினான் என்று ஜோனா யூகித்தாள். சம்பளக் கோரிக்கைகளை மீறி டி & எல் மூலம் அவள் பணியமர்த்தப்பட்டாள். அவளுக்கு உடனடியாக ஒரே ஒரு வாடிக்கையாளராக வால்டியோ நிறுவனம் நியமிக்கப்பட்டது. அது ஒரு சிறந்த நிறுவனம், அவளை நேரடியாகப் பங்குதாரர் தரத்தை அடையச் செய்தது.

1930களின் உயரமான கட்டடத்தின் மேல்தளத்தில் உள்ள ப்ரியரின் அலுவலகத்தின் பெரிய ஜன்னல்கள், டெலாவேர் நதியைப் பார்க்கும்படி இருந்தன. பார்வையாளர்களின் முன் னிலையில், ஒரு உரிமையாளரின் திருப்தியான தோரணையில் அறையை அழகுபடுத்துவதை ப்ரியரால் தவிர்க்க முடியவில்லை. ஆற்றின் தோற்றத்தால் ஈர்க்கப்பட்டதாகப் பாசாங்கு செய்து, கைகளை மார்பின் மீது குறுக்காக வைத்தும் தாடையை உயர்த்தியும் முசோலினி மாதிரி போஸ் கொடுத்தான்.

இந்த இளம் வழக்கறிஞர் எப்போதும் அவனுக்கு தியானம் என்று கூறப்படும் நீண்ட தருணங்களை வழங்குகிறாள். அவள் இன்று ஒரு கூட்டாளியுடன் இங்கே இருக்கிறாள், அவர்களுக்கு இடையே அவர்கள் ஐம்பது டாலர்களை ஒவ்வொரு நிமிடத் திற்கும் விலையாக வைத்தனர். அவள் இதை அவனிடம் ஒரு முறை சுட்டிக்காட்டினாள். ப்ரியர் தனது நினைவிலிருந்து சில வெறுப்பூட்டும் வார்த்தைகளைத் தோண்டி எடுத்தான்: பணம் மிகையாக மதிப்பிடப்படவில்லை, நாங்கள் அதைக் குறைவாக மதிப்போம்... இந்தக் கருத்து அவனுடையது அல்ல, ஆனால் ப்ரியர் மேற்கோள் காட்ட விரும்புகிறான். எந்த இலக்கியப் புலமையும் பொருத்தமற்றதாக இருக்கும் நிர்வாக உலகில் அவன் அதை குறியீட்டு ஆதிக்கத்தின் சக்திவாய்ந்த கருவியாக மாற்றியுள்ளான்.

அனைத்துச் சோதனைகளும் சரிபார்க்கப்படுவதற்கு முன்பு சந்தையில் வெளியிடப்பட்ட ஒரு பூச்சிக்கொல்லி மருந்து விஷயத்தில், ஒரு குற்றவியல் வழக்கின் அச்சுறுத்தல் எழுந்த போது, இயக்குநர்கள் குழு கவலையின் அறிகுறிகளைக் காட்டியது. அவர்களின் முன்னெச்சரிக்கை அணுகுமுறையை ப்ரியர் தவிடுபொடியாக்கினான்: “என் அன்பான சக வாரிய உறுப்பினர்களே, நான் அடிக்கடி ரால்ப் வால்டோ எமர்சனின் அந்த

அற்புதமான கவிதை வரிகளை நினைப்பேன்: 'பாதை செல்லும் இடத்திற்குச் செல்லாதீர்கள், அதற்குப் பதிலாக பாதையே இல்லாத இடத்திற்குச் சென்று அங்கு ஒரு தடத்தை உருவாக்குங்கள்.' எனவே, மனிதனுக்கு உணவளிப்பதற்கான முடிவில்லாத போராட்டத்தில் நாம் ஒரு தடத்தை உருவாக்குவோம்.

ஜோனா இந்த அலுவலகத்தில் இருக்கிறாள் என்பதே உண்மையில் அந்தப் பூச்சிக்கொல்லியில் உள்ள மூலக்கூறு சில பூச்சிகளை லார்வா நிலையைத் தாண்டி வளர்ச்சியடையாமல் தடுக்கிறதால்தான். வால்டியோ நிறுவனம் அதை 2000களில் உருவாக்கியது. காப்புரிமை தொடர்ந்து பொது களத்திற்கு வந்தது. மற்ற நிறுவனங்கள் தற்போது அதை உற்பத்தி செய்கின்றன. ஆனால், அனைத்து ஆதாரங்களும் இப்போது குறைந்த அளவிலும் கூட இந்த மூலக்கூறு அதிக புற்றுநோயை உண்டாக்குகிறது என்பதைக் காட்டுகின்றன. மேலும் இது ஹார்மோனையும் சீர் குலைக்கும். இப்போது ஆஸ்டின் பேக்கர் ஒரு நடவடிக்கையைத் தொடங்கி இருக்கிறது. வால்டியோ நூற்றுக்கணக்கான மில்லியன் களை இழப்பீடாகச் செலுத்த வேண்டியிருக்கும்

"நீ விரும்பினால் கேஸைப் பற்றிப் பேசலாம் சீன். அறுபத் தைந்து நோயாளிகளுடன் இன்றுவரை வால்டியோவை முன் னெச்சரிக்கை இல்லாதற்காகக் குற்றம் சாட்டியது நமக்கு மிகவும் இழப்பாக இருக்கும். இதை நிரூபிக்க முடியும்.

ஜோனா "முன்னெச்சரிக்கை இல்லாததற்காக" என்ற வார்த் தையில் மிகவும் ஆர்வமாக இருந்தாள். அந்த புது வார்த்தை "வேண்டுமென்றே" என்பதைக் குறிக்கிறது.

அவளும் அந்த "நமக்கு" என்ற வார்த்தையால் கவரப்பட்டாள். இது அவளது நிறுவனம் தனது வாடிக்கையாளர்கள் நலத்துடன் எவ்வளவு நெருக்கமாக அடையாளப்படுத்துகிறது என்பதை நிரூபிக்கிறது.

"சொல்லுங்கள், சீன்," அவள் தொடர்கிறாள்,

"அந்த மூலக்கூறு எவ்வளவு ஆபத்தானது என்பதை வால்டியோ அறிந்திருந்தும் உடன் வேலை செய்பவர்களிடம் உண்மையை மறைத்ததற்கான ஆதாரத்தை ஆஸ்டின் பேக்கர் வழங்குவதற்கு வாய்ப்பு இருக்கிறதா?"

"அவர்கள் என்ன செய்யப்போகிறார்கள் என்று எனக்குத் தெரியாது."

"நீதிமன்றத்தில் உங்களிடம் இதுபோன்ற கேள்விகள் கேட்கப்பட்டால், "அவர்கள் என்ன செய்யப்போகிறார்கள் என்று எனக்குத் தெரியாது" என்பதைத் தவிர வேறு எதையும் சொல்லுங்கள். கேள்வியை உருவாக்கிய விதம் தவறானது. நான் அதை எதிர்க்கிறேன். மூலக்கூறு பாதிப்பில்லாதது என்பதை வலியுறுத்துவதன் மூலம் தொடங்கவும்.

"நிச்சயமாக அது சரிதான். அந்தச் சமயத்தில் எங்கள் மருத்துவப் பரிசோதனைகள் சுயாதீனமாகச் செய்யப்பட்ட ஆஸ்டின் பேக்கர் போன்றவர்களின் வரிசையின் முடிவுகளோடு முரண்படுகின்றன."

"மிகச் சரி. ஆனால் அதையே மீண்டும் வலியுறுத்துங்கள். இது நிபுணர்களுக்கு எதிராக நிபுணர்களை மோதவிடுவது போலிருக்கும், சீன், நம் பிரச்சினை உங்கள் முன்னாள் பொறியாளர் பிரான்சிஸ் கோல்ட்ஹேகன்தான். அவன் அந்தப் பூச்சிக்கொல்லி தீங்கு விளைவிக்கும் என்று நிரூபிக்கும் தனது சோதனைகளை வால்டியோ கணக்கிலேயே எடுத்துக்கொள்ள விரும்பவில்லை என்று கூறுகிறான்."

"அவனது நடைமுறைகள் குறித்து எங்களுக்கு சந்தேகம் இருந்தது அதனால்தான் அவனின் முடிவுகளை நிராகரித்தோம். நாங்கள் சில விசாரணைகளையும் மேற்கொண்டோம். அவனுடைய தனிப்பட்ட வாழ்க்கை அதை நிரூபிக்கிறது. அவன் பொய் சொல்லக் கூடியவன். தனது மனைவியிடம் கூட பொய் சொல்ல வல்லவன்."

வழக்கறிஞர் பெருமூச்சு விடுகிறாள். இதுபோன்ற முறை களால் வழக்கில் வெற்றி பெறுவது வழக்கறிஞரின் புகழைச் சேதப்படுத்தலாம். ஆனால், குறுகிய காலத்தில் புகழை இழப்பதும் ஒரு சரியான முடிவு அல்ல.

"அவனை இப்படி அவமதிக்க நான் விரும்பவில்லை. வால்டியோ அதிலிருந்து வெற்றியுடன் வெளியே வரப்போவ தில்லை. நீதி அமைப்பும்தான்."

"உனக்கு ஒன்று தெரியுமா ஜோனா, நீதி என்பது தாயின் அன்பு போன்றது."

“எல்லோரும் அதற்கு ஆதரவாக இருக்கிறார்கள்... குடும்பங்கள் என்றவுடன் ஞாபகம் வருகிறது. ஜோனா, உன் சகோதரி எப்படி இருக்கிறாள்?”

அவனுக்குத் தெரியும் என்று வழக்கறிஞர் உடனடியாக உணர்கிறாள். நிச்சயமாக. ப்ரியர் அவளது பலவீனங்கள் பற்றிய விசாரணைகளை மேற்கொண்டான். பிப்ரவரியில் அவளது சிறிய சகோதரிக்கு ஒரு வித புற்றுநோய், முதல் நிலையில் இருப்பது கண்டறியப்பட்டது அவனுக்குத் தெரியும். எலன் போன்ற ஒரு இளம் மாணவி வலுக்கட்டாயமாக ஒரு நிலையான சுகாதார காப்பீடு எடுத்திருப்பதையும், அவளுக்கு ஏமாற்றத்துடன் அவளது அந்த நோய், வியாதி காப்பீடு வரம்பிற்குள் வராது என்று தெரிய வந்ததையும் ப்ரியர் அறிவான். எலனுக்காக மட்டுமே டென்டன் & லவ்லில் அதிக சம்பளம் தரக்கூடிய இந்தப் பதவியை ஏற்றுக்கொண்டாள். இருநூறு ஆயிரம் டாலர் கல்லீரல் மாற்று அறுவைச் சிகிச்சை செய்யாமல் இருந்திருந்தால் எலன் ஏற்கனவே இறந்திருப்பாள்.

இப்போது ஒரு வருடத்திற்குக் குறைந்தது ஒரு லட்சம் டாலர்கள் அவள் மருந்துவத்துக்குச் செலவாகும். அவள் பத்து ஆண்டுகள்வரை வாழ்வதற்காக, அல்லது பதினைந்து ஆண்டுகள் கூட இருக்கலாம். அவளது பலவீனமான உடல் அந்த நோயைத் தாங்கி யாரோ ஒருவர் ஒரு புதிய சிகிச்சையைக் கண்டு பிடிக்கிறவரையில் தாக்குப்பிடித்தால், ஒருவேளை பிழைக்கலாம். ஆனால் ப்ரியர் நினைத்தது தவறு. சம்பளமும் ஒரு காரணம் தான்... நிச்சயமாக. ஆனால் ஜோனா வாழ்க்கையின் இந்த உச்சத்தை அடைய விரும்பினாள். இப்படி குவிந்துள்ள பணத்தின் உச்சியிலிருந்து அவளின் பழிவாங்கும் படலத்தின் முழு அளவையும் ரசிக்க விரும்பினாள்.

தலைமை நிர்வாக அதிகாரி பேசிக்கொண்டே இருக்கிறான். அவன் தன்னால் சேகரிக்கக்கூடிய அனைத்துப் பணிவுத் தன்மை யையும் குரலில் காட்டியபடி.

“அவள் கடந்துகொண்டிருக்கும் வாழ்க்கை மிகவும் கொடியது. நான் மனப்பூர்வமாக அவளுடன் இருக்கிறேன் என்று சொல் வதைத் தயவுசெய்து நம்புங்கள்.” – ப்ரியர்.

“என் மனதைத் தொட்டுவிட்டீர்கள்.” – ஜோனா.

“உன் சகோதரிக்கு ஏதாவது தேவைப்பட்டால், ஜோனா, நாங்கள் சிறப்பாக உதவ முடியும். கிளினிக்குகள், மருந்துகள், புதிய சிகிச்சை நெறிமுறைகள்...”

“நன்றி, சீன். இப்போதைக்கு கல்லீரல் மாற்று அறுவைச் சிகிச்சை மட்டுமே செய்ய வேண்டும். ஆனால் உங்கள் உதவியை நான் நினைவில் கொள்கிறேன். தயவுசெய்து அந்தப் பூச்சிக் கொல்லிக்கு எதிராக வர்க்க நடவடிக்கை பற்றி மறுபடியும் பேசலாமா? நான் எனது சக ஊழியரான திரு. ஸ்பென்சரிடம் நமது திட்டமிடப்பட்ட பாதுகாப்பைச் சுருக்கமாகக் கூறுங்கள் என்று கேட்கப் போகிறேன்.”

இளம் வழக்கறிஞர் தனது விளக்க உரையை முடித்தவுடனேயே சீன் டென்டன் & லவ்ல்ஸின் எதிர் வாதத்தின் திட்டத்தை ஏற்றுக்கொள்வதாக சமிக்ஞை செய்கிறான். அவன் அவர்களின் கைகளைக் குலுக்கி, அவனைப் பொறுத்தவரை கூட்டம் முடிந்து விட்டது என்றான். ஸ்பென்சரைப் பின்தொடர்ந்து அலுவலகத்தை விட்டு செல்லும்போது, அவன் ஜோனாவைத் திரும்ப அழைக் கிறான்.

“ஜோனா, உன்னை எங்கள் டோல்டர் கிளப் கூட்டத்தில் சேர்வதற்கான ஒரு வாய்ப்பை வழங்க விரும்புகிறேன். நாளை சனிக்கிழமை மாலை கூட்டம் நடைபெறும். டோல்டரைப் பற்றி உனக்குத் தெரியும் அல்லவா?”

ஜோனா தலையசைக்கிறாள். அவளுக்குத் தெரியும். மிகவும் பிரத்தியேகமான கிளப். பில்டர்பெர்க்கை விட இன்னும் கட்டுப்பாடுடையது. ஆனால் ஒவ்வொரு வருடமும், வணிகம் மற்றும் அரசியல் உலகில் இருந்து சுமார் நூறு முன்னணி நபர்களை பில்டர்பெர்க் ஒன்றாகக் கொண்டுவரும் போது, டோல்டர் இருபது மருந்து தயாரிக்கும் பெரும் முதலைகளான புரவலர்களை மட்டுமே கொண்டுள்ளது...

கடந்த ஐம்பது ஆண்டுகளில், இந்தக் கூட்டங்கள் எப்போது நடத்தப்படுகின்றன, என்ன பேசுகிறார்கள் என்று எதுவும் யாருக்கும் தெரியாது.

மருந்துகளின் விலையைப் பற்றி விவாதித்திருக்கலாம், “நண்பர்களுக்கு இடையே” சில உடன்படிக்கைகள் ஏற்பட்டிருக்க லாம், நீண்ட கால தொலைநோக்குத் திட்டங்களைப் பற்றி பேசியிருக்கலாம்.

“நான் உன்னை எனது தனிப்பட்ட ஆலோசகராக அறிமுகப் படுத்துகிறேன், அது உண்மையும் கூட. இந்த ஆண்டு அமெரிக்காவில் கூட்டம் நடைபெற உள்ளதால் அமெரிக்கனான எனக்கு தொடக்க உரையை நிகழ்த்தும் கௌரவம் கிடைக்கிறது. அதன் விவாதக் கருத்தை நீ விரும்புவாய்: ஜூலியஸ் பிரவுனின் ‘மரணத்தின் முடிவு’ என்ற புத்தகம் 2020ஆம் ஆண்டுக்கான நோபல் பரிசு பெற்றது. அவர், வயிற்றில் உருவாகும் கரு குறித்த தனது படைப்பை வழங்குவார். இரண்டு பேச்சாளர்கள் இருப்பார்கள். அவர்கள் சொல்லப்போவது உனக்கு அதிர்ச்சி யளிக்கலாம். உன்னிடம் இதைப்பற்றி மிகவும் தாமதமாகச் சொல்வதற்கு மன்னிக்கவும். நமது இந்தத் துறை எவ்வளவு சித்தப்பிரமை பிடித்தது என்பது உனக்கே தெரியும். இது மன்ஹாட்டனில் இருக்கும் மேல் கிழக்குப் பகுதியில் சர்ரேயில் வான் கோக் அரங்கத்தில் நடக்கும். எட்டு மணிக்கு நீ அங்கு இருக்க முடியுமா?”

“ஆம், இது ஒரு கௌரவம், சீன். ஆனால் துரதிர்ஷ்டவசமாக அழைப்பிதழ் சற்றுத் தாமதமாக வருகிறபடியால் என்னால் வர முடியுமா என்று யோசிக்கிறேன். ஆனால் அவள் உள்ளுணர்வாகத் தன் கையைத் தன் வயிற்றில் வைத்து ஒரு பாதுகாப்பு சைகை செய்கிறாள். ஒரு பழமையான சைகை. ஏனென்றால் ப்ரியருக்குத் தெரியாத விஷயம் ஒன்று இருக்கிறது: ஜோனா ஒரு கர்ப்பிணி.”

அது சரியாக ஏழு வாரங்களுக்கு முன்பு: அவள் டெண்டன் & லவல்ஸில் உள்ள ஓய்வறையில் கூட்டாளிகள் சந்திப்பின் போது சுய கர்ப்ப பரிசோதனை செய்து பார்த்தாள். இரண்டு சிறிய சிவப்பு நிறக் கோடுகள் பரிசோதனை அட்டையில் தோன்றியபோது, அவள் நெஞ்சு மகிழ்ச்சியில் வெடிப்பதை உணர்ந்தாள்.

ஜோனாவின் காதலன் ஒரு செய்தி பத்திரிகையில் கேலிச் சித்திரம் வரைபவன், கடந்த அக்டோபர் மாத இறுதியில் நவ-நாஜி தலைவர் அவன் வரைந்த வரைபடங்களில் ஒன்று தீங்கு விளைவிப்பதாக இருந்தது என்று வழக்கு தொடர்ந்தான். அவள் நீதிமன்றத்தில் அவனது செய்தித்தாளுக்காக வாதாடி வெற்றி பெற்றாள்.

வழக்கின் வெற்றி எங்கும் எதிரொலித்தது. கெல்லர் vs. வாஸர்மேன் ஒரு முன்னுதாரணத்தை ஏற்படுத்தியது: ஒரு

கார்ட்டூனில் அல்லது வேறு இடத்தில், எழுதும்போது, ஒரு வெள்ளை மேலாதிக்கவாதிக்கு மூளை இல்லை என்று சொன்னால் அது ஒரு குற்றம் இல்லை, ஆனால், அது ஒரு கருத்து, ஒரு நோய் கண்டறிதலும் கூட. அது புரியும்படி இருந்தது. அன்று மாலை, அபி வாஸர்மேன் அவளை டோம்பாஸ் உணவகத்தில் இரவு விருந்திற்கு அழைத்தான். அது அவனது சக்திக்கு மீறிய உணவகம். விருந்தின் முடிவில், அவனது இதயத்தின் மறுக்க முடியாத உறுதியை எதிர்கொண்டான். எதிர்காலத்தில் அவள் என்னென்ன திட்டங்களை வைத்திருக்கிறாள் என்று தட்டுத்தடுமாறி அவளிடம் கேட்டான். அவன் இந்தப் பூமியில் பிறந்தது அவளை நேசிக்கவும், அவள் எங்குச் சென்றாலும் அவள் பின்செல்லவும் தான் என்று சொல்வதைத் தவிர்த்தான். அதுதான் அவன் மனதில் உண்மையில் இருந்தது என்றாலும்.

ஜோனாவுக்கும் எந்தச் சந்தேகமும் வரவில்லை. அவன் அவளுக்கு ஒரு பேனாவைக் கொடுத்தான்.

இதோ, இது உனக்காக, ஜோனா, இது ஒரு வாட்டர்மேன் பேனா. இது என்னுடைய சொந்த ஜெர்மன் பெயரை ஒத்திருக்கிறது. ...என் பெயரை நீ வைத்துக்கொள்ள வேண்டும் என்று நான் விரும்புகிறேன், ஆனால் நான் உன்னுடையதையும் எடுத்துக் கொண்டால் மகிழ்ச்சியடைவேன்.

ஜோனா பேனாவை ஏற்றுக்கொண்டு, அதைத் திறந்து, அங் கிருந்த வெள்ளை மேஜை விரிப்பில், ஜோனா வூட்ஸ்-வாஸர்மேன் என்று எழுதினாள், மிகவும் கண்ணீர் விடுவதைத் தவிர்த்தபடியே. அந்த மேசை விரிப்பை அவர்களே எடுத்துக்கொள்ள உணவக மேலாளர் ஒப்புக்கொண்டான்.

அவர்கள் உடனடியாக ஒரு குழந்தை வேண்டும் என்று ஆசைப்பட்டு, அதை அடைவதற்குத் தேவையான நடைமுறை களைப் பின்பற்றினர்: அடிக்கடி, மிகுந்த நேரம், பல இடங்களில்.

மருத்துவர் உறுதியாக இருந்தார்: மார்ச் தொடக்கத்தில் ஜோனா ஐரோப்பாவிலிருந்து திரும்பிய பிறகு, அந்தப் பயங்கரமான விமானத்தில் - அவள் உயிர் பிழைத்தால், கூடிய விரைவில் அவனைத் திருமணம் செய்துகொள்ள முடிவு செய்தாள்.

ஏப்ரல் தொடக்கத்தில், அவர்களது திருமணத்திற்கு முன்பே அவர்களது உயிர் அணுக்கள் சந்தித்து, உடனடியாக இணை வதற்கு ஒப்புக்கொண்டன. வெள்ளை மேலாதிக்கத்திற்கு எப்படி நன்றி சொல்வது என்று அவர்களுக்குத் தெரியவில்லை.

குழந்தை ஆணாக இருந்தால் ஆபிரகாமின் சுருக்கமான பெயரான யூத அபியை வைத்துவிட்டு, அதோல்ஃப் என்று பெயரை அழைக்க முடிவு செய்தார்கள். நடு பெயராக வைக்க ஜோனா சிரித்தபடி யோசித்தாள். அவளது சகோதரி நீண்ட, மெதுவான மரணத்திற்குத் தயாராகிக்கொண்டிருந்தபோது தான் மிகவும் மகிழ்ச்சியாக இருந்ததை உணர்ந்து உடனடியாக தன்னை வெறுத்தாள். ஆனால் அவளுக்குள் மகிழ்ச்சியின் அளவு பெருகி அனைத்தையும் ஆட்கொண்டது.

ப்ரியர் அவனது அழைப்பை வலியுறுத்துகிறான்.

“ஜோனா? டோல்டர்?”

நாளை மாலையிலா? சிக்கலானது: கர்ப்பத்தின் முதல் மூன்று மாதங்களை அவள் தன் பெற்றோர்களுடன் கழிக்க திட்டமிட் டிருந்தாள். மறுபுறம், அந்தப் பிசாசைச் சந்தித்து அவனுடன் நடனமாடுவதும் சில நன்மைகளைக் கொடுக்கலாம்.

அவளுக்கு முடிவெடுக்க நேரம் இல்லை, ஏனென்றால் ஒரு கனமான பழங்கால கறுப்பு நிற தொலைபேசி ப்ரியரின் மேசையில் ஒலிக்கத் தொடங்குகிறது. அவன் எடுக்கிறான். உடனே எரிச்சலுடன் வைக்கிறான்:

“தொந்தரவு செய்ய வேண்டாம் என்று கேட்டுக்கொண்டேனே... சரி...”

“நான் அவளுக்குத் தெரியப்படுத்துகிறேன்.”

மர்ம புன்னகையுடன் ஜோனாவின் பக்கம் திரும்புகிறான்.

“இது கண்டிப்பாக உன்னை ஆச்சரியப்படுத்தும், ஜோனா, ஆனால் என் அலுவலகத்திற்கு வெளியே உனக்காக சிலர் காத்திருக்கிறார்கள். இரண்டு எஃப்பிஐ (FBI) அதிகாரிகள். நாளைக்காக நான் இன்னும் உன்னை நம்பிக்கொண்டிருக்கிறேன். அவர்கள் உன்னை விடுவிக்க ஒப்புக்கொண்டால்.

## மியெசெல் விவகாரம்

ஏப்ரல் 22, விக்டர் மியெசெல் பால்கனியில் இருந்து கீழே விழுந்த நாள். அது ஒரு வியாழன்.

ரோஸ்டாண்ட் உணவகத்தில் கிளெமென்ஸ் பால்மரின் மதிய உணவு சிறிது தாமதமானது. அவள் அருகிலுள்ள லக்சம்பர்க் பூங்காவில் நடைபயிற்சி செல்லத் தயாராகிறாள்.

அப்போது மியெசெல்லின் மின்னஞ்சல் அவளது கணினியில் இருந்து ஒரு சிறிய டிங் என்ற ஒலியை எழுப்புகிறது. கிளெமென்ஸுக்கு விக்டரை மிகவும் பிடிக்கும்: அவன் ஒரு திறமையான எழுத்தாளன். மிகைப்படுத்தி எழுதுவது போல் தோன்றினாலும் அவன் உண்மையில் ஒரு சிந்தனையாளன். அவனது புத்தகங்கள் எப்போதும் ஒரு தனித்துவமான நடையில் இருக்கும். அவை படிப்பதற்குச் சுலபமாகவும் உயர்வாக எழுதப் பட்டதாகவும் இருக்கும். ஒரே மாதிரியானவையாக என்றுமே இருந்தது இல்லை. பால்மர் தனது வேலையைச் செய்வதற்கு ஒரு இனிமையான காரணத்தை மியெசெல் அளிக்கிறான். வெற்றி வருவதற்குத் தாமதமாகும், உண்மை. ஆனால் வாசகர்கள் ஒரு நாள்... வெற்றியின் தாக்கத்திலிருந்து யாரும் தப்புவதில்லை. எப்படியிருந்தாலும் மியெசெல் அதைப் பற்றியெல்லாம் கவலைப் படவில்லை. அவனது கடைசி நாவலான, தவறவிட்ட தோல்விகள், பெரிய பிரெஞ்சு பரிசுகளுக்கான முதல் பட்டியல்களில் இருந்தது, மெடிசிஸ், கோங்கூர், ரெனோதோ போன்ற பெரிய பரிசுகள். ஆனால் பதினைந்து நாட்களுக்குப் பிறகு இரண்டாவது தேர்வுகளிலிருந்து மறைந்துவிட்டது. எரிச்சலுடனும் வருத்தத் துடனும் அவள் அவனுக்கு ஆறுதல் சொல்வதற்காக அழைத்தாள்.

ஆனால் சில நொடிகளில் அவன்தான் அவளை அழைத்து ஆறுதல் சொன்னான். மேலும் மறுநாள் அவளால் வர முடியுமா என்று கேட்டான். ஏனென்றால் அவனிடம் ஓடியான் தியேட்டர் நிகழ்சிக்கு இரண்டு அழைப்பிதழ்கள் இருந்தன. வாத்து இறகு களில் இருந்து சறுக்கிக்கொண்டு போகும் தண்ணீரைப்போல எல்லாமே அவனிடமிருந்து நழுவுகின்றன.

கிளெமென்ஸ் ஒரு இணைக்கப்பட்ட ஆவணத்தை இணையத் திலிருந்து தனது இ-ரீடரில் பதிவிறக்குகிறாள். அது பதிப்பகத் தாரின் பதில் நடவடிக்கை. ஆனால் உரையை அறிமுகப்படுத்தும் செய்தி எதுவும் இல்லை என்பதை அவள் காண்கிறாள். அவளது ஆர்வத்தை முரண்பாடு என்ற தலைப்பு தூண்டுகிறது. அவனது முந்தைய தலைப்புகள் எதையும் விட மிகவும் குறிப்பிடத்தக்கது - எனவே அவள் அதை திறக்கிறாள். திகைப்பு அடைகிறாள்.

கிளெமென்ஸ் பால்மர் வேகமாகப் படிக்கக்கூடியவள். அது தான் அவளுடைய வேலை. அவள் ஒரு மணி நேரத்தில் முரண்பாடு புத்தகத்தை முடித்துவிட்டாள். அது விக்டர் முன்பு எழுதிய எதையும் போலில்லாமல் இருந்தது.

இது ஒரு நாவல் அல்ல, ஒப்புதல் வாக்குமூலமும் அல்ல, ஒளிரும் வாக்கியங்கள் அல்லது ஒளிரும் சூத்திரங்களின் தொடர் பற்ற தொடர்ச்சியும் அல்ல. இது ஒரு திகைப்பூட்டும் வாக்கி யங்கள் அல்லது புத்திசாலித்தனமான உண்மைகள். இது ஒரு விசித்திரமான புத்தகம், சிலிர்க்க வைக்கும் வேகம், யாராலும் கீழே வைக்க முடியாது. மேலும் ஜான்கெலெவிட்ச் முதல் காம்யு, கோண்ட்சரோவ் போன்ற பலர் வரை மியெசெல்லை பாதித்த அனைத்தையும் அவள் அதில் அடையாளம் காண்கிறாள்.

ஒரு கறுப்பு உரை, படிப்பதற்கு மிக கடினமான உரை, கேலி செய்வது கூட வேதனையானது: "கடவுளே, அந்த முட்டாள் தனம் மத உணர்விலிருந்து வெளியேறுகிறது. எந்த நிச்சயத் தன்மையும் புத்திசாலித்தனத்தைக் கொல்கிறது. மற்றவற்றிடையே மரணத்தை ஒரு தவறான செயலாக மாற்றுவதற்கு விசுவாசி தனது மனதை இழந்துவிட்டான். சந்தேகம் என்னை வாழ்க்கையில் சுயமாகக் கற்பித்துக்கொள்பவனாக மாற்றியிருந்தால், ஒவ்வொரு கணத்தையும் நான் இன்னும் அதிகமாக அனுபவித்திருப்பேன்.

ஒரு மேகத்தின் அற்புத மினுமினுப்புகளின் எதிரில்கூட. மாய உணர்ச்சிகளில் நான் ஒருபோதும் மூழ்கியதில்லை. நீரில் மூழ்கி இறக்கும் தறுவாயிலும், நான் நீந்த முயற்சிக்கிறேனே தவிர ஆர்க்கிமிடீஸிடம் பிரார்த்தனை செய்யப் போவதில்லை. நான் மூழ்கும் இந்த நாளில், எந்தத் தேற்றமும் இல்லாத பள்ளத்தில் என் கண்கள் திறக்கின்றன."

திடீரென்று கவலையடைந்த கிளெமென்ஸ் பால்மர், மியெசெல்லை உடனடியாக அழைக்க முடிவு செய்தாள். முதலில் செல்போனில் பின்னர் தொலைபேசியில். போலீஸ் தான் போனை எடுத்தது. மியெசெல் செய்ததைக் கேள்விபட்ட பால்மர் திகைத்து, பேரழிவிற்கு ஆளானாள். அதிகாரியின் கேள்விகளுக்கு அவள் பதிலளிக்கிறாள், உண்மையான சோகமும் ஒரு இருண்ட கோபமும் அவளை ஆட்கொள்கின்றன. கடைசியாக அவள் எப்போது விக்டரைப் பார்த்தாள்? மார்ச் மாத தொடக்கத்தில், இந்த மொழிபெயர்ப்புப் பரிசைக் கொண்டாட, அவர்கள் லிப்பில் உணவருந்தினர். எப்போதும்போல் அவனுக்குப் பிடித்த உணவையும் சாலட்டும் சாப்பிட்டார்கள். பிறகு வைன் குடித் தார்கள். அவள் எதையும் பார்க்கவில்லை. எதுவும் இல்லை. அவள் நண்பனின் பேச்சிலிருந்தும் ஒன்றும் புரிந்துகொள்ள வில்லை. ஒரு சிறிய சந்தேகமும் இல்லை. அவள் முரண்பாடு புத்தகத்தை மீண்டும் படித்தாள். அது அறிவித்த பேரழிவின் வெளிச்சத்தில். அதில் விக்டர் மியெசெல் கையெழுத்திட் டிருந்ததை அவள் கவனிக்கிறாள். அத்துடன் வெற்றுத் தொகுப்பின் சின்னமாக மட்டுமே உள்ள ஒரு பூஜ்யம் இருக்கிறது. ஒரு சோகமான புத்திசலித்தனம்.

பால்மர் தன்னால் யாரை முடியுமோ அவரைத் தொடர்பு கொள்கிறாள். மியெசெலுக்கு பெற்றோர் இல்லை, அவனுக்கு சகோதரனோ சகோதரியோ இல்லை. ஓரியண்டல் மொழிகள் நிறுவனத்தின் இந்த இளம் ரஷ்ய ஆசிரியர், இலேனா லெஸ்கோவ், ஒரு வருடப் போராட்ட வாழ்வுக்குப் பிறகு, நிகோலாய் லெஸ்கோவின் 'கொள்ளுப் பேத்தி' என்ற நூலை மொழிபெயர்த்த பின் அவனை விட்டு பிரிந்தாள். அவள், "என்ன ஒரு பயங்கரம், அது எப்படி சாத்தியம்?" என்றபடி குறிப்பிடத்தக்க நம்பிக்கையுடன், விரைவாக விடை பெறுகிறாள். மியெசெலின்

பேனாவிலிருந்து தான் படித்த இந்த வாக்கியத்தைப் பற்றி கிளெமென்ஸ் நினைத்துப் பார்க்கிறாள்: "யாரும் யாரைப் பற்றியும் எந்த அளவுக்கு அக்கறை காட்டுவதில்லை என்பதை அறிய யாரும் நீண்ட காலம் வாழ்வதில்லை."

எடிட்டர் எல்லாவற்றையும் கவனித்துக்கொள்கிறாள்: நண்பர்களுக்கான அழைப்புகள், இறுதிச் சடங்கு (மத சடங்குகளின்றி), லெ மோந்த் பத்திரிகையில் கீழ்கண்ட இரங்கல் செய்தியைப் போடுவதற்கு ஏற்பாடு செய்கிறாள்:

எழுத்தாளரும், கவிஞரும், மொழிபெயர்ப்பாளரும் உற்ற நண்பருமாகிய விக்டர் மியெசெலின் மரணம் குறித்து ஆரஞ்சு பதிப்பகத்தின் கிளெமென்ஸ் பால்மரும் ஒட்டுமொத்த குழுவும் வருத்தம் தெரிவிக்கின்றது.

அவள் பிரான்ஸ்-பிரஸ் துறைக்கு ஒரு நீண்ட செய்திக் குறிப்பை எழுதுகிறாள். இது மிகவும் மதிப்புமிக்க மொழிபெயர்ப்புகள், சாதகமான விமர்சன பதிலைப் பெற்ற புத்தகங்களை நினைவு படுத்துகிறது. ஒரு விதிவிலக்கான கையெழுத்துப் பிரதி ஒன்றும் விரைவில் தோன்றப்போகிறதாக மியெசெல் தனது அந்தச் செயலைச் செய்வதற்கு முன் அதற்கு இறுதித் திருத்தங்களைச் செய்துள்ளான் என்றும் அவள் கூறுகிறாள். 'முரண்பாட்டிலிருந்து' மூன்று பகுதிகளை அதில் சேர்க்கிறாள். மேலும் குடிப்பழக்கம் இல்லாத அவள் ஒரு கிளாஸில் சிறிதளவு விஸ்கியை ஊற்றினாள். அதை அவள் மெதுவாகப் பருகினாள். அது விக்டர் மிகவும் விரும்பிய ஸ்காட்டிஷ் சிங்கிள் மால்ட் விஸ்கி.

மறுநாள் காலை, அவள் உரையின் தொடக்கத்தை "செலக்ட் கமிட்டியில்" உறுதியுடன் படிக்கிறாள். "செலக்ட் கமிட்டி" என்றுதான் பேரே தவிர அங்கு முழு வீடும் இருக்கிறது. மேலும் இரண்டு பயிற்சியாளர்களும் இருந்தார்கள். இரண்டு பதிப்பு இயக்குநர்களும் ஒப்புதல் கொடுக்கிறார்கள். வணிக இயக்குநர் புத்தகத்தை மிக விரைவாக வெளியிட வேண்டும் என்று வலியுறுத்துகிறார், வெளிப்படையான நெக்ரோஃபிலியாக்கை (பிணங்களின் மீது ஈர்ப்பு) உருவாக்கத் துணியவில்லை. விமர்சகர்கள், பொதுமக்கள் அந்தத் தற்கொலைக்குச் சற்று முன் உருவான இந்தக் கதையை விரும்பப்போகிறார்கள். அவன்

மனதில் ஓர் உதாரணம் இருக்கிறது. பதின்மூன்று வருடங்களுக்கு முன்பு இந்த ஆசிரியரின் பெயர் என்ன? இந்தத் துயரமான முடிவைத் தூண்டும் வகையில் தலைப்பையாவது மாற்ற முடியுமா? புத்தகக் கடை மேலாளர் பரிந்துரைக்கிறான். "இல்லை, எங்களால் முடியாது," என்று கிளெஃப்மேன் பால்மர் விரக்தியாகப் பதிலளித்தாள். ஒரு தலைப்பு அட்டை, அல்லது ஒரு ஜாக்கெட்? முடியாது. குறைந்த பட்சம் விக்டரு (VICTOR)க்குப் பதிலாக விக்டர் (VICTØR) என்றாவது எழுதவும்; எலக்ட்ரா குறிப்புக்கு, இது ஒரு நல்ல சொல்லாக மிகவும் நடைமுறைக்குரியதாக இருக்கும், இல்லையா? "இல்லை, முடியாது."

வார இறுதியில் புத்தகம் திருத்தப்பட்டது, திங்களன்று தட்டச்சு, முதல் பிரதியின் நகல் நேரடியாகப் பத்திரிகைகளுக்கு அனுப்பப்பட்டது. வார இறுதியில் அச்சகத்திற்கு அச்சடிக்க அனுமதி வழங்கப்படுகிறது. மியெசெலை அடக்கம்செய்த அதே நாளிலேயே புத்தகம் அச்சாகிறது. அவனது உடல்கூட இன்னும் மண்ணுடன் கலந்திருக்காது அதற்குள் விநியோகஸ்தர்களுக்குப் புத்தகங்கள் அனுப்பப்பட்டுவிட்டன. இது ஒரு சாதனை. 'இளவரசி டியின் வாழ்க்கை வரலாறு' என்ற பதிப்பிற்குப் பிறகு இந்த அளவு வேகமாகச் செய்யப்பட்டது இந்தப் பதிப்புதான். மே மாதத்தின் முதல் புதன்கிழமை, அனைத்துப் புத்தகக் கடைகளிலும் முரண்பாடு புத்தகம் குவியல்குவியலாக உள்ளது. பால்மர் பத்தாயிரம் பிரதிகள் அச்சிட முடிவெடுத்தாள். புத்தக விற்பனையின் வாய்ப்பை அதிகரிக்க புத்தகத்தின் மீது ஒரு நீல நிற ஸ்டிக்கரில் மியெசெல் என்று ஒட்டும்படி செய்தாள்.

இது ஒரு உடனடி வெற்றி. லிபரேஷன் பத்திரிகையின் கலாச்சாரப் பகுதியில், அவனுக்கு வாக்குறுதியளித்தபடி, இரட்டைப் பக்கம் அவனுக்கு வழங்கப்பட்டது. அவனது அனைத்துப் புத்தகங்களையும் பற்றி ஒன்றுமே இதுவரையில் பேசாத லெ மோந்த் பத்திரிகையின் புத்தகங்கள் பகுதி, ஒரு நீண்ட, பாராட்டுக்குரிய இரங்கல் மூலம் தன்னை சரி செய்து கொண்டது. அதில் மியெசெல் புத்தகங்களை வெளியிட முன்வந்த ஆரஞ்சு பதிப்பகம் பாராட்டப்பட்டிருந்தது. பெரிய புத்தகப் பதிப்பகமான லா கிராந்த் லிப்ரேரி, விக்டரின் ஒரு படத்தை உருவாக்குவதற்கு விக்டரின் பழைய வீடியோக்களை

அலசியது, பிரான்ஸ் கலாச்சாரம் தொலைக்காட்சி நிகழ்ச்சி அவனுக்கு மூன்று நிகழ்ச்சிகளை ஒதுக்குகிறது: மீயெசெல் விவகாரம் எடுக்கப்படுகிறது. கிளெமென்ஸ் "தோல்வியுற்ற தோல்விகள்" புத்தகத்தை அவசரஅவசரமாக மறுபதிப்பு செய் கிறாள். ஐந்து ஆண்டுகளுக்கு முன்பு வெளிவந்து, கடைசி பிரதிகள் பூச்சியின் தாக்குதலுக்கு உள்ளாக இருந்த "மலைகள் நம்மைத் தேடி வரும்" நாவல்கூட.

ஆய்வு, விவாதக் கூட்டங்கள் ஏற்பாடு செய்யப்பட்டன. அவற்றில் சிலவற்றில் பால்மர் கலந்துகொள்ள ஒப்புக்கொள் கிறாள். நடிகர்கள் புத்தகக் கடைகளில் இருந்த அந்தப் புத்தகங் களிலிருந்து சில பக்கங்களைப் படிக்கிறார்கள், பாரிஸில் உள்ள ஒரு கவிதை நிறுவனத்தால் ஒரு மியெசெல் இரவு நிகழ்ச்சி ஏற்பாடு செய்யப்படுகிறது... அங்கு ஒரு கூட்டம் நிரம்பிய அரங்கில், அழகும் கணீரென்ற குரலுடன், இருந்த ஒரு பிரபல மான நடிகர், முரண்பாட்டால் ஈர்க்கப்பட்டு, முழு புத்தகத்தையும் வாசித்தான். அதற்கு நான்கு மணிநேரம் ஆனது. எலன், பார்வையாளர்களில் ஒருத்தியாகக் கண்ணீருடன் இருக்கிறாள். இலக்கியப் பருவத்தின் பரிசுகளுக்கான போட்டியில் பங்கேற் பதற்கு மே மாத வெளியீடு உகந்தது அல்ல. ஆனால், மியெசெல்லைத் தவிர்க்க முடியாது என்று நடுவர் குழு உறுப்பி னர்கள் தங்களுக்குள்ளேயே கிசுகிசுத்துக்கொள்கிறார்கள். மெதெசிஸ் விருது கிடைத்துவிட்டதாகக் கூட சொல்லப்பட்டது.

இதே மே மாதத்தில்தான் விக்டரால் "மியெசெலின் நண்பர்கள் சங்கம்" நிறுவப்பட்டது. பன்முகத் திறமை கொண்ட தோழர்கள், அபிமானிகள் கொண்ட ஒரு குழு அது. அவனை யாருக்கும் தெரியாது அவனது புத்தகங்களைக் கூட அவர்கள் படித்த தில்லை. விக்டர் மியெசெலுக்கு இப்போது "சிறந்த நண்பர்கள்" மிகுதியாக இருக்கின்றார்கள். கணீரென்ற குரலுடன், எப்போதும் மெலிதான கறுப்பு நிற ஜாக்கெட்டிலும் இருக்கும் திரு. டி., முதல் சலெர்னோ – சில்வியோவோ அல்லது லிவியோவோ? வரை கிளெஃப்மேன் பால்மர் இதுவரை கேள்விப்படாத அவனது நண்பர்கள். இந்தச் சங்கத்திற்கு "அவிமி" என்று முதலிலும் பின்னர் "முரண்பாடு நண்பர்கள்" என்று மாற்றப் பட்டது. எலன் அதில் ஒரு உறுப்பினராக இருக்கிறாள்.

மேலும் அவர்களின் புகழ்பெற்ற காதல் கதையின் நேர்த்தியான மறுபதிப்பின் மூலம், மிஸ் லெஸ்கோவ் படிப்படியாக ஒரு உத்தியோகபூர்வ விதவையின் சோகமான, தகுதியான நிலைக்கு உயர்கிறாள்.

கிளெஃப்மேன் பால்மர், இவை அனைத்தையும் பற்றின்மை யுடன் தூரத்தில் தெரிவதை வெறுப்பின் தெளிவற்ற உணர்வுடன் காண்கிறாள். ஐம்பது வயதில் வெற்றி என்பது விருந்தின் கடைசியில் வரும் ஒரு துவையலைப் போன்றது. மியெசெலின் இந்த மரணத்திற்குப் பிந்தைய புகழ், கண்ணுக்குத் தெரியாத அவனுடைய தன்மையை, அதிகமாக அவளைத் துக்கத்தில் மூழ் கடித்தது. விக்டர் என்ன எழுதினான்? "பந்தயத்தில் ஜெயிப் பதைத் தவிர எல்லாப் புகழும் வெறும் போலியாகத்தான் இருக்க முடியும். அதை அவமதிப்பதாகக் கருதும் எவரும் அந்தப் புகழுக்கு விரும்பமில்லாமல் இருப்பதாக நான் சந்தேகிக்கிறேன்."

# ஸ்லிம்பாய்

## வெள்ளிக்கிழமை, ஜூன் 25, 2021,
## எக்கோ அட்லாண்டிக், லாகோஸ், நைஜீரியா

லாகோஸில் உள்ள இத்தாலிய தூதர் சின்னச் சின்ன கேக் வைத்திருக்கும் மேசையை நோக்கி, வைக்கும் ஒவ்வொரு அடியையும் தள்ளாடியபடியே வைக்கிறான். அவனுக்கு நைஜீரியாவும் ஒத்துப்போகவில்லை மதுவும் ஒத்துப்போக வில்லை. எக்கோ அட்லாண்டிக் ஹோட்டலில் உள்ள ஒரு வரவேற்பு அறையில் உகோ தர்ஷினி போதையில் தள்ளாடு கிறான், மேலும், அவனது கோப்பையில் இருந்து சிறிது ஷாம்பெயின் சிதறி வேலைப்பாடு மிகுந்த தரைவிரிப்பின் மீது பட்டு கறை படுகிறது. அவன் குடிபோதையில் கரகரத்த குரலில் மன்னிப்பு கேட்கிறான்.

ஏதோ ஒரு மிதவையிலிருந்து தூக்கி எறியப்பட்டதைப் போல, உணவு மேசைக்கு அருகில் உள்ள பெண் பிரெஞ்சு தூதரை தர்ஷினி நெருங்குகிறான். தந்தை உபுவின் கோமாளித்தனத்தை நினைவூட்டும் வகையில் தன்னை மயக்கும் தங்க நிற சுருள் களுடன் கூடிய அவளது எலுமிச்சை நிற ஆடையைக் கண்டான். நைஜீரிய பார்ட்டிகளில் வெர்சேஸ் சூட்களுக்கும் அர்மானி கோட்டுகளுக்கும் பதிலாகப் பல வண்ண பாரம்பரிய ஆடை களுக்கு மாறிவிட்டனர். உங்களை யாரும் கவனிக்காவிட்டால் நீங்கள் நிறைய ஏற்பாடுகளைச் செய்ய வேண்டும். பிரெஞ்சு தூதருடன் அரட்டை அடித்துக்கொண்டிருந்த நைஜீரியர்கள் மூவரும் அந்த இத்தாலியனைப் பார்த்தவுடனேயே அவளைக் கைவிட்டு விடுகிறார்கள். பிளேக் நோயால் பாதிக்கப்பட்டிருப்பத்தைப் போல அவர்கள் இத்தாலியனைக் கண்டார்கள். தூதரின் பார்வை அங்கியின் சுழல்களால் கவரப்படுகிறது. அவனுக்குக் குமட்டிக்கொண்டு வருகிறது.

"புயோனா செரா, எலன்." உங்கள் உடை மிக அற்புதமாக உள்ளது. மன்னிக்கவும், நான் இரண்டு கோப்பைகள் மட்டுமே தான் குடித்திருக்கிறேன்."

"வணக்கம், உகோ, நான் உங்களிடமிருந்து செய்திகளைக் கேட்க விரும்பினேன். நடந்த சம்பவத்திற்குப் பிறகு நீங்கள் மீண்டும் இத்தாலிக்குச் சென்றிருப்பீர்கள் என்று நினைத்தேன். உங்கள் மகள் தன் தாயுடன் சியானாவுக்குத் திரும்பிச் சென்றிருக் கிறாள் என்பது எனக்குத் தெரியும்."

உகோ தர்ஷினி புன்னகைக்கிறான், ஆனால், இல்லை, எலன் ஷாரியரால் புரிந்துகொள்ள முடியவில்லை. மெத் போதைக்கு அடிமையான கடத்தல்காரர்களுடன் தனது பதினான்கு வயது மகளை மீட்டெடுக்க பேச்சுவார்த்தை நடத்திய நாட்களை அவனால் கற்பனைசெய்து பார்க்க முடியவில்லை. ரெனாட்டா எப்படி வாழ்கிறாளோ என்று பயந்தபடி. வெறித்தனமானவர்கள் அவளது விரலை அறுத்துவிடுவார்களோ, காதை அறுப்பார்களோ என்று பயந்து இந்த எழுபதாயிரம் டாலர்கள் பணத்தை விரை வாகக் கொடுத்தான். தைவோ என்ற "பாதுகாப்பு ஆலோசகர்" வசம் பணத்தைக் கொடுத்தான். தைவோ மிகவும் முட்டாள் தனமானவன். ஆனால் எனி நிறுவனத்தில் வேலைசெய்யும் எண்ணெய் ஆராய்ச்சி உதவி இயக்குநரால் பரிந்துரைக்கப்பட்டான். அவன் ஏற்கனவே, இரண்டு ஆண்டுகளுக்கு முன்பு, அவனின் மகன் கடத்தப்பட்டபோது அப்பகுதி ஆட்களுடன் பேச்சு வார்த்தை நடத்தி இடைத்தரகனாக இருந்தவன். அபாபாவில் உள்ள ஒரு சந்தில், கப்பல்துறைக்கு அருகில், "நீங்கள் சென்ற படியே ஜெபியுங்கள்" என்ற பலகை வைக்கப்பட்டிருந்த ஒரு சுவிசேஷகர் தேவாலயத்திற்கு எதிரே நடந்தது. அப்போது அது ஐம்பதாயிரம் டாலர்கள் மட்டுமே. எல்லாமே அதிகரிக்கிறது.

ஆனாலும், அபுஜாவில் உள்ள தூதுவர் முதல் தூதரகத்தில் உள்ள சுவிட்ச்போர்டு ஆப்பரேட்டர் வரை அனைவரும் அவனிடம் சொன்னார்கள். "மிஸ்டர் கன்சல், உங்கள் மகள் சர்வதேச உயர்நிலைப் பள்ளிக்குச் செல்லும்போது மிகவும் கவனமாக இருங்கள், இங்கு மக்கள் ஒரு நாளைக்கு ஒரு டாலரில் பிழைக்கிறார்கள். எனவே, கடத்தல் என்பது மற்ற வணிகத்தைப்

போன்றது. எதைவிடவும் சிறந்தது." ஆனால் அவன் ஓரிரு வருடங்களில் ஏதென்ஸில் வேலை செய்ய விரும்பினால் லாகோஸில் இந்தக் குறுகிய கால இருப்பு அவசியம். மரியா அவனுடன் வருவதற்கு வலியுறுத்தினாள். அப்போதுதான் ரெனாட்டா ஆப்பிரிக்காவை அறிந்துகொள்ள முடியும் என்றாள். வீட்டின் பாதுகாப்புக்காக ஆயுதம் ஏந்தி, தனியே தன் மகள் வெளியே செல்வதைத் தடுக்கும் தைரியம் அவனுக்கு இல்லை. அந்த ஒரு நாள் மட்டுமே.

"அவர்கள் இத்தாலிக்குத் திரும்பச் சென்றது நல்லது," பிரெஞ்சு தூதர் பெருமூச்சு விட்டாள், "ஏனென்றால் லாகோஸில் நிலைமை மோசமாகி வருகிறது என்று நான் உங்களுக்கு உத்தரவாதம் அளிக்க முடியும். மின்சாரம் முப்பது நிமிடங்கள் வரைதான் தாங்கும், அது திடீரென மணிக்கணக்கில் நின்று விடுகிறது. குளிர்சாதனப்பெட்டி இல்லாமல் மக்கள் எப்படி உணவைச் சேமிப்பார்கள் என்று எனக்குத் தெரியவில்லை. தூதரகத்தில், ஜெனரேட்டர் இல்லாமல், எங்களால் வேலை செய்ய முடியாது. தொட்டி இல்லாமல், தண்ணீர் இருக்காது. எல்லாமே அப்படித்தான் உகோ. டுட்டோ."

ஆம், எல்லாமே அப்படித்தான். உகோவுக்கு அது தெரியும். லாகோஸைப் பற்றிய அவனது முதல் பார்வை: ஜன்னலிலிருந்து, பழுப்பு நிற மாசு மேகம் வழியாக, ஒன்றோடொன்று ஒட்டப் பட்டிருந்த சதுர கிலோமீட்டர் தூரத்துக்கு நெருக்கமான சேரிகள், மில்லியன் கணக்கான துருப்பிடித்த கூரைகள், ஒரு பிரம்மாண்ட கட்டடம், மேலும் மஞ்சள், கறுப்பு நிறத்தில் இருந்த வாகனங் களின் மகத்தான போக்குவரத்து நெரிசல், இந்த ஆயிரக்கணக்கான மினி பஸ்கள் மிகவும் ஆபத்தானவை. நாங்கள் அவற்றைத் தடை செய்ய முயற்சிப்பது வீண். மேலும் ஒவ்வொரு கோடை காலத்திலும், பெருமழை பெய்து தெருக்கள் பயங்கரமான சதுப்பு நிலங்களாக மாறிவிடும். லாகோஸ் போர்த்துகீசிய மொழியில் "ஏரிகள்" என்று அனைவருக்கும் நினைவுபடுத்தும். பல தசாப்தங்களாக நகரம் தனக்குத்தானே கேடு ஏற்படுத்திக் கொண்டுவிட்டது, வெளிநாட்டு பொதுப்பணித்துறை நிறுவனங்கள் மாநகராட்சிகளுடன் எந்த ஒப்பந்தத்தையும் செய்ய மறுக்கும் அளவிற்கு. நாடு கூட அந்தப் பகுதியைக் கைவிட்டு விட்டது.

ஐந்து ஆண்டுகளில் எந்த நைஜீரிய ஜனாதிபதியும் லாகோஸுக்குச் சென்றதில்லை.

சோகக் கதைகள், உகோ ஒரு நாளைக்கு ஒன்றைக் கேட்கிறான். இருக்கும் ஒரே குடிநீர் குழாயை அணுக, எக்ஸ்பிரஸ்வேயை நடந்தே கடக்கும் இளம்பெண்ணின் கதை. அவள் காரில் அடிபட்டு, அவள் உடலின் மேல் பத்து வாகனங்கள் நிற்காமல் ஏறிச் செல்லும் கதை. கால்-கை வலிப்பு நோயால் பாதிக்கப்பட்ட மனிதனின் கதை. வழிப்போக்கர்கள் அவனைத் தரையில் விட்டுச் செல்கிறார்கள். வலிப்பு நோயால் உடல் குலுங்கி, நுரை தள்ளி அவன் இறந்திருக்கலாம். மூன்று துணிகளைக் காப்பாற்றுவதற்காக ஒரு புல்டோசரின் கீழ் விழுந்த ஓஷிடி சேரியைச் சேர்ந்த ஒரு முதியவனின் கதை. இவற்றையெல்லாம் அவனது சமையல்காரி நருமா தன் கண்களால் நேரில் பார்த்ததாகச் சொன்னாள்.

நீங்கள் வலுவாக இருப்பதாக நினைத்தால், லாகோஸுக்கு வாருங்கள், நீங்களே பார்ப்பீர்கள்.

தூதுவர் தனது கண்ணாடியைக் கீழே வைத்துவிட்டு, ஊதா நிற பாரம்பரிய உடை அணிந்த உயரமான இளம் கறுப்புப் பெண்ணை வரவேற்று, உற்சாகமாக அவளை அணுகி முத்தமிடுகிறாள்.

“ஆ, எலன்! நான் ஃபேஷன் வீக் லாகோஸின் இயக்குநரைத் தேடுகிறேன், ஆனால் அவர் எங்கே இருப்பார் என்று எனக்குத் தெரியவில்லை...

“ஸ்வாஹிலா, உகோ தர்ஷினியை அறிமுகப்படுத்த அனுமதி யுங்கள். ஸ்வாஹிலா ஓடியாக்கா ஒரு வருடமாக லாகோஸில் எங்களின் கலாச்சார இணைப்பாளராக இருந்து வருகிறான்.”

அந்தப் பெண் சிரித்துக்கொண்டே, தூதர் நீட்டிய தளர்ந்த கையைக் குலுக்குகிறாள். அறையின் நுழைவாயிலில், ஃப்ளாஷ்கள் ஒளிருகின்றன. இரைச்சல் கேட்கிறது.

“ஓ, இது ஸ்லிம்பாய்!” கலாச்சார இணைப்பாளர் ஆச்சரியப் படுகிறான். அவன் விக்டோரியா தீவில் இரண்டு மணி நேரத்தில் ஒரு இசை நிகழ்ச்சியை நடத்துகிறான். எலன் உங்களுக்கு நிச்சயமாக ஸ்லிம்பாயைத் தெரியும்.

இல்லை, ஹெலனுக்குத் தெரியாது. கலாச்சார இணைப்பாளர் சிரித்துக்கொண்டே பாடுகிறாள்:

"'பணம் மதிப்புக்குரியது அல்ல...' ஆனால், எலன், நீங்கள் யூடியூப் பார்ப்பதே இல்லையா? அவன் மூன்று, நான்கு மாதங்களுக்கு முன்பு உள்ளூரில் புகழ் பெற்றிருந்தான், ஆனால், இப்போது, அவனே பைத்தியமாகிவிட்டான். அவனது பாடல் "யாபா கேர்ள்ஸ்" மூலம், அவன் சில வாரங்களில் ஒரு பில்லியன் பார்வையாளர்களைத் தாண்டினான். மூன்று ஆண்டுகளுக்கு முன்பு கொரியனைப் போல ஒரு ஊடக வெடிப்பு, உங்களுக்குத் தெரியுமா? இறுதியாக... ஸ்லிம்பாய்? இத்தாலியின் தூதர்?"

உகோ பணிவுடன் நிராகரிக்கிறார்:

"மன்னிக்கவும், கலாச்சார இணைப்பாளர் மேடம், நானும் அவனைப் பற்றி கேள்விப்பட்டதே இல்லை. எனக்கு, வெர்தி, புச்சினி, அல்லது பாலோ கோந்த்தே பற்றித்தான் தெரியும்."

இப்போது, ஸ்வாஹிலா தன் அறியாமையைக் கேலி செய்கிறாள் - சிறிய பழிவாங்கல்.

"'யாபா கேர்ள்ஸ்' மிகவும் ஹிப்-ஹாப்பான பாடல்களின் ரிதம், மேலும் ஆப்ரோ-பாப். ஃபேஷன் மாவட்டத்தில் உள்ள யாபாவில் கடை நடத்தி வந்த அவனின் தாயாருக்கு இது ஒரு அஞ்சலி."

சைகையால் அவர்களை அழைத்துச் செல்கிறாள்.

"அப்படியானால் என்னைப் பின்தொடருங்கள். போய் பார்ப்போம். அவன் செய்தியாளர் சந்திப்பு கூட்டம் ஒன்றை நடத்துகிறான். கடந்த மார்ச் மாதம் பாரிஸில் அவனது இசை நிகழ்ச்சி ஒன்றைத் தயாரிக்க அமைச்சகம் உதவியது."

இரண்டு தூதர்களும் கலாச்சாரத் தொடர்பாளரைப் பின்தொடர்கிறார்கள்: கச்சிதமான கூட்டத்தினூடாக, இசைக்கலைஞனையும் அவனது தோழியையும் நோக்கி, ரசிகர்கள், நிருபர்களின் கூச்சல்களிடையே அவள் உற்சாகமாகச் செல்கிறாள்.

"ஸ்லிம்பாய்!" ஸ்லிம்பாய்! போட்டோ எடுப்பதற்காக! சுவோமிக்கு முத்தம் கொடு!"

ஆப்பிரிக்க பாப் பேரரசன், புகைப்படக் கலைஞர்களுக்குக் கீழ்ப்படிந்து, இளம் நடிகையை மண்டியிட்டு, ஃப்ளாஷ்களின்

வெளிச்சத்தில் முத்தமிடுகிறான், தன் வருங்கால மனைவி மிகவும் குள்ளமாக இருப்பதால். அவர்கள் இவ்வாறு நீண்ட நேரம் பணிவுடனும், மனநிறைவுடனும் போஸ் கொடுக்கிறார்கள். ஒருவேளை மகிழ்ச்சி என்பது இதுதானோ!

ஸ்லிம்பாய் என்று அழைக்கப்படும் ஃபெமி அகமது கடுனா இன்னும் அதிலிருந்து மாறவே இல்லை. மூன்று மாதங்களுக்கு முன்பு, ஹூஸ்டனின் புறநகர்ப் பகுதியில் உள்ள வெஸ்ட்சேஸுக்கு, லண்டனுக்கு தெற்கே உள்ள பெக்காமில் உள்ள லிட்டில் லாகோஸ் வரைதான் அவன் புகழ் இருந்தது. மேலும் அவன் தனது சொந்த முயற்சியில் வழிபாட்டுப் பாட்டுகளைப் பாடினான். பாரிஸிலும் நியூயார்க்கிலும் நடந்த எந்தவொரு நிகழ்ச்சியும் இதுபோன்ற வெற்றியைப் பெறவில்லை.

பாரிஸ்-நியூயார்க் விமானப் பயணத்தின் கடைசி மணிநேரத்தில், அவன் அங்கு இறக்கப்போகிறான் என்று எண்ணி, வாந்தி பைகளை அதிகமாகப் பயன்படுத்திய பிறகு, ஸ்லிம்பாய்க்கு, "யாபா கேர்ள்ஸ்" பற்றிய திட்டம் உண்டானது. சின்ன வயசுல அக்கம் பக்கத்தில், பொண்ணுங்களோட பற்றுதலை எளிய வார்த்தைகளில் சொல்லும் "ஊசியும் கத்தரிக்காயும்" என்ற பாடல், சந்தையில் நெக்லஸ் விற்று, தனக்காக வேண்டிக்கொண்ட தன் தாய்க்கு குட்டி ஃபெமியின் நன்றியைப் பாடும் பாடல், ஒவ்வொரு நாளும் யார் இறந்தாலும் அவருக்காக ஒரு இனிமையான, அற்புதமான, மெல்லிசை பாடலாக இருக்கும்.

லாகோஸுக்குத் திரும்பும் விமானத்தில், தனது இசை வீடியோவில் மோட்டார்சைக்கிள்கள், வேகப் படகுகள், அழகிய அரை நிர்வாண பெண்கள் கடற்கரையில் நடனமாடுவது, பளபளப்பான வில்லாவில் படுக்கையில் அவனுடன் கொஞ்சுவது போன்றவற்றைக் காட்டக் கூடாது என்று முடிவு செய்தான். தங்கச் சங்கிலிகளை அணிந்துகொண்டு, சிரித்துக்கொண்டே தன் டாலர்களை எண்ணிக்கொண்டிருப்பதும் இருக்காது. எல்லோரும் அதைத்தான் செய்கிறார்கள். அவனுக்கு வேறு ஏதாவது வேண்டும். எனவே சாதாரண மக்கள், சோர்வான தொழிலாளர்கள், கடைக் காரர்கள், தையல்காரர்கள், இஸ்திரி செய்பவர்கள், சிரித்து நடன மாடும் சாதாரண மனிதர்களின் கண்ணியத்தை நிறத்தின் புள்ளி களாகவும், டச்சு மெழுகு துணியின் கீற்றுகளாகவும் திரையில்

காட்டுவோம். ஸ்லிம்பாய், அழுக்கடைந்த தெருக்களில் வெள்ளை உடையணிந்து, ஆங்கிலம், யோருபா மொழிகளில் பாடி, ஒருவனை வாழ்த்துவான், பின்னர் மற்றொருவன், மரியாதையான பணிவுடன், மகிழ்ச்சியான குழந்தைப் பருவத்தில் இருந்ததைப் போல. ஸ்லிம்பாய், ஆப்பிரிக்கன் ராப் அதிர்வின் குறியீடுகளை உடைப்பான். மற்றும் உள்ள இசைக் குறியீடுகளையும் தவிர்ப்பான். மேலும் மெல்லிசைக்கு மேலே, ஒரு சாக்ஸபோனிஸ்ட் எதிர்-மெல்லிசையை ஆதரித்து மெதுவாக இசைப்பான். ஸ்லிம்பாய் ஒரு இசைக்கலைஞனைக் கூட கண்டுபிடித்தான். அவன் சில முடிகளை மட்டும் கொண்ட, ஒல்லியான, வயதான வெள்ளை மனிதன். சில சமயங்களில் கனடாவின் ராக் பாடகரான டிரேக்குடன் பாடிய கியூபெக் கலைஞன். அவன் புதிய உலகத்தை இணைக்கும் ஒரு பழைய உலகமாக அடையாளப்படுத்துவான்.

அவர்கள் இரண்டு நாட்களில் யாபாவின் தெருக்களில் வீடியோ படங்களை எடுத்தனர். உடனடியாக அதை ஆன்லைனில் வெளி யிட்டனர். பாடல் உலகம் முழுவதும் சென்றது. ஃபிராங்க்ஸின் தயாரிப்பு உட்பட யாபா கேர்ள்ஸின் நான்கு ரீமிக்ஸ்கள் ஏற்கனவே உள்ளன. ஸ்லிம்பாய் கோச்செல்லா ஃபெஸ்டிவலின் எதிர் பாராத விருந்தினராக இருந்தான். அவன் பியோனஸுடன் இணைந்து பாடினான். எமினெமுடன் டூயட் பாடினான். ஒப்ராவின் நிகழ்ச்சியின் விருந்தினராக அழைக்கப்பட்டான். ஆம், மகிழ்ச்சி ஒருவேளை அதுதானோ.

மே மாதம் இங்கிலாந்து சுற்றுப்பயணத்திலிருந்து திரும்பிய உடன், ஒரு மஞ்சள் நிற லம்போர்கினி காரை வாங்கினான். மேலும் எக்கோ அட்லாண்டிக் கோபுரத்தின் மேல்தளத்தில் ஒரு பிரம்மாண்டமான அடுக்குமாடி குடியிருப்பை வாங்குவதற்கு ஏற்பாடு செய்தான். அதன் கட்டுமான பணி இன்னும் துவங்கப் படவில்லை. இயற்கையைக் காலவரையின்றி விரட்ட முடியாது. எப்படியிருந்தாலும், இளம் நைஜீரியர்கள் அதைத்தான் விரும்பு கிறார்கள். அவர்கள் கனவுகளை விற்க விரும்புகிறார்கள். ரேஸ் காரில் ஷாம்பெயின் குடிக்க விரும்புகிறார்கள். கடற்கரையைப் பார்த்தபடி இருக்கும் பென்ட்ஹவுஸில் பொழுதைக் கழிக்க விரும்புகிறார்கள். ஒவ்வொரு நாள் காலையிலும் ஒரு பழைய வீட்டில் கைவிடப்பட்ட டயர்களுக்கும், செத்த எலிகளுக்கும்

மத்தியில் கண்விழித்தாலும் பரவாயில்லை என்று சொல்ல விரும்புகிறார்கள். செல்வமும் புகழும் வீதியின் முனையில் இருக்கின்றன. ஆம் சரி, ஒரு மில்லியன் ஒருவருக்குக் கிடைக்க லாம், ஆனால், அவர்கள் என்ன செய்யப்போகிறார்கள்? ஏனென் றால் அது அவர்களுக்குத் தேவையானது.

ஸ்லிம்பாய் நிற்கும் மேடையை இரண்டு தூதர்களும் கலாச்சார இணைப்பாளரும் நெருங்கிவிட்டனர். அவர்களுக்குக் கேள்விகள் சரியாகக் காதில் விழவில்லை. ஆனால், மைக்கின் முன்னால் பாடகன் யோசித்துயோசித்து பதிலளிப்பது போல் தெரிகிறது:

“லாகோஸ், நைஜீரியாவிற்கு எகோ அட்லாண்டிக் ஒரு சிறந்த வாய்ப்பாக இருக்கும் என்றும், ஆப்பிரிக்காவில் மிகவும் லட்சியமான நகரத்தை நிர்மாணிப்பதன் மூலம் சுற்றி வாழும் அனைத்து மக்களும் பயனடைவார்கள் என்றும் நான் நம்புகிறேன்.”

பிரெஞ்சு தூதர் தலையசைத்து, பெருமூச்சு விடுகிறாள்: இந்த அபத்தமான சிறு துளிகளாகப் பரவும் கோட்பாடு இன்னும் பிரகாசமான எதிர்காலத்தைக் கொண்டுள்ளது. அவள் தர்ஷினியிடம் திரும்புகிறாள்.

“சொல்லுங்கள், உகோ, கட்டடங்கள் மேல் கட்டடங்களாகக் கட்டிய பிறகு, அவற்றுள் நம்மைத் திணித்து திறப்பு விழா நடத்தும் இந்தப் பயங்கரத்தைப் பற்றி உண்மையில் நீங்கள் என்ன நினைக்கிறீர்கள்?”

இத்தாலிய தூதர் வாயைத் திறந்தான்: “ஆம், ஈகோ அட்லாண்டிக் கடலில் இருந்து கைப்பற்றப்பட்ட இந்தச் செயற்கை தீவு ஒரு அருவருப்பானது. இது இன்னும் ஒரு பெரிய தரிசு நிலமாக மட்டுமே உள்ளது, ஆனால் லாகோஸின் இரண்டு இலட்சம் உயர் பணக்காரர்கள் அதன் மின்னும் வானளாவிய கட்டடங்களில் தஞ்சம் அடைவார்கள். ஆயுதமேந்திய காவலர்களால் பாதுகாக்கப் பட்ட பாலங்களால் பெருநகரங்களின் வன்முறையிலிருந்து பாது காக்கப்படுவார்கள். இந்த வலுவூட்டப்பட்ட கோட்டையில், மின் உற்பத்தி நிலையம், கழிவுநீர் சுத்திகரிப்பு நிலையம், உணவகங்கள், அரண்மனைகள், நீச்சல் குளங்கள், படகுகளை நிறுத்தி வைப்பதற்காக மெரினா... இவை அனைத்தும் இருக்கும்.”

“ஆப்பிரிக்க துபாய் என்று அவர்கள் சொல்வதுபோல்,” எலன் ஷரியர் மீண்டும் தொடங்குகிறாள். “உயரும் கடல்மட்டத்தை உத்தேசித்து அவர்கள் அதை பல மீட்டர்கள் உயர்த்தினர். இந்த ஆடம்பரக் கட்டடங்களின் உச்சியில் இருந்து, லாகோஸ், அதன் நாற்பது மில்லியன் மக்கள் நீரில் மூழ்குவதைக் காண்போம். குராமோ கடற்கரையில் இருந்து மாகோகோவின் சேரி வரை, இந்தத் திறந்த சாக்கடை... மன்னிக்கவும், உகோ, நான் அதை பயங்கரமாக உணர்கிறேன். மோசமானது என்ன என்று தெரியுமா? இதுதான் நாளைய உலகம். துண்டை எறிந்துவிட்டோம், அதிலிருந்து அவரவர் வழியில் தப்பிக்க முயற்சிக்கிறோம். ஆனால் யாரும் காப்பாற்றப்பட மாட்டார்கள். நாகரிகத்திலிருந்து விலகிச் செல்வது லாகோஸ் அல்ல, நாம் அனைவரும்தான், எல்லா இடங்களிலும், லாகோஸை நெருங்கி வருகிறோம்.

“நீ மிகைப்படுத்திக் கூறுகிறாய், எலன்.”

“அதைத்தான் நானும் விரும்புகிறேன், உகோ.”

பத்திரிகையாளர் சந்திப்பு அறையில் திடீரென சத்தம் குறைந்தது. ஒரு நிருபர் ஸ்லிம்பாயிடம் ஒரு கேள்வி கேட்டான்.

“பஞ்ச் பத்திரிகையிலிருந்து நிருபர் எஸெ ஒனியெதிக்கா, ஸ்லிம்பாய், டாக்டர் ஃபேக்குடன் நீங்கள் ஒரு புதிய பாடலைப் பாடப் போகிறீர்கள் என்று சொல்கிறார்களே? இது ஓரினச் சேர்க்கைக்கு ஆதரவான பாடலா? நீங்கள் ஓரினச்சேர்க்கையாளரா?”

ஒரு மௌனம் செங்கலைப் போல் திடமாகத் தேங்கி நிற்கிறது. ஆப்பிரிக்கா முழுவதுமே ஓரினச்சேர்க்கையாளர்களுக்கு நரகம் என்றால், நைஜீரியா அதன் ஒன்பதாவது வட்டம். பதினான்கு ஆண்டுகள் சிறை தண்டனை என்று அச்சுறுத்தும் சட்டம் உள்ளது. அவர்களை வேட்டையாடி பணம் பறிக்கும் காவல்துறை உள்ளது. அருவருப்பும் வெறுப்பும் அவர்களை நிராகரிக்கும் ஒட்டுமொத்த மக்களும் உள்ளனர். வதந்திகளால் தெற்கில் பிஷப்கள், சுவிசேஷ பாதிரியார்களும், வடக்கில் ஷரியாவைப் பயன்படுத்தும் முஸ்லிம்களும் எதிர்க்கிறார்கள்.,. இளைஞர்கள் தாக்கப்படாமல், அடித்துக் கொலை செய்யப்படாமல் ஒரு நாளும் கழிந்தது இல்லை. ஒரு பாடகர், நடிகர், விளையாட்டு வீரர் ஓரினச்சேர்க்கையாளர்களாக இல்லை என்று கதறி தன்னைத்

தற்காத்துக்கொள்ள வேண்டிய கட்டாயம் ஒரு நாளும் இல்லை. எனவே ஆம், மூன்று மாதங்களுக்கு முன்பு, மிகவும் நல்லவனாக மாறிவிட்ட டாக்டர் ஃபேக், ஆண்களுக்கான தனது ரசனையைக் காட்டத் துணியாமல், மிகவும் தீங்கற்ற, அதே சமயம் தெளிவற்ற பாடல் 'நீ நீயாக இரு' என்ற தனது ஹிட்டான பாடல் மூலம் தடையை உடைத்தார்.

"நிறைய கேள்விகள்," ஸ்லிம்பாய் பதிலளிக்கிறான். ஆம், நான் டாக்டர் ஃபேக்குடன் ஒரு பாடலைப் பாடப் போகிறேன், அது 'உண்மை மனிதர்களே உண்மையைச் சொல்லுங்கள்' என்ற பாடல். ஆனால் "ஓரினச்சேர்க்கைக்கு ஆதரவாக" என்ற பாடலில் எந்த அர்த்தமும் இல்லை. "நான் என் நாலிவுட் கேர்ள்" என்ற பாடலைப் பாடும்போது, அது காதலைப் பற்றிய பாடல். நுணுக்கம் புரிகிறதா? தவிர, என்னிடம் ஒரு செய்தி உள்ளது: சில நிமிடங்களுக்கு முன்புதான் நான் லண்டனில் எல்டன் ஜானுடன் மிக விரைவில் பாடல் பதிவு செய்யப்போகிறேன் என்பதை அறிந்தேன். அவரது ஜெட் விமானம் நாளை மறுநாள் என்னை அழைத்துச் செல்ல வருகிறது.

பத்திரிகையாளர் வலியுறுத்துகிறார்:

"ஆனால் நீங்கள் ஓரினசேர்க்கையாளரா, ஸ்லிம்பாய்?"

"நாம் சந்திக்கலாமா?"

பத்திரிகையாளர்கள் சிரிக்கிறார்கள், ஸ்லிம்பாய் தனது அஸ்திரத்தை வீசுகிறான்:

"நீ ஏன் சுவோமியிடம் அந்தக் கேள்வியைக் கேட்கக் கூடாது?"

இளம் பெண் பணிவுடன் புன்னகைக்கிறாள், உடனடியாக ஸ்லிம்பாயின் வாயில் முத்தமிடுகிறாள், அபத்தமாகவும் ஆவேச மாகவும். பத்திரிகையாளர்களின் கைதட்டலில், முத்தம் முடிவிற்கு வருகிறது. ஸ்லிம்பாய் துணிச்சலுடன் அதற்கு முற்றுப்புள்ளி வைத்து மேலும் கூறுகிறான்:

"ஆனால், ஒரு பாதிரியார் ஒரு பிரசங்கத்தில் பதினாறு வயது சிறுவர்கள் இருவர் முத்தமிட்டுக்கொண்டதற்காகக் கண்டித்ததால், ஒரு கிராம மக்கள் அந்த இருவரையும் கல்லெறிந்து கொன்றார்கள் என்பதை நான் படித்தபோது, நம் நாடு அவ்வாறு இல்லாமல்

கண்டிப்பாக மாற வேண்டும் என்று உறுதியாகக் கூறுகிறேன். சுவோமிக்கும் எனக்கும் இந்த விஷயத்தில் முழு உடன்பாடு உள்ளது. நீங்கள் விருப்பமில்லாத யாரையும் கட்டாயப்படுத்தி சம்மதிக்கவைக்க முடியாது. அதற்கு சகிப்புத்தன்மை வேண்டும், அன்பு வேண்டும். மற்றவர்களைக் காயப்படுத்துவதன் மூலம் நாம் மகிழ்ச்சியாக இருப்போம் என்று எப்படி நம்புவது?"

ஒரே கூச்சலும் குழப்பமாக இருந்தது. மேலும் கேள்விகள் உள்ளன. ஸ்லிம்பாய் கவலையுடன் இருந்த தனது மேலாளரைத் திரும்பிப் பார்க்கிறான். அவன் செய்தியாளர் சந்திப்பை முடித்துக் கொள்ள முயற்சிக்கிறான். இருப்பினும், பாடகன் தன்னைக் கேட்டுக்கொண்டால், பதினைந்து வயதில் தனது முதல் காதலன் டாம் தலைவிதியை விவரிப்பான், டாம் கட்டவிழ்த்துவிடப்பட்ட கூட்டத்தால் அவனுக்கு முன்னாலேயே அவன் உயிருடன் எரிக்கப்பட்டான். மேலும் இரவில் வெறுங்காலுடன் பயத்துடன், முகத்தில் இரத்தம் வழிய ஓடினான். இபாடானில் அவனது இன விரோதக் கூட்டத்தால் பின்தொடரப்பட்டு. தொடர்ந்து அவனது சந்திப்புகள் மிகவும் ஆபத்தானவை, மிகக் குறுகியவை. மேலும் நைஜீரியாவிலும் ஆப்பிரிக்காவின் பிற இடங்களிலும் ஓரினச்சேர்க்கையாளர்கள் துயரத்துடன் தப்பியோடி, வெள்ளையர்களின் இந்தக் குளிர் நாடுகளில் தஞ்சம் அடைந்தார்கள். அங்கேயாவது, எல்லாவற்றையும் மீறி அவர்களுக்கு சுவாசிக்கும் உரிமை உண்டு. டாக்டர் ஃபேபேக்குடன், "உண்மை மனிதர்களே உண்மையைச் சொல்லுங்கள்" என்று பாடுவான். ஆனால் என்ன ஒரு முரண்பாடு, என்ன ஒரு பொய், என்ன ஒரு துரோகம்! லாகோஸில் தொடர்ந்து வாழ்வதற்கு, தனக்கென வேறொரு இருப்பைக் கண்டுபிடிக்க வேண்டும் என்பதை ஸ்லிம்பாய் அறிவான். அவன் நாலி வுட்டின் வளர்ந்து வரும் நட்சத்திரமான சுவோமியுடன் இந்த ஒப்பந்தத்தை மேற்கொள்ளும் வரை. ஆனால், ஆண்களைவிட பெண்களையே அழகான சுவோமி மிகவும் நேசிக்கிறாள்.

திடீரென்று, எலன் ஷரியர், கருமையான உடையில் ஒரு உயரமான கறுப்பின மனிதனைக் கவனிக்கிறாள். அவன் இளம் பாடகனைக் ரசிப்பதற்காக, புத்திசாலித்தனமாகப் பக்கத்தில்

நிற்கிறான். அவள் இத்தாலிய தூதரிடம் திரும்பி அவனை நோக்கி தலையசைக்கிறாள்:

"உகோ, செல்போனில் டைப் செய்துகொண்டும், படம் எடுத்துக்கொண்டும் இருக்கும் பையனைப் பார்க்கிறாயா? நான் உனக்கு பிரிட்டிஷ் வர்த்தக இணைப்பாளரை அறிமுகம் செய்கிறேன். ஜான் கிரே. அதுதான் அவனது உண்மையான பெயர் என்று நான் பந்தயம் கட்ட மாட்டேன். ஆனால், அவன் பிரிட்டிஷ் சேவையில் வேலை செய்கிறான் என்று நான் உறுதியாக நம்புகிறேன். மேலும் அவன் தனியாக இல்லை. தூதரகப் பாதுகாப்புப் பணியாளர்களில் இன்னும் இருவர் உள்ளனர். மிக முக்கியமாக, நான் பார்த்திராத மற்றொரு அரை டஜன் வித்தியாசமான தோழர்கள். அவர்கள் அனைவரும் ஒரே துறையைச் சேர்ந்தவர்கள், நான் உனக்குச் சொல்கிறேன்."

"உனக்கு கண்பார்வை நன்றாக இருக்கிறது, எலன். நீயும் பிரெஞ்சு சேவையில் இருக்கிறாய் இல்லையா?"

"இல்லை, உகோ, நிச்சயமாக இல்லை. ஆதாரம் என்னவென்றால், அதில் இருந்தால், இல்லை என்று சொல்வேன் என்று நீ கற்பனை செய்யலாம்.

"நிச்சயமாக. ஓ, எலன், ரஷ்யாவில் ஒரு பணியில் இருந்த அமெரிக்க உளவாளியின் கதை உனக்குத் தெரியுமா - அது நம்மை இளமையாக்காது - யார் தன்னைத் தானே கண்டிக்க விரும்புகிறார்கள்? அவன் லுபியங்காவுக்குச் செல்கிறான்."

"எங்கே?"

"லுபியங்கா... மாஸ்கோவில் உள்ள உளவுத் துறை தலைமையகம்... எப்படியிருந்தாலும், அவன், சொல்கிறான், 'நான் ஒரு உளவாளி, நான் சரணடைய விரும்புகிறேன்.'

"நீ யாருக்காக வேலை செய்கிறாய்? என்று வரவேற்பறையில் இருந்தவன் கேட்கிறான்.

"அமெரிக்காவிற்காக."

"சரி, அலுவலக அறை 2க்கு போ."

அமெரிக்க உளவாளி அலுவலக அறை 2க்குச் சென்று, "நான் ஒரு அமெரிக்க உளவாளி, நான் சரணடைய விரும்புகிறேன்," என்றான்.

"நீ ஆயுதம் ஏந்தியிருக்கிறாயா?"

"ஆம், நான் ஆயுதம் ஏந்தியிருக்கிறேன்."

"அலுவலக அறை 3க்குச் செல். அவன் அலுவலக அறை 3 க்குச் சென்று கூறுகிறான்:

"நான் ஒரு அமெரிக்க உளவாளி, நான் ஆயுதம் ஏந்தியிருக்கிறேன், நான் சரணடைய விரும்புகிறேன்."

"நீ பணியில் இருக்கிறாயா?"

"ஆம், நான் பணியில்தான் இருக்கிறேன்," என்ற சொல்லியபடி அமெரிக்கன் எரிச்சலடையத் தொடங்குகிறான்.

"அப்படியானால், அலுவலக அறை 4க்கு போ" அவன் அலுவலக அறை 4க்குச் சென்று கூறுகிறான்:

"நான் ஒரு அமெரிக்க உளவாளி, நான் ஆயுதம் ஏந்தியிருக்கிறேன், நான் பணியில் இருக்கிறேன், நான் சரணடைய விரும்புகிறேன்!"

"நீ உண்மையிலேயே பணியில் இருக்கிறாயா?"

"ஆம்."

"அப்படியானால் உன் மோசமான பணியை நிறைவேற்று! இங்கே வேலை செய்பவர்களை நிம்மதியாக விடு!"

உகோ தனது சொந்த நகைச்சுவையைப் பார்த்து தனக்குத் தானே சிரிக்கிறான்.

"அவள் மிகவும் நல்லவள்," அவளை அறிந்திருந்த எலன் அதை ஒப்புக்கொள்கிறாள், ஏனென்றால் பிரெஞ்சு எதிர் உளவுத் துறையின் தலைமையகமான "நீச்சல் குளத்தில்" அவளைப் பற்றி பேசப்பட்டது. லாகோஸில் தூதராக நியமிக்கப்படுவதற்கு முன்பு, கென்யா, தென்னாப்பிரிக்காவில் உள்நாட்டுப் பாதுகாப்பு இயக்குநரகத்தின் கண்களாகச் செயல்பட்டாள்.

மக்கள் கூட்டம் ஒரு அடிகூட நகரவில்லை, அவர்களின் கண்கள் ஸ்லிம்பாய் மேலேயே நிலைகுத்தி நின்றன.

"அவர்கள் இங்கே என்ன செய்கிறார்கள் என்பது தெரியாது. உளவுத்துறை ஆப்ரோ-ராப், ஆர்&பியில் எப்போதிலிருந்து அக்கறை காட்டி வருகிறது என்பதையும் எங்களுக்குத் தெரிவிக்கப்படவில்லை."

# அத்ரியனும் மெரிதித்தும்

**வியாழன், ஜூன் 24, 2021**

**ஃபைன் ஹால், பிரின்ஸ்டன் பல்கலைக்கழகம், நியூ ஜெர்சி**

பிரின்ஸ்டனின் கணிதத் துறையின் முன், ஏற்கனவே பழமையான ஆனால் நவீனத்துவத்துடன் கூடிய கண்ணாடிகளும், சிவப்பு செங்கற்களாலும் ஆன நேர்த்தியான கட்டடத்தின் முன், மாணவர்கள் மேசைகளை அமைத்து, கூம்பு வடிவிலான ஒரு வெள்ளை கூடாரத்தை நிறுவி, இறைச்சிகளை வாட்டத் துவங்கினர். தனிசாகியின் ஃபீல்ட்ஸ் பதக்கம் இறைச்சியுடன் கொண்டாடப்படுகிறது, மேலும் நிகழ்தகவுவாதியான அத்ரியன் மில்லர் தனது சக ஊழியரான மெரிதித் ஹார்ப்பரை இறுக்க மான புன்னகையுடன் பார்க்கிறான் என்பதை உணர்ந்தான். இது முட்டாள்தனமான உணர்வுடன் மாறிமாறி வருகிறது. அத்ரியன் மெரிதித்தை முதன்முதலில் பார்த்தபோது, அவள் அழகற்ற வளாகத் தெரிந்தாள். அத்தகைய எண்ணம் சட்டென்று அவனுக்கு வந்தது. சிறந்த ஆசிரியர்கள் அதை அவனுக்கு உறுதிப்படுத்தியிருப்பார்கள். பிரிட்டிஷ் இடவியல் நிபுணனின் வருகையிலிருந்து இரண்டு மாதங்கள் கடந்துவிட்டன, இப்போது மெரிதித், அவளது மெல்லிய கால்கள், மிகவும் மந்தமான பழுப்பு நிற முடி, அவளது நீண்ட மூக்கு, அவளது மிகவும் கருமையான கண்கள் இப்படியாக எப்போதும் தொலைவில் இருக்கும் மெரிதித் அவனை ஏதோ ஒரு வகையில் முறையில் ஈர்க்கிறாள்.

அவளை அணுகுவதற்கான தைரியத்தை வரவழைக்க, அத்ரியன் ஒரு பீர் குடித்தான். பின்னர் மற்றொன்று. வெறும் வயிற்றில் இருப்பதாகத் தன்னைத் தானே ஏமாற்றிக்கொள் கிறான். மெரிதித் ஒருமுறை அவன், ரியான் கோஸ்லிங்கின்

உடலமைப்பைக் கொண்டிருப்பவனாகவும் கொஞ்சம் வழுக்கைத் தலையுடன் இருப்பதாகவும் கூறினாள். ஆனால், இப்போது அவன் ஒரு குடிகாரனைப் போல் இருக்கிறான். தனது வெற்றிக்கான வாய்ப்புகளை 27% என மதிப்பிடுகிறான். அவன் மது அருந்தாமல் இருந்திருந்தால் அது 40%ஐ எட்டியிருக்கலாம். ஆனால் இன்னொரு வகையில் பார்த்தால் குடிப்பழக்கம் துன்பத்தை 60% குறைக்கலாம். பல வாய்ப்புகள் இருப்பதால், குடிபோதையிலேயே இருக்கலாம் என்று நிகழ்தகவுவாதி முடிவு செய்தான்.

அத்ரியன் தன் வாழ்க்கையின் பெரும்பகுதியை எது நடந்தாலும் நடக்கட்டும் என்ற மனப்பக்குவத்துடனும் எப்போதாவது பாக், பீச் பாய்ஸ் பாடல்களைக் கேட்பதிலும் கழித்தான். அவனுக்கென்று குடும்பமும் இல்லை, குழந்தைகுட்டியும் இல்லை. மெரிதித் மிக நீண்ட காலத்திற்குப் பிறகு அவனுக்கு ஏற்பட்ட முதல் காதல் உணர்ச்சியாகும். இந்த நேரத்தில், அவன் ஒரு குறிப்பிட்ட அழுத்தத்துடன் தனக்குத் தானே எப்போதும் கூறிகொள்வான்: அவள் ஒரு பெரிய அகாசியா மரத்தின் கீழ் தனியாக இருக்கிறாள், நீண்ட கறுப்பு பருத்தி ஆடையில் அழகாக இருக்கிறாள். அவன் கிட்டத்தட்ட நேரடியாகவே அவளிடம் பேச முயற்சிக்கிறான்.

"நான் குடிபோதையில் இருந்தேன்," என்று அவன் உடனடியாகக் கூறினான்.

"நான் ஒப்புக்கொள்கிறேன்," என்று மெரிதித் பதிலளித்தாள், அவனுடைய நடவடிக்கை நிச்சயமற்றது என்று நினைத்தபடியே.

"மேலும் என்மேல் பீர் நாற்றமடிக்கிறது, மன்னிக்கவும்."

"நான் உன்னிடம் அப்படிச் சொல்ல முடியாது, அத்ரியன், ஏனென்றால் நானும்தான்."

அவள் கையில் வைத்திருக்கும் வெற்று பாட்டிலைக் காட்டி, அவன் பக்கமாய் சாய்ந்து, அவன் மூக்கில் சூடான மூச்சை விடுகிறாள்.

"முகர்ந்து பார், அத்ரியன், இது எரிச்சலான சலிப்பின் வாசனை."

ஏனெனில் மெரிதித்திற்கு பிரின்ஸ்டன் சலித்துவிட்டது. லண்டன்வாசிக்கு இந்த மாகாண நகரத்தைப் பிடிக்கவில்லை.

அங்கு ஜப்பானிய உணவகம் - "வெகு நேரம்" திறந்திருக்கும். ஒன்பதரை மணியிலிருந்து விளக்குகளை ஒளிரச் செய்து, அது மூடப்படப் போகிறது என்பதைத் தெரிவிக்கும். இந்த வளாகம் ஹாக்வார்ட்ஸ் என்ற பழைய கட்டடத்தையும் அதன் நிலவறை களுடன் ஒத்திருக்கிறது. அதன் பத்தொன்பதாம் நூற்றாண்டின் இடைக்கால மணிக்கூண்டுகள், ஜூபிடர் தொடையிலிருந்து நேராக வெளியே வந்ததாக நம்பும் இந்த மாணவர்களுடன் அவள் பழகவில்லை. மேலும் அவர்களின் பெற்றோர்கள் அறுப தாயிரம் டாலர்கள் கல்விக் கட்டணமாகச் செலுத்தியுள்ளனர் என்ற சாக்குப்போக்குடன், தொடர்ந்து அற்பமான கேள்விகளை அனுப்புகிறார்கள். க்ரோமோவின் தேற்றம், அவர்கள் உடனடி பதிலைக் கோரும் கேள்விகள், அதேசமயம், அவர்கள் செய்ய வேண்டியதெல்லாம், சம்பந்தப்பட்ட பதிவை விக்கிபீடியாவில் கலந்தாலோசிப்பதுதான். அழகாக இருக்கும் தன்னை இழிவாகப் பார்க்கும் இந்த ஆசிரியர்களை அவள் வெறுக்கிறாள். அவள் சொந்த பல்கலைக்கழகமான செயின்ட் ஆண்ட்ரூஸுடன் பிரின்ஸ்டனை ஒப்பிட முடியாது. அத்ரியன் அப்படியல்ல, சற்று பார்க்கும்படியாக அவன் இருந்திருந்தால், அவள் விரும்புகிறாள் என்பதை அவன் வெகு காலத்திற்கு முன்பே உணர்ந்திருப்பான். ஒரு நிகழ்தகவுவாதியான அவன் கனவு காண்பவன். அவன் ஒரு விளையாட்டு கோட்பாட்டாளரைப் போல் நீண்ட முடியை வைத்திருந்தாலும், ஒரு தர்க்கவாதியைப் போல் சிறிய மூக்குக் கண்ணாடி, பொத்தல்கள் நிறைந்த டி-ஷர்ட்களை அணிந்திருந் தாலும், அவனை ஒரு கணித அறிஞரைப் போல் தோன்ற வைக்கும் பச்சை நிறக் கண்கள் கொண்டவன். அவன் தற்போது அணிந்திருக்கும் சட்டை கசங்கியும் அசிங்கமாகவும் உள்ளது. அவன் புத்திசாலி என்று அவள் யூகிக்கிறாள். அவன் ஒரு மோசமானவன் என்றால் நீண்ட காலத்திற்கு முன்பே நிதித் துறைக்குச் சென்றிருப்பான். புத்திசாலித்தனமான, ஆனால், கூச்ச சுபாவமுள்ளவன். அவன் முணுமுணுக்கும்போது, புத்தி சாலித்தனமாகவும் கூச்சசுபாவமுள்ளவனாகவும் தெரிகிறான்.

"மெரிதித், நான் உன்னிடம் ஒன்று கேட்க விரும்பினேன்... ஓ... நீ நன்றாகக் கணிதவியலைப் புரிந்துகொள்கிறாய்..." என்று அவன் முணுமுணுக்கும்போது, அவள் இடைமறிக்கிறாள்:

"இல்லை, அத்ரியன், இல்லை. நான் உண்மையில் அதிக போதையில் இருக்கிறேன். ஸ்டான்போர்டில் உள்ள தனிசாகியும் அந்த மாச்சோ ப்ரென்னரும் இடவியல்-இயற்கணித வடிவியல், இடைமுகம் பற்றிய பாடங்களில் விருதுகள் பெற்றதைக் கண்டு நான் மகிழ்ச்சியடைகிறேன். அடிப்படையில் நான் படிக்கும் துறையில் அவர்கள் எழுதிய அனைத்துக் கட்டுரைகளையும் நான் சொந்தமாக எழுதிய கட்டுரைகளையும் சேர்த்துப்பார்க்கிறேன். இது தவிர, நான் டிரெண்டனில் ஒரு பாழடைந்த பங்களாவில் வசிக்கிறேன், அங்கு தண்ணீர் ஒருநாள் குளிர்ச்சியாகவும், அடுத்த நாள் வெதுவெதுப்பாகவும் இருக்கும். எனது டொயோட்டா ஹைப்ரிட் கார் ஆறு நாட்களாகப் பழுதாக இருக்கிறது, பேட்டரி பழுதுபோல் தெரிகிறது, நான் என் வாழ்க்கை துணைவனைப் பிரிந்துவிட்டேன். - அப்படி ஒரு வருடத்திற்கு முன்பு நான் நினைத்தேன். நான் யாருடனோ பழகி நான்கு மாதங்கள் ஆகி விட்டன. நாம் ஜூன் மாத இறுதியில் இருக்கிறோமா? இல்லை, ஆறு. ஆறு மாதங்கள்... அதுவும் பயங்கரமானதாக இல்லை. அத்ரியன், நீ எப்படி இருக்கிறாய்? வீடு, கார், செக்ஸ்?

உரையாடல் தொடர்கிறது: அவள், அவனைப் பற்றி ஒரு ஆச்சரியமான முடிவை எடுக்கிறாள்.

"ஓ... என் கார் பழுதாகவில்லை. என்னிடம் வெந்நீர் இருக்கிறது. நான்..."

"அப்படியென்றால், சோகமான ஒரு ஜந்துவைப் போல நீ ஏன் எப்போதும் காணப்படுகிறாய்? இந்த பீரை முடித்துவிட்டு இன்னொன்று குடிப்பேன் என்று நினைக்கிறேன்."

"நீ கோமா நிலைக்கு வேகமாகச் செல்ல விரும்பினால், மெரிதித், பின்னால் உள்ள அலமாரியில் டெக்யுலா சாராயம் உள்ளது."

"அருமையான யோசனை."

மெரிதித் தனது பாட்டிலைக் கீழே வைத்துவிட்டு, புல் வெளியின் குறுக்கே லாபியின் கதவை நோக்கிச் செல்கிறாள். அதை அவள் அடித்துத் திறந்தாள். அத்ரியன் அவளைப் பின் தொடர்கிறான், கொஞ்சம் கவலையுடன். அவள் விறுவிறுவென்று

படிக்கட்டுகளில் ஏறும்போது அவளைப் பார்ப்பதைத் தவிர்க்கிறான். அவள் அறையின் கதவுக்கு முன்னால் நின்று, சுவரில் சாய்ந்தாள்.

"நான் ஒரு இங்கிலீஷ்காரி அத்ரியன், நான் உன்னை எச்சரிக்கிறேன், நீ என்னை பலாத்காரம் செய்ய முயற்சித்தால், நான் அதைத் தடுக்க மாட்டேன். நான் ராணியைப் பற்றி நினைப்பேன்.

"நீ அதிகமாகக் குடித்திருக்கிறாய், மெரிதித்."

"நீ போதுமான அளவு குடிக்கவில்லை."

மெரிதித் கதவுக் கைப்பிடியைத் திருப்பி, சுழன்றபடியே உள்ளே செல்கிறாள். தலை சுற்றி, ஏறக்குறைய விழப்பார்த்து, பின் ஒரு நாற்காலியில் அமர்கிறாள். அவள் சுற்றும்முற்றும் பார்க்கிறாள்.

"எங்கே அந்த டெக்யுலா சாராயம்?"

"இது நியாயமில்லை."

"என் பக்கத்தில் உட்கார். நான் எதைப் பற்றியும் கவலைப் படவில்லை என்பது உனக்குத் தெரியுமா? வேண்டாதவற்றைப் பற்றி என்னிடம் பேச வேண்டாம்."

அத்ரியன் கீழ்ப்படிந்து, அவளைப் பார்த்து, அதிர்ச்சியடைந்தான்.

"அடடா, என்னை முத்தமிடு, அத்ரியன். நீ அதைத்தானே விரும்புகிறாய்? இப்போது நீ மிகவும் மோசமாக முத்தமிட்டாலும் எனக்குக் கவலையில்லை."

"நான்... மெரிதித், என்னை நம்பு. நான் உன்னை விரும்பாமல் இல்லை... ஆனால் நான்...

"ஆமாம், இது ஒன்றும் காதல் இல்லை, அதனால் என்ன? நாம் அதைப் பற்றி பின்னர், நம் குழந்தைகளிடம் சொல்லி சிரிப்போம். என்னை முத்தமிடு. இல்லாவிட்டால் நான் அழத் தொடங்குவேன். அல்லது கத்துவேன். அய்யோ! உதவி, உதவி!"

"மெரிதித், தயவுசெய்து விளையாடதே," அத்ரியன் திடீரென்று மிகவும் கவலையுடன் கூறினான்.

- "ஆ! நான் உன்னை வைத்திருக்கிறேன் இல்லை, என்று வேடிக்கையாகச் சொன்னேன். ஏன் ஆண்களே, ஒரு பெண்

முன்முயற்சி எடுக்கும்போது, நீங்கள் எல்லாரும் உங்கள் எல்லா வழிகளையும் இழக்கிறீர்கள்."

மெரிதித் திடீரென்று அவனை நெருங்கி, அவன் உதடுகளை அழுத்தினாள். அவை ஸ்ட்ராபெர்ரிகளைப் போல சுவைக்கின்றன, அவள் கண்களை மூடிக்கொள்கிறாள். சில நீண்ட கணங்கள் அவர்கள் இருவரும் ஒருவரை ஒருவர் அழுத்தியபடியே இருக்கிறார்கள். முத்தமிடக்கூட எத்தனிக்கவில்லை. அத்ரியனின் ஜாக்கெட்டின் உள் பாக்கெட் அதிர்வுற்று சத்தமாக ஒலிக்கும் போது. திடீரென்று, அவன் திகைப்புடன் மெரிதித்திடம் இருந்து விலகி, ஒரு உலோக சாம்பல் நிற ஸ்மார்ட்போனை எடுத்து, அதை ஆச்சரியத்துடன் பார்க்கிறான்.

"உன் மனைவியா?" மெரிதித் உடனடியாகக் கேட்கிறாள். "இந்த விஷயத்தில் அவள் கவலையே பட மாட்டாள்."

"எனக்குத் திருமணமாகவில்லை."

மூன்று முறை மணியடித்தப் பிறகு, ஸ்மார்ட்போன் திடீரென அமைதியாகிறது. ஐந்து விநாடிகளுக்குப் பிறகு மீண்டும் ஒலிக்கிறது. அதிர்வுறுகிறது. இந்த நேரத்தில், அழைப்பாளர் அதை ஒருமுறை ரிங் செய்ய அனுமதித்து பின் துண்டிக்கிறார். அத்ரியனால் போனைப் பார்க்காமல் இருக்க முடியவில்லை.

"அவள் உன் மனைவி இல்லை என்றால், அது மிகவும் அழுத்தமான நபர்."

"சீ... சீ... மன்னிக்கவும், நான்... மெரிதித், நான் கண்டிப்பாக..."

அவன் வெளியே விரைகிறான். வெராந்தாவில் ஓடுகிறான். பத்து வினாடிகளுக்குப் பிறகு, மீண்டும் தொலைபேசி ஒலிக்கிறது. மூன்று முறை... ஒரு முறை... மறுபடியும் மூன்று முறை... இது ஒப்புக்கொள்ளப்பட்ட சமிக்ஞை: அவன் எடுக்கிறான். ஒரு ஆண் குரல். உறுதியாகவும் இராணுவத்தொனியிலும்.

"பேராசிரியர் அத்ரியன் மில்லர்?"

"ஓ... ஆம்," அவன் தயக்கத்துடன் பதிலளிக்கிறான்.

"டூட்டோ, எனக்கு என்ன தோன்றுகிறது என்றால்..."

குரல் காத்திருக்கிறது, மீண்டும் காத்திருக்கிறது, மில்லர் வெறுமையான குரலில் பதிலளிக்கிறான்:

“நாங்கள் இப்போது கன்சாஸில் இல்லை” என்கிறான்.

“டூட்டோ, நாம் இப்போது கன்சாஸில் இல்லை...” என்று நினைக்கிறேன். என்ன முட்டாள்தனம். அத்ரியன் தன்னை மட்டுமே குற்றம் சாட்ட முடியும், அவன் இருபது ஆண்டு களுக்கு முன்பு இருந்த ஒரு பள்ளி மாணவனின் நகைச்சுவை யுடன், ஒரு நாள் தனது அடையாளத்தை உறுதிப்படுத்த முடியும் என்று கற்பனை செய்யாமல் “மந்திரவாதி ஆஃப் ஓஸின்” இந்த வாக்கியத்தைத் தேர்ந்தெடுத்தான். இருபது வருடங்களாக இந்த ஸ்மார்ட்போனை அவனுக்காக வழக்கமாக மாற்றிக்கொண்டிருக்கிறார்கள். இந்த ஸ்மார்ட்போனிற்கு ஒரு மாதத்திற்கு ஆயிரம் டாலர்கள் ஆகிறது. அது நிரந்தரமாக இணைப்பிலேயே இருக்க வேண்டும். அதை ஒருபோதும் அணைக்கக் கூடாது. இதனால் அத்ரியன் எல்லா சூழ்நிலை களிலும் பதிலளிக்கவும், உடனடியாக அவனைத் தொடர்பு கொள்ளவும் முடியும். அந்த போன் இதற்கு முன் அடித்ததில்லை.

“அத்ரியன்,” மெரிதித் சத்தமாக அழைக்கிறாள். “அது உன் மனைவியாகவே இருந்தாலும் திரும்பி வந்து என்னை முத்தமிடு!”

“தயவுசெய்து தயாராக இரு, மில்லர்,” குரல் தொடர்கிறது. ஒரு போலீஸ் வாகனம் ஒரு நிமிடத்திற்குள் ஃபைன் ஹாலுக்கு வெளியே வந்து உன்னைத் தொடர்புகொள்ளும் இடத்திற்கு அழைத்துச் செல்லும்.

“ஃபைன் ஹாலுக்கு முன்பா? நான் எங்கே இருக்கிறேன் தெரியுமா?”

“நிச்சயமாக, மில்லர். மூன்று மீட்டருக்குள் இருப்பீர்கள். நீங்கள் செல்லும்போது, செயல்பாட்டு மையத்துடன் தொடர்புகொள்ள உங்களை மீண்டும் அழைப்போம்.

“அத்ரியன்?” டூரிங் அறையில் இருந்து மெரிதித் கத்துகிறாள். நீ எரிச்சல் படுத்துகிறாய். அத்ரியன், நீங்கள் அனைவரும் உண்மையில் எரிச்சல் படுத்துகிறீர்கள்.

அத்ரியன் வாசலுக்கு ஓடினான், மெரிதித் நகரவில்லை. அவள் நாற்காலியில் உறைந்து கிடக்கிறாள். தலைமுடி கலைந்து, கோபத்தில் இருப்பது போல் தெரிகிறது.

“மன்னிக்கவும், மெரிதித். இது ரொம்ப முக்கியம், நான்... அதை உனக்கு விளக்கமாகச் சொல்கிறேன்.”

அத்ரியன் வேகவேகமாக நான்கு நான்கு படிகளாக இறங்கி நடக்கிறான். மெரிதித் இரத்தம் தோய்ந்த நிகழ்தகவுவாதிகள் நரகத்திற்கான பயணத்தைப் பற்றி ஒரு வாக்கியத்தைச் சத்த மாகச் சொல்கிறாள். ஆனால், அவன் ஏற்கனவே ஹாலுக்கு வந்துவிட்டான்.

~

இந்த ஜூன் 24, 2021 அன்று, அத்ரியன் மில்லர் ஏன் ஒரு இரகசிய ஸ்மார்ட்போனில் பதிலளிக்க வேண்டும் என்பதைப் புரிந்துகொள்ள, நாம் செப்டம்பர் 10, 2001 அன்று, பேராசிரியர் ராபர்ட் போஸியின் நிகழ்தகவு குழுவில் அவரது இளைய ஆராய்ச்சியாளனாக இருந்த நாளுக்குத் திரும்ப வேண்டும். மசாசூசெட்ஸ் தொழில்நுட்பக் கழகத்தில் அவன் தனது 20வது பிறந்த நாளைக் கொண்டாடுகிறான். அடுத்த நாள் ஜப்பானில் ஒரு வித “கோமாரி” நோயால் ஒருவன் பீடிக்கப்பட்டான், அல்-கொய்தாவின் இரண்டு துனிசிய உறுப்பினர்களால் நடத்தப்பட்ட தளபதி மசூத் மீதான தற்கொலைத் தாக்குதலுக்குப் பிறகு வெளியிடப்பட்ட அரசியல் அறிவிப்புகள், மைக்கேல் ஜோர்டான் வாஷிங்டன் அணிக்குத் திரும்புவது பற்றிய அறிவிப்பு, ஆகியவை நடந்தன. ஆனால் எல்லாவற்றிற்கும் மேலாக, இது பென் ஸ்லினியின் வேலையில் முதல் நாள். அவன் எஃப்ஏஏ (FAA) ஃபெடரல் ஏவியேஷன் அட்மினிஸ்ட்ரேஷன் செயல்பாட்டு இயக்குநராகப் பதவி ஏற்றுள்ளான். வரவேற்பு பானத்திலிருந்து காபியையும் தின்பண்டங்களையும் தின்றுமுடித்து இரண்டு மணி நேரம் கழித்து, அவன் நான்காயிரத்து இருநூறு விமானங்களைத் தரையிறக்கினான். இது ஒரு தனிமையான, முன்னோடியில்லாத முடிவு. அப்படிப்பட்ட நாட்களும் உண்டு.

செப்டம்பர் 11 அன்று, காலை 8:14 மணியளவில், அமெரிக்கன் ஏர்லைன்ஸ் 11 விமானத்தின் டிரான்ஸ்பாண்டர் துண்டிக்கப் பட்டதைக் கண்டு பாஸ்டன் கட்டுப்பாட்டாளர் ஒருவன் கவலைப் பட்டான். ஆறு நிமிடங்களுக்குப் பிறகு, விமானத்தில் இருந்த ஒரு பணிப்பெண் ஏதோ ஒரு எண்ணை அழைத்தாள், அது

அமெரிக்கன் ஏர்லைன்ஸ் முன்பதிவு எண். அவள் விமானக் கடத்தல் பற்றியும் கேபினில் நடந்த பல மரணங்களைப் பற்றியும் அறிவிக்கிறாள். நாங்கள் அவளது அடையாளத்தைச் சரிபார்த்த நேரத்தில், காலை 8:25 ஆகிவிட்டது, ஒரு மேற்பார்வையாளர் விமானப் போக்குவரத்துக் கட்டுப்பாட்டை எச்சரித்தார். பென் ஸ்லினியும், விமானப் போக்குவரத்துக் கட்டுப்பாட்டாளர்களும் ரேடார் எதிரொலியில், AA11 என்ற விமானம் தெற்குத் திசையில் நியூயார்க்கை நோக்கிச் செல்வதைக் கண்டுபிடித்தனர். விமானக் கடத்தலுக்கான விதி என்ன சொல்கிறதென்றால், - விமானி கத்தியால் குத்தப்பட்டு இறந்துவிட்டான் - கையேட்டின்படி 7500 குறியீட்டை டிரான்ஸ்பாண்டரில் உள்ளிட வேண்டும். சிவில் விமானப் போக்குவரத்து தலைமையகத்திற்குத் தெரிவிக்க வேண்டும். தலைமையகத்தில், “சிறப்பு விமானக் கடத்தல்” ஒருங்கிணைப்பாளர் பென்டகன் சேவையைத் தொடர்புகொள்ள வேண்டும். அது பாதுகாப்புச் செயலாளரின் அலுவலகத்தைக் தொடர்புகொள்ள வேண்டும். அவன் அமைச்சருக்கு அறிவிக் கிறான். அமைச்சருடைய முடிவு அதே சங்கிலியில் கீழ்நோக்கிச் செல்ல வேண்டும். எனவே, இறுதியாக, தேசிய இராணுவக் கட்டளை மைய அதிகாரிகள் விமானத்தை இடைமறிக்க போர் விமானங்களை ஏவ முடியும். பனிப்போருக்குப் பிறகு, இடை மறித்துத் தலையிடத் தயாராக இருந்த விமானத் தளங்களின் எண்ணிக்கை இருபத்தாறிலிருந்து ஏழாகக் குறைந்துள்ளதால், கிழக்குக் கடற்கரையில் எஞ்சியிருக்கும் இரண்டு தளங்கள் பாஸ்டனுக்கு அருகிலுள்ள ஓடிஸ், வாஷிங்டன் அருகேயுள்ள லாங்லியின் சிஐஏ தலைமையகமாகும்..

இந்தச் செயல்பாடுகளுக்கு மிக நீண்ட காலம் எடுத்தது, செப்டம்பர் 11, 2001 அன்று, பாஸ்டன் மேற்பார்வையாளரே ஓடிஸ் இராணுவத் தளத்தை அவசரமாக அழைத்தான். அவ்வாறு செய்வது அவனது வேலை அல்ல என்பதால், நியூயார்க்கின் ரோமில் உள்ள வடகிழக்குப் பிராந்திய இராணுவக் கட்டளையை அணுகுமாறு ஓடிஸ் கோரியது. அவன் அழைக்கிறான், அவன் நடைமுறையைப் பின்பற்றவில்லை என்று மீண்டும் ஒருமுறை கூறப்படுகிறது. ஆயினும்கூட, நம்பிக்கையுடன், மேலும் பாது காப்பின் அங்கீகாரம் இல்லாமல் செயல்படுவதால், கர்னல் ராபர்ட்

மார், ஓடிஸ் தளத்தில் போராளிகளைப் புறப்படத் தயாராகுமாறு கேட்டுக்கொள்கிறான்.

9/11 கமிஷனின் உத்தியோகபூர்வ முடிவு எடுப்பதற்கு முன்பே, பென்டகன் அந்த நாளில் முடிவெடுக்கும் சங்கிலியில் எல்லாம் தவறாகிவிட்டது என்பதை அறிந்திருந்தது. இது ஒரு உள் பணிக்குழுவை உருவாக்குகிறது, அதன் பணி நெருக்கடியான சூழ்நிலையில் மற்றொரு செயல்முறையை முன்மொழிய வேண்டும். இந்தக் குழு, மாசசூசெட்ஸ் இன்ஸ்டிடியூட் ஆப் டெக்னாலஜியின் பயன்பாட்டு கணிதத் துறையுடன் முறைப்படுத்தல் தொடர்பான அனைத்தையும் துணை ஒப்பந்தம் செய்கிறது. இங்கிருந்துதான் அத்ரியன் மில்லர் என்ற பெயர் வந்தது.

எம்.ஐ.டியின் "கணித பயன்பாடுகளின்" தலைவரான போஸியின் குழுவில் அத்ரியன் மிகவும் இளம் நிகழ்தகவுவாதி. அத்ரியன் தனது இருபதாவது வயதில் "மார்கோவ் சங்கிலிகளின் கேள்வி, கெண்டலின் குறியீடு" பற்றிய ஒரு ஆய்வறிக்கையைச் சமர்ப்பித்தான்.... விரைவாகச் செல்ல, அவன் காத்திருப்பு வரிசைகளில் ஆர்வம் காட்டுகிறான். அவன் குறிப்பாக லிட்டில்'ஸ் விதியை விரும்புகிறான், இது ஒரு நிலையான அமைப்பில் உள்ள அலகுகளின் சராசரி எண்ணிக்கையானது, அவர்கள் கணினியில் செலவிடும் நேரத்தால் பெருக்கப்படும் வருகையின் சராசரி அதிர்வெண்ணுக்குச் சமம் என்று கூறுகிறது.

ஆய்வகத்தில் உள்ள அனைவரும் மிகவும் வேலையாக இருப்பதால், பாதுகாப்புத் துறையுடனான ஒப்பந்தங்கள் போஸியை ஆழமாக எரிச்சலூட்டுகின்றன, அத்ரியனிடம், பதிலளிப்பு நேரங்களைக் குறைப்பது எப்படி என்பது போன்ற பணிகளை ஒப்படைத்தான். அத்ரியன், போஸியின் மிகவும் புத்திசாலியான ஆராய்ச்சி மாணவியான டினா வாங்கின் உதவியைப் பெறுகிறான், அவனுக்கு கிராஃப் தியரி பகுதிக்கு உதவுவதற்காக. அது அவனை ஓரளவு தப்பிக்க வைக்கிறது. அவர்கள் நீண்ட நேரம் வேலை செய்கிறார்கள், வேகமாகவும் மோசமாகவும் சாப்பிடுகிறார்கள், கொஞ்சம் தூங்குகிறார்கள், தற்காப்புத் துறையைப் பற்றி அவர்கள் நினைக்கும் கெட்ட விஷயங்களைச் சொல்கிறார்கள், எதுவும் செய்ய இயலாது என்று நினைக்கும்போது, அத்ரியனின் பழைய ஹோண்டாவை எடுத்துக்கொண்டு நகரத்திற்குச் செல்

கிறார்கள். நள்ளிரவு ஒருபோதும் மூடாத பாஸ்டன் லக்கியில் பந்து வீசுகிறார்கள். ஒரு நாள் இரவு, எர்கோடிக் கருதுகோள், நிலையான விநியோகம் பற்றிய சர்ச்சைக்குப் பிறகு, அவர்கள் சிற்றின்பத்தைவிட பாலியல் சாகசத்தை அனுபவிக்கிறார்கள். எப்படி இருந்தாலும் ஒரு நல்ல நினைவு.

எல்லாவற்றுக்கும் மேலாக, அத்ரியனும், டினாவும் விமானப் போக்குவரத்தைப் பாதிக்கக்கூடிய அனைத்துக் காரணிகளையும் அடையாளம் கண்டு, அவற்றுக்கு புள்ளிவிவர மதிப்புகளை வழங்குகிறார்கள், பேரழிவை ஏற்படுத்தக்கூடிய அனைத்தையும் குறிப்பிடுகிறார்கள் - அல்லது ஓட்டத்தைச் சீர்குலைக்கிறார்கள் - பென்டகனின் எதிர்பார்ப்புகளைவிட அதிகம் தீர்வுகளைக் காண்கிறார்கள். அவர்களின் செயல் மாதிரி முற்றிலும் எல்லா வற்றையும் கணக்கில் எடுத்துக்கொள்கிறது: நிகழ்வுகளின் சங்கிலி, தகவல்தொடர்பு முறை, மொழியியலில் தவறான புரிதல், அலகுகளில் உள்ள வேறுபாடு - அடி, மீட்டர்? - பைலட்டின் பிழைகள், இயந்திரக் கோளாறு, தொழில்நுட்பச் சிக்கல், வானிலை, நாசவேலை, கடத்தல், கணினி ஹேக்கிங், தவறான மாறுதல், பராமரிப்பு இல்லாமை, இன்னும் பல விஷயங்கள்... இரண்டு ஆராய்ச்சியாளர்களும் முப்பத்தேழு அடிப்படை நெறிமுறை களை அடையாளம் கண்டு, ஒவ்வொரு முறையும், ஏழிலிருந்து இருபது வரையிலான தற்செயலான தீர்வுகள், அதாவது கிட்டத் தட்ட ஐநூறு அடிப்படை சூழ்நிலைகளும் பல தீர்வுகளும். டிசம்பர் 2001இல் ரிச்சர்ட் ரீட் தனது உள்ளங்கால்களில் மறைத்து வைக்கப்பட்டிருந்த வெடிமருந்துகளுடன் பாதுகாப்பு வளையத்தைக் கடந்த போது, நாங்கள் 12A நெறிமுறையின் ஒரு வகையைக் கையாண்டோம்; விமானி அறையின் கண்ணாடி வெடித்த பர்மிங்காம்-மலாகா விபத்து 7K நெறிமுறையின் எடுத்துக்காட்டுகளில் ஒன்றாகும்; பனிமூட்டம் காரணமாக ஹாலிஃபாக்ஸில் தரையிறங்கும்போது ஓடுபாதையை விட்டு ஏர்பஸ் விமானம் விலகிச் செல்கிறது 4F; ஐஸ்லாண்டிக் எரிமலை அதன் சாம்பலைத் துப்புகிறது, மேலும் அனைத்துப் புறப்பாட்டையும் தடை செய்கிறது, 13E; மனச்சோர்வடைந்த லுஃப்தான்சா விமானி மலையின் மேல் தனது விமானத்தைச் செலுத்திய விபத்து, 25D.

ஐந்து மாதப் பணிக்குப் பிறகு, “சிவில் விமானப் போக்கு வரத்து: நெருக்கடி கண்டறிதல், முடிவெடுக்கும் சங்கிலியை மேம்படுத்துதல், பதில்/பாதுகாப்பு நெறிமுறைகள்” என்ற தலைப்பில் சுமார் 1500 பக்கங்கள் கொண்ட ரகசிய-பாதுகாப்பு குறிப்பாணையில் அவர்கள் பரிந்துரைகளைப் பதிவு செய்தனர். அவர்கள் இருவருக்கும் நாற்பத்தொரு வயது இருக்கலாம். “Wang & Dr A. Miller & alii, பயன்பாட்டுக் கணிதத் துறை, வரைபடக் கோட்பாடு துறை, நிகழ்தகவுத் துறை, மாசசூசெட்ஸ் தொழில்நுட்ப இன்ஸ்டிடியூட்” என இருவரும் இணைந்து கையொப்பமிடுகின்றனர்... வாங் & மில்லர் & அலியில், அலி என்பது ஆய்வக வெள்ளெலியின் பெயர். உண்மையான குட்டிகள்.

எதுவும் அவர்களுக்குத் தப்பவில்லை; பென்டகன் ஒரு நாணயத்தின் பூவா, தலையா போன்று சாத்தியமான அனைத்துப் பதில்களையும் முன்வைக்குமாறு அவர்களிடம் கேட்டிருந்தால், அவர்கள் மூன்றைக் கருத்தில் கொள்வார்கள்: பூ, தலை, நாணயம் அதன் விளிம்பில் செங்குத்தாக நிற்பது போன்று அரிதான நிகழ்வு. ஆனால், அறிக்கை சமர்ப்பிக்கப்பட்ட பத்து நாட்களுக்குப் பிறகு, ஏப்ரல் 2002இல், சிவப்பு மார்க்கரில் எழுதப்பட்ட ஒரு கேள்வியுடன் DoD அவர்களிடம் திருப்பி அனுப்பினார்: “ஆய்வு செய்ததற்கு உட்படாத எந்தவொரு சூழ்நிலையில் ஒரு வழக்கை நாம் எதிர்கொண்டால்?”

டினா தனது கண்களை வானத்தை நோக்கி உயர்த்துகிறாள்: எறியப்பட்ட நாணயம் காற்றில் இடைநிறுத்தப்பட்டிருக்கும் கருதுகோளைப் பார்க்கவும்.

“எந்தவொரு ஆய்வு செய்யப்பட்ட சூழ்நிலைக்கும் உட்படாத சூழ்நிலை” என்பதற்கான இறுதி நெறிமுறையை அவர்கள் ஐந்து நாட்களில் சேர்க்கிறார்கள். மற்ற எல்லா இடங்களிலும், டினாவும் அத்ரியனும் ஒரு சிவிலியன் அல்லது இராணுவ அதிகாரி, நெறிமுறையை மேற்பார்வையிட வேண்டும் என்று பரிந்துரைத்துள்ளனர், கணிதவியலாளர் “அத்தகைய நெறி முறையை நியாயப்படுத்தும் நிகழ்வுகளின் பகுத்தறிவற்ற தன்மை காரணமாக”, அது ஒரு ஜோடி விஞ்ஞானிகளிடம் ஒப்படைக்கப் படும் என்று முடிவு செய்தாள். அவள் தன் பெயரையும் அத்ரியன்

மில்லரின் பெயரையும் எழுதுகிறாள். இந்த நெறிமுறைக்கு அர்ப்பணிக்கப்பட்ட இரகசிய மொபைல் போன்களுடன் அவர்களை இணைக்க அவள் பரிந்துரைக்கிறாள், அந்த போன்களை அணைக்காமல் எல்லா நேரங்களிலும் தங்களுடன் அவர்கள் வைத்திருக்க வேண்டும். அத்ரியன் மில்லர், டக்ளஸ் ஆடம்ஸின் புத்தகமான "தி ஹிட்ச்ஹைக்கர்ஸ் கைடு டு தி கேலக்ஸி", "வாழ்க்கை, பிரபஞ்சம் மற்றும் எல்லாவற்றையும் பற்றிய பெரிய கேள்வி" ஆகியவற்றைப் போற்றுவதால், அனைத்துக் கணினிகளிலும் இரண்டாவது பெரிய கணினியான ஆழமான எண்ணங்கள் பதிலளிக்க ஏழரை மில்லியன் வருடக் காலமாகும் அது நெறிமுறை 42 ஆக இருக்கும்.

தீவிரமாக இருக்கவும், வேடிக்கையாக இருக்கவும், தீவிரமும் வேடிக்கையுமாக இருப்பதற்கும் அத்ரியன் ஒரு துவக்கக் குறியீடு வாக்கிய வரிசையைச் சேர்த்தான்:

*1. டோட்டோ, நான் நினைக்கவில்லை...என்றான் ஆபரேட்டர்.*

*2. ...நாங்கள் இனி கன்சாஸில் இல்லை என்றார்கள் அதிகாரிகள்..*

~

அத்ரியன் ஆய்வகத்தை விட்டு வெளியேறும்போது, ஒரு போலீஸ் வாகனம் ஏற்கனவே அவனுக்காகக் காத்திருக்கிறது, இறைச்சிகளை மகிழ்ச்சியுடன் வறுத்தெடுப்பவர்கள் அவனைப் பார்க்கிறார்கள். நான்கு நட்சத்திர அந்தஸ்துள்ள அதிகாரிகள் அவனுக்கு சல்யூட் அடிக்க, சக ஊழியர்களின் கண்கள் அத்ரியன் பக்கம் திரும்பின. அவன் போலீஸ்காரருக்கு ஒரு வித்தியாசமான தோரணையில் வணக்கத்தைச் செலுத்துகிறான், மேலும் கூரையின் சட்டத்தில் தலை சிறிது மோத, காரின் பின்பக்கத்தில் ஏறுகிறான். கார் ஸ்டார்ட் ஆனது, சைரன் ஒலித்தது, விளக்குகள் எரிந்தன. அத்ரியன் மெரிதித் உடனான தொடர்பில் இருந்து வெகு தூரம் விலகி, தெரியாத நபரை நோக்கிச் செல்கிறான்.

யாரோ, எங்கேயோ விண்மீன் மண்டலத்தில், ஒரு நாணயத்தை எறிந்துவிட்டார்கள். அது உண்மையில் காற்றிலேயே தொங்கியது.

## நகைச்சுவை

### அமெரிக்காவின் கிழக்குக் கடற்கரை, சர்வதேச நீர்நிலை
### 41° 25' 27" N 65° 49' 23" W

மார்க்லே தனது மைக்ரோஃபோனைச் சரிபார்க்கிறான், ஆனால், அது வேலை செய்யவில்லை. கென்னடி நிலையம் தொடர்பைத் துண்டித்துவிட்டது. தொடர்பில் ஒரு வெடிப்பு சத்தம் கேட்டது. மற்றொரு மிக நீண்ட மௌனம். பிறகு ஒரு வித்தியாசமான, ஆழமான குரல்.

"ஏர் பிரான்ஸ் 006 மேடே - அபாய எச்சரிக்கை. என் பெயர் லூதர் டேவிஸ், பெடரல் ஏவியேஷன் அட்மினிஸ்ட்ரேஷன் சிறப்பு நடவடிக்கை களின் அதிகாரி. தயவுசெய்து மீண்டும் உங்களை அடையாளம் காட்ட முடியுமா? டிரான்ஸ்பாண்டர் குறியீடு 1 234 ஐ உள்ளிடவும்."

மார்க்லே முகத்தைக் கோணி காட்டுகிறான். கிட் குறிக்கப் பட்ட அந்தக் குறியீட்டை அனுப்புகிறான். FAA ஸ்பெஷல் ஆபரேஷன்ஸ் கமாண்டரிடம் ஒவ்வொரு நாளும் பேசுவது கிடையாது. மறுபடியும் தொடர்பு தடைபடுகிறது. பிறகு குரல் கேட்கிறது.

"நன்றி, இங்கே லூதர் டேவிஸ், FAA. உன் பிறந்த தேதியையும், உன் பிறந்த இடத்தையும் தர முடியுமா, கமாண்டர் தளபதி மார்க்லே?"

மார்க்லே பெருமூச்சுவிட்டு தகவல்களைத் தருகிறான்.

"ஜனவரி 12, 1973, பியோரியா, இல்லினாய்ஸ்."

"உன் விமானத்தில் உள்ள குழுவின் அனைத்து உறுப்பினர் களின் முழுப் பெயர்களை எனக்கு வழங்க முடியுமா?"

“கென்னடி, உனக்குத் தெரியுமா என்று எனக்குத் தெரிய வில்லை, நான் சேதமடைந்த 787ஐ தரையிறக்க முயற்சிக்கிறேன்.”

மீண்டும் ஒரு நீண்ட மௌனம், தொடர்பில் ஒரு புதிய முறிவு, மற்றொரு குரல், ஒரு பெண் குரல்.

“ஏர் பிரான்ஸ் 006?” கேத்ரின் ப்ளூம்ஃபீல்ட், நோரட். உனக்கு நான் சொல்வது கேட்கிறதா?”

நோரட், உண்மையில் வான் பாதுகாப்பா? மார்க்லே முகம் சுளிக்கிறான்.

“ஏர் பிரான்ஸ் 006, உனக்கு நான் என்ன செய்ய முடியும், நோரட்?”

“பாதுகாப்பு காரணங்களுக்காக, விமானத்தில் உள்ள வைஃபை இணைப்பைத் துண்டிக்க வேண்டும்.”

மார்க்லே வாதிடாமல் சொன்னதைச் செய்கிறான். குரல் தொடர்கிறது:

“நன்றி. இப்போது பயணிகள் அனைவரையும் செல்போன்கள் எலக்ட்ரானிக் சாதனங்களை அணைக்கச் சொல்.”

“இது முதலிலேயே செய்யப்பட்டுவிட்டது. நோரட், கொஞ்சம் கொந்தளிப்பு இருந்தது, நாங்கள்...”

“சரி. முதல் அதிகாரி பேசுகிறேன். அடுத்த சில நிமிடங்களில், நீயும் விமானக் குழுவினரும் அனைத்தையும் சேகரிக்கப் போகிறீர்கள், அதாவது வெளி உலகத்துடன் தொடர்புகொள்ள அனுமதிக்கும் அனைத்துச் சாதனங்களும் டேப்லெட்டுகள், தொலைபேசிகள், மருத்துவ பேஜர்கள், கேம் கன்சோல்கள், கணினிகள் போன்றவை. சிறப்பு கண்ணாடிகள் இணைக்கப்பட்ட கடிகாரங்களைப் பற்றியும் சிந்தியுங்கள். விதிவிலக்குகள் இருக்கக் கூடாது. கமாண்டர் மார்க்லே, விமானப் பயணத்தைக் குறிவைக்கும் வெளிப்புற சக்திகளின் மிகக் கடுமையான ஆபத்தை எதிர்கொள்கிறோம், மேலும் எலக்ட்ரானிக் சாதனங்கள் தொடர்புகளை ஏற்படுத்துவதற்குப் பயன்படுத்தப்படும் அபாயம் உள்ளது... உனக்குத் தேவை என்று நீ நினைத்தால், பயணிகளுக்கும் இந்தத் தகவலையும் கொடுக்கலாம். அவர்களின் ஒத்துழைப்பைப் பெற வேண்டும்.

“ஆனால் அது கவலையை ஏற்படுத்தாதா…”

“ஏற்படுத்தட்டும், பரவாயில்லை. நியூயார்க்கில் தரையிறங்கிய வுடன், இந்தச் சாதனங்கள் அனைத்தும் ஒரு மணி நேரத்திற்குள் திருப்பித் தரப்படும் என்று அவர்களிடம் சொல். நீ ஏதேனும் எதிர்ப்பை எதிர்கொண்டால், விமானத்தின் பாதுகாப்பு கருவியில் ஏற்படும் ஆபத்துகள் குறித்து வலியுறுத்து. அனைத்து மின்னணு சாதனங்களையும் மீட்டெடுக்க உனக்கு முழு அதிகாரம் உள்ளது. நாங்கள் ஒரு குறிப்பிட்ட நெறிமுறையைப் பின்பற்றுகிறோம்.”

“ஆனால்… சாதனங்கள்… அவற்றை எப்படிச் சேமிக்கப் போகிறோம்?” அந்த அதிகாரி திடீரென்று கவலைப்படுகிறான். எல்லா மடிக்கணினிகளும் ஒரே மாதிரியாக இருக்கின்றன, அவற்றை எவ்வாறு அடையாளம் காண்பது?

“வாந்தி எடுப்பதற்காகக் கொடுக்கப்பட்டிருக்கும் பைகளைப் பயன்படுத்தவும், இருக்கை எண்களை எழுதிக்கொள்ளவும், எப்படியாவது சமாளி.. பயணிகளுக்கு உறுதியளிக்கவும், அவர்கள் தரையிறங்கிய பிறகு அவற்றைப் பெற்றுக்கொள்வார்கள்.”

துணை விமானி மற்றொருமுறை “ஆம்” என்று தெளி வில்லாமல் அலறுகிறான். அவன் எழுந்து, விமானப் பணிப் பெண்களுக்கு அறிவுறுத்தல்களை வழங்குவதற்காகப் புறப்படு கிறான், அதே நேரத்தில் மார்க்லே மைக்ரோஃபோனில் வழி முறைகளை எதையும் விட்டு விடாமல் விளக்குகிறான். பயணி களிடமிருந்து துணை விமானி எதிர்ப்பு அலையை எதிர்பார்க் கிறான், ஆனால் அது கொந்தளிப்பு பற்றிய பின்னோக்கிய பயமா, எலக்ட்ரானிக்ஸ் பற்றி அறிவிக்கப்பட்ட அச்சுறுத்தல்களா அல்லது கேப்டனின் குரலின் சந்தேகத்திற்கு இடமில்லாத அதிகாரமா?

பெரும்பாலான பயணிகள், அவனது கோரிக்கைக்கு இணங்கு கிறார்கள். சில மறுப்பாளர்கள் தங்கள் பக்கத்து இருக்கை பயணியால் இணங்க வேண்டிய கட்டாயத்தில் உள்ளனர். இந்தச் செயல்பாடு சாதாரணமாக இருந்திருக்கலாம், ஆச்சரியப்படும் விதமாக சில நிமிடங்களிலேயே முடிந்திருக்கும்.. தகவல்தொடர்பு சாதனங்கள் பயணிகளிடமிருந்து சேமிக்கப்பட்டுள்ளன என்பதை உறுதிப்படுத்திய பிறகு, நோரட் அதிகாரி தொடர்கிறாள்:

“இந்த நடவடிக்கை விமானத்தில் உள்ள பணியாளர்களுக்கும் பொருந்தும். நீ கூட. உன் செல்போனையும், கணினிகளையும் தர வேண்டும் மார்க்லே, இந்த விமானத்தின் மீது உனக்கு முழு அதிகாரம் உள்ளது. உனக்கு உத்தரவிடப்பட்டுள்ளது…”

“நான் கேப்டன், நோரட் மேடம்!” மார்க்லே எரிச்சலடை கிறான். இந்த விமானத்தின் மீது எனக்கு முழு அதிகாரம் உள்ளது என்பது வெளிப்படையானது ஆனால் நீ தான்…”

“கமாண்டர் மார்க்லே, இது ஒரு தேசிய பாதுகாப்பு விஷயம். நாம் ஒன்றாக நெறிமுறை 42ஐப் பின்பற்றுவோம்.”

மார்க்லே தடை செய்யப்பட்டுள்ளான். அவன் நெறிமுறை 42ஐப் பற்றி கேள்விப்பட்டதே இல்லை.

“ஏர் பிரான்ஸ் 006, உன் புதிய இலக்கு மெக்குயர் Air Force Base, New Jersey. நியூ ஜெர்சியில் உள்ள மெக்குயர் விமானப்படை தளம். மீண்டும் சொல்கிறேன்.”

மெக்குயர் கோட்டை… இங்குதான் 1937ஆம் ஆண்டு ஜெர்மன் வான்கப்பலான ஹிண்டன்பர்க், அதன் ஸ்டோவேஜ் மாஸ்டில் தொங்கி, தீப்பிடித்து முற்றிலும் அழிந்தது. மார்க்லே மெதுவாக தென்கிழக்கு திசைக்குத் திரும்பினான், மன்னிக்கவும், நண்பர்களே, பெரிய ஆபத்தின் காரணமாக, விமானம் நியூ ஜெர்சிக்குத் திருப்பி விடப்படுகிறது என்று பயணிகளிடம் அறிவிப்பதற்காகத் தன்னைத் தயார்படுத்திக்கொண்டான். இந்த நேரத்தில், பலர் எதிர்ப்பு தெரிவிக்கிறார்கள், சிலர் ஊளையிடுகிறார்களா. குறிப்பாக சூரியன் மறையும் போது, உச்சகட்ட இரைச்சல். மன்ஹாட்டனின் பிரகாசமான வானளாவிய கட்டடங்கள் தென்படுகின்றன ஹிண்டன்பர்க் பேரழிவின் கதையைச் சொல்லி, பயணிகளைத் திசை திருப்ப மார்க்லேவால் முடியும். ஆனால் அதற்கான தருணம் இது இல்லை என்பதை உணர்ந்தான்.

நியூயார்க் இண்டர்காமிற்குத் திரும்பவும் வருகிறது:

“கென்னடி மறுபடியும் தொடர்பில். தளபதி மார்க்லே, நான் உன்னை பென்டகனில் உள்ள தேசிய இராணுவக் கட்டளை மையத்துடன் இணைக்கிறேன்.

மார்க்லேவிற்குப் பதிலளிக்க நேரம் இல்லை. அதற்குள் மற்றொரு ஆண் இழுத்து இழுத்து பேசுகிறான். ஒரு வித வட அமெரிக்க. நியூ ஹாம்ப்ஷயர் உச்சரிப்பு.

“தளபதி மார்க்லே, ஜெனரல் பேட்ரிக் சில்வேரியா, தேசிய இராணுவக் கட்டளை மையம். நான் பாதுகாப்புச் செயலாளரின் அதிகாரத்தின் கீழ் பேசுகிறேன். இரண்டு கடற்படை போர் விமானங்கள் மூன்று நிமிடங்களில் உதவிக்கு வரும். அவர்கள் USS ஹாரி எஸ். ட்ரூமானில் இருந்து புறப்பட்டுவிட்டார்கள். உங்களை நமது நீர்நிலைகள் வரை அழைத்துச் செல்வார்கள். தப்பிக்க முயற்சி செய்தாலோ அல்லது அவர்களின் அறிவுறுத்தல்களுக்குக் கீழ்ப்படியாமல் இருந்தாலோ உங்கள் விமானத்தைச் சுட்டு வீழ்த்துவதற்கு அவர்களுக்கு உத்தரவு உள்ளது.”

இந்த முறை இது மிக அதிகம். மார்க்லே வெடித்துச் சிரித்தான். கடைசியில் புரிந்துகொண்டான்.

“கமாண்டர் மார்க்லே? இது என்.எம்.சி.சி.யைச் சேர்ந்த ஜெனரல் சில்வேரியா. நீ அங்கிருக்கிறாயா?”

மார்க்லேவால் சிரிப்பை நிறுத்த முடியவில்லை, கண்ணீர் வரும் அளவிற்கு. ஆனால் எவ்வளவு பெரிய நகைச்சுவை. அடடா, ஆனால் JFK போன்ற கேவலாமான கன்ட்ரோலர்கள், என்ன அலுமினிய தள்ளுவண்டிகள். அவன் உண்மையில் எல்லாவற்றையும் விழுங்கிவிட்டான், நோராட், புரோட்டோகால் 42, இப்போது பென்டகன்... அவன் மறுபடியும் இண்டர்காமில் பேசுகிறான்.

“வணக்கம், ஜெனரல் சில்வேரியா!” நீங்கள் கண்டுபிடித்தது அவ்வளவுதானா? உண்மையாக, நான் அதை நம்பினேன், ஆனால், விமானத்தைக் கீழே இறக்கும் ஷாட் மிக அதிகம். நாங்கள் இப்போது கடந்து வந்த புயலுடன் இதுதான் உரிய நேரம் என்று நினைக்கிறாயா? தவிர, நீ தவறாகப் புரிந்துகொண்டாய். எனது கடைசி விமானம் நாளை மறுநாள். இன்று அல்ல. ஆனால் நான் ஒப்புக்கொள்கிறேன்: இது ஒரு கேக்கை விட சிறந்த பிரிவு உபசாரப் பரிசு.

"ஏர் பிரான்ஸ் 006?" இது பென்டகனைச் சேர்ந்த ஜெனரல் சில்வேரியா. யு.எஸ்.எஸ். ஹாரி எஸ். ட்ரூமன் என்ற விமானம் தாங்கிக் கப்பலுடன் நான் உங்களைத் தொடர்புகொள்ள வைக்கிறேன்.

"நான் கேப்டன் பேசுகிறேன்!" அது நீயா, பிரான்கி? ஆனால் என்ன ஒரு அசிங்கமான வட அமெரிக்க உச்சரிப்பு... நீ உண்மையில்... உன் முட்டாள்தனத்தால், நாங்கள் உண்மையில் பயணிகள் அனைவருடைய செல்போன்களையும் சேகரித்தோம். நாங்கள் பயணிகளால் தாக்கப்பட வேண்டும் என்று நீ விரும்பு கிறாயா, அதுதான் உன் திட்டமா?"

இண்டர்காமில் ஒரு புதிய கம்பீரமான குரல். இந்த முறை டெக்ஸான் உச்சரிப்புகள்.

"ஏர் பிரான்ஸ் 006?" நான் USS ஹாரி எஸ். ட்ரூமனின் அட்மிரல் ஜான் பட்லர்.

ஒரு கேலிச் சிரிப்பு மார்க்லேவின் உதடுகளை விட்டு அகல வில்லை.

"வணக்கம், ஜான் பட்லர். சரி பிரான்கி, போலியான உன் உச்சரிப்பை நிறுத்திக்கொள். இது வேடிக்கை இல்லை."

"கமாண்டர் மார்க்லே?" அட்மிரல் பட்லர் மீண்டும். "நீ தற்போது எங்களின் இரண்டு F/A-18 ஹார்னெட்டுகளின் பாது காப்பில் இருக்கிறாய். ஒன்று உன் போயிங் விமானத்திற்குப் பின்னால், இடைமறிக்கும் நிலையில் உள்ளது, மற்றொன்று... ஸ்டார்போர்டைப் பார்க்கவும்."

மார்க்லே கண்களைக் மேல்நோக்கி உயர்த்தி, பின் தலையைத் திருப்பிப் பார்க்கிறான். வலது பக்க இறக்கையின் முனையில் இருந்து ஒரு சில மீட்டர் தூரத்தில் ஒரு ஹார்னெட் விமானம், பத்து வான்-விண் ஏவுகணைகளுடன் ஆயுதம் ஏந்தியபடி, பறக்கிறது. அதிலிருந்து, விமானி அவனை நோக்கி கை அசைக்கிறான்.

"இப்போது தயவுசெய்து அனைத்துக் கட்டளைகளையும் பின்பற்றவும்."

# ஆந்திரே

### ஜூன் 27, 2021 ஞாயிற்றுக்கிழமை,
### மும்பை, இந்தியா

"ஃபோட்டோகிராபி வோகே நா மின்ஹா ரோலிஃப்ளெக்ஸ்..." மும்பையின் கிராண்ட் ஹயாட் ஹோட்டலின் பரந்த லாபி. ஸ்டான் கெட்ஸ், ஜோபிம், ஜோவோ கில்பர்டோ ஆகியோரின் இசை மென்மையாகக் கேட்கின்றது. இறங்கிய தோள்பட்டையுடனும், மூச்சு வாங்கியபடி லிஃப்டில் இருந்து வெளியே வரும் மனிதனின் வயதும் பாடலின் வயதும் ஒன்று. கேபினின் நியான் விளக்குகளின் கீழ், கண்ணாடியில் தனது அறுபது வருடங்கள் பிரதிபலித்ததை பார்த்து அவன் முகத்தைத் திருப்பிக்கொண்டான்.

ஆந்திரே வன்னியர் இரவு தூங்கவில்லை. அவனால் மீள முடியாத, சோகமான நேர மாறுப்பாடு, மிகவும் இருண்ட எண்ணங்கள்தான் காரணம். அறையை விட்டு வெளியேறும் முன், அவன் லூசிக்கு மிக நீண்ட மின்னஞ்சல் எழுதினான். அதை அனுப்ப வேண்டாம் என்று அவனுக்குத் தெரியும். அது கடலில் எறிந்த ஒரு அபத்தமான பாட்டிலைத் தவிர வேறில்லை. அவள் தொலைபேசியில் சோர்வான குரலில், இன்னும் இருட்டாக இருந்த பாரிஸிலிருந்து, "நான் வேறு ஒன்றிற்கு மாறிவிட்டேன்" என்று சொன்னாள். அது பயனற்றது என்பதைத் தெரிந்துகொண்டு, எல்லாவற்றிற்கும் மேலாக, எதிர்விளைவு ஏற்படும் என்று தெரிந்தும் அவன் அவளுக்கு எழுதினான். ரிமோட் கண்ட்ரோலின் பேட்டரிகள் செயலிழந்துவிட்டது தெரியாமல், திரும்பத்திரும்ப பட்டன்களை அழுத்துவது உண்டு. அது மனித இயல்பு. அது போல்தான் இதுவும்.

கட்டடக் கலைஞன் சர்வதேச ஹோட்டலை விட்டு வெளி யேறுகிறான் - அவன் வெறுக்கும் அனைத்தையும், உந்து சக்தி இல்லாத விகிதாச்சாரங்கள், நேர்த்தியற்ற பொருட்கள், ஆடம்பரமான, மூச்சு முட்ட வைக்கும் பரப்பளவு - அவன் கோடையின் உலைகளில் சிக்கிக்கொள்ள ஏர் கண்டிஷனர் குளிரிலிருந்து வெளியேறுகிறான். திடீரென்று காதை அடைக்கும் சத்தம் கேட்டது. மூச்சும் முட்டுகிறது. மும்பையில் டயர்கள் எரிந்து துர்நாற்றம் வீசுகிறது. டீசலின் நாற்றமும் சேர்ந்துகொள்கிறது. போக்குவரத்து நெரிசல் மிகுந்த பைப்லைன் சாலையில், அழுக்குப் பச்சை நிற ரிக்ஷாவை அழைக்கிறான். அந்த வண்டி, அவனுக்கு முன்னால் பத்து ஹாரன்களை ஒலிக்கச் செய்தபடி அருகில் நிற்கிறது. ஆந்திரே, காமாதிபுரா மாவட்டத்தில் உள்ள கட்டுமான தளத்தின் முகவரியைத் தருகிறான். தாராளமான கட்டணத்தை வழங்குகிறான். மூன்றுசக்கர வண்டியின் குறுகிய இடத்தில் தனது நீண்ட, இன்னும் மெல்லிய உடலை நுழைப்பதற்காகச் சற்று பின்னால் வளைந்தான். ரிக்ஷா விரைந்து செல்கிறது - மீண்டும் ஹாரன் அடிக்கிறது. தனக்கு மட்டுமே தெரிந்த பாதையில் கடும் போக்குவரத்து நெரிசலில் மூழ்கியது.

"ஏன் எப்போதும் ரிக்ஷாவிலேயே வருகிறாய்?" நீல்சன் முந்தைய நாள் இரவு அவனிடம் கேட்டான். டாக்சிகள் மிகவும் குறைவான மன உளைச்சல் கொடுப்பவை.

நீல்சன், தனது நீண்ட பழுப்பு நிற முடியுடன், தடகள கட்டமைப்பிற்கு ஏற்றவாறு தயார் செய்யப்பட்ட ஹ்யூகோ பாஸ் சூட்டில், இரண்டு வருட ஆபீஸ் அனுபவத்துடன், கட்டடக் கலைக் கல்லூரியில் படித்தவன். நீல்சன் தொடர்ந்து, "உங்கள் கிராண்ட் மிசிசிப்பி சென்டர் திட்டத்தைப் பார்த்ததிலிருந்து, நான் வன்னியர் & எடெல்மேனில் பணிபுரிய வேண்டும் என்று கனவு கண்டேன்" என்றான் - இந்த மூச்சுத்திணறல் வன்னியரின் நடிப்பு என்பது நீல்சனுக்கு இன்னும் தெரியவில்லை. முச்சக்கர வண்டியின் நொறுக்கப்பட்ட பின்இருக்கையில் அவன் எதைத் தேடுகிறான்: சில சமயங்களில் அவன் காண்பது இலங்கையில் இருபது வருடங்கள், நேபிள்ஸைச் சேர்ந்த அந்த அழகான பெண்ணுடன் இருந்ததை. அவளுடைய முதல் பெயர் உடனே நினைவுக்கு வரவில்லை - அவளது கனத்த மார்பகங்களுடனும்,

திகைப்பூட்டும் புன்னகையுடனும், ஜியுலியாவா? ஆம், அதுதான், ஜியுலியா. அவன் கிட்டத்தட்ட மறந்தே விட்டான்.

ரிக்‌ஷா, ஹாரன் சத்தத்துடன், துர்நாற்றம் வீசும் சாலையில் சூர்யாயா கோபுரத்தின் கட்டுமான தளத்தை நோக்கிச் செல்கிறது, ஆந்திரே அங்கு ஓடும் கார்களின் இரு பக்கங்களிலும் கீறல்கள் இல்லாததைக் கண்டும், பக்கவாட்டு கண்ணாடிகள் சேதமின்றி இருப்பதைப் பார்த்தும் ஆச்சரியப்படுகிறான். அவனது டிரைவர், ஒருமுறை கூட, முச்சக்கர வண்டியை வாங்கி, நெடுஞ்சாலை விதிகளைக் அறியாமல், தங்கள் தலைவிதியை கடவுகளிடம் ஒப்படைத்து, மூன்று எட்டுகளைப் போட்டு சோர்வடைந்த வாலிபர்களில் ஒருவனல்ல. இல்லை, அவன் பெரிய கறுப்பு கண்ணாடி அணிந்தபடி, ட்ரக்குகள் கார்களுக்கு இடையே ஆக்ரோஷமான வேகத்துடன் சவாரி செய்யும் ஒரு அடக்கமான, வயதானவன். தன் வண்டி மீது மோதுவதுபோல் வரும் டஜன் கணக்கான வாகனங்களை எதிர்கொள்வதற்குப் பயப்படாமல் தைரியமாக சாலையின் வெள்ளைக் கோட்டைக் கடக்கிறான். ஓட்டத்திற்குள்ளாகவே அவனது அசாத்திய முன்னேற்றம் ஒரு அதிசயம், ஹேண்டில் பாரில் ஒட்டப்பட்டிருக்கும் ஒளி ஊடுருவக் கூடிய பிளாஸ்டிக்கினால் செய்யப்பட்ட சிறிய புத்தர் சிலை வெறும் அழகுக்காக மட்டும் இல்லை. அவனைக் காப்பதற்கும்தான்.

சூர்யாயா கோபுரம் “வன்னியர் & எடெல்மேன்” நிறுவனத்தின் வெற்றி பெற்ற மிகவும் லட்சிய திட்டங்களில் ஒன்றாகும், இது செயல் திறனுக்கும் அழகியலுக்கும் ஒரு சான்று: கண்ணாடியாலும் மரத்தினாலும் கட்டப்பட்ட எண்பது மீட்டர் உயர கட்டடம், முக்கிய வளைவுகளில் நீண்ட ‘எஃகு’ தூண்களால் வலுவூட்டப்பட்டது. வடக்கு முகப்பில் ஓடும் நீரைக் குவித்து, கிழக்கே நடப்பட்ட பச்சைத் தாவரத்தாலான சுவருக்கு நீர்ப்பாசனம் செய்கிறது, தென்மேற்குச் சுவரில் ஸ்கைலைட்களும் சோலார் பேனல்களும் மாற்றிமாற்றி அமைக்கப்பட்டிருக்கின்றன - ஏனெனில் சூரியாயா என்றால் சூரியன் - அதுதான் கட்டடத்திற்கு மின்சாரம் வழங்குகிறது. அது அருங்காட்சியகப் பகுதிக்கும் பல்கலைக்கழகப் பகுதிக்கும் இடையில் அடையாளப் பாலமாக இருக்கிறது.

இது புகழைத் தேடும் ஸ்டார்ட்-அப் நிறுவனங்களுக்கு இடமளிக்கும். அனைத்து நிலைகளுக்கும் ஏற்கனவே முன்பதிவு செய்யப்பட்டுவிட்டது. கோபுரத்தின் எளிமையைக் கெடுக்க எந்த அலங்காரத்தையும் செய்யப்போவதில்லை: வேண்டாத வற்றையெல்லாம் தொடர்ந்து அகற்றி அடையப்பட்ட ஒரு முழுமையாகும். அவர்களின் சீனப் போட்டியாளர்கள் கூட பின்வாங்க வேண்டியிருந்தது.

ஆனால், ஒரு இந்திய துணை ஒப்பந்தக்காரர் ஒருவன் அடித் தளத்தின் கான்கிரீட்டின் தரத்தில் ஏமாற்றிவிட்டான். பாவம் நீல்சன், அதை மிகவும் தாமதமாகத்தான் கவனித்தான். அதனால் கட்டட வேலை இப்போது இரண்டு வாரங்கள் தாமதமாகிவிட்டது. ஆந்திரே வன்னியர் தனது இரண்டு நாள் பயணத்தைப் பயன் படுத்தி, ஞாயிற்றுக்கிழமையாக இருந்தால்கூட, அதே மதியம் நியூயார்க், ரிங்கிற்குப் பறந்து செல்வதற்கு முன், அச்சுறுத்தவும், பேச்சுவார்த்தை நடத்தவும், முடிவெடுக்கவும் தயங்க மாட்டான்.

“நான் வேறு ஒன்றிற்கு மாறிவிட்டேன்”, லூசி மிகவும் உறுதியான உள்ளுணர்வோடு தேர்ந்தெடுத்த இந்த வார்த்தைகள் அனைத்தையும் ஆந்திரே வெறுக்கிறான், அது கடந்தகாலம். மிகவும் குளிர்ந்து போன விஷயம். அவன் இந்த “வேறு ஒன்றிற்கு” என்றால் என்ன அர்த்தம் என்று யூகிக்கிறான். இதில் ஏற்கனவே அர்த்தம் பொதிந்திருக்கலாம். லூசி கொடுமையை விரும்பினாள், ஏனென்றால் அவர்களுக்கிடையில் இனிமேல் சரிசெய்ய முடி யாததை மட்டுமே அவள் விரும்பினாள், மேலும் மூன்று மாதங்களில் அவர்கள் வாழ்ந்ததைச் சாதாரணமான, சுருக்கமான, புதிய அனுபவமாகக் குறைக்க விரும்பினாள் - இன்னும் கொஞ்சம் வயதான ஒரு முதியவருடன் தூங்குவது. அவனது பழைய தோல், இனி எந்தக் குழந்தைக்கும் வழங்கப்படாத அவனது பழைய பெயர் இருந்தபோதிலும். ஒருவேளை அவன் ஒரு குறைவான, தீவிரமான லூசியின் வார்த்தைகளைவிடக் கடுமை யான வார்த்தைகளைத் தனக்குள் வெளிப்படுத்திக் கொள்ளலாம்.

அவளை அவனுக்கு மூன்று வருடங்களாகத் தெரியும். அது ப்ளம்ஸ் உணவகத்தில் இரவு விருந்து சாப்பிட்டதிலிருந்து. அவனுக்குச் சலிப்பு ஏற்பட்டது. அவன் வெளியேறப் போகிறான்,

ஒரு இளம் பெண் வருகிறாள். "எனது தாமதத்திற்கு மன்னிக்கவும், ஒரு திரைப்படத்தின் காட்சியில் விளக்குகளின் ஒளி சரிசெய்யப்பட வேண்டும்." லூசி தலைமை எடிட்டராக இருந்தாள். புத்தி சாலித்தனமாக இருக்க முயற்சித்த போதிலும், ஆந்திரேவால் அவளைப் பார்க்காமல் இருக்க முடியவில்லை. அந்த அளவிற்கு அவள் 'அவன் விரும்பும் அளவுக்கு' இருந்தாள். அவள் குரலில் இருந்த தீவிரம் அவனைக் கவர்ந்தது: அவள் குரலை உயர்த்தவே இல்லை, ஒவ்வொரு வாக்கியமும் அவள் உதடுகளிலிருந்து நிதானமாக, வெளிவந்தது, அவள் வார்த்தைகளைத் திணித்தாள், அவள் சிந்திக்கும்போதுஅவளது நெற்றியில் ஒரு சிறிய நரம்பு துடித்தது. அவளது இருபது வயதில் அவளுக்கு லூயிஸ் என்ற ஒரு சிறு பையன் இருந்ததைப் பின்னர் அவன் அறிந்தான், அவள் எப்போதும் அவனைத் தனியாகவே வளர்த்து வந்தாள். ஒற்றைத் தாயின் இந்தப் பொறுப்பினால்தான் அவளுக்கு அற்பத்தனம் இல்லாத குணம் வந்தது, என்று ஆந்திரே நினைத்தான்,

ஆம், லூசி அவனை வருத்தப்படுத்தியதாகக் கூறுவது ஒரு சிறிய விஷயம்தான். இருபது வயது குறைவாக இருந்திருந்தால், அவளுக்கு ஒரு குழந்தையைக் கொடுக்க முன்வந்திருப்பான். வயது வித்தியாசம் எல்லாவற்றையும் நம்ப முடியாததாக ஆக்கி விட்டது. அவனுடைய மகள், ஜீன் விரைவில் லூசியின் வயதாகிவிடுவாள். சிறிது காலத்திற்கு முன்பு, அவன் ஒரு பெண்ணிடம் நகைச்சுவையாகக் கேட்டான்: "நீ என் மனைவியாக இருக்க விரும்புகிறாயா? அந்த விதவை சிரிக்கவில்லை. இப்போதெல்லாம் அவனுடைய தோழிகள் எப்படி இளமையாக இருக்கிறார்கள்? அவனுடைய நண்பர்களுக்கும் அவனைப்போல் வயதாகிக்கொண்டு போகிறது. ஆனால் அவன் நேசிக்கும் பெண்களெல்லாம் அப்படி அல்ல. அவன் பயந்து ஓடுகிறான். அவன் வரவிருக்கும் மரணத்துடன் கூட உணவருந்துவான். ஆனால், அதனுடன் தூங்குவதற்குத் தயாரில்லை.

இரண்டு வருடங்கள் அவளைப் பார்த்துக்கொண்டே இருந்தான். அவனால் அவளை மீண்டும் பார்க்க முடியவில்லை. ஒரு அதிசய நாள், அவள் அவனை முத்தமிட்டாள், அந்த அதிசயம் சில மாதங்கள் நீடித்தது.

கட்டடக் கலைஞன், இளம் பெண்ணின் பழக்கவழக்கங்களில், படிப்படியாக அவனை அழித்ததை ஒரு பட்டியல் போடுகிறான். எல்லாவற்றிலும் உடலைப் பற்றிய கேள்விதான் மிஞ்சுகிறது என்று முடிக்கிறான். அவன் மரணத்தை அடிவானத்தில் பார்த்த தால், அதாவது நீண்ட காலமாகவே, அவன் காதல் என்று அழைக்கப்படும் ஒன்றை மனதிலேயே வைத்துக்கொள்கிறான். ஆனால் லூசியோ அதை வெளிப்படையாகவே சொல்கிறாள்.

லூசி நீண்ட மணிநேரம் எடிட்டிங் செய்து களைத்துப்போய் வீட்டிற்கு வந்தபோது, அவன் அவளைக் கட்டிப்பிடிக்க சிரித்துக் கொண்டே எழுந்தபோது, அவளது ஒவ்வொரு சைகையிலும் ஒரு தயக்கத்தை அவன் கண்டான் - அது ஒருவேளை களைப்பினால் வந்ததாகவும் இருக்கலாம். அவர்கள் படுக்கைக்குச் சென்றவுடன், மிகவும் ஆவேசமான ஒரு செயல் அவளை பயமுறுத்தி விடுமோ என்று பயந்தான்; அவனுடைய இரவுகள் அவளிடமிருந்து வெகு தொலைவில் கழிந்தன, அவள் "வாழும் இடம்" என்று அழைத்த ஒன்றிலிருந்து வெகு தொலைவிற்கு அவனைத் துரத்தினாள், இது வெளிப்படையாக அவளது தலைமுறையினருக்கு நாஜி சிந்தனையை தூண்டவில்லை. அவள் தூங்கிக்கொண்டிருந்தாள், அவன் அவளை ஏற்கனவே தவறவிட்டுவிட்டான். குறட்டை விட்டு அவளின் அசௌகரியத்தைக் கூட்டிவிடுவானோ என்ற பயத்தில் அவன் மனச்சோர்வில் மூழ்கிவிடுவான், அல்லது இன்னும் மோசமாக, அவன் உறக்கத்தையும் கலைத்துக்கொள் வான். அவள் விழித்தெழுந்து, தன் அருகில் மயங்கிக் கிடக்கும் ஒரு அசிங்கமான வாய் திறந்தபடி துர்நாற்றம் அடிக்கும் முதியவனைப் பார்த்துவிடுவாளோ என்ற பயத்திலும்தான்.

காலையில், லூசியின் அலாரம் ஒலிக்கும்போது அவள் எழுந் திருக்கிறாள், அவனை முத்தமிடாமல். படுக்கையறையை விட்டு குளியலறைக்குச் செல்கிறாள். அவன் மிகவும் விரும்பிய அவள் உடலைக் கண்ணாடி இல்லாமல் ஒரு விடியலின் மங்கலான வெளிச்சத்தில் அவன் பார்த்தான். தண்ணீர் விழும் சத்தத்தைக் கேட்டான். சூடாக விழும் தண்ணீரில் கண்களை மூடிக்கொண்டு நிர்வாணமாக அவள் நிற்பதாக வெகுநேரம் கற்பனை செய்தான், அவன் நெஞ்சு வலியால் சுருங்கியது, ஒருவேளை அவமான மாகவும் இருக்கலாம்.

அவனுக்கு முப்பது வயதிற்குள் இருந்திருந்தால், இன்னும் நித்தியமான அந்த உறுதியான தோல், சுருக்கங்களுக்கும் மரணத் திற்கும் பயப்படாத அந்தத் தோல், இன்னும் அடர்த்தியாகவும் கறுப்பாகவும் இருக்கும் அந்தத் தலைமுடி, இவையெல்லாம் அவனுக்கு இருந்திருந்தால், லூசி தனது அழகான காதலனை விட்டுவிட்டு காலை நேரக் குளியலை நோக்கி ஓடியிருப்பாளா? அது அழகான நீல்சனாக இருந்திருந்தால்! ஆம், நீல்சன், ஏன் இருக்கக் கூடாது? அவனது இனிமையான லூசியின் மீது சவாரி செய்யும் கம்பீரமான நீல்சனின் தற்காலிக படத்தைப் பார்த்து அவன் நடுங்குகிறான். அவனிடம் பதில் இருக்கிறது, அது அவனைச் சிலுவையில் அறைகிறது.

இன்னும் சில சமயங்களில், லூசி தன் கையை அவன் மீது வைத்து, சதை உருளையின் விறைப்பை உறுதிசெய்து, பின் அவன் மீது ஏறுவாள். அவன் அவளுக்குள் ஆழமாகத் தன்னைத் திணித்துக்கொள்வான். இந்த நிலையில் எந்த ஒரு முத்தத்தையும் தர முடியாததால், அவளை அவனுக்கு எதிராக இழுக்க முயன்றான்; ஆனால் அவள் உடனடியாக எழுந்து உட்கார்ந்து, விரைவாக மகிழ்ச்சியடைந்தாள். அவனது ஒல்லியான, முழுவதும் வியர்வை நிறைந்த அவனது உடல், ஒரு வலிபனாக அவனுடைய இன்பம் இப்போது வேண்டும் என்று சொன்னது. ஆந்திரே அவளை மிருகத்தனமாக அணைத்துக்கொண்டு விடுபட்ட இன்பத்தை உடனடியாக அடைய முயன்றான். ஆனால், இந்த அதிர்வோ அல்லது இந்த வேகமோ நிச்சயமாக அவனுடையது அல்ல.

அவனுடைய ஆசை, அவனுடைய சோகம், அவனுடைய கவலைகள் படிப்படியாக ஆந்திரேவை அனைத்து எச்சரிக்கை களையும் இழக்கச் செய்தன, மேலும் பலமுறை அவன் கேவலமாக வற்புறுத்தினான், ஆனால், ஒரு திறமையான வலியுறுத்தல் என்று ஒன்று இருக்கிறதா? அவனது அணைப்பை மறுத்துவிட்டு, அவனது உடலில் விரக்தியடைந்தாள். இனி இரண்டாவது முயற்சியை எப்படித் தொடங்குவது என்று அவனுக்குத் தெரியவில்லை. வாலி பத்துடன் இருப்பதற்கு அவனுக்கு இன்னும் எவ்வளவு காலம் இருக்கிறது? வயோதிகம் அவனை பலவீனப்படுத்தியது அந்த மட்டமான 60 வயசுடன், லூசி இன்று அவனை முழுமனதுடன்

விரும்பவில்லை என்றால், வரும் ஆண்டுகள் அவனை மேலும் கவர்ச்சிகரமானதாக மாற்றாது.

பெரிய விளம்பர பலகையில் V&E என்று அலங்கரிக்கப்பட்ட பெரிய பங்களாவில் சேறு, சகதி, மரப் பலகைகள் வழியாக வளைந்துவளைந்து ரிக்‌ஷா முற்றத்தில் நுழைகிறது. ஆந்திரே முதல் மாடியில் உள்ள பெரிய மண்டபத்திற்குச் செல்கிறான், அங்கு நீல்சன் அவனுக்காகக் காத்திருக்கிறான். லூசியா, நீல்சனுடன் இருக்கிறாளா? இல்லை, அவன் இனிமேல் எதிர்பார்க்க மாட்டான்..

"சிங் சன்செட் கட்டுமானப் பொறியாளர்கள் இருக்கிறார்கள் என்று இளம் கட்டடக் கலைஞர் சொன்னான்.

"அவர்கள் காத்திருக்கட்டும். எனக்கு சில நிமிடங்கள் கொடு..."

ஆந்திரே தனக்குத்தானே ஒரு கறுப்பு காபியை ஊற்றிக் கொண்டு, ஜன்னலை நோக்கி அமர்கிறான். அவனுடைய பார்வை சூர்யாயா கோபுரத்தின் கட்டுமானப் பகுதியை நோக்கி இருக்கிறது. மணி பத்து, கூட்டம் ஒன்பது மணிக்கு. இப்போது எதற்கும் வாய்ப்பில்லை: அவனது அநாகரிகமான தாமதம், அவனது செருப்புகள், அவனது வெளிரிய ஜீன்ஸ் நேரு காலருடன் வெள்ளை காட்டன் சட்டை, முதுகுப் பை. அவனது வருகை நீண்ட காலமாகத் திட்டமிடப்பட்டது, ஆனால் அவனும் நீல்சனும் அவர்களுக்காகத் தான் இந்தியாவுக்கு பயணம் வருகிறோம் என்று அவர்களிடம் சொல்ல முடிவு செய்தனர்.

சிங் சன்செட் கன்ஸ்ட்ரக்‌ஷனில் இருந்து ஒரு சிறிய பொறி யாளர்கள் குழு, தங்கள் முதலாளியைச் சுற்றி அமர்ந்துள்ளனர். ஆறு இறுக்கமாக தைக்கப்பட்ட கறுப்பு உடைகள், ஆறு டைகள், ஆறு இறுக்கமான முகங்கள். ஆந்திரே அறைக்குள் நுழைந்ததும் அனைவரும் எழுந்திருக்கிறார்கள். தயக்கமின்றி, கட்டடக் கலைஞன் நேராக சிங்கை நோக்கிச் செல்கிறான், அவன் இதுவரை சிங்கை சந்தித்ததில்லை. ஆனால் நீல்சன் அவனுடைய புகைப்படத்தை அனுப்பி இருந்தான். பளபளப்பான நரைத்த தலைமுடி. ஐம்பது வயது மெலிந்த தேகம், துடிப்பான கண்கள். அந்த மனிதன் குனிந்து மார்பில் கைகளைக் குவித்து பாரம்பரிய இந்திய வணக்கம் சொல்லும் முன் வன்னியர் அவன் கையை

வலுவாகப் பிடித்தான். அவன் உச்சரிக்கப் போகும் வார்த்தைகளைப் பற்றிக்கூடக் கணக்கிடப்பட்டிருக்கிறது.

"வணக்கம், மிஸ்டர் சிங்."

"மிக்க நன்றி, திரு.வன்னியர், மிகவும் நன்றி."

"மிஸ்டர் சிங், இந்தப் பிரச்சினையைத் தீர்க்க எங்களுக்கு இரண்டு மணிநேரம்தான் இருக்கிறது. நான் இன்றிரவு நியூயார்க் செல்ல வேண்டும். இது மிகவும் முக்கியமானது. மிகவும். உங்களுக்குப் புரியும். முதலில், நாம் ஒன்றாகக் கட்டுமான தளத்தைப் பார்வையிட விரும்புகிறேன்."

"திரு. வன்னியர், நாங்கள் என்ன நினைக்கிறோம் என்றால்..."

காத்திருக்காமல் வன்னியர் எழுந்து சென்றுவிடுகிறான். அனைவரும் பின்தொடர்கிறார்கள். வன்னியர் விரைவாக நடக்கிறான், நீல்சன் அவனுக்குப் பின்னால், பொறியாளர்கள் அவர்களுக்குப் பின்னால் ஒரே வரிசையில். நீல்சன் தனது முதலாளியிடம் திரும்பி, மெல்லிய குரலில் அவனிடம் கிசுகிசுக்கிறான்:

இன்று காலை ஆய்வகத்திலிருந்து, மைக்ரோபைல்களில் இருந்து எடுக்கப்பட்ட கான்கிரீட் மாதிரிகள் தொடர்பான முடிவுகளைப் பெற்றோம். உறுதித்தன்மை பரிசோதனையில் C100/115 தேவைப்படும் தரநிலைகளிலிருந்து வெகு தொலைவில் இருக்கிறது. நாம் சி 90இல் இருக்கிறோம், அல்லது கொஞ்சம் குறைவாகவும் இருக்கிறோம். மற்ற மைக்ரோபைல்களை நிறுவுவதன் மூலம் அதை சரிசெய்ய முடியும், பழையவற்றை முழுமையாக மறந்துவிடுவோம்.

வன்னியர் தலையசைத்தான். இந்தியாவில் அவனது ரகசிய ஆயுதம் நீல்சன். அவன் மும்பைக்கு வந்து ஒரு மாதம் ஆகிறது, ஒவ்வொரு நாளும் சரளமான தொழில்நுட்ப ஆங்கிலத்தில், சப்ளையர்களுடன் பதட்டமான தள சந்திப்புகளை அவன் ஒரு மாதமாக ஏற்பாடு செய்கிறான். ஆஸ்திரேலிய சருக்கு வீரன் போல இருக்கும் இந்த இளைஞன் தன்னைச் சுற்றி (அவன் கச்சிதமாகத் தேர்ச்சி பெற்ற ஹிந்தி மொழியில்) பேசுவதைக் கேட்கிறான்., அவனது குழந்தைப் பருவத்தை இந்தியப் பெருங்கடலின் கடற்கரை நகரமான கோவாவில் கழித்தான். அங்கு அவன் தாயார்

இன்றும் ஒரு விருந்தினர் மாளிகையை நடத்தி வருகிறாள். இந்த மொழியின் தேர்ச்சிதான் வன்னியர் & எடெல்மேன் நிறுவனத்தில் (சூரியாயா கோபுரத்திற்கான டெண்டர் அழைப்பை நிறுவனம் வென்ற இரண்டு வாரங்களுக்குப் பிறகு) அவன் சேர்வதற்கு உதவியது.

தூணின் அடிவாரத்திற்கு வந்தவுடன் வன்னியர் தனது பையைத் திறந்து, ஒரு மடிக்கணினி, ஒரு செயற்கைக்கோள் பெட்டி, ஒரு லேசர் கருவி ஆகியவற்றை வெளியில் எடுத்தான். இணைப்புகளைச் சரி செய்கிறான், தரவைச் சரிபார்த்து, லேசர் கருவியைக் கையாளுகிறான். ஐந்து முறை. பத்து முறை. மீண்டும் கணக்கிடுகிறான். மற்றொரு தூணின் மேல் இயக்குகிறான். அதே நேரத்தில் சன்செட் சிங்கின் ஆட்களுக்குச் சூரிய வெப்பத்தில் வியர்க்கிறது. தேவைக்கு அப்பாற்பட்டு அதை நீடிக்கச் செய்கிறான், பிறகு எல்லாவற்றையும், உன்னிப்பாகக் கவனித்து, திரும்பவும் அவசரப்படாமல் பெட்டியில் வைத்து, தங்கியிருக்கும் பங்களாவுக்குத் திரும்புகிறார்கள்.

வன்னியர் உட்கார்ந்து, சைகை மூலம் தன்னைப் பின்பற்ற அனைவரையும் அழைக்கிறான். சில நொடிகள் கடந்த பின், திடீரென்று ஆங்கிலத்தில் கூறுகிறான்:

"மிஸ்டர் சிங், ஒரு தவறு நடந்துவிட்டது, அது ஏற்கனவே பல விளைவுகளை ஏற்படுத்தியிருக்கின்றன. இப்போதே அதை சரி செய்ய வேண்டும், இல்லையென்றால் தாமதமாகிவிடும். கட்டடக்கலை என்பது ஒரு விளையாட்டு, தந்திரமான ஒரு ஒரு விளையாட்டு. அதைப் பற்றி பேச மாட்டோம். கட்டுமானம், என்பது விளையாட்டல்ல. பல பொருட்களை ஒன்றிணைப்பது. புரிகிறதா?" சிங் தலையசைத்தான்.

நண்பகலில் வன்னியர் தான் பெற வந்ததை எல்லாம் பெற்றுக்கொண்டான். சிங் சன்செட் கன்ஸ்ட்ரக்‌ஷன் ஒரு புதிய அட்டவணைக்கு உறுதிபூண்டுள்ளது, மேலும் வன்னியர் & எடெல்மேன் அவன் மீது விதிக்கும் குறைந்தபட்ச அபராதங்கள் நிபுணர்களின் செலவுகளையும் வழக்கறிஞர்களின் செலவு களையும் ஈடுசெய்ய மட்டுமே நோக்கமாக உள்ளன. நீங்கள் உங்கள் குதிரையைப் பயணத்தில் நடுவில் கொல்ல மாட்டீர்கள்

தடாகம் / 141

அல்லவா? துளையிடல் வேலைகள் மதியமே தொடங்கும், புதிய கான்கிரீட் இரவில், குளிர்ந்த நேரங்களில் ஆழத்தில் செலுத்தப்படும். அவசரத்தின் நிமித்தமாக வன்னியருக்கு C 115 தரநிலை மட்டுமல்ல, உவர் நீரை எதிர்க்கும் X S2 தர நிலையும் தேவைப்படுகிறது. வெப்பத்தின் உதவியால் அது ஒரு வாரத்தில் காய்ந்துவிடும், நாம் அதன் மீது மூன்று வாரத்தில் பாரத்தை வைக்கலாம்.

சிங் சன்செட் இன்ஜினியர்கள் புதிய அட்டவணையைப் பற்றி வாதிடத் தொடங்குகையில், வன்னியர் இந்தியனைப் போல் வணங்குகிறான். அவனும் நீல்சனும் அறையை விட்டு வெளியேறினர்.

அவர்கள் கட்டுமானப் பகுதியிலிருந்து வெளியேறி, தெருவோர கடையிலிருந்து இரண்டு குளிர்ந்த பீரை எடுத்துக்கொண்டு, கப்பல்துறையை நோக்கி நடக்கிறார்கள். வன்னியரின் நியூயார்க் விமானத்திற்கு இன்னும் மூன்று மணிநேரம் உள்ளது. திடீரென்று, அக்கறையுடன் நீல்ஸ் கேட்கிறான்: "அது சரி, ஆந்திரே, லூசி எப்படி இருக்கிறாள்?" அவள் வேலை செய்துகொண்டிருந்த வான் ட்ரொட்டா என்ற திரைப்படத்தை முடித்துவிட்டாளா? "

வன்னியர் புன்னகைக்கிறான். அது ஒரு முக சுளிப்பு. அவன் திசைதிருப்புகிறான், தவிர்க்கிறான். அவர்களின் பிரிவை மறைத்துக்கொண்டிருக்கிறான் என்பதை உணர்ந்தான். நீல்சனிடம் ஒப்புக்கொள்வது அதை இன்னும் உறுதியானதாக மாற்றுவது போல் தோன்றியது. அவன் அவமானப்படுத்தப்படுகிறான், அவன் தனது வாழ்க்கையில் முதல் முறையாக, வயதாகிவிட்டதை உணர்கிறான். வாழ்க்கை தனக்கு செய்யும் அநீதியைக் கண்டு வெட்கப்படுகிறான்.

லூசி ஒரேடியாகச் சென்றுவிட்டாள். மேலும் கட்டடக் கலைஞன் அவளின் வாக்கியத்தை மீண்டும் கூறுகிறான்: "நான் வேறு ஒன்றிற்கு மாறிவிட்டேன்." சரி, போகட்டும்!. ஆந்திரே ஏற்கனவே யூகித்துவிட்டான்: எல்லாவற்றையும் கருத்தில் கொண்டால், இல்லாத ஒரு பெண்ணிற்காக ஒவ்வொரு நாளும் வருந்துவது, தன் பக்கத்தில், அலட்சியம் நிறைந்த சூடான வெளிச்சத்தில் அவனிடமிருந்து விலகி தூங்குபவளை முடி வில்லாமல் விரும்புவதைவிட குறைவான வலியை ஏற்படுத்தும்.

நியூயார்க்கிற்கான யுனைடெட் விமானத்தில், வன்னியர் லூசிக்கு, இரண்டு மாதங்களுக்கு முன்பு கொடுத்த புத்தகத்தைப் படிக்கிறான். கேள்விப்பட்டிராத எழுத்தாளரான விக்டர் மியெசெல் எழுதிய "முரண்பாடு" என்ற இந்தச் சிறு புத்தகத்தை மீண்டும் படிக்கிறான். அவன் வேலை செய்ய முயற்சிக்கிறான். ஆனால் அவனது அவநம்பிக்கையான மின்னஞ்சலைப் பத்தாவது முறையாக மீண்டும் எழுதுவதைத் தவிர்க்க முடியவில்லை. அவன் தரையில் இருக்கிறான். இந்தத் தலைசுற்றல் வீழ்ச்சியை அவன் எதிர்பார்க்கவில்லை.

இந்த வெளிப்படுத்தப்பட்ட துன்பம்தான் லூசிக்கு எரிச்சலை ஏற்படுத்தியது. அவன் அவளை இழந்தான். ஆனால், அவன் எந்த சமரசத்துக்கும் ஒத்துக்கொள்ளவில்லை. தோல்வியின் வலியை எதிர்கொண்டு, அவன் தன்னைத் தானே குற்றம் சாட்டிக்கொள்கிறான். தனது பொறுமையின்மையைச் சபித்துக் கொள்கிறான். தான் ஒரு நல்ல காதலன், மென்மையானவன் கற்றறிந்தவன் என்று நினைத்துக்கொண்டான். அவளை உடலுறவின் மூலமாகத் தக்கவைத்துக் கொள்ள வேண்டும் என்று எதிர் பார்த்தான். அவளுக்கு நேர்த்தியான இன்பத்தின் மறுவடிவமாக மாற வேண்டும் என்று கனவு கண்டான். எனவே, முட்டாள் தனமாக—ஆசையைப் போல முட்டாள்தனமாக—எதுவும் இல்லை என்பதால், ஸ்பினோசாவின் வாழ்க்கையின் சாராம்சத்தின் கருத்துப்படி, ஆந்திரே தொடர்ந்து அவளைப் படுக்கைக்குக் கொண்டுவர விரும்பினான், அதை அவள் தவிர்த்துவிட்டாள்.

"உன் ஆசை என்னை ஒடுக்குகிறது. நீ என்னுடைய ஆசை யையும் கொன்றுவிட்டாய்," என்று லூசி அவனிடம் சொன்னாள், அவள் ஒரு கால இடைவெளியைக் கோரினாள், அது நிச்சயமாக ஒரு இடைவெளி அல்ல.

மிஸ் பிளேட்டோவை எதிர்த்து டாக்டர் ஸ்பினோசா. ஸ்பினோசாவிற்குத் தோல்வி. செக்மேட்.

இதையெல்லாம் ஆந்திரே எழுதவில்லை, சந்தேகத்திற்கு இடமின்றி கேலிக்குரிய ஒரு மின்னஞ்சலை எழுதுகிறான். "நான் உன்னுடன் மிக நீண்ட தூரம் செல்ல விரும்புகிறேன். மிகமிக நீண்ட வழிகூடச் செல்ல விரும்புகிறேன்." அவன் அந்த

வார்த்தைகளையெல்லாம் வெறுக்கிறான், இருந்தும் அவன் அவற்றை எழுதுகிறான். அவற்றை அனுப்புகிறான். பாரிஸில் இப்போது மணி என்ன? இப்போது ஏற்கனவே திங்கட்கிழமை. அவள் இன்னும் தூங்கிக் கொண்டிருப்பாள்.

பின்னர், மெலடோனின் செயல்பாட்டால், கனவு எதையும் காணாமல் தூக்கத்தில் மூழ்குகிறான். JFKஇல், சுங்கச்சாவடி வழியாகச் செல்லும்போது, இன்னும் தூக்கத்திலேயே இருக் கிறான். அதிகாரி அவனது பாஸ்போர்ட்டை ஸ்கேன் செய்து, கவனமாகப் பரிசீலித்து, சில நிமிடங்கள் அவனைக் காக்க வைத்தான். ஒரு ஆணும் பெண்ணும் அவர்களுடன் இணை கிறார்கள். அவர்கள் இளமையாக இருக்கிறார்கள், சாதாரண உடையில். அவன் ஒரு கறுப்பு உடை, அவள் ஒரு சாம்பல் நிற உடை. அவர்கள் எப்படி இருக்க வேண்டுமோ அப்படி இருக்கிறார்கள் என்பதுபோல் தெரிகிறது: எஃப் பி ஐ (FBI). தவிர, அவர்கள் நீல நிற கார்டையும், கோல்டன் மார்ஷல் பேட்ஜையும் வெளியே எடுக்கிறார்கள், அவற்றில் குண்டு முகம் கொண்ட நீதிபதி தராசையும் வாளையும் வைத்திருக்கிறார்.

"மிஸ்டர் ஆந்திரே வன்னியர்?" பெண் கேட்கிறாள்.

அவன் தலையசைக்க, அவள் ஃபோன் திரையில் ஒரு படத்தைக் காட்டுகிறாள்.

"இவளை உனக்குத் தெரியுமா?"

லூசிதான். லூசி மஞ்சள் நிற நியான் விளக்குகளுடன் ஒரு சிறிய அறையில் அமர்ந்திருக்கிறாள். அவள் பயத்தில் இருக்கிறாள். ஆம், அவளுடைய தோரணையும் அவளுடைய தோற்றமும் எல்லாம் சொல்கிறது. லூசியின் இந்தப் படத்தில் ஏதோ ஒன்று சரியாக இல்லை.

"ஆம், எனக்கு அவளைத் தெரியும். லூசி போகார்ட், எனது தோழி. அவளுக்கு ஏதாவது ஆகிவிட்டதா? அவள் பாரிஸில் இல்லையா?"

"வன்னியர், எங்களைப் பின்தொடருமாறு உன்னைக் கேட்க எங்களுக்கு உத்தரவு மட்டுமே உள்ளது. உன்னை வரவேற்க உன் தூதரகத்திலிருந்து ஒருவன் வந்திருக்க வேண்டும். நாங்கள் உன்னை

வழிநடத்த வேண்டிய இடத்தில் அவன் எங்களுடன் சேருவான். மறுப்பதற்கு உனக்கு உரிமை உண்டு, ஆனால் நாம் அவனுக்காக இந்தப் பகுதியில் ஒன்றாகக் காத்திருப்போம்.

வன்னியர் தலையசைக்கிறான். நிச்சயமாக அவன் மறுக்க மாட்டான்.

அவர்கள் விமான நிலையத்திலிருந்து வெளியேறி, ஒரு கறுப்பு லிமூசின் காரை நோக்கி நடக்கிறார்கள். ஒரு மனிதன் காத்திருந்தான், அவன் சூட்கேஸை எடுத்து டிக்கியில் வைக்கிறான். அவர்கள் பின்னால் ஏறுகிறார்கள். அமர்ந்தவுடன், அவன், டிரைவருக்கும் அவர்களுக்கும் இடையில் இருந்த வண்ண மயமான கண்ணாடியைத் தட்டுகிறான். கார் புறப்பட்டது. ஜன்னல்கள் முற்றிலும் ஒளிபுகா நிலையில் இருப்பதை ஆந்திரே கவனிக்கிறான்.

"தயவுசெய்து உன் செல்போனை அணைத்துவிட்டு என்னிடம் கொடு" என்று அந்தப் பெண் தொடர்கிறாள். மன்னிக்கவும். இது எங்கள் வழக்கம்...

ஆந்திரே கீழ்ப்படிகிறான். அவனுக்கும் பயம். லூசிக்காகவும் அவனுக்காகவும் பயப்படுகிறான்.

# முதல் தருணங்கள்

**வியாழன், ஜூன் 24, 2021**

**மெக்குயர் விமானப்படைத் தளம், ட்ரெண்டன், நியூ ஜெர்சி**

பிளாக் ஹாக் ஹெலிகாப்டர்கள், அமெரிக்க விமானப் படையின் பெரிய சாம்பல் இரட்டை எஞ்சின் ப்ரொப்பல்லர் விமானங்களுக்கு அருகில், சேதமடைந்த போயிங் 787 விமானம் ரன்வே 2இன் முடிவில் நிறுத்தப்பட்டுள்ளது. மூன்று கவச வாகனங்கள் நீண்ட தூரம் செல்லும் விமானங்களுக்கு அருகில் உள்ளன, கோரைகளாலும் முட்புதர்களாலும் ஆக்கிரமிக்கப்பட்ட ஒரு பாழான நிலத்தில் கடல் வாசனையுடன் ஒரு சூடான இரவு கவிழ்கிறது.

கிடங்குகளுக்கு அருகில், இராணுவ டிரக்குகள் தொடர்ந்து நடன அசைவில் ஒன்றையொன்று பின்தொடர்கின்றன. அவசரமும் ஒழுங்கும் தெரிகின்றன. நூற்றுக்கணக்கான வீரர்கள் ஒரு பரந்த விமான ஷெட்டில் ஏதோ ஒன்றை ஏற்பாடு செய்கிறார்கள், அந்த இடத்தில் இருந்து பிரம்மாண்ட லாக்ஹீட் C-5 கேலக்ஸி சரக்கு விமானம் ஆய்விற்குப் பின் வெளியே கொண்டு செல்லப்பட்டது. பெரிய கதவுகளுக்கு அருகில், சிறிய, மூன்று நிழல்கள் தனித்துத் தெரிகின்றன. மேலங்கியில் இருக்கும் பெண்ணின் தோரணையும் கறுப்பு நிற உடையில் இருக்கும் ஆண்களில் ஒருவனின் தோரணையும் சிறிய சந்தேகத்தை ஏற்படுத்துகிறது: அவர்கள் பாதுகாப்புத் துறையைச் சேர்ந்தவர்கள். கடைசி நபர் மிகவும் வித்தியாசமானவன்: முடி நீண்டு எண்ணெய் பிசுபிசுப்புடன் இருக்கிறது. வட்டமான ஸ்டீல் கண்ணாடிகள் அவன் மூக்கின் மேல் சறுக்கியபடி இருக்கின்றன. அவனது துளை விழுந்த டி-ஷர்ட் “நான் பூஜ்யம், ஒன்று ஃபைபோனச்சி ஆகியவற்றைக் காதலிக்கிறேன்” என்று அறிவிக்கிறது. அவன்மீது கொஞ்சம் வியர்வை நாற்றமும் நிறைய பீர் நாற்றமும் அடிக்கிறது.

ஆத்ரியன் மில்லர் இரண்டு பாட்டில் தண்ணீர் குடித்திருக்கலாம். இன்னும் அவனுக்குத் தலை சுற்றல் இருக்கிறது. அவன் போலீஸ் காரில் இருந்து இறங்கியவுடன், இரண்டு போலீஸ்காரர்கள் அவனிடம் வந்து, தங்களை அறிமுகப்படுத்திக் கொண்டனர், மில்லர் உடனடியாக அவர்களின் பெயர்களை மறந்துவிட்டான், சிஐஏ (CIA) இளைஞனின் பெயரையும் எஃப்பிஐ (FBI) பெண்ணின் பெயரையும் மறந்ததுபோல. சிறிதளவு ஆற்றலையும் போலியாகக்கூட காட்டாமல், தளர்வாக அவர்களிடம் கையை நீட்டுகிறான்.

அதிகாரி அதை தயக்கத்துடனும் விறைப்பாகவும், தனது விரல் நுனிகளால், நொந்துபோன மீனைத் தொடுவது போல அழுத்துகிறான்:

"பேராசிரியர் மில்லர், நீங்கள் இவ்வளவு இளமையாக இருப்பீர்கள் என்று நான் கற்பனை செய்யவில்லை.

சிறந்த அம்சம் கொண்ட எஃப்பிஐ (FBI) பெண், தனது முப்பது களில் இருக்கிறாள். கூர்மையான கண்கள் கொண்ட லத்தீன பெண். அவள் கணிதவியலாளரை அமைதியாக அளவிடுகிறாள். முதலில் அவள் அவனிடம் ஜான் குசாக்கின் சாயலைக் காண் கிறாள், ஏழைகளின் ஜான் குசாக் என்றும் சொல்லலாம், பிறகு அவள் மனதை மாற்றிக்கொண்டாள்: இல்லை, இல்லை. எல்லா வற்றையும் மீறி, ஆச்சரியமும் மரியாதையும் கலந்து அவள் சொன்னாள்:

"பேராசிரியர் மில்லர், உங்கள் அறிக்கையை நாங்கள் மனப் பாடமாக அறிவோம். ஒரு குறிப்பிடத்தக்க சாதனை. உங்கள் அனுபவத்திலிருந்து நிறைய எதிர்பார்க்கிறோம். நீங்களும் டாக்டர் ப்ரூஸ்டர்-வாங்கும் ஏற்கனவே நெறிமுறை 42ஐ பார்த்திருப்பீர்கள் என்று நான் நினைக்கிறேன். .

ஆத்ரியன் மில்லர் கேட்க முடியாதபடி "இல்லை" என்று முணுமுணுக்கிறான். டினா வாங்கிடம் அவன் மிகக் குறை வாகவே தொடர்பில் இருந்தான். அவளது வாழ்க்கையில் ஒரு ப்ரூஸ்டர் நுழைந்ததை அவன் அறிந்திருக்கவில்லை, இல்லை, அவன் நெறிமுறை 42ஐ பார்த்ததில்லை. அவன் அறிந்தவரையில் "வரையறுக்கப்பட்ட நிகழ்தகவு" விமானப் போக்குவரத்திற்கு

இடையூறு எதையும் செய்யவில்லை: அல்லது வேற்று கிரக வாசிகளின் வருகைக்கு, மூன்று நெறிமுறைகள் ஒதுக்கப்பட்டுள்ளன. - "மூன்றாவது வகை சந்திப்புகள்", "வார் ஆஃப் தி வேர்ல்ட்ஸ்", "தெரியாத நோக்கம்" - ஒவ்வொரு முறையும் டினாவை மகிழ்விக்க காட்ஜில்லா உட்பட ஒரு டஜன் வகைகளுடன். அல்லது ஜோம்பிஸ் போன்ற பிற காட்டேரிகளின் வான்வழிப் படையெடுப்பு - அல்லது எபோலா போன்ற ரத்தக்கசிவு காய்ச்சல் அல்லது கொரோனா வைரஸ் போன்ற ஏரோபிக் தொற்றுநோய் எதிர்பார்க்கப்படுகின்றன. ஒரு தீய செயற்கை நுண்ணறிவு போக்குவரத்தைக் கட்டுப்படுத்தும் என்ற கருதுகோளைப் பொறுத்தவரை - அது தன்னிச்சையாகச் செயல்பட்டாலும், நெறிமுறை 29 அல்லது ஒரு வெளிநாட்டு சக்தி, நெறிமுறை 30 மூலம் தொலைதூரத்தில் வழிநடத்தப்பட்டாலும் - அது இன்னும் நடக்கவில்லை, இன்னும் பல நம்பத்தகுந்தவை என்றாலும்.

"ஆனால் நெறிமுறை 42... நெறிமுறை 42-ஐ நாம் எதிர்கொள்ள முடியாது." மில்லர் ஒரு மிடறு தண்ணீரைக் குடித்துவிட்டு, சொல்கிறான்:

"உனக்குத் தெரியும்.. மன்னிக்கவும், உங்கள் பெயர்களை மறந்துவிட்டேன்.

"நான் மூத்த அதிகாரி குளோரியா லோபஸ், இது என்னுடன் பணியில் இருக்கும் மார்கஸ் காக்ஸ்."

"சரி, மூத்த அதிகாரி குளோரியா லோபஸ், உண்மையைச் சொல்ல வேண்டுமானால், புரோட்டோகால் 42... அதை எப்படி அமைப்பது..."

அத்ரியன் மில்லர் மற்றொரு மிடறு தண்ணீரைக் குடிக்கிறான். அவனுக்கு வார்த்தைகள் வரவில்லை. எல்லாவற்றிற்கும் மேலாக, அரசுப் பணத்தில் ஏற்கனவே அரை மில்லியன் டாலர்களைச் செலவழித்த ஒரு சராசரி கணிதவியலாளரின் குறும்புத்தனம் என்பதை அவன் ஒப்புக்கொள்ள முடியாது, இருபது வருடங்களாக அரசு இரண்டு கோமாளிகளுக்குப் பணம் கொடுத்து அவர்களுடனேயே எப்போதும் செல்போன்களை வைத்திருக்கச் சொல்லியிருக்கிறது. அந்த போன்களின் மணி ஒலித்ததேயில்லை.

அவன் போயிங் விமானத்தைப் பார்க்கிறான். ஒரு பெரிய அலுமினிய சுருட்டு இப்போது சக்திவாய்ந்த ஸ்பாட்லைட்களால் ஒளிர்வதைக் கவனிக்கிறான்.

"நாம் ஏன் இங்கு வந்திருக்கிறோம் என்பது தெரியுமா?" இந்த விமானத்தின் சிறப்பு என்ன? அதன் உடைந்த முன்பக்க கண்ணாடியும் விரிசலடைந்த மூக்கையும் தவிர.

"ரேடோம்," சிறப்பு அதிகாரி திருத்துகிறாள். விமானத்தின் முன்பகுதி ரேடோம் என்று அழைக்கப்படுகிறது.

இளம்பெண் அவர்களை இடைமறிக்கிறாள்.

"எங்களுக்கு அதிகம் தெரியாது, பேராசிரியர் மில்லர். பேராசிரியர் ப்ரூஸ்டர்-வாங்கின் ஹெலிகாப்டர் நெருங்கி வருகிறது. வடக்கே அது கரும்புள்ளியாகத் தெரிகிறது..."

"அப்படியானால், தயவுசெய்து இந்தத் தாளின் அடிப்பகுதியில் கையொப்பமிடுங்கள், பேராசிரியர் மில்லர்," என்று அதிகாரி காக்ஸ் ஒரு உறையைத் திறந்து கொடுக்கிறாள். இது ஒரு ரகசியத்தன்மை ஒப்பந்தம்: இனி உங்களுக்கு வழங்கப்படும் அனைத்துத் தகவல்களும் வகைப்படுத்தப்பட்டுள்ளன. நீங்கள் கையெழுத்திட மறுத்தால், தேசிய பாதுகாப்புக்கு ஆபத்தை விளைவிப்பதற்காக இராணுவ நீதிமன்றத்தின் முன் உங்களை நிறுத்தும். கையெழுத்திட்ட பிறகு அதை மீறுவது 18 US கோட் §79 இன் கீழ் தேசத்துரோக குற்றமாகக் கருதப்படும். உங்கள் ஒத்துழைப்புக்கு நன்றி.

~

குறைந்த பட்சம் - ஆர்தர் மன்னனும் அவனது இராணுவ மாவீரர்களும் ஒரு வட்டத்தில் கூடுவது விரும்பப் படுகிறது. சந்தேகத்திற்கு இடமின்றி இந்த வட்டம் அவரவர் நிலைகளிலிருந்து எதையும் மறைக்காமல் தகுதிகளின் சமத்து வத்தை அறிவிக்கிறது. எனவே மெக்குயர் தளம் அதன் பெரிய வட்ட மேசையைப் பாதாள கட்டளை அறையின் மையத்தில், மூல விளக்குகளுடன் கொண்டுள்ளது, அதன் சுவர்களில் பெரிய திரைகள் வரிசையாக உள்ளன: பல திரைகள் தரையில் நிற்கும் 787

விமானத்தின் அனைத்துப் பக்கங்களிலிருந்தும் பல கேமராக்களால் எடுக்கப்பட்ட படங்களைக் காட்டுகின்றன.

டினாவும் அத்ரியனும், ஒரு டஜன் நட்சத்திர ஜெனரல்களை எதிர்கொள்ளவும், ஒவ்வொரு துறையிலிருந்தும் பெண்களையும் ஆண்களையும் ஒன்றாகக் கற்பனைசெய்து பார்க்கவும், அவர்களின் பெயர்கள், நற்சான்றிதழ்களை பிளெக்ஸிகிளாஸ் அட்டைகளின் கீழ் பார்க்கவும் அருகருகே உட்கார விரும்பினர். எஃப்பிஐ (FBI), பாதுகாப்புத்துறையுடன் கூடுதலாக வெளிநாட்டு விவகாரங்கள் துறை, அமெரிக்க விமானப்படை, சிஐஏ, என்எஸ்ஏ, நோராட், எஃப்ஏஏ போன்ற மில்லர் கேள்விப்படாத பிற "சுருக்கெழுத்து களும்" உள்ளன. அவனுக்கும் டினாவுக்கும் கூட அவர்களின் பதவிகள், குடும்பப் பெயர்கள், முதல் பெயர்கள் வைத்துக் கொள்ள உரிமை இருக்கிறது. "மாசசூசெட்ஸ் இன்ஸ்டிடியூட் ஆப் டெக்னாலஜி" பெயரையும் அவர்கள் பயன்படுத்தலாம். ஆனால் அவர்கள் இப்போது அங்கு வேலை செய்யவில்லை.

டினா வாங்கிடம் அதிகம் மாற்றமில்லை. இருப்பினும் அவள் முனைவர் பட்டம் பெற்றபோது இருந்ததைவிட கௌரவமான ஆடையை ஏற்றுக்கொண்டாள். அவள் இப்போது ஆசிரியை இல்லை. ஆம், அவள் கொலம்பியாவில் உள்ள உணவு விடுதியில் சந்தித்த ஒரு இயற்பியலாளர் ஜார்ஜ் ப்ரூஸ்டரை மணந்து கொண்டுவிட்டாள். மேலும், அவள் அத்ரியனை அடையாளம் கண்டுகொண்டிருக்க மாட்டாள். அவன் தி நேம் ஆஃப் தி ரோஸின் கிறிஸ்டியன் ஸ்லேட்டரைப் போல் தெரியவில்லை. அவள் இப்போது அவனிடம் தலைமுடியை இழந்த கீனு ரீவ்ஸைக் கண்டுபிடித்தாள், ஆனால் அந்தப் பாராட்டு எண்ணங்களைத் தனக்குள் வைத்துக்கொள்கிறாள்.

ஒரு சக்திவாய்ந்த குரல் இரைச்சலை மீறிக் கேட்கிறது. அந்த உயரமான, ஒல்லியான மனிதன், வெஸ்ட் பாயிண்ட், கொலராடோ ஸ்பிரிங்ஸ், ஹோம்ஸ், மொகடிஷுவில் காண்பித்த தனது போர்ச் சாகசங்களைவெளிப்படுத்த வேண்டிய அவசியமில்லை: அவன் வெள்ளை முடி, தசை அம்சங்கள், அவன் காலரில் உள்ள மூன்று எம்ப்ராய்டரி செய்யப்பட்ட கறுப்பு நட்சத்திரங்கள் அவன் பெருமைகளைப் பறைசாற்றுகின்றன. நாகரிக மரவேலைகளைக்

கொண்ட இந்த அறையில், அவனது இராவணுவச் சீருடை அவனுக்குச் சிறிதும் பயன்படவில்லை.

“பெரியோர்களே, தாய்மார்களே, நான் தேசிய இராணுவக் கட்டளை மையத்தின் ஜெனரல் பேட்ரிக் சில்வேரியா, நான் முழு அதிகாரத்துடன் பாதுகாப்புத் துறையின் பிரதிநிதியாக இருக்கிறேன். நிலைமை ரகசியமாக இருக்க வேண்டும், மேலும் ரியோவில் தனது நிகழ்ச்சி நிரலை மாற்ற வேண்டாம் என்று ஜனாதிபதி விரும்பினார், ஆனால், அவருக்குத் தொடர்ந்து தகவல்கள் தெரிவிக்கப்படுகின்றன என்பதை அறிந்துகொள்ளுங்கள். நான் மேசையைச் சுற்றி இருப்பவர்களை அறிமுகம் செய்கிறேன்: என் இடதுபுறத்தில், ஜெனரல் புகேனன், மெக்குயர் தளத்திற்குக் கட்டளையிடுபவர். சில நாட்களுக்கு நாம் அவரின் விருந்தாளிகள். எனது வலதுபுறத்தில் உள்ள பேராசிரியர்களான மில்லரையும் ப்ரூஸ்டர்-வாங்கையும் யாருக்கும் தெரியாது என்று நினைக்கிறேன்: அவர்கள் இரண்டு கணிதவியலாளர்கள். 9/11 முதல் நாங்கள் பின்பற்றி வரும் நெருக்கடி நெறிமுறைகளுக்கு அவர்களுக்குக் கடமைப்பட்டுள்ளோம்.

இருவரும் ஒரு வித சங்கடத்துடன் வணக்கம் செலுத்தினர், சில்வேரியா தொடர்கிறான்:

“பேராசிரியர் மில்லர் பிரின்ஸ்டனில் கற்பிக்கிறார், பேராசிரியர் ப்ரூஸ்டர்-வாங் நாசா, கூகுள் கார்ப் ஆலோசகர் ஆவார். நெறிமுறை 42ஐப் பயன்படுத்துவதற்கு அவர்கள் முழு அதிகாரத் தையும் கொண்டிருப்பார்கள், மேலும் இந்தச் செயல்பாட்டின் ஒருங்கிணைப்பாளனாக நான் இருப்பேன். தேசிய பிரதேசத்தில் செயல்பட CIAக்கு அங்கீகாரம் இல்லை என்று யாரேனும் கூறுவதற்கு முன், நெறிமுறைக்கு அனைத்துத் துறைகளின் ஒத்துழைப்பும் தேவை என்று நான் குறிப்பிடுகிறேன்.

ஒவ்வொரு பங்கேற்பாளருக்கும் ஒரு டேப்லெட்டையும் “வகைப்படுத்தப்பட்ட தகவல்” என்று பெயரிடப்பட்ட தடிமனான கோப்பையும் ஒரு அதிகாரி விநியோகிக்கும்போது, சில்வேரியா, மூத்த எஃப்பிஐ (FBI) அதிகாரியையும், சிஐஏ (CIA) சிறப்பு அதிகாரி முதல் கண்காணிப்பு அதிகாரிவரை எல்லோரையும் ஒவ்வொருவராக அறிமுகம் செய்கிறான்: சிறப்பு ஆபரேஷன்

கட்டளையிலிருந்து (PsyOps) உளவியல் துறை நிபுணன் ஜேமி புட்லோவ்ஸ்கி. அவர்கள் அனைவரும், அவரவர்களின் சொந்த வழியில், நெறிமுறை 42இன் நிர்வாகத்தில் ஈடுபட்டுள்ளனர். மில்லருக்கு நினைவு வருகிறது: சம்பந்தப்பட்ட அரசாங்க நிறுவனங்கள், இந்த அட்டவணையைச் சுற்றியுள்ள அனைவரின் தரவரிசை, இந்தக் கூட்டத்திற்கான நிகழ்ச்சி நிரல் கூட... அவனுடன் டினா வாங்கும் அந்த அறிக்கையில் குறிப்பிடாத எதுவுமில்லை.

“சில மணிநேரங்களில் நமது அணி கணிசமாக வலுவூட்டப் படும்,” சில்வேரியா தொடர்கிறான். இந்தத் தருணத்தில் கூட, பல்வேறு தரப்பைச் சேர்ந்த பலர் தளத்திற்குச் சென்று நிலைமையைச் சமாளிக்க உதவுகிறார்கள். எஃப்பிஐ (FBI) PsyOps உளவியல் துறை நமக்கு எத்தனை அதிகாரிகளை அனுப்புகிறார்கள், சிறப்பு அதிகாரி புட்லோவ்ஸ்கி?

“நூற்றுக்கும் மேற்பட்டவர்கள். நாங்கள் நியூயார்க்கில் உள்ள எங்கள் கட்டடம் ஒன்றில் இருந்தும் செயல்படுகிறோம்.”

“நன்றி. நாங்கள் அறிந்தவற்றின் தற்போதைய நிலை உங்கள் முன் உள்ளது. கொட்டகையில் உள்ள 787 விமானம் நம்மை இங்கு இருக்கச் செய்கிறது: இது ஜூன் 24, இன்று சரியாக இரவு 7:03 மணிக்கு கென்னடி விமான நிலையத்தைத் தொடர்பு கொண்டது. அது தன்னை பாரிஸிலிருந்து நியூயார்க்கிற்கு இயக்கப் படும் ஏர் பிரான்ஸ் விமானம் 006 என்று அடையாளம் காட்டியது. இந்த விமானம் குறிப்பிடத்தக்க சேதத்தை அறிவித்தது. சில நிமிடங்களில் இந்தத் தளத்திற்குத் திருப்பிவிடப்பட்டது. கேப்டன் தாவீது மார்க்லே, துணை விமானி கிடியோன் ஃபேவரோக்ஸ். கேபின் குழுவினரையும், பயணிகளின் முழுப் பட்டியலையும் காணலாம். இப்போது நான் என்எஸ்ஏ (NSA)வில் இருக்கும் பிரியன் என்எஸ்ஏ (NSA) மிட்னிக்கிடம் ஒப்படைக்கிறேன். டேப்லெட்களைப் பற்றி ஒரு வார்த்தை, பிரையன்?”

தேசிய பாதுகாப்பு முகமையைச் சேர்ந்த நபர் எழுந்து நிற்கிறான். அப்போதும்கூட அவன் ஒரு சிறு குழந்தையைப் போல் தெரிகிறான். குறிப்பாக அவன் இளம் பருவ உற்சாகத்துடன் ஒரு கறுப்பு செவ்வக வடிவ டேப்லட்டைக் காட்டுகிறான்.

- அனைவருக்கும் வணக்கம், இதைப் போன்ற ஒரு டேப்லெட் உங்களுக்கு முன்னால் உள்ளது. உங்களுடையது தனிப்பட்டது, திறக்கப்பட்டது. முகப்புப் பக்கத்தில், உங்களிடம் போயிங் 787 இன் வரைபடம் உள்ளது. ஒவ்வொரு இருக்கையிலும் கிளிக் செய்தால், பாப்-அப் சாளரத்தில் ஒரு பெயர் தோன்றும், விமானப் பணிப்பெண்கள் உட்பட. இருக்கைக்கு இருக்கை இந்த விமானத்தில் உள்ள ஒவ்வொரு நபரின் தரவுகளும் தெரிவிக்கப்படுவதால், என்எஸ்ஏ (NSA) உங்கள் டேப்லெட்களை உடனுக்குடன் புதுப்பிக்கிறது. ஒரு புதிய பக்கத்திற்கான இணைப்பு, ஒரு படத்தில் அல்லது உரையின் ஒரு துண்டில், நீல நிறத்தில் காட்டப்படும். கிளிக் செய்தால் ஒரு பக்கம் தோன்றும். திரும்பிச் செல்ல, பின் அம்புக்குறியை கிளிக் செய்யவும். இது மிகவும் எளிமையானது. இப்போது கட்டுப்பாட்டுத் திரைகளைப் பாருங்கள்.

மிட்னிக் ஒரு விரலை அசைத்து, மார்க்லே, ஃபேவரோக்ஸின் புகைப்படங்களை வரிசையாகக் காட்டுகிறான். மிட்னிக் தனது பொருளை வைத்து விளையாடுகையில், சில்வேரியா மீண்டும் பேசுகிறான்.

"நெறிமுறை 42 தூண்டப்பட்டுவிட்டது. அதற்குக் காரணம், இன்று மற்றொரு ஏர் பிரான்ஸ் 006 விமானம் நான்கு மணி நேரத்திற்கு முன்பு JFK விமான நிலையத்தில், திட்டமிடப்பட்ட நேரத்தில், மாலை 4:35 மணிக்கு இறங்கியது. மற்றொரு விமானம் மூலம், மற்றொரு விமானியின், ஒரு துணை விமானியின் தலைமையில் தரையிறங்கியது. மறுபுறம், ஏர் பிரான்ஸ் போயிங் 787, அதே ஏர் பிரான்ஸ் 006 குறிப்புடன், இதைப் போலவே சேதமடைந்தது. இதே கேப்டன் மார்க்லே மூலம் அதே ஃபேவரோக்ஸின் உதவியுடன் இயக்கப்பட்டது. அதே குழுவினர்களையும் அதே பயணிகளையும் ஏற்றிச் சென்றது. சுருக்கமாகச் சொன்னால், நீங்கள் இங்கே பார்க்கும் அதே விமானம், JFK விமான நிலையத்தில் தரையிறங்கியது, ஆனால் அது மார்ச் 10 அன்று மாலை 5:17 மணிக்குச். சரியாக நூற்று ஆறு நாட்களுக்கு முன்பு."

அறை முழுவதும் ஒரே கூச்சலும் குழப்பமும். சிஐஏ அதிகாரி கையை உயர்த்துவதன் மூலம் அதற்கு முற்றுப்புள்ளி வைக்கிறான்:

"எனக்குப் புரியவில்லை. ஒரே விமானமா இரண்டு முறை தரையிறங்கியது?"

"ஆம். நான் மீண்டும் சொல்கிறேன்: இது அதே விமானம் தான். பராமரிப்பு தொழில்நுட்ப வல்லுநர்களில் ஒருவன் அதை எங்களுக்கு உறுதிப்படுத்தினான்: அவன் கிட்டத்தட்ட நான்கு மாதங்களுக்கு முன்பு இதே 787 விமானத்தில் பணிபுரிந்தான்: அவனைப் பொறுத்தவரை, சேதம் குறைவாக இருந்தது, விமானம் பயண நேரத்தில் பாதி நேரத்தில் ஆலங்கட்டி மழையில் இருந்தது போல. ஆனால், முன்பக்க கண்ணாடியில் சில பாதிப்புகளும் ரேடோமில் சில பாதிப்புகளும் இருந்தன என்று உறுதியாக அங்கீகரிக்கிறான்... நான் விமானியை நேரடியாகத் தொடர்பு கொள்கிறேன்."

கட்டளை அறையில் ஒரு சிறிய பின்னூட்டம்.

"ஹலோ, கமாண்டர் மார்க்லே. மீண்டும் ஜெனரல் பேட்ரிக் சில்வேரியா. நான் பழுதுபார்க்கும் ஊழியர்களுடன் இருக்கிறேன். உங்களை அறிமுகப்படுத்திக்கொள்ள மீண்டும் ஒருமுறை கேட்க லாமா? உங்கள் பிறந்த தேதியை எங்களிடம் கொடுங்கள்."

மார்க்லேவின் குரல் அறை முழுவதும் எதிரொலிக்கிறது. அவன் சோர்வாக இருக்கிறான்.

"தாவீது மார்க்லே, பிறந்தது ஜனவரி 12, 1973இல். ஜெனரல், பயணிகள் பொறுமை இழந்திருக்கிறார்கள், அவர்கள் இறங்க விரும்புகிறார்கள்."

"அடுத்த சில நிமிடங்களில் நாங்கள் அவர்களை வெளி யேற்றுவோம். கடைசியாக ஒரு கேள்வி, கமாண்டர் மார்க்லே: இது என்ன நாள், என்ன நேரம்?"

"எனது கருவி வேலை செய்யவில்லை. இன்று மார்ச் 10, எனது கடிகாரம் இரவு 8:45 என்று காட்டுகிறது."

சில்வேரியா தகவல்தொடர்பைத் துண்டிக்கிறான். ஒளிரும் கடிகாரம் ஜூன் 24 தேதியையும், இரவு 10:34 மணியையும் காட்டுகிறது. மிகப்பெரிய திரையில் திடீரென ஒரு மருத்துவமனை படுக்கையில் உள்ள ஒரு நோயாளியின் படம் தோன்றுகிறது.

"இந்தப் புகைப்படம் பத்து நிமிடங்களுக்கு முன்பு மவுண்ட் சினாய் மருத்துவமனையின் அறை எண் 344இல் எஃப்பிஐ (FBI) முகவரால் எடுக்கப்பட்டது. இந்த மனிதனின் பெயரும் தாவீது மார்க்லேதான். இவன் மார்ச் 10ஆம் தேதி ஏர் பிரான்ஸ் 006 விமானத்தின் பைலட்டாக இருந்தான். இந்த தாவீது மார்க்லே கணைய புற்றுநோயால் இறந்துகொண்டிருக்கிறான் என்று ஒரு மாதத்திற்கு முன்பு கண்டறியப்பட்டது."

சில்வேரியா அமைதியாக இருக்கும் அத்ரியன் மில்லரையும் டினா ப்ரூஸ்டர்-வாங்கையும் திரும்பிப் பார்க்கிறான்.

"புரோட்டோகால் 42 ஐ ஏன் தூண்டினோம் என்பது உங்களுக்குப் புரிகிறதா? இப்போது அடுத்த கட்ட நடவடிக்கை என்ன?"

## II
## 'வாழ்க்கை ஒரு கனவு' என்று சொல்லப்படுகிறது

*(ஜூன் 24 - 26, 2021)*

இருப்பு, சாரம் போன்ற பலவற்றிற்கு முந்தியது,
இருத்தல் சாரத்திற்கு முந்தியுள்ளது,
மேலும் வெகுதொலைவில் உள்ளது.

முரண்பாடு, விக்டர் மியெசெல்

# அந்தத் தருணம்

**வியாழன், ஜூன் 24, 2021,**

**மெக்குயர் விமானப் படைத் தளம், ட்ரெண்டென், நியூ ஜெர்சி**

ஆயுதமேந்திய மஞ்சள் நிற மாசு எதிர்ப்பு உடைகள் அணிந்திருக்கும் வீரர்கள் இரண்டு நெடுவரிசைகளிலும் இடையில் பயணிகள் ஒற்றை வரிசையிலும் கொட்டகையை நோக்கி நடக்கிறார்கள். அவர்கள் ஒரு கதிரியக்கச் சோதனை வாயிலையும் ஒரு பாக்டீரியா எதிர்ப்பு ஏர்லாக்கையும் கடந்த பின் பெரிய குவிமாடத்திற்குள் நுழைகிறார்கள். ஒரு வரிசை வீரர்கள் அவர்களின் குடும்பப் பெயர், முதல் பெயர், இருக்கை எண் ஆகியவற்றைக் குறிப்பெடுக்கின்றனர். அவர்களில் சிலர் எதிர்ப்பு தெரிவிக்கின்றனர். பதற்றமும் பின்னர் கோபமும் சோர்வுக்கும் கவலைக்கும் வழிவகுத்தன. உற்சாகமான ஒரு பெண் வழக்கறிஞருக்கு மட்டுமே தனது தொழில் அடையாள அட்டையை வழங்குவதற்கான ஆற்றல் இருக்கிறது.

கூடாரத்திற்குள், வீரர்கள் ஷவர், நடமாடும் கழிப்பறைகள், நூற்றுக்கணகான கூடாரங்கள், நீண்ட மேஜைகள் ஆகியவற்றை அமைத்துள்ளனர். அவர்கள் உணவைச் சுடசுட வழங்குகிறார்கள், சில பயணிகள் கேன்வாஸ்களின் கீழ் நிறுவப்பட்ட மெத்தைகளில் ஓய்வெடுக்க முயற்சி செய்கிறார்கள், ஆனால் எல்லா ஒலிகளும் எஃகு கூரையின் கீழ் எதிரொலிக்கின்றது, குழந்தைகள் அழுகிறார்கள், வாக்குவாதங்கள் வெடிக்கின்றன. டஜன் கணக்கான வீரர்கள் ரோந்து வருகிறார்கள், ஒவ்வொரு இயக்கத்தையும் கட்டுப்படுத்துகிறார்கள்; வடக்கு மூலையில், ஒரு மரத்தின் கீழ் மருத்துவக் குழு ஒரு ஆய்வகத்தைக் நிறுவியுள்ளது, மேலும் ஒரு டஜன் செவிலியர்கள் ஒவ்வொரு பயணிகளிடமிருந்தும் உமிழ்நீர் மாதிரியைச் சேகரிக்கிறார்கள். கிழக்கு மூலையில் உள்ள

கட்டுமான தொகுதிகளில், மில்லரும் வாங்கும் அவசரமாக உருவாக்கிய கேள்வித்தாளை வைத்துக்கொண்டு புதியதாக வந்த PsyOp உளவியலாளர்கள் நேருக்கு நேர் விசாரணைகளைத் தொடங்குகிறார்கள். கடந்த சில மணிநேரங்களில், புரோட்டோகால் 42 நன்றாக விரிவடைந்துவிட்டது.

மேற்குப் பக்கத்தில், தரையில் இருந்து ஐந்து மீட்டர் உயரத்தில், ஒரு பெரிய உலோக மேடை கூடாரத்தில் பிரதானமாக இருக்கிறது. டாஸ்க் ஃபோர்ஸ் குழு கூடாரத்தை நோக்கி இருக்கும் அறைகளில் ஒன்றிற்கு நகர்ந்துள்ளது, அங்கிருந்து ஜன்னல் வழியாகக் குழப் பத்துடன் சத்தம் எழுப்பும் இந்தக் கூட்டத்தைக் கண்காணிக்க முடியும். டேப்லெட்டுகள் தொடர்ந்து புதிய தரவுகளைக் காண் பிக்கின்றன. மார்ச் 10 பாரிஸ்-நியூயார்க் விமானத்தின் பெரும் பாலான பயணிகளை, பணியாளர்களை என்எஸ்ஏ (NSA) தங்க வைத்துள்ளது. ஏற்கனவே நூறு பேர் போலீஸ் கண்காணிப்பில் வீட்டுக்காவலில் வைக்கப்பட்டுள்ளனர். உயிரியலாளர்கள் அவர்கள் டி.என்.ஏ. வைக் கூடாரத்தில் இருப்பவர்களின் டி.என்.ஏ.வுடன் ஒப்பிடுகிறார்கள்: அவை முற்றிலும் ஒரே மாதிரியானவை. மெக்குயர்-இல் தரை இறக்கப்பட்ட விமானம் நான்கு மாதங் களுக்கு முன்பு தரையிறங்கிய விமானத்தின் அப்பட்டமான பிரதி யாகும்.

என்எஸ்ஏ (NSA) யின் மிட்னிக், விமானத்தின் உட்பகுதியின் இரண்டு படங்களைத் திரையில் காட்டுகிறான்.

"முதல் வகுப்பில் அமைந்துள்ள கேமராவின் பக்கவாட்டில் வீடியோக்கள் உள்ளன: இடதுபுறத்தில், முதல் விமானத்தின் படம், மார்ச் 10 அன்று, வலதுபுறம் அன்று தரையிறங்கிய விமானத்தின் படம். இடைநிறுத்தம்... படங்களில் உள்ள இரண்டு நேரக் குறியீடுகளில் 4:26 30 வினாடிகள் காட்டுகிறது... இரண்டு படங்களும் ஒரே மாதிரியானவை. நாங்கள் கொந்தளிப்பின் மத்தியில் இருக்கிறோம். இப்போது ஒவ்வொரு காட்சியாக...

திரையில், 4:26:34:20 மணிக்கு, வீடியோக்கள் வேறுபடு கின்றன. இரு திரைகளிலும் படம் ஏழு வித்தியாசங்களைக் கண்டு பிடிக்கும் புதிர் விளையாட்டாக மாறுகிறது: இடதுபுறத்தில், ஒரு பயணி தன் கண்ணாடிகள் பறந்ததைக் காண்கிறாள், வலது

புறத்தில் அவை அவள் மூக்கிலேயே இருக்கின்றன. இங்கே ஒரு பெட்டி திறந்திருக்கிறது, அங்கு அது மூடப்பட்டிருக்கிறது. எல்லாவற்றிற்கும் மேலாக, இடதுபுறம் உள்ள படம் ஒரே இருட்டாக இருக்கிறது, வலதுபுறத்தில் உள்ள வீடியோவில் ஒரு பிரகாசமான சூரியன் அறையை ஒளிரச் செய்கிறது. முதல் விமானம் மார்ச் 10 அன்று பயங்கரமான இடியுடன் கூடிய அதன் கடினமான பாதையைத் தொடர்கிறது, இரண்டாவது விமானம் ஜூன் 24 மாலை 6:07 மணிக்கு அமைதியான வானத்தில் பயணிக்கிறது.

ஒரே கூச்சலும் குழப்பமாக இருக்கிறது. அதையும் மீறி எல்லாருக்கும் கேட்கும்படியாக மிட்னிக் கத்துகிறான்:

"அதோ அங்கே பார்!" என்று உற்சாகமாகக் கூச்சலிட்டான். அந்த நேரத்தில் எல்லாம் நடக்கிறது: மாலை 4:26:34:20 நம்ப முடியாதது தொடர்கிறது: போயிங் 787 விமானத்தினுள் உள்ள மூன்று கேமராக்களை நாங்கள் தேர்ந்தெடுத்துள்ளோம்: அவற்றில் ஒன்று முன்னால், ஒன்று மையத்தில், ஒன்று பின்புறம். ஒவ்வொன்றிற்கும் இடையே, பன்னிரண்டு மீட்டர்கள் இடை வெளி உள்ளது. மணிக்கு 900 கிலோமீட்டர், அல்லது வினாடிக்கு 270 மீட்டர் வேகத்தில், போயிங் விமானம் இந்த பன்னிரண்டு மீட்டர்களை ஒரு நொடியில் இருபத்து ஐந்தில் ஒன்றில் பயணிக்கிறது, அதிசயம், இந்த கேமராக்கள் வினாடிக்கு இருபத்தைந்து படங்களை எடுக்கும்... என்ன புரிகிறதா?

எந்தப் பதிலும் வரவில்லை, மிட்னிக் தொடர்கிறான்.

"நான் திரையை மூன்றாகப் பிரிக்கிறேன். இடதுபுறத்தில், முதல் கேமராவில் இருந்து வீடியோ. மையத்தில், இரண்டாவது வீடியோ, வலதுபுறம், கடைசி வீடியோ. எனவே, மாலை 4:26:34:20 மணிக்கு, திடீரென முதல் கேமராவுக்கான பகுதியில் சூரியனின் ஒளி வெள்ளம். அதே நிகழ்வு இரண்டாவது கேமரா விலும் நிகழ்கிறது, ஆனால் பின்வரும் படத்தில்: மாலை 4:26:34:24 மூன்றாவது கேமராவில், வலதுபுறத்தில் உள்ள வீடியோவில், சூரியன் 34 வினாடிகள் மற்றும் நூறில் 28இல் உள்ளது.

"அதாவது?" சில்வேரியா கேட்கிறான்.

மிட்னிக் வெற்றி பெறுகிறான்.

"ஒவ்வொரு கேமராவிற்கும் இடையே ஒரு வினாடியில் இருபத்தைந்தில் ஒரு பங்கு உள்ளது. நமது இரண்டாவது விமானம் சலனமற்ற செங்குத்துத் தளத்தின் வழியே வெளியில் தோன்றியது போல இருக்கிறது. விமானத்திற்கு முன், புயல், அதைக் கடந்த பிறகு, நீல வானம். எங்கள் கண்காணிப்பு செயற்கைக்கோள்களின்படி, இந்த விமானம் மார்ச் 10ஆம் தேதி துல்லியமாக 42° 8' 50" N 65° 25' 9" W இல் இருந்தது, ஆனால் விமானம் இன்று தென்மேற்கில் சிறிது தூரம் திரும்பி இருக்கிறது, இந்த இரண்டிற்கும் இடையில் சுமார் 60 கிலோமீட்டர்கள் உள்ளன.

"நீ என்ன முடிவுக்கு வருகிறாய், மிட்னிக்?"

"ஓ நானா? ஒன்றுமில்லை, ஒன்றுமில்லை. பிரின்ஸ்டனின் பெரிய தலைகளுக்குக் கொடுக்கவேண்டிய மற்றொரு தரவு இது, இரண்டு கணிதவியலாளர்களிடம் திரும்பினான்.

"இது ஒரு புகைப்பட நகல் கருவிபோல வேலை செய்ததா, என்ன. ஒரு இடத்தில் ஸ்கேன், வேறொரு இடத்தில் ஒரு பிரிண்ட்அவுட், இயந்திரத்தில் இருந்து வெளிவரும் தாள் போன்றது?" டினா வாங் கேட்கிறார்.

மிட்னிக் தயங்குகிறான். இந்த யோசனை அவனுக்குப் பரிந்துரைக்க முடியாத அளவுக்கு அபத்தமாகத் தோன்றியது.

அமைதி திரும்புகிறது. குளிரூட்டிகள் இன்னும் நிறுவப்பட வில்லை, ஒரு ஈரப்பதமான வெப்பம் நிலவுகிறது. தேசிய பாதுகாப்பு மனிதனின் செல்போனை ஒரு செய்தி அதிர வைக் கிறது. அவன் அதைப் படித்து பெருமூச்சு விடுகிறான்:

"மார்ச் 10 அன்று நமது அட்லாண்டிக் கடற்கரைக்கு அருகில், ஏதோ ஒரு பரிசோதனையை நடத்திய ரஷ்ய அல்லது சீனக் கப்பல் இருந்ததா என்பதை என்எஸ்ஏ (NSA) சரிபார்க்க வேண்டும் என்று அமெரிக்க ஜனாதிபதி வலியுறுத்துகிறார்...

ஒரு எரிச்சலூட்டும் மனச்சோர்வு ஜெனரல் சில்வேரியாவைக் ஆட்கொண்டது. ஜன்னல் கண்ணாடி மீது தலையைச் சாய்த்து, கடுமையான வெளிச்சம் படர்ந்த கொட்டகையைப் பார்க்கிறான்.

“ஆனால் இந்த விமானம் எங்கிருந்து வந்தது?” சில்வேரியா பெருமூச்சுவிடுகிறான். ஏதாவது ஒரு கோட்பாடு இருக்கிறதா, பேராசிரியர் வாங்? கோட்பாடு இல்லாத ஆசிரியர், உண்ணிகள் இல்லாத நாய் போன்றவர்.

“மன்னிக்கவும், தற்போது என்னிடம் உண்ணிகள் எதுவும் இல்லை.”

“மார்ச் 10 முதல் தங்கள் நாட்டிற்குத் திரும்பிய வெளிநாட்டு வம்சாவளியைச் சேர்ந்த பயணிகள் உட்பட அனைவரையும் நாற்பத்தெட்டு மணி நேரத்திற்குள் கண்டுபிடிப்போம் என்று நம்புகிறோம். அதுவரை எங்களிடம் விளக்கம் கொடுங்கள்.”

“அறிவியல் குழுவை வளப்படுத்த வேண்டும்,” என்று அத்ரியன் பரிந்துரைக்கிறான். குவாண்டம் இயற்பியல், வானியற்பியல், மூலக்கூறு உயிரியல்... குழு விடியற்காலையில் தளத்தில் தயாராக இருக்க வேண்டும்.”

“முப்பது நிமிடங்களில், டினா வாங் தொடர்கிறார், நாங்கள் உங்களுக்கு விஞ்ஞானிகளின் பட்டியலைத் தருகிறோம். இரண்டு அல்லது மூன்று தத்துவ அறிஞர்களும் கூட.”

“ஓ? எதற்காக?” சில்வேரியா கேட்கிறான்.

“ஏன் விஞ்ஞானிகள் மட்டும் இரவில் எப்போதும் விழித்திருக்க வேண்டும்?”

சில்வேரியா தோள்களைக் குலுக்குகிறான்.

“யார் பெயரைச் சொல்வதிலும் பின்வாங்க வேண்டாம், நாட்டில் இருக்கும் ஒவ்வொரு நோபல் பரிசு பெற்றவரையும் கடத்த எனக்கு முழு அதிகாரம் உள்ளது. ‘அமெரிக்க ஜனாதிபதி யின் வெளிப்படையான கோரிக்கைக்கு ஒத்துழைக்க அவரைக் கேளுங்கள்’ என்பதே சரியான சூத்திரம்.”

“மேலும் கருதுகோள்களுக்கான ஒரு அறையைக் கண்டுபிடி: கூட்டு வேலைக்கான மிகப் பெரிய அறை, பல மேசைகள், சாய்மான நாற்காலிகள், சோஃபாக்கள், கரும்பலகைகள், சாக்பீஸ், புரிகிறதா..?”

“பலகைகள் வெண்மையாகவும் ஊடாடக்கூடியதாகவும் (interactive) இருக்கும், அது உங்களுக்குச் சரியாக இருக்குமா?” சில்வேரியா சிறிதும் கேலி இல்லாமல் சொன்னாள்.

“மேலும் தூங்காமல் இருப்பதற்கான மருந்துகள்.”

“உங்களுக்கு வலுக்கட்டாயமாக மொடாபினில் கொடுக்கப் படும். எங்களிடம் நூற்றுக்கணக்கான பெட்டிகள் உள்ளன…”

“விண்வெளியில் தொடர்ச்சி வரைபடக் கோட்பாடு பற்றிய அறிவியலில் எங்களுக்கு ஒரு நிபுணர் தேவை,” அத்ரியன் இடையில் சொல்கிறான்.

“ஏன் ‘ஒன்று?’ உங்கள் மனதில் யாராவது இருக்கிறார்களா?”

அத்ரியன் மனதில் ஒருவனை நினைத்திருக்கிறான்.

“பிரின்ஸ்டனில் பேராசிரியர் ஹார்பர். மெரிதித் ஹார்பர். சில மணிநேரங்களுக்கு முன்பு, நாங்கள்… விவாதித்துக்கொண் டிருந்தோம்… வடிவியலில் க்ரோதெண்டிக்கின் டோபோய்.”

“நான் அவளை உடனே அழைத்து வர இராணுவ வாகனத்தை அனுப்புகிறேன். அவள்… தேசிய பாதுகாப்பு விஷயங்களில் நம்பகத்தன்மை உள்ளவளா?”

“முழுமையாக. குறிப்பாக அவள் இங்கிலாந்துக்காரி என்பதால் ஏதாவது பிரச்சனையா?”

ஜெனரல் சில்வேரியாவிற்குச் சிறிது சந்தேகம்.

“எப்படியும் அந்த மோசமான விமானத்தில் பதின்மூன்று பிரிட்டன் பிரஜைகள் இருக்கிறார்கள். அவள் ரஷ்ய, சீன அல்லது பிரெஞ்சு பிரஜையாக இல்லாதவரை சரிதான். எப்படியிருந்தாலும், நாங்கள் பிரிட்டிஷ் சேவைகளுடன் ஒத்துழைக்கப்போகிறோம்.”

“மற்றும் ஒரு காபி இயந்திரம், எக்ஸ்பிரெஸ்ஸோக்களை உருவாக்கும் உண்மையான ஒன்று” என்றான் அத்ரியன் மில்லர்.

“முடியாததைக் கேட்காதே,” தளபதி முகம் சுளித்தபடி சொன்னான்.

~

இரவு 11 மணிக்கு முன்னதாக, கூடாரத்தின் வடக்கு மூலையில், சாம்பல் நிறப் புகை ஒரு சூறாவளியைப் போல் எழும்புகிறது. முதலில் ஒரு எளிய சுழல் புகை. ஆனால், அது

கறுப்பு நிறமாக மாறி அடர்த்தியாகிறது. ஒரு ஆண் குரல் கத்துகிறது: "தீ!", கூட்டத்தில் பீதி பரவுகிறது: மூடிய கதவுகளை நோக்கி பயணிகள் விரைகிறார்கள், அவர்களைக் காக்கும் வீரர்களை மோதித் தள்ளுகிறார்கள். பாதுகாப்பு குழுக்கள் வீரர்களுக்கு உதவி செய்ய திரள்கின்றன.

தீ விரைவில் கட்டுக்குள் கொண்டுவரப்பட்டது, ஆனால் சில்வேரியா ஒரு மைக்ரோஃபோனை எடுக்கிறான்.

"நான் ஜெனரல் பேட்ரிக் சில்வேரியா. தயவுசெய்து பதற வேண்டாம். உங்களுக்குத் தகுந்த விளக்கங்களைத் தரப் போகிறேன்."

அறையிலிருந்து ஒரு கூச்சல் எழுகிறது.

"இவர்களுக்கு என்ன சொல்லப்போகிறீர்கள்?" அதிகாரி மேடையில் இருந்து இறங்கத் தயாராகும்போது டினா வாங் கேட்கிறார். "அந்த நிகழ்வுகள் அனைத்தும் ஏற்கனவே எங்காவது நகல்களாக உள்ளன என்றும் பூமிக்கும் அவற்றுக்கும் எந்தத் தொடர்பும் இல்லை என்றும் அவர்களிடம் சொல்ல வேண்டாம் என்று நான் உங்களுக்கு அறிவுறுத்துகிறேன்."

"நான் சமாளிக்கிறேன். இந்த மோசமான கிரகத்தில் நாம் அனைவரும் என்ன செய்கிறோம் என்று யாருக்குத் தெரியும்?"

சில்வேரியா, இருநூறு பயணிகளுக்கு முன்னால் மைக்ரோ போனில், தேசிய பாதுகாப்பு, கடற்கொள்ளையர், பொது சுகா தாரம் பற்றிய தவறான விளக்கங்களைத் தொடங்குகையில், வீரர்கள் சேதத்தை ஆய்வு செய்கிறார்கள்: ஓய்வெடுக்கும் படுக்கைக்கு அடியில் தீ எரிந்து உடனடியாகப் பரவியிருக்கிறது. முழு கூடாரமும். ஒரு திட்டமிட்ட செயல்.

முப்பது மீட்டர் தொலைவில், வெளியில் இருந்த ஒரு குறுகிய உலோகக் கதவு இரும்புக் கம்பியால் வலுக்கட்டாயமாகத் திறக்கப் பட்டிருக்கிறது. பீதி இயக்கத்தின் போது, அதைக் காக்கும் வீரர்கள் தங்கள் கண்காணிப்பை நிறுத்திவிட்டனர். இன்னும் பத்து நிமிடங்களுக்குப் பிறகு, அடித்தளத்தைச் சூழ்ந்திருந்த வேலியில் ஐந்து மீட்டர் தூரத்தைக் கிழித்து, வாகனத்தால் அடித்து நொறுக்கப்பட்டதைக் கண்டுபிடித்தோம். வண்ணங்களின் தடயங் கள் குறிப்பிடுவது போல் அது சாம்பல் நிறத்தில் இருந்தது;

ஆனால் கூடாரத்தில் இருந்து வெகு தொலைவில் உள்ளது வாகன நிறுத்துமிடம், அது திருடப்பட்ட இடத்தில், முந்நூறுக்கும் மேற்பட்ட வாகனங்கள் நிறுத்துவதற்கு இடமிருக்கிறது.

இரவில் அடைக்கப்பட்டிருந்த பயணி ஒருவன் தப்பி ஓடி மறைந்துவிட்டான்.

~

நள்ளிரவில், பலதரப்பட்ட அறிஞர்களின் பட்டியல் தயாரிக்கப்பட்டது: நோபல் பரிசுகள், ஏபெல் பரிசுகள், பதக்கங்கள், பரிசு பெற்றவர்கள் அல்லது அதற்கான திறன் உள்ளவர்கள். அரை மணிநேரம் கழித்து, வீட்டு வாசல்களில் எஃப்பிஐ (FBI) மணி அடிக்கத் தொடங்குகிறது, இரவு நேர செயல்பாடுகள் அனைத்திலும் குறுக்கிடுகிறது, தூக்கம் மிகவும் பொதுவானதாக இருந்தும். "அமெரிக்க ஜனாதிபதியின் வெளிப்படையான வேண்டுகோளும்," இரவைத் துளைக்கும் ஒளிரும் விளக்குகளும் பல விளைவுகளை ஏற்படுத்துகின்றன. அதிகாலை ஒரு மணிக்குள் கார்கள், ஹெலிகாப்டர்கள், ஜெட் விமானங்கள் விஞ்ஞானிகளை மெக்குயர் தளத்திற்குக் கொண்டு வருகின்றன.

மெரிதித்தும் அங்கே இருக்கிறாள், அவளது ஓட்கா, பற்பசையின் வாசனைகளால் அடையாளம் காணமுடிகிறது. அவள் படுக்கையில் இருந்து வெளியே இழுத்து வரப்பட்டாள். மேலும் அத்ரியன் ஒரு குழப்பமான சூழ்நிலையை வெளிப்படுத்தும்போது, அவளது கோபம் வெகு காலத்திற்கு முன்பே தணிந்துவிட்டது. அவன் சொல்வதைக் கேட்கிறாள், முகம் சுளிக்கிறாள், கீழே உள்ள கூட்டத்தைப் பார்த்துக்கொண்டிருக்கிறாள், எதுவும் பேசவில்லை. அத்ரியன் ஆச்சரியப்படுகிறான்:

"என்னிடம் எந்தக் கேள்வியும் கேட்கவில்லையா?"

"உன்னிடம் பதில் இருக்குமா?"

அத்ரியன் தலையை அசைத்து, திகைத்து, ஒரு மொடாபினில் மாத்திரையை அவளிடம் கொடுத்தான். 'தூங்காமல் இருப்பதற்காக' என்று அவன் தொடர்ந்து சொல்ல விரும்புகிறான், ஆனால், அவள் ஏற்கனவே எந்த வித தயக்கமுமின்றி அதை விழுங்கிவிட்டாள்.

“நீ ஒரு ரகசிய ஏஜென்ட் என்று என்னிடம் சொல்லியிருக்க வேண்டும், அத்ரியன்.”

“அது… அது அப்படி இல்லை. ஓ… வா, நான் உன்னை கட்டுப்பாட்டு அறைக்கு அழைத்துச் செல்கிறேன்.”

“பிரின்ஸ்டனின் கணிதவியலாளரான ஒரு உளவாளிக்கு என்ன ஒரு பைத்தியக்காரத்தனமான முகமூடி…”

அத்ரியன் கதவைத் தள்ளும்போது, மெரிதித் அந்தக் காட்சியைக் கண்டு வியக்கிறாள்.

“ஓ, அத்ரியன், நான் அதை விரும்புகிறேன், அவள் கிசுகிசுக் கிறாள். நாம் ‘டாக்டரின் பைத்தியக் காதல்’ என்ற படத்தில் இருப்பதைப்போல் இருக்கிறோம்.”

திரைகளில், ஒவ்வொரு புதிய தரவும் சாத்தியமற்றதை உறுதிப் படுத்துகிறது. ஓடுபாதையில் உள்ள விமானம் அனைத்து வகை யிலும் மார்ச் 10 அன்று தரையிறங்கிய இந்த 787ஐப் போன்றது. நிச்சயமாக, விமானம் பழுதுபார்க்கப்பட்டுள்ளது, நிச்சயமாக, பயணிகளுக்கும் வயதாகிவிட்டது: அதே மாலை வேளையில் சிகாகோவில், கூடாரத்தில், அன்று கத்திக்கொண்டிருந்த புதிதாகப் பிறந்த ஒரு குழந்தையின் ஆறு மாதங்களைக் கொண்டாடுகிறார்கள். இரண்டு விமான தரையிறக்கங்களிடையில் இருந்த இந்த நூற்று ஆறு நாட்களில், இருநூற்று முப்பது பயணிகள், பதின்மூன்று பணியாளர்களில், ஒரு பெண் குழந்தை பெற்றெடுத்தாள், இரண்டு ஆண்கள் இறந்தனர். ஆனால் மரபணு ரீதியாக, அவர்கள் ஒரே நபர்கள். சில்வேரியா தனிப்பட்ட குழுவினருடன் கணக்கெடுக்கிறான். கணிதவியலாளர்களைப் பற்றி கண்டுகொள்ள வில்லை.

“விசாரணைகள்?”

“பேராசிரியர்கள் வாங்கும் மில்லரும் உருவாக்கிய கேள்வித் தாளில் நாங்கள் மேலும் சில கேள்விகளைச் சேர்க்கிறோம்,” என்று உளவியல் துறையைச் சேர்ந்த பெண் ஜேமி புட்லோவ்ஸ்கி பதிலளிக்கிறாள். அடையாளங்களைச் சரிபார்க்கும் எதிர்வினை களை வெளிப்படுத்த, பிழையான விவரங்களை அறிமுகப்படுத்து கிறோம். தொடங்குவதற்கு, பயணிகளின் பெயர்கள் இரகசியமாக இருக்க வேண்டும்.

என்எஸ்ஏ (NSA) மனிதன் மீண்டும் தனது டேப்லெட்டை இயக்குகிறான்.

"போயிங் விமானம்" முதல் "மெக்குயர்" வரையிலான முக்கிய வார்த்தைகளின் உதவியுடன் சமூக வலைதளங்களை நாங்கள் கண்காணிக்கிறோம். நெருக்கடி வெடிக்கும் போது, டிரான்ஸ் மிட்டர்களை அடையாளம் கண்டு, தகவல்களைப் பரப்புவதைக் கட்டுப்படுத்த முடியும். ஆனால் நாம் சீனாவிலோ அல்லது ஈரானிலோ இல்லை. நம்மால் இணையத்தைத் தடை செய்ய முடியாது. இதுவரை, ஒரு சிப்பாயின் தளத்தில், ஒரே ஒரு பக்கத்தில் இந்த விமானம் பற்றி குறிப்பிடப்பட்டுள்ளது. நாங்கள் அதையும் நீக்கிவிட்டோம். கடவுளுக்கு நன்றி..."

"கடவுளைப் பற்றி பேசுவதால்..." என்றான் புட்லோவ்ஸ்கி.

கடவுளின் வார்த்தைக்கு அமைதியை உருவாக்கும் குணம் உண்டு. எஃப்பிஐ (FBI) பெண் தலையை அசைக்கிறாள், வெளிச் சத்தில், ஒரு மெல்லிய கறுப்பு பின்னல் அவளது வெள்ளை முடி அமைப்பில் ஓடுகிறது.

"சரி... கடவுள் ஒரு பிரச்சினையாக இருக்கலாம். பல நாடு களைப் போலவே நம் நாட்டிலும் கடவுளின் தலையீட்டைப் பற்றி பேசுவோம். அல்லது பிசாசின் தலையீட்டைப் பற்றி. மூட நம்பிக்கையின் விளைவுகளையும் அறிவாளிகளின் சிந்தனையற்ற செயல்களையும் நம்மால் தடுக்க முடியாது. அனைத்து மத ஆன்மீகத் தலைவர்கள் குழுவைக் கூட்ட நான் முன்முயற்சி எடுத்தேன். ஜனாதிபதியின் மத ஆலோசகர்கள் அனைவரும் சுவிசேஷகர்கள், அவர்களுடனேயே நின்றுவிட்டதாக நாம் குற்றம் சாட்டப்படக் கூடாது. இந்த விமானத்தில், கிறிஸ்தவர்கள், முஸ்லிம்கள், பௌத்தர்கள் உள்ளனர்... காலம் நமக்கு எதிராக விளையாடுகிறது. மதம் என்பது இயற்கையாகவே கணிக்க முடியாதது.

"உனக்கு முழு அதிகாரமும் இருக்கிறது, ஜேமி," என்று ஜெனரல் கூறினான். ஒன்பது பில்லியன் டாலர் பட்ஜெட்டில், உன் அலுவலகம் ஏதாவது ஒரு நல்ல வேலையைச் செய்யப் போகிறது.

"பிரெஞ்சுக்காரர்களுக்கும், மற்ற ஐரோப்பியர்களுக்கும், சீனர் களுக்கும், மற்ற அனைவருக்கும்... நாம் என்ன செய்வது?" மிட்னிக் கேட்கிறான். "தூதர்களுக்கு அறிவிப்போமா?"

“நாங்கள் அவர்களின் நாட்டினரைச் சட்டவிரோதமாகத் தடுத்து வைக்கிறோம் என்று அவர்களிடம் சொல்லவா? நாம் ஒன்றும் செய்யப்போவதில்லை. ஜனாதிபதியின் முடிவுக்காகக் காத்திருப் போம். வேறு ஏதாவது?”

அறையின் பின்புறத்திலிருந்து, அத்ரியன் வெட்கத்துடன் விரலை உயர்த்துகிறான்.

“மார்ச் மாதத்தில் தரையிறங்கிய முதல் விமானத்தில் உள்ளவர் களையும், இரண்டாவது விமானத்தில் உள்ளவர்களையும் வேறு படுத்திப் பார்க்க, நமக்கு ஒரு குறியீடு தேவை: ஒன்று அல்லது இரண்டு? ஆல்பா அல்லது பீட்டா? நிறங்கள்: நீலம் அல்லது பச்சை, நீலம் அல்லது சிவப்பு?”

“டாமும் ஜெரியும்? லாரல்லும் ஹார்டியும்?” மெரிதித் பரிந் துரைக்கிறாள். “சிறந்த யோசனைகள், ஆனால் முடியாது,” சில்வேரியா கண்டிப்பாகச் சொல்கிறான். இதை எளிமையாக வைத்துக்கொள்வோம்: மார்ச் மாதத்தில் இறங்கிய முதல் விமானப் பயணிகளுக்கு மார்ச் என்றும், ஜூன் மாதத்தில் வந்த விமானத்தில் இருந்தவர்களுக்கு ஜூன் என்றும்.

~

நேரம் மிக முக்கியமானது, பிளேக்கிற்கு அது தெரியும். கூடாரத்தில் பதினைந்து நிமிடங்கள் போதும், பாதுகாப்பு வளையத்தில் உள்ள ஓட்டையைப் பயன்படுத்தி, தப்பிக்க. வாகன நிறுத்துமிடத்திலிருந்து கடன் வாங்கப்பட்ட பல்துறை வாகனமான பழைய ஃபோர்டு எஃப் பிக்அப்பில் நியூயார்க்கிற்குச் செல்ல இன்னும் ஏழு நிமிடங்கள். ஒரே சாமானாக எப்போதுமே ஒரு முதுகு பையை எடுத்துக்கொண்டான். நிச்சயமாக, அவன் பாரிஸில் வாங்கிய ‘தூக்கி எறியக்கூடிய’ செல்போனை விமானப் பணிப்பெண்களிடம் ஒப்படைக்கவில்லை. வெளிப்படையாகவே அவன் டி.என்.ஏ. சோதனையைத் தவிர்த்தான். அவன் அதிகாலை இரண்டு மணிக்கு நியூயார்க்கிற்கு வந்து, பயணத்திற்கான ஆஸ்தி ரேலிய பாஸ்போர்ட்டை குப்பைத் தொட்டியில் வீசுகிறான். ஸ்டீயரிங், இருக்கை ஆகியவற்றிலிருந்து அனைத்துத் தடயங் களையும் அழித்துச் சுத்தம் செய்கிறான். இருண்ட தெருவில் அந்த காரை தீயிட்டு எரிக்கிறான்.

இது ஒரு தெளிவான கோடை இரவு, மிகவும் வெப்பமானதும் கூட. மேலும் ஜூன் 24 தேதியை ஒரு செய்தித்தாளில் வியந்து பார்த்த பிளேக், குறைந்தபட்சம் வெப்பநிலை தர்க்கரீதியானதாக இருப்பதைக் கண்டான். மன்ஹாட்டனில் உள்ள 24 மணிநேர வெப்கேஃபிலில், கடந்த சில மாதங்களின் செய்திகளை அவன் அலசினான். மார்ச் 21 அன்று, கோகில் (Quogue) இல், ஃபிராங்க் ஸ்டோன் என்பவன் படுகொலை செய்யப்பட்டான் என்பதை அவன் அறிந்துகொள்கிறான். யாரோ அவனது ஒப்பந்தத்தை நிறைவேற்றி இருக்கிறார்கள். அவன் தனது ரகசிய வங்கிக் கணக்குகளைச் சரிபார்க்க விரும்புகிறான், ஆனால், குறியீடுகள் மாற்றப்பட்டுள்ளன. அவன் தனது பாரீஸ் உணவகத்தின் பேஸ்புக் பக்கத்தைப் பார்வையிடுகிறான். பின்னர் ஃப்ளோராவின் பக்கத் தைப் பார்க்கிறான். ஜூன் 20 அன்று வெளியிடப்பட்ட ஒரு புகைப்படத்தில், அவனைப் போலவே தோற்றமளிக்கும் ஒருவன் தனது மகளை முழங்காலில் சுமந்துகொண்டு, நெற்றியில் ஒரு பட்டையைக் கட்டியிருக்கிறான். அந்தப் படத்திற்கு 'போனி, இந்தக் கொடூரமான வேட்டையாடும் ஐந்து' என்று தலைப் பிட்டாள். அவன் தனது சொந்த நெற்றியைப் பரிசோதிக்கிறான்: வடுக்கள் இல்லை, காயங்கள் இல்லை. ஒரு கணம், ஒரு சாதாரணமான, தள்ளாட்டமான விளக்கமாக, பிளேக் மறதி பற்றி நினைத்தான். இது இனி ஒரு விருப்பமல்ல.

நடைமுறைவாதம் எப்போதும் போல் மேலோங்கி நிற்கிறது. அவன் தனது அடிப்படைகளைக் கண்டுபிடிக்க வேண்டும்: ஜே ஃப் கேவிற்கு (JFK)க்கு ஒரு டாக்ஸியை எடுத்துச் செல்கிறான், பின்னர் பணமாகக் கொடுத்து புதிய அடையாளத்தின் கீழ் ஐரோப்பாவிற்கு முதல் விமானத்தில் டிக்கெட்டையும் வாங்குகிறான். நியூயார்க்-பிரஸ்ஸல்ஸ் விமானம் காலை 6.15 மணிக்குப் புறப்படுகிறது. சனிக்கிழமை இரவு 9 மணிக்கு, அவன் மீண்டும் ஐரோப்பிய மண்ணில் இருப்பான். ஒவ்வொரு மணி நேரத்திற்கும் பாரிஸுக்கு ஒரு பேருந்து புறப்படும். பிளேக்கிற்குப் பல மணிநேரம் இருக்கிறது உறங்குவதற்கு. குறைந்தபட்சம் யோசிப்பதற்காகவாவது.

# ஏழு விசாரணைகள்

## *தாவீது மார்க்லேயின் விசாரணையின் பகுதிகள்*

*இரகசியத்தன்மை: இரகசிய-பாதுகாப்பு /*

*நெறிமுறை: எண் 42*

*விசாரணை எடுத்தது: உளவியல் துறை, அதிகாரி சார்லஸ் உட்வொர்த்,*

*தேதி: 2021/06/25 / நேரம்: அதிகாலை 00:12*

*இடம்: மெக்குயர் விமான தளம், அமெரிக்க ராணுவம்*

*பெயர்: மார்க்லே / முதல் பெயர்கள்: தாவீது பெர்னார்ட்*

*குறியீடு: ஜூன் / பிறந்த தேதி: 01/12/1973 (48 வயது)*

*குடியுரிமை: அமெரிக்கா / பணியாளர் விபரம்: கேப்டன்*

*இருக்கை: சிபி 1*

*அதிகாரி சார்லஸ் உட்வொர்த்:* 2ஆம் நாள். நள்ளிரவு 12.12. வணக்கம், தளபதி மார்க்லே, நான் அதிகாரி சார்லஸ் உட்வொர்த், அமெரிக்க இராணுவத்தின், சிறப்பு நடவடிக்கைத் துறை. நீங்கள் தாவீது பெர்னார்ட் மார்க்லே, ஜனவரி 12, 1973இல் இல்லினாய்ஸில் உள்ள சிகாகோவில் பிறந்தீர்கள். உங்கள் அனுமதியுடன், நமது முழு உரையாடலும் பதிவு செய்யப்பட்டு என்எஸ்ஏ (NSA) ஆல் கண்காணிக்கப்படுகிறது.

*தாவீது பெர்னார்ட் மார்க்லே:* சரி. நான் சிகாகோவில் அல்ல, பியோரியாவில் பிறந்தேன்.

*அதிகாரி சார்லஸ் உட்வொர்த்:* அந்தத் திருத்தத்திற்கு நன்றி. நீங்கள் 1997இல் டெல்டா ஏர்வேஸில் உங்கள் வாழ்க்கையைத் தொடங்கியுள்ளீர்கள். நீங்கள் மார்ச் 2003இல் ஏர் பிரான்சில்

சேர்ந்தீர்கள். ஏர்பஸ் A319 / 320 / 321இல் மூன்று வருடங்கள் குறுகிய தூரத்தில் செலவழித்தீர்கள், பின்னர் A330 / 340இல் நீண்ட தூரம் பயணித்தீர்கள். இப்போது போயிங் பி787. சரியா?

தாவீது பெர்னார்ட் மார்க்லே: ஆம்.

அதிகாரி சார்லஸ் உட்வொர்த்: கேப்டன் மார்க்லே, நாம் கடைசி விமான பயணத்திற்குச் சென்று, குமுலோனிம்பஸை விவரித்து, கொந்தளிப்பைப் பற்றி பேசலாமா?

தாவீது பெர்னார்ட் மார்க்லே: நியூயார்க் நேரப்படி மாலை 4:20 மணியளவில், நோவா ஸ்கோடியாவிற்கு தெற்கே, வானிலை வரைபடத்தில் குறிப்பிடப்படாத ஒரு அசுரன் போன்ற குமுலோனிம்பஸ் மேகத்தைப் பரந்த முகப்பில் நாங்கள் கடக்க வேண்டியிருந்தது. இது 15,000 அடிக்கு மேல் உயர்ந்தது, இது ஒரு மார்ச் மாதத்தில் வழக்கத்திற்கு மாறாக இருந்தது. நாங்கள் கீழே விழுந்தோம் - என் கருத்துப்படி ஆயிரம் மீட்டர் - குறைந்தது 25 டிகிரி கோணத்தில். நாங்கள் பனிக்கட்டி போன்ற ஒரு சுவரில் மோதி, ஒழுங்கமைப்பை மீட்டெடுத்தோம், ஐந்து முதல் ஆறு நிமிடங்களுக்குப் பிறகு, ஒரு தெளிவான வானத்தில் திடீரென குமுலோவிலிருந்து வெளியே வந்தோம்.

அதிகாரி சார்லஸ் உட்வொர்த்: நீங்கள் பியோரியாவில் இருந்த போது, தொடக்கப் பள்ளிக்குச் சென்றீர்களா?

தாவீது பெர்னார்ட் மார்க்லே: என்னை மன்னியுங்கள்?

அதிகாரி சார்லஸ் உட்வொர்த்,: தயவுசெய்து எனது கேள்விக்குப் பதிலளிக்கவும், தளபதி மார்க்லே. இந்தப் பள்ளியின் பெயர் உங்களுக்கு நினைவிருக்கிறதா?

தாவீது பெர்னார்ட் மார்க்லே: கெல்லர் தொடக்கப் பள்ளி. உங்கள் டேப்லெட்டை எப்போதும் உற்றுப் பார்த்துக்கொண்டே இருக்கப் போகிறீர்களா?

அதிகாரி சார்லஸ் உட்வொர்த்: இது நெறிமுறை: இந்தக் கேள்விகள் வேண்டுமென்றே தனிப்பட்ட இயல்புடையவை.

உங்கள் பதில்கள் நேரலையில் சரிபார்க்கப்பட்டன. உங்கள் ஆசிரியரின் பெயர் உங்களுக்கு நினைவிருக்கிறதா?

தாவீது பெர்னார்ட் மார்க்லே: அது ஐம்பது ஆண்டுகளுக்கு முன்பு. ஆம்... திருமதி. பிராட்செட்.

அதிகாரி சார்லஸ் உட்வொர்த்,: நன்றி தளபதி. [...] உங்கள் ஓய்வு நேரத்தில், நீங்கள் ஒரு ஓவியரா, இசைக்கலைஞரா?

தாவீது பெர்னார்ட் மார்க்லே: எதுவும் இல்லை.

அதிகாரி சார்லஸ் உட்வொர்த்: மேகத்திலிருந்து வெளியே வரும் போது, உங்களுக்கு ஏதேனும் சிரமமோ அசௌகரியமோ ஏற்பட்டதா?

தாவீது பெர்னார்ட் மார்க்லே: இல்லை.

அதிகாரி சார்லஸ் உட்வொர்த்,: உங்கள் காதுகளில் நிலையான, இனிமையான, மெல்லிசை ஒலிகளை நீங்கள் உணர்கிறீர்களா?

தாவீது பெர்னார்ட் மார்க்லே: இல்லை.

அதிகாரி சார்லஸ் உட்வொர்த்: உங்களுக்குத் தலைவலி, ஒற்றைத் தலைவலி உள்ளதா?

தாவீது பெர்னார்ட் மார்க்லே: இல்லை.

அதிகாரி சார்லஸ் உட்வொர்த்: கண் எரிச்சல், சைனஸ்?

தாவீது பெர்னார்ட் மார்க்லே: ஆம், அது எப்போதாவது எனக்கு ஏற்படுகிறது. இந்தக் கேள்விகள் எதற்கு?

அதிகாரி சார்லஸ் உட்வொர்த்,: நான் ஒரு நெறிமுறையைப் பின்பற்றுகிறேன், தளபதி மார்க்லே. உங்கள் முகத்தில் அரிப்பு, எரிச்சல் உள்ளதா?

தாவீது பெர்னார்ட் மார்க்லே: இல்லை.

அதிகாரி சார்லஸ் உட்வொர்த்: நான் இப்போது காட்டும் புகைப்படத்தில் உள்ள இளம் பெண்ணையும், உங்கள் முன் திரையில் தோன்றியவரையும் நீங்கள் அடையாளம் காண்கிறீர்களா?

தாவீது பெர்னார்ட் மார்க்லே: எனக்குத் தெரிகிறது, ஆம்.

அதிகாரி சார்லஸ் உட்வொர்த்: அவருடைய பெயரைச் சொல்ல முடியுமா?

தாவீது பெர்னார்ட் மார்க்லே: அது திருமதி பிராட்செட் என்று நான் நினைக்கிறேன்.

அதிகாரி சார்லஸ் உட்வொர்த்: இது ஐம்பது ஆண்டுகளுக்கு முன்பு பமீலா பிரிட்செட், பிராட்செட் அல்ல. அவருக்கு இப்போது 84 வயது, இன்னும் பியோரியாவில் வசிக்கிறார்.

தாவீது பெர்னார்ட் மார்க்லே: உங்கள் மேலதிகாரியைத் தொடர்பு கொள்ள விரும்புகிறேன். என் மனைவியை அழைக்கவும், அவள் மிகவும் கவலையுடன் இருப்பாள்.

அதிகாரி சார்லஸ் உட்வொர்த்: விரைவில், தளபதி மார்க்லே. நீங்கள் சமீபத்தில் ஏதேனும் மருத்துவப் பரிசோதனை செய்துகொண்டீர்களா? [...]

*2021/06/25 அன்று 00:43 மணிக்கு விசாரணை முடிவு பெறுகிறது.*

~

## ஆந்திரே வன்னியருடனான விசாரணையின் பகுதிகள்

இரகசியத்தன்மை: பாதுகாப்பு இரகசியம். / நெறிமுறை: N°42

நேர்காணலை நடத்தியது: உளவியல் துறையைச் சேர்ந்த லெப்டினெண்ட் டெர்ரி க்ளீ1ன்.

தேதி: 2021/06/25 / நேரம்: காலை 07:10

இடம்: அமெரிக்க இராணுவத்தின் மெக்குயர் விமான தளம்.

பெயர்: வன்னியர் / முதல் பெயர்கள்: ஆந்திரே ஃப்ரெடெரிக்

குறியீடு: ஜூன் / பிறந்த தேதி: 04/13/1958 (63 வயது)

குடியுரிமை: பிரான்ஸ்

பயண இடம்: கேபின் 2 எகானமி வகுப்பு / இருக்கை: K02

டெர்ரி க்ளீன்: நாள் 2, 7 மணி 10 நிமிடம். ஹலோ, நான் அதிகாரி டெர்ரி க்ளீன், அமெரிக்க இராணுவத்தின் ஸ்பெஷல்

ஆபரேஷன் கமாண்ட். நீங்கள் மிஸ்டர். ஆந்த்ரே ஃப்ரெடெரிக் வன்னியர், ஏப்ரல் 13, 1958இல் பாரிஸில் பிறந்தவரா?

ஆந்த்ரே ஃப்ரெடெரிக் வன்னியர்: ஆம்.

டெர்ரி க்ளீன்: திரு.வன்னியர், பாதுகாப்பு காரணங்களுக்காக, நமது உரையாடலைப் பதிவுசெய்கிறேன்.

ஆந்த்ரே ஃப்ரெடெரிக் வன்னியர்: எனது கூட்டாளியிடம் தகவல் தெரிவிக்க விரும்புகிறேன். நியூயார்க்கில் எங்களிடம் ஒரு கட்டுமான தளம் உள்ளது. என்னை இங்கு தங்க வைத்திருப்பது குறித்து தகவல் சொல்ல வேண்டும்.

டெர்ரி க்ளீன்: வன்னியர் சார், இப்போது நான் எதற்கும் உத்தரவாதம் தர முடியாது.

ஆந்த்ரே ஃப்ரெடெரிக் வன்னியர்: சரி, நீங்கள் கே தொர்சேயை தொடர்பு கொள்ளுமாறு கோருகிறேன்.

டெர்ரி க்ளீன்: அது என்ன, மிஸ்டர் வன்னியர்?

ஆந்த்ரே ஃப்ரெடெரிக் வன்னியர்: பிரெஞ்சு வெளியுறவு அமைச்சகம். சிறப்பு ஆபரேஷன் கமாண்டில் உங்கள் தலைவரிடம் கேளுங்கள், அவர் அர்மான் மெலுவாவை அறிந்திருக்க வேண்டும்.

டெர்ரி க்ளீன்: நான் தகவல் அனுப்புகிறேன். உங்கள் பயணத்தைப் பற்றி, குறிப்பாக அந்தக் கொந்தளிப்பைப் பற்றி விவரிக்க முடியுமா? [...]

2021/06/25 அன்று 07:25 மணிக்கு விசாரணை முடிவு பெறுகிறது

~

சோபியா கிளெஃப்மேனுடனான விசாரணையின் பகுதிகள்

இரகசியத்தன்மை: பாதுகாப்பு இரகசியம் / நெறிமுறை: N°42

நேர்காணலை நடத்தியது: உளவியல் துறை லெப்டினெண்ட் மேரி தாமஸ்.

தேதி: 2021/06/25 / நேரம்: காலை 8:45

இடம்: அமெரிக்க இராணுவத்தின் மெக்குயர் விமான தளம்.

பெயர்: கிளெஃப்மேன்/ முதல் பெயர்கள்: சோபியா டெய்லர்.

குறியீடு: ஜூன்

பிறந்த தேதி: 05/13/2014 (7 வயது) / குடியுரிமை: அமெரிக்கா

பயண இடம்: கேபின் 1 எகானமி வகுப்பு / இருக்கை: எஃப் 3

லெப்டினெண்ட் மேரி தாமஸ்: காலை 8. 45 மணி. அது 2வது நாள். ஹலோ சோபியா, என் பெயர் மேரி, நான் பாதுகாப்புப் படையில் அதிகாரி. நலமா?

சோபியா டெய்லர் கிளெஃப்மே:ன் நலம் மேடம்.

லெப்டினெண்ட் மேரி தாமஸ்: நீ என்னை மேரி என்றே அழைக்கலாம், தெரிகிறதா? நீ நன்றாகத் தூங்கினாயா? காலை உணவு சாப்பிட்டாயா?

சோபியா டெய்லர் கிளெஃப்மே:ன் ஆம்.

லெப்டினெண்ட் மேரி தாமஸ்: நீ நன்றாகச் சாப்பிட வேண்டும். நேற்று நீ மிகவும் சோர்வாக விமானத்தில் பயணம் செய் திருக்கிறாய். நான் உன்னிடம் சில கேள்விகளைக் கேட்கப் போகிறேன், உன் எல்லா பதில்களையும் என் முன்னால் உள்ள டேப்லெட்டில் எழுதப் போகிறேன். நம் முழு உரையாடலையும் நான் பதிவுசெய்கிறேன். சரியா, சோபியா?

சோபியா டெய்லர் கிளெஃப்மேன்: நான் ஏதாவது தவறு செய்துவிட்டேனா?

லெப்டினெண்ட் மேரி தாமஸ்: ஒன்றுமில்லை, சோபியா, கவலைப் படாதே. பிறகு, நாம் இருவரும் நேற்று இரவு அமைத்த கேம்களைப் பார்க்கச் செல்வோம், ஏனென்றால் நீங்கள் கிட்டத் தட்ட முப்பது குழந்தைகள், உனக்குத் தெரியும். மேலும், நீ கார்ட்டூன்களைப் பார்க்கலாம், சரியா?

சோபியா டெய்லர் கிளெஃப்மேன்: நான் ஐபாடில் விளை யாடலாமா? என்னிடம் ஒன்று உள்ளது, ஆனால் அது எங்களிட மிருந்து எடுக்கப்பட்டுவிட்டது.

லெப்டினெண்ட் மேரி தாமஸ்: விரைவில் அதைத் திருப்பித் தருவோம். சோபியா உனக்கு என்ன வயது?

சோபியா டெய்லர் கிளெஃப்மேன்: எனக்கு ஆறு வயது, இன்னும் இரண்டு மாதங்களில் எனக்கு ஏழு வயது.

லெப்டினெண்ட் மேரி தாமஸ்: ஓ, அது நல்லது. எந்த நாள், சரியாக?

சோபியா டெய்லர் கிளெஃப்மேன்: மே 13.

லெப்டினெண்ட் மேரி தாமஸ்: மே 13 இன்னும் இரண்டு மாதங்களில்?

சோபியா டெய்லர் கிளெஃப்மேன்: ஆம்.

லெப்டினெண்ட் மேரி தாமஸ்: நீ பரிசாக என்ன விரும்புகிறாய்?

சோபியா டெய்லர் கிளெஃப்மேன்: இன்னொரு தவளை. அதனால் பெட்டி இனி தனியாக இருக்காது.

லெப்டினெண்ட் மேரி தாமஸ்: பெட்டி யார்?

சோபியா டெய்லர் கிளெஃப்மேன்: அது என் தவளை. வீட்டில் எனக்காகக் காத்திருக்கிறாள்.

லெப்டினெண்ட் மேரி தாமஸ்: உங்கள் அம்மா எடுத்த புகைப் படத்தை நான் உனக்குக் காட்டப்போகிறேன், உன் வீட்டை நீ அடையாளம் கண்டுகொள்கிறாயா?

சோபியா டெய்லர் கிளெஃப்மேன்: ஆமாம்...

லெப்டினெண்ட் மேரி தாமஸ்: புகைப்படத்தில் இருப்பது யார் என்று சொல்ல முடியுமா?

சோபியா டெய்லர் கிளெஃப்மேன்: ஆம், அவர்கள் எனது பள்ளி நண்பர்கள், அவள் ஜென்னி, அவன் ஆண்ட்ரூ, சாரா...

லெப்டினெண்ட் மேரி தாமஸ்: ஆமாம், சோபியா நீ சொல்லும் அனைத்தையும் நான் எழுதுகிறேன், அது முக்கியமானது. இது பிறந்தநாள் விழா. கேக்கில் எரிந்த மெழுகுவர்த்திகளை எண்ண முடியுமா?

சோபியா டெய்லர் கிளெஃப்மேன்: சரி... ஏழு மெழுகுவர்த்திகள்.

லெப்டினெண்ட் மேரி தாமஸ்: நன்றி சோபியா. விமானத்தில் உனக்கு மிகவும் மோசமான உணர்வு இருந்ததா?

சோபியா டெய்லர் கிளெஃப்மேன்: ஓ, விமானம் மிகவும் குலுங்கியது.

லெப்டினெண்ட் மேரி தாமஸ்: நீ சில நேரங்களில் இசையைக் கேட்பது போல் உணர்கிறாயா?

சோபியா டெய்லர் கிளெஃப்மேன்: இல்லை மேடம்.

லெப்டினெண்ட் மேரி தாமஸ்: நீ என்னை மேரி, என்றே அழைக்கலாம், தெரியுமா. உனக்கு சில நேரங்களில் தலைவலி இருக்கிறதா?

சோபியா டெய்லர் கிளெஃப்மேன்: இல்லை, அதிகமாக இல்லை.

லெப்டினெண்ட் மேரி தாமஸ்: உனக்கு கண் அரிப்பு இருக்கிறதா?

சோபியா டெய்லர் கிளெஃப்மேன்: ஒன்றுமில்லை.

லெப்டினெண்ட் மேரி தாமஸ்: நல்லது. உன் முகம், கன்னங்கள் அல்லது நெற்றியில் தோல் அரிப்பு ஏதாவது?

சோபியா டெய்லர் கிளெஃப்மேன்: இல்லை.

லெப்டினெண்ட் மேரி தாமஸ்: நீ உன் அம்மாவுடனும் உன் தம்பி லியாமுடன் பயணம் செய்தாயா?

சோபியா டெய்லர் கிளெஃப்மேன்: அவன் என் அண்ணன்.

லெப்டினெண்ட் மேரி தாமஸ்: ஆம், மன்னிக்கவும், நான் தவறு செய்துவிட்டேன். உன் அப்பா உங்களுடன் இல்லையா?

சோபியா டெய்லர் கிளெஃப்மேன்: இல்லை. அவர் ஐரோப்பாவில் தங்கியிருந்தார்.

லெப்டினெண்ட் மேரி தாமஸ்: உனக்கு ஐரோப்பாவில் விடுமுறை நன்றாகக் கழிந்ததா?

சோபியா டெய்லர் கிளெஃப்மேன்: ஆம். நான் எந்தத் தவறும் செய்யவில்லையா?

லெப்டினெண்ட் மேரி தாமஸ்: இல்லை, சோபியா, இல்லை. உன் அப்பா இராணுவத்தில் இருக்கிறார், இல்லையா?

சோபியா டெய்லர் கிளெஃப்மேன்: ஆம். அவரும் தவறு செய்யவில்லை அல்லவா?

லெப்டினெண்ட் மேரி தாமஸ்: இல்லை, சோபியா. வா, அழாதே. இந்தக் கைக்குட்டையை எடுத்துக்கொள். நீ கவலைப்படத் தேவையில்லை. எங்களுடன் பேச வர உன் அம்மாவை நான் கேட்க வேண்டுமா?

சோபியா டெய்லர் கிளௌஃப்மேன்: வேண்டாம்.

லெப்டினெண்ட் மேரி தாமஸ்: பார், என்னிடம் பென்சிலும் காகிதமும் இருக்கிறது. சோபியா, உனக்கு ஓவியம் பிடிக்குமா? நீ எனக்கு ஒரு படம் வரைந்து தருகிறாயா?

சோபியா டெய்லர் கிளௌஃப்மேன்: நான் என்ன வரைய வேண்டும்?

லெப்டினெண்ட் மேரி தாமஸ்: நீ விரும்புவதை, சோபியா.

விசாரணை குறுக்கீடு 2021/06/25 அன்று 09:02 மணிக்கு

விசாரணையின் மறுதொடக்கம் 2021/06/25 அன்று 09:09 மணிக்கு

லெப்டினெண்ட் மேரி தாமஸ்: மிக்க நன்றி, சோபியா. அது ஒரு அழகான சித்திரம். நீ எல்லாவற்றையும் கறுப்பு நிறத்தில் வரைந்தாயா?. வண்ணப் பேனாக்களும் இருப்பதைப் பார்த்தாயா?

சோபியா டெய்லர் கிளௌஃப்மேன்: ஆம்.

லெப்டினெண்ட் மேரி தாமஸ்: அங்கு மிகவும் உயரமான மனிதர் யார்?

சோபியா டெய்லர் கிளௌஃப்மேன்: அவர் என் அப்பா.

லெப்டினெண்ட் மேரி தாமஸ்: மேலும், அது யார்?

சோபியா டெய்லர் கிளௌஃப்மேன்: அது நான்தான்.

லெப்டினெண்ட் மேரி தாமஸ்: நீங்கள் அனைவரும் கிறுக்கலாக வரையப்பட்டிருக்கிறீர்கள். எதற்காக?

சோபியா டெய்லர் கிளௌஃப்மேன்: (மௌனம்)

லெப்டினெண்ட் மேரி தாமஸ்: அது உன் வாயா?

சோபியா டெய்லர் கிளௌஃப்மேன்: (தலையாட்டுகிறாள்)

லெப்டினெண்ட் மேரி தாமஸ்: உங்கள் அம்மா, அவள் இங்கே இல்லையா?

சோபியா டெய்லர் கிளெஃப்மேன்: இல்லை.

லெப்டினெண்ட் மேரி தாமஸ்: சோபியா, உன் ஓவியத்தைப் பற்றி மேலும் சொல்ல விரும்புகிறாயா? மேலும், உனக்கு ஆட்சேபணை இல்லை என்றால், நீ சொல்வதைக் கேட்க, என்னுடன் வரும்படி மற்றொரு பெண்ணை நான் கேட்கப் போகிறேன். சரியா, சோபியா?

சோபியா டெய்லர் கிளெஃப்மேன் சரி. [...]

2021/06/25 அன்று 09:19 மணிக்கு விசாரணை முடிவு பெறுகிறது

## ஜோனா வூட்ஸ் உடனான விசாரணையின் பகுதிகள்

இரகசியத்தன்மை: பாதுகாப்பு இரகசியம். / நெறிமுறை: N°42

நேர்காணலை நடத்தியது: உளவியல் துறையைச் சேர்ந்த லெப்டினெண்ட் டாமியன் ஹெப்ஸ்டீன்.

தேதி: 2021/06/25 / நேரம்: காலை 07:23

இடம்: அமெரிக்க இராணுவத்தின் மெக்குயர் விமானத் தளம்

பெயர்: வூட்ஸ் / முதல் பெயர்கள்: ஜோனா சாரா

குறியீடு: ஜூன்

பிறந்த தேதி: 06/04/1987 (34 வயது)

குடியுரிமை: அமெரிக்கா

பயண இடம்: 1வது வகுப்பு அறை / இருக்கை: D2

லெப்டினெண்ட் டாமியன் ஹெப்ஸ்டீன்: நாள் 2, மணி ஏழு இருபத்து மூன்று. வணக்கம், திருமதி வூட்ஸ், நான் லெப்டினெண்ட் டாமியன் ஹெப்ஸ்டீன், அமெரிக்க இராணுவத்தின் ஸ்பெஷல் ஆபரேஷன் கமாண்ட். உன் அனுமதியுடன் நமது உரையாடல் பதிவு செய்யப்படுகிறது.

ஜோனா சாரா: நான் உனக்கு அனுமதி கொடுக்கவில்லை.

லெப்டினெண்ட் டாமியன் ஹெப்ஸ்டீன்: திருமதி வூட்ஸ், தேசிய பாதுகாப்பு சூழலில் ஒத்துழைக்க மறுப்பது சந்தேகத்திற்குரிய

செயலாகக் கருதப்படும். நீ போல்டிமோர் நகரில் ஜூன் 4, 1987இல் பிறந்த ஜோனா வூட்ஸ் தானா?

ஜோனா சாரா: லெப்டினெண்ட் ஹெப்ஸ்டீன், தன்னிச்சையான காவலில் இருந்து நான் 4ஆவது விதியின்படி பாதுகாக்கப் பட்டவள். எனது அலுவலகத்தை அழைக்க விரும்புகிறேன்.

லெப்டினெண்ட் டாமியன் ஹெப்ஸ்டீன்: நீ உட்பட்ட பயணக் கட்டுப்பாடுகளை நிலைமை நியாயப்படுத்துகிறது என்பதை நான் உனக்கு உறுதியளிக்கிறேன்.

ஜோனா சாரா: லெப்டினெண்ட் ஹெப்ஸ்டீன், எந்த நீதிபதியும் காவல் உத்தரவில் கையெழுத்திடவில்லை அல்லது அதை என்னிடம் காட்டவில்லை. எங்களை இப்படித் தடுத்து வைக்க முடியாது, இது ஹேபியஸ் கார்பஸ் வழக்கு.

லெப்டினெண்ட் டாமியன் ஹெப்ஸ்டீன்: எனக்குப் புரிகிறது, திருமதி. வூட்ஸ், ஆனால் அடுத்த சில மணிநேரங்களில் எல்லாம் உனக்கு விளக்கப்படும்.

ஜோனா சாரா: நான் கூட்டாட்சி மற்றும் சர்வதேச வர்க்க நடவடிக்கைக்கான பொருட்களைச் சேகரிக்கிறேன். நாற்பத் தேழு பயணிகள் ஏற்கனவே எனது நிறுவனத்தைப் பிரதிநிதித் துவப்படுத்த ஒப்புக்கொண்டுள்ளனர்.

லெப்டினெண்ட் டாமியன் ஹெப்ஸ்டீன்: இது உன் உரிமை. நான் உன்னிடம் சில கேள்விகளைக் கேட்கலாமா, திருமதி வூட்ஸ்?

ஜோனா சாரா: நான் அப்படி நினைக்கவில்லை, மேலும் உன் மேலதிகாரியைச் சந்திக்க விரும்புகிறேன். [...]

2021/06/25 அன்று 07:27 மணிக்கு விசாரணை முடிவு பெறுகிறது

~

லூசி போகார்ட் உடனான விசாரணையின் பகுதிகள்

இரகசியத்தன்மை: பாதுகாப்பு இரகசியம். / நெறிமுறை: N°42

நேர்காணலை நடத்தியது: உளவியல் துறையைச் சேர்ந்த லெப்டினெண்ட் பிரான்செஸ்கா காரோ.

தேதி: 2021/06/25 / நேரம்: காலை 07:52

இடம்: அமெரிக்க இராணுவத்தின் மெக்குயர் விமான தளம்

பெயர்: போகார்ட் / முதல் பெயர்கள்: லூசி

சங்கேத வார்த்தை: ஜூன்

பிறந்த தேதி: 01/22/1989 (32 வயது)

குடியுரிமை: பிரான்ஸ் / பயண இடம்: கேபின் 2 எகானமி வகுப்பு

இருக்கை: K03

லெப்டினெண்ட் பிரான்செஸ்கா காரோ: நாள் 2, மணி ஏழு ஐம்பத்தி இரண்டு. வணக்கம், நான் அதிகாரி பிரான்செஸ்கா காரோ, அமெரிக்க இராணுவத்தின் சிறப்பு நடவடிக்கைத் துறை. மேடம் போகார்ட், உனக்கு மொழிபெயர்ப்பாளர் தேவையா?

லூசி: இல்லை.

லெப்டினெண்ட் பிரான்செஸ்கா காரோ: திருமதி போகார்ட், பாதுகாப்பு காரணங்களுக்காக நம் உரையாடல் பதிவு செய்யப் படுகிறது. உனக்குப் புரிகிறதா நான் என்ன சொல்கிறேன் என்று?

லூசி: நான் ஆங்கிலம் பேசுகிறேன் என்று உன்னிடம் சொன்னேன்.

லெப்டினெண்ட் பிரான்செஸ்கா காரோ: நீ ஜனவரி 22, 1989 அன்று லியோனில் பிறந்த லூசி போகார்ட் தானா?

லூசி: எங்கே? இல்லை. லியோனில் இல்லை. மோந்திரேயில்.

லெப்டினெண்ட் பிரான்செஸ்கா காரோ: இந்தத் திருத்தத்திற்கு நன்றி. மேடம் போகார்ட், நீ அமெரிக்கப் பிரதேசத்தில் இருப்பதற்கான காரணம் என்ன?

லூசி: ஒரு தனிப்பட்ட காரணம்... மேடம், எனக்கு ஒரு பத்து வயது பையன் இருக்கிறான், நான் அவனை அழைக்க வேண்டும். எனது தொலைபேசியைத் திருப்பிக் கொடுக்க மறுக்கப்பட்டுவிட்டது.

லெப்டினெண்ட் பிரான்செஸ்கா காரோ: மன்னிக்கவும், நீ அவனை விரைவில் தொடர்பு கொள்ளலாம்.

லூசி: நான் நேற்றே அவனை அழைத்திருக்க வேண்டும். அவன் கவலைப்படுவான். உனக்கு குழந்தைகள் இருக்கிறார்களா?

லெப்டினெண்ட் பிரான்செஸ்கா காரோ: வருத்தப்படாதே, திருமதி போகார்ட்.

லூசி: யாரும் எங்களுக்கு எதுவும் சொல்லவில்லை. நாங்கள் மணிக்கணக்கில் தடுத்து வைக்கப்பட்டுள்ளோம்...

லெப்டினெண்ட் பிரான்செஸ்கா காரோ: நான் உன்னிடம் பல கேள்விகளைக் கேட்க வேண்டும்.

லூசி: லூயிஸுக்கு அறிவிப்பதாக உறுதியளிக்க வேண்டும். அழைக்க வேண்டிய எண் இதோ.

லெப்டினெண்ட் பிரான்செஸ்கா காரோ: சரி, உன் பயணத்தைப் பற்றி என்னிடம் சொல்ல முடியுமா? கொந்தளிப்பின் தருணத்தை விவரிக்க முடியுமா? [...]

2021/06/25 அன்று 07:59 மணிக்கு விசாரணை முடிவு பெறுகிறது

~

### விக்டர் மியெசெல்லுடனான விசாரணையின் பகுதிகள்

இரகசியத்தன்மை: பாதுகாப்பு இரகசியம். / நெறிமுறை: N°42

நேர்காணலை நடத்தியது: உளவியல் துறையைச் சேர்ந்த ஃப்ரெடெரிக் கென்னெத் வைட்,.

தேதி: 2021/06/25 / நேரம்: காலை 08:20

இடம்: அமெரிக்க இராணுவத்தின் மெக்குயர் விமான தளம்

பெயர்: மியெசெல் / முதல் பெயர்கள்: விக்டர் செர்ஜ்

சங்கேத வார்த்தை: ஜூன் / பிறந்த தேதி: 3/6/1977 (44 வயது)

குடியுரிமை: பிரான்ஸ் / பயண இடம்: கேபின் 2 எகானமி வகுப்பு

இருக்கை: L08

ஃப்ரெடெரிக் கென்னெத் வைட்: நாள் 2, 20.08 மணி. மிஸ்டர். மியெசெல், நான் அமெரிக்க இராணுவத்தின் சிறப்பு நட

வடிக்கை கட்டளை அதிகாரி ஃபிரெட்ரிக் கென்னத் வைட். பாதுகாப்பு காரணங்களுக்காக, உங்கள் அனுமதியுடன், நம் உரையாடல் பதிவு செய்யப்படுகிறது. நீங்கள் ஜூன் 3, 1977இல் பிரான்சின் லோரியண்டில் பிறந்த விக்டர் செர்ஜ் மியெசெல்?

விக்டர் செர்ஜ் மியெசெல்: நான் லில்லியில் பிறந்தேன், லோரியண்டில் அல்ல.

ஃப்ரெடெரிக் கென்னெத் வைட்: அந்தத் திருத்தத்திற்கு நன்றி, மிஸ்டர்.

விக்டர் செர்ஜ் மியெசெல்: என்ன நடக்கிறது என்பதை எனக்கு விளக்க முடியுமா?

ஃப்ரெடெரிக் கென்னெத் வைட்: மன்னிக்கவும். நீ அமெரிக்காவின் எல்லைக்கு வருவதற்கான காரணம் என்ன?

விக்டர் செர்ஜ் மியெசெல்: நான் ஒரு நாவலுக்கான மொழி பெயர்ப்பு பரிசு பெற வந்தேன்.

ஃப்ரெடெரிக் கென்னெத் வைட்: நீ ஒரு மொழிபெயர்ப்பாளனா? நீ ஒரு எழுத்தாளன் என்பதை நான் காண்கிறேன்.

விக்டர் செர்ஜ் மியெசெல்: நான்... நானும் நாவல்கள், சிறுகதைகள் எழுதுகிறேன். எப்படியிருந்தாலும், ஒரு மொழிபெயர்ப்பு ஒரு படைப்பு, மொழிபெயர்ப்பாளர்கள் ஆசிரியர்கள். இருந் தாலும்... ஏன் இந்தக் கேள்விகளை என்னிடம் கேட்கிறாய்?

ஃப்ரெடெரிக் கென்னெத் வைட்: உன் பயணத்தை, குறிப்பாக கொந்தளிப்பைப் பற்றி விவரிக்க முடியுமா?

விக்டர் செர்ஜ் மியெசெல்: விமானம் டைவ் அடித்தது, நாங்கள் மிகவும் அதிர்ந்தோம், சத்தம் பயங்கரமாக இருந்தது, நாங்கள் அனைவரும் இறந்துவிடுவோம் என்று நினைத்தோம், எல்லாம் திடீரென்று நின்றுவிட்டது. அவ்வளவுதான்.

ஃப்ரெடெரிக் கென்னெத் வைட்: நீ தற்போது ஒரு புத்தகத்திற்காக வேலை செய்கிறாயா?

விக்டர் செர்ஜ் மியெசெல்: நான்... நான் ஒரு அமெரிக்க எழுத் தாளரின் கற்பனை நாவலை, டீனேஜ் வாம்பயர்களின் கதையை மொழிபெயர்க்கிறேன்...

ஃப்ரெடெரிக் கென்னெத் வைட்: ஆனால் நீ ஒரு தனிப்பட்ட புத்தகத்தில் வேலை செய்கிறாயா, அதன் தலைப்புகூட முரண்பாடு?

விக்டர் செர்ஜ் மியெசெல்: முரண்பாடு? இல்லை. ஏன் இந்தக் கேள்வி?

ஃப்ரெடெரிக் கென்னெத் வைட்: மியெசெல், நீ பெயிண்டிங் செய்கிறாயா அல்லது இசையமைக்கிறாயா?

விக்டர் செர்ஜ் மியெசெல்: இல்லை.

ஃப்ரெடெரிக் கென்னெத் வைட்: நீ தொடர்ந்து, இனிமையான, மெல்லிசை ஒலிகளை உணர்கிறாயா?

விக்டர் செர்ஜ் மியெசெல்: இல்லை.

ஃப்ரெடெரிக் கென்னெத் வைட்: உனக்கு தலைவலி, ஒற்றைத் தலைவலி ஏற்படுகிறதா?

விக்டர் செர்ஜ் மியெசெல்: இல்லை.

ஃப்ரெடெரிக் கென்னெத் வைட்: கண்களில் எரிச்சல், சைனஸ்?

விக்டர் செர்ஜ் மியெசெல்: ஆனால்... நீ என்னைக் கேலி செய்கிறாய்! மூன்றாவது வகையான சந்திப்புகளை நீ நம்புகிறாயா?

ஃப்ரெடெரிக் கென்னெத் வைட்: எனக்குப் புரியவில்லை,

விக்டர் செர்ஜ் மியெசெல்: நான் ஸ்பீல்பெர்க்கின் திரைப்படத்தை இருபது முறை பார்த்திருக்கிறேன், அது எனக்கு மனதளவில் தெரியும்: ரிச்சர்ட் டிரேஃபஸிடம் பிரான்சுவா ட்ரூஃபாட் கேட்கும் கேள்விகளை நீ என்னிடம் கேட்கிறாய். இந்தக் கேள்வித்தாளை எழுதிய முட்டாள் யார்?

ஃப்ரெடெரிக் கென்னெத் வைட்: நீ எதைப் பற்றி பேசுகிறாய் என்று எனக்குத் தெரியவில்லை. இந்த வகையான சூழ்நிலையில் தேசிய பாதுகாப்பு பின்பற்றும் நெறிமுறை இதுதான்.

விக்டர் செர்ஜ் மியெசெல்: என்ன மாதிரியான சூழ்நிலை? நான் வேற்றுகிரகவாசிகளைச் சந்தித்ததாக நினைக்கிறாயா? அங்கே, எனக்கு எரிச்சல், நெற்றி, கன்னங்களில் வெயிலால் ஏற்பட்ட காயங்கள் இருக்கிறதா என்றும் நீ என்னிடம் கேட்கப் போகிறாயா?

ஃப்ரெடெரிக் கென்னெத் வைட்: ஆமாம், முகத்தில் அரிப்பு உண்டா அல்லது எரிச்சல் இருக்கிறதா? [...]

2021/06/25 அன்று 08:53 மணிக்கு விசாரணை முடிவு பெறுகிறது

~

### ஸ்லிம்பாய் என்று அழைக்கப்படும் ஃபெமி அகமது கடுனாவின் விசாரணையின் சில பகுதிகள்

இரகசியத்தன்மை: பாதுகாப்பு இரகசியம். / நெறிமுறை: N°42

நேர்காணலை நடத்தியது: உளவியல் துறையைச் சேர்ந்த சார்லஸ் வுட்வொர்த்.

தேதி: 2021/06/25 / நேரம்: காலை 09:08

இடம்: அமெரிக்க இராணுவத்தின் மெக்குயர் விமான தளம்

பெயர்: கடுனா / முதல் பெயர்கள்: ஃபெமி அஹமெத்

குறியீடு: ஜூன்

பிறந்த தேதி: 19/11/1995 (25 வயது) / குடியுரிமை: நைஜீரியா

பயண இடம்: கேபின் 2 எகானமி வகுப்பு / இருக்கை: N04

சார்லஸ் வுட்வொர்த்: நாள் 2, 9.08 மணி. நான் அமெரிக்க இராணுவத்தின் சிறப்பு நடவடிக்கைக் கட்டளை அதிகாரி சார்லஸ் உட்வொர்த். நீ ஃபெமி அகமது கடுனா, நீ நவம்பர் 19, 1995 அன்று நைஜீரியாவின் இபாதானில் பிறந்தாய்.

ஃபெமி அஹமெத் கடுனா: ஆம். லாகோஸில். இபாதானில் இல்லை.

சார்லஸ் வுட்வொர்த்: நீ அமெரிக்காவின் எல்லைக்கு வருவதற்கு என்ன காரணம், கடுனா?

ஃபெமி அஹமெத் கடுனா: எல்லோரும் என்னை ஸ்லிம்பாய் என்று அழைக்கிறார்கள். நான் ஒரு குழுவின் தலைவன். மற்ற இசைக் கலைஞர்கள் நேற்று வந்தனர். நாளை நியூயார்க்கில் இசை நிகழ்ச்சி நடத்துகிறோம். உன்னால் என்னை இப்படிப் பிடித்து வைக்க முடியாது.

சார்லஸ் வுட்வொர்த்: எனக்குப் புரிகிறது, கடுனா.

ஃபெமி அஹமெத் கடுனா: ஸ்லிம்பாய்...

சார்லஸ் வுட்வொர்த்: உன் இசை நிகழ்ச்சியின் தேதி என்ன, ஸ்லிம்பாய்?

ஃபெமி அஹமெத் கடுனா: நாளை என்று சொன்னேனே. மெர்குரி லவுஞ்சில் இரவு 10 மணிக்கு.

சார்லஸ் வுட்வொர்த்: அது எந்தத் தேதி?

ஃபெமி அஹமெத் கடுனா: மார்ச் 12...

சார்லஸ் வுட்வொர்த்: நான் உனக்கு ஒரு பாடலைப் போட்டு காட்டுகிறேன். யபா பெண்கள். தயவுசெய்து ஹெட் ஃபோனைப் போடு.

*2021/06/25 அன்று 09:15 மணிக்கு விசாரணையின் குறுக்கீடு*

*விசாரணையின் மறுதொடக்கம் 2021/06/25 அன்று 09:19 மணிக்கு.*

சார்லஸ் வுட்வொர்த்: இந்தப் பாடல் உனக்குத் தெரியுமா?

ஃபெமி அஹமெத் கடுனா: இல்லை. மோசமான பாடல் இல்லை. யபா கேர்ள்ஸ்? யபா லாகோஸின் ஒரு பகுதி. இது நைஜீரிய இசைக்குழுவா? இது விசித்திரமாக இருக்கிறது, அது பற்றி எனக்கு ஒன்றும் தெரியாது.

சார்லஸ் வுட்வொர்த்: கடுனா, நீ மீண்டும் மீண்டும் இனிமையான, மெல்லிசை ஒலிகளை உணர்கிறாயா?

ஃபெமி அஹமெத் கடுனா: கண்டிப்பாக, நான் ஒரு இசைக்கலைஞன். [...]

*2021/06/25 அன்று 10:07 மணிக்கு விசாரணை முடிவு பெறுகிறது*

# தெக்கார்த் 2.0

**வெள்ளிக்கிழமை, ஜூன் 25, 2021**
**கருதுகோள் அறை, மெக்குயர் விமானப்படை தளம்**

களைப்பாக இருப்பவர்கள் சண்டை போடுபவர்கள். சோர்வுற்றவர்கள் குறைவாக சண்டை போடுவார்கள். அத்ரியன், டினா, அவர்களது முதல் இருபது நிபுணர்கள் ஒரு கட்டளை அறையில் குடியேறும்போது காலை மணி ஆறு. ஏழு மணிக்கு, ஹெலிகாப்டர்களின் வேகத்திற்கு அவர்களை மெக்குயர்-க்கு கொண்டு வரும்போது அவர்கள் நாற்பது பேர் இருந்தனர். சோஃபாக்களும் ஊடாடும் பலகைகளும் நிறுவப்பட்டுள்ளன, ஒரு சிப்பாய் காபி இயந்திரத்திற்குத் தொடர்பு கொடுக்கிறான்.

நிலைமையை விளக்க ஒரு நிமிடம் போதும். பத்து நிமிட கேள்விகள் பின்தொடர்கின்றன, டினாவும் அத்ரியனும் நம்ப முடியாததை மீண்டும் கூறுகிறார்கள்: கூடரத்தில் உள்ள இந்த நபர்கள் ஏற்கனவே நூற்று ஆறு நாட்களுக்கு முன்பு, அதே விமானத்தில் தரையிறங்கிய அதே நபர்கள்தான். அத்ரியன் மில்லருக்கும் ரிக்கார்டோ பெர்டோனிக்கும் (2021ஆம் ஆண்டுக்கான இயற்பியலுக்கான நோபல் பரிசுக்கு டார்க் மேட்டர் குறித்த இவரது பணிக்காகப் பரிந்துரைக்கப்பட்டது) இடையேயான உரையாடல் நிலைமையைச் சுருக்கமாகக் கூறுகிறது:

"நீங்கள் எங்களை கேலி செய்கிறீர்களா, பேராசிரியர் மில்லர்?"

"அப்படி செய்தால்தான் என்ன."

காலை ஒன்பது மணியளவில், டினா வாங் கருதுகோள்களின் அறையில் இடைநிலைக் கூட்டங்களைத் தொடர்ந்து நடத்து கையில், அத்ரியன் பணிக்குழுவுக்குத் திரும்புகிறான். மெரிதித் அவரைப் பின்தொடர்கிறாள், கூடவே ஒரு உயரமான ஒருவன். மிகுந்த நரைத்த முடி, எஃகு நீல நிறக் கண்கள். அவனும் செல்கிறான். சில்வேரியா டெலி கான்ஃபரன்சிங் திரையைக் காட்டுகிறான், அதில், தெரிந்த முகங்கள் காட்டப்படுகின்றன.

“பேராசிரியர் மில்லர், அமெரிக்க ஜனாதிபதி, வெளியுறவு, தேசிய பாதுகாப்பு அமைச்சர்களுடன் ரியோவில் இருந்து நேரலையில் இருக்கிறார்.”

“இந்த நிகழ்வு அற்புதமானது, மிஸ்டர் பிரசிடெண்ட்,” அத்ரியன் தனது தொண்டையைச் சரிசெய்துகொண்டு தொடங்குகிறான், “ஆனால் ஆர்தர் சி. கிளார்க் கூறியதுபோல், எந்த போதுமான மேம்பட்ட தொழில்நுட்பமும் மந்திரத்திலிருந்து பிரித்தறிய முடியாதது. நாங்கள் பத்து கருதுகோள்களுக்கு வந்துள்ளோம், அவற்றில் ஏழு நகைப்புக்குரியது, மூன்று எங்கள் கவனத்தை ஈர்க்கின்றன, ஒன்று பெரும்பான்மை ஆதரவை சந்திக்கிறது. எளிமையானவற்றிலிருந்து ஆரம்பிக்கலாம்.”

“தயவுசெய்து,” சில்வேரியா.

“பூச்சி துளை.” டோபாலஜிஸ்ட் மெரிதித் ஹார்ப்பரை உங்களுக்கு விளக்க அனுமதிக்கிறேன்.

மெரிதித் மேசையில் இருந்து ஒரு கறுப்பு நிற பென்சிலையும் ஒரு தாளையும் எடுத்து, தாளைப் பாதியாக மடிக்கிறாள். மிகக் குறைந்த பட்ஜெட்டில் எடுக்கப்பட்ட அறிவியல் புனைகதை திரைப்படத்தின் கல்விக் காட்சியில் நடிப்பது போன்ற வித்தி யாசமான அபிப்பிராயத்தை அவள் கொண்டிருந்தாள், ஆனால் அதனால் என்ன?

“நன்றி, அத்ரியன். அந்த இடத்தை ஒரு தாள் போல் மடிக்க முடியும் என்று வைத்துக்கொள்வோம்... ஆனால், நமக்குத் தெரியாத ஒரு பரிமாணத்தில், நமக்குத் தெரிந்த மூன்றில் எதுவுமே இல்லை. நமது பிரபஞ்சம் சரம் கோட்பாட்டால் நன்கு நிர்வகிக்கப்பட்டால், அது பத்து, பதினொரு அல்லது இருபத்து

ஆறு பரிமாணங்களில் ஒரு ஹைப்பர்ஸ்பேஸ் ஆகும். இந்த மாதிரியில், ஒவ்வொரு அடிப்படைத் துகளும் ஒரு தண்டு ஆகும், இது மற்றவற்றிலிருந்து வித்தியாசமாக அதிர்வுறும், பரிமாணங்கள் தங்களுக்குள் சுருட்டப்படுகின்றன. உங்களுக்குப் புரிகிறதா..?

அமெரிக்க ஜனாதிபதி வாயைத் திறந்தபடி இருக்கிறார், ஒரு பெரிய பொன்னிற விக் கொண்ட ஒரு கொழுத்த மனிதனின் சாயலில் இருக்கிறார்.

"எனவே, இடம் மடிந்தவுடன், அதில் ஒரு "துளை" செய்கிறோம்."

மெரிதித் ஹார்பர் பென்சிலின் நுனியால் தாளைக் துளை யிட்டு, தன் ஆள்காட்டி விரலை அதற்குள் செலுத்துகிறாள்.

"நமது முப்பரிமாண இடத்தில் ஒரு புள்ளியில் இருந்து மற்றொரு புள்ளிக்கு மிக எளிதாகச் செல்ல முடியும். இது ஐன்ஸ்டீன்-ரோசன் பாலம் என்று அழைக்கப்படுகிறது, லோரென்ட்ஸ் எதிர்மறை நிறை "பூச்சி துளை..."

"நான் பார்க்கிறேன்" என்ற அமெரிக்க அதிபர் புருவத்தை உயர்த்துகிறார்.

"இது கிளாசிக்கல் இயற்பியலின் விதிகளை மதிக்கிறது. நமது ஐன்ஸ்டீனிய விண்வெளியில் ஒளியின் வேகத்தின் வரம்பை நாம் மீறுவதில்லை. ஆனால், ஹைப்பர் ஸ்பேஸில் ஒரு "பூச்சி துளை" யைத் திறப்பதன் மூலம், விண்மீன் திரள்களுக்கு இடையே ஒரு வினாடியின் ஒரு பகுதியிலேயே பயணிக்க முடியும்."

"நாவல்களில் இது ஒரு பொதுவான யோசனை" என்று மெரிதித் மிகவும் சுருக்கமாகக் கூறுவதைக் கண்ட அத்ரியன் கூறினான், "டூன், ஃபிராங்க் ஹெர்பர்ட் அல்லது பிறரின் நாவல்கள். இந்த யோசனை நோலனின் இன்டர்ஸ்டெல்லர் போன்ற படத்தில் எடுக்கப்பட்டது. அல்லது ஸ்டார் ட்ரெக்கின் *USS* எண்டர்பிரைஸ் கப்பலுடன்."

"'ஸ்டார் ட்ரெக்!' நான் அதைப் பார்த்திருக்கிறேன், ஆம்," திடீரென்று ஜனாதிபதி கூச்சலிட்டார்.

"வழக்கமாக - இது பேசுவதற்கான ஒரு வழி - நீங்கள் நேரத்தையும் இடத்தையும் உடனடியாகக் கடந்து செல்கிறீர்கள்,

எதையும் நகலெடுப்பதற்கு எந்தக் காரணமும் இல்லை," என்று மெரிதித் தொடர்கிறாள். "அங்கே, இந்த இரண்டு விமானங்கள் உள்ளன…"

அண்டத்தின் இரண்டு புள்ளிகளில் USS நிறுவனம் முளைத்தது போல, இரண்டு கிர்க் கேப்டன்கள், இரண்டு ஸ்போக் டாக்டர்கள், இரண்டு…

"நன்றி, பேராசிரியர் மில்லர்," சில்வேரியா கூறினான், எங்களுக்குப் புரிகிறது… அப்படியானால், இரண்டாவது கருதுகோள்?"

"நாங்கள் அதை 'ஃபோட்டோகாப்பி மெஷின்' கருதுகோள் என்று அழைக்கிறோம், நாங்கள் அதை என்எஸ்ஏ (NSA) இன் பிரையன் மிட்னிக் உடன் விவாதித்தோம்."

சிறிது பெருமையாக இருக்கும் ஒரு நல்ல மாணவனின் மனநிலையில் மிட்னிக் தலையசைக்கிறார்.

"உங்களுக்குத் தெரியும், மில்லர் தொடர்கிறான், பயோ பிரிண்டிங் புரட்சி தொடங்கிவிட்டது…"

"மன்னிக்கவும்? இன்னும் தெளிவாக இருங்கள்!" சில்வேரியா கேட்கிறான், அவன் ஜனாதிபதியின் எரிச்சலை எதிர்பார்த்து நேர்மையான பாத்திரத்தை ஏற்றுக்கொள்கிறான்.

"உயிரியல் பொருள் 3Dயில் அச்சிட முடியும். இன்று ஒரு மணி நேரத்தில் எலியின் அளவு மனித இதயத்தை உருவாக்க முடியும். பத்து ஆண்டுகளில், தெளிவின் நுணுக்கம் இரட்டிப்பாகியுள்ளது, மறுஉருவாக்கம் செய்யக்கூடிய பொருட்களின் அளவைப் போலவே அச்சிடும் வேகமும் இரட்டிப்பாகியுள்ளது. இந்த ஒவ்வொரு பகுதியிலும் அதிவேக வளைவுகளைப் பின்தொடர்ந்து, பழமைவாதியாக இருந்தால்…"

"நான் ஒரு பழமைவாதி," ஜனாதிபதி குறுக்கிடுகிறார். இது ஒரு நகைச்சுவையா என்று மில்லர் ஒரு கணம் ஆச்சரியப்படுகிறான்.

"எனவே," கணிதவியலாளர் தொடர்கிறான், "இரண்டு நூற்றாண்டுகளுக்குள், நாம் ஒரு நொடியின் ஒரு பகுதியில் ஸ்கேன் செய்து, அணுவின் அளவு வரையறையுடன் இந்த விமானம் போன்ற ஒரு பொருளை விரைவாக அச்சிட முடியும். ஆனால் இரண்டு சிக்கல்கள்: ஒன்று, அச்சுப்பொறி எங்கே?

இரண்டு, விமானம் மற்றும் பயணிகளைத் தயாரிப்பதற்கான மூலப்பொருட்கள் எங்கிருந்து வருகின்றன?"

"மிகச் சரியாக சொன்னீர்கள்... 'நகலி'யின் இந்தப் படம் அசல் மற்றும் நகல் இருப்பதைக் குறிக்கிறது," மெரிதித் இடையில் சொல்கிறாள். "மேலும் எங்கள் அலுவலகத்தில் உள்ள நகல் எந்திரத்தில், எப்போதும் முதலில் வெளிவருவது நகல்தான்."

"எனக்குப் புரிகிறது," சில்வேரியா உரக்கச் சொன்னான். "'நகல்' விமானம் மார்ச் 10 அன்று தரையிறங்கியிருக்கும். அதன் 'அசல்' தான் இப்போது இறங்கியிருக்கிறது. இந்நிலையில், இரண்டு குழுக்களின் உறுப்பினர்களையும் வித்தியாசத்துடன் பார்க்க வேண்டும். முதல் விமானம்..."

"'காப்பியர்'இல் இருந்து 'முன்னர்' வெளியே வந்தது..." மெரிதித் முடித்தாள்.

"கடைசி கருதுகோளை நான் குறிப்பிட விரும்புகிறேன்," என்று மில்லர் தொடர்கிறான். இது மிகவும் பரவலாக ஏற்றுக்கொள்ளப்பட்டது, ஆனால், இது மிகவும் அதிர்ச்சிகரமானது.

திரையில், ஜனாதிபதி தலையை அசைக்கிறார், பின்னர், புருவங்களைச் சுருக்கி, கேட்கிறார்:

"கடவுளின் செயல் என்று சொல்கிறீர்களா?"

"ஓ, இல்லை, மிஸ்டர் பிரசிடெண்ட்... யாரும் கருதுகோளைக் குறிப்பிடவில்லை," அத்ரியன் ஆச்சரியத்துடன் பதிலளித்தான். சில்வேரியா தன் புருவத்தைத் துடைக்கிறான்.

"மூன்றாவதற்குச் செல்வோம், மில்லர்.

"நாங்கள் அதை 'Bostrom theory போஸ்ட்ரம் கருதுகோள்' என்று அழைக்கிறோம். நூற்றாண்டின் தொடக்கத்தில் முன் மொழிந்த ஆக்ஸ்போர்டில் போதிக்கும் தத்துவஞானி நிக் போஸ்ட் ரோமை நான் குறிப்பிடுகிறேன்."

"இது மிகவும் பழையது," ஜனாதிபதி பெருமூச்சு விடுகிறார்.

"இந்த நூற்றாண்டின் தொடக்கத்தில்," மில்லர் தொடர்கிறான். "சரியாகச் சொன்னால் 2002இல் கொலம்பியா பல்கலைக் கழகத்தைச் சேர்ந்த தர்க்க வல்லுநரான ஆர்ச் வெஸ்லியை நான் அழைக்கிறேன்."

உயரமாகவும் பரட்டைத்தலையுடனும் இருக்கும் ஒருவன் ஒரு கரும்பலகையை நெருங்கி, அதில் ஒரு சமன்பாட்டை வரைகிறான்:

$$F_{sim} = (f_p\ f_i\ N_i\ )\ /\ ((f_p\ f_i N_i\ )\ +\ 1)$$

பிறகு நல்ல புன்னகையுடனும், குறிப்பிட்ட அளவு உற்சாகத்துடனும் திரைக்கு வருகிறான்:

“காலை வணக்கம் ஜனாதிபதி. இந்தச் சமன்பாட்டை விளக்கு வதற்கு முன், “யதார்த்தம்” பற்றி பேசுவதன் மூலம் தொடங்க விரும்புகிறேன். எல்லா யதார்த்தமும் ஒரு கட்டுமானமாக இருக்கிறது. ஒரு மறுபுனரமைப்பும் கூட. மண்டை ஓட்டின் இருளிலும் மௌனத்திலும் நம் மூளை அடைக்கப்பட்டுள்ளது, அது நம் கண்கள், காதுகள், மூக்கு, தோல் ஆகிய சென்சார்கள் மூலம் மட்டுமே உலகை அணுக முடியும்: நாம் பார்க்கும், உணரும் அனைத்தும் மின்சார தொடர்பு மூலம் அதற்கு அனுப்பப்படுகின்றன. நரம்புகள், ஒத்திசைவுகள்... நமது நரம்பு செல்கள், திரு. ஜனாதிபதி.”

“புரிந்துகொண்டேன், நன்றி.”

“நிச்சயமாக. மேலும் மூளை யதார்த்தத்தைப் புனரமைக் கிறது. அதன் ஒத்திசைவுகளின் எண்ணிக்கையின் அடிப்படையில், மூளை ஒரு வினாடிக்கு பத்து மில்லியன் பில்லியன் செயல் பாடுகளை செய்கிறது. கணினியைவிட மிகவும் குறைவானது, ஆனால் அதிக இணைப்புகளுடன். ஆனால் சில ஆண்டுகளில், மனித மூளையை உருவகப்படுத்த முடியும். இந்தத் திட்டம் ஒரு குறிப்பிட்ட நினைவை அடையும். நானோ தொழில்நுட்பத்தில் நிபுணனான எரிக் ட்ரெக்ஸ்லர், ஒரு இலட்சம் மனித மூளைகளை இனப்பெருக்கம் செய்யும் திறன் கொண்ட ஒரு சர்க்கரை கட்டியின் அளவைக் கற்பனை செய்தான்.”

“உங்கள் பில்லியன்களுடன் நிறுத்துங்கள், எனக்கு ஒன்றும் புரியவில்லை, என்று ஜனாதிபதி கூறினார், மேலும் எனது பல சக ஊழியர்களுக்கும் புரியவில்லை. உங்கள் டெமோவைத் தொடரவும்.”

“நல்லது, ஜனாதிபதி. நம்மைவிட பெரிய ஜந்துக்களின் புத்தி சாலித்தனம் நமது புத்திசாலித்தனத்தின் அளவு என்றும், ஒரு

மண்புழுவின் புத்திசாலித்தனம் நம்முடையது என்றும் கற்பனை செய்து பாருங்கள்.... நமது சந்ததியினரின் கணினிகள் ஒருவேளை மிகவும் சக்திவாய்ந்தவை என்றும் கற்பனை செய்து பார்ப்போம். அதைக் கொண்டு அவர்கள் ஒரு மெய்நிகர் உலகத்தை எவ்வாறு மீண்டும் உருவாக்குவது என்பது அவர்களுக்குத் தெரியும், அப்படி அவர்கள் தங்கள் "மூதாதையர்களை" ஒரு துல்லியமான வழியில் உயிர்ப்பித்து, வெவ்வேறு விதிகளின்படி அவர்கள் உருவாவதைக் கவனிக்கலாம். ஒரு சிறிய நிலவின் அளவுள்ள கணினி மூலம், ஹோமோசேபியன்ஸ் பிறந்ததிலிருந்து மனிதகுலத்தின் வரலாற்றை ஒரு பில்லியன் முறை உருவகப்படுத்த முடியும். இது கணினி உருவகப்படுத்துதலின் கருதுகோள்..."

"மேட்ரிக்ஸ் திரைப்படம் போலவா?" என்று புரியாத தொனியில் ஜனாதிபதி கேட்கிறார்.

"இல்லை, ஐயா," வெஸ்லி பதிலளிக்கிறான். மேட்ரிக்ஸில், அவை உண்மையான மனிதர்களின் உடல் ஆற்றலைப் பயன் படுத்தும் இயந்திரங்கள், சதையில் சங்கிலியால் பிணைக்கப்பட்ட அடிமைகள். அவர்கள், அவர்களை ஒரு மெய்நிகர் உலகில் வாழ வைக்கிறார்கள். எங்கள் கருதுகோளில், இது எதிர்மாறானது: நாம் உண்மையான மனிதர்கள் அல்ல. வெறும் திட்டங்களாக (programs) இருக்கும் நாம் மனிதர்கள் என்று நினைத்துக்கொள்கிறோம். மிகவும் மேம்பட்ட திட்டங்கள், ஆனால் திட்டங்கள் அனைத்தும் ஒரே மாதிரியானவை. மேட்ரிக்ஸில் ஏஜென்ட் ஸ்மித்தைப் போலவே, மிஸ்டர் பிரசிடென்ட். ஏஜென்ட் ஸ்மித்துக்கு தான் ஒரு நிரல் என்று தெரியும்."

"அப்படியானால், நான் இப்போது ஒரு மேஜையில் காபி குடிக்கவில்லையா?" சில்வேரியா கேட்டான். "நாம் எதை காண்கிறோமோ, எதை உணர்கிறோமோ, எதை பார்க்கிறோமோ... அவை அனைத்தும் அதுவும் உருவகப்படுத்துதலா? எல்லாமே பொய்யா?"

"பொதுவாக, நீங்கள் இந்த டேபிளில் காபி அருந்துகிறீர்கள் என்பதை இது மாற்றாது," வெஸ்லி தொடர்கிறான், "இது காபி மற்றும் டேபிள் எதனால் செய்யப்பட்டது என்பதை மாற்றுகிறது. அது எளிதாக இருக்கும்: அதிகபட்ச மனித உணர்திறன்

அலைவரிசை மிகவும் பெரியதாக இல்லை: அனைத்து ஒலிகள், காட்சிகள், தொடுதல், வாசனைகளை உருவகப்படுத்துவதற்கு மிகக் குறைவான செலவே ஆகும். நமது சுற்றுச்சூழலே போலி யானது மிகவும் சிக்கலானது அல்ல, இவை அனைத்தும் விவரங்களின் அளவைப் பொறுத்தது: "உருவகப்படுத்தப்பட்ட மனிதர்கள்" அவர்களின் மெய்நிகர் சூழலில் முரண்பாடுகளைக் கவனிக்க மாட்டார்கள், அவர்கள் வீடு, கார், நாய், கணினியைக் கூட வைத்திருப்பார்கள். நாம் அதில் இருக்கிறோம்."

"பிளாக் மிரர் என்ற பிரிட்டிஷ் தொடரில் இருப்பதைப் போல, மிஸ்டர் பிரசிடென்ட், அத்ரியன் மில்லர் மெதுவாகச் சொல்கிறான்."

... ஜனாதிபதி புருவங்களை உயர்த்துகிறார். வெஸ்லி மீண்டும் தொடங்குகிறான்.

"மேலும், பிரபஞ்சத்தைப் பற்றிய நமது அறிவில் நாம் எவ்வளவு அதிகமாக முன்னேறுகிறோமோ, அவ்வளவு அதிகமாக அது கணித விதிகளை அடிப்படையாகக் கொண்டதாக நமக்குத் தோன்றுகிறது."

"அனைத்து மரியாதையுடன், பேராசிரியர்," சில்வேரியா அவனைக் குறுக்கிட்டு, "நீ முட்டாள்தனமாகப் பேசுகிறாய் என்பதை ஒரு பரிசோதனை மூலம் நிரூபிக்க முடியாதா?"

"எனக்கு பயமில்லை," வெஸ்லி சிரிக்கிறான். நம்மை உருவகப் படுத்தும் செயற்கை நுண்ணறிவு "'உருவகப்படுத்தப்பட்ட மனிதன்' நுண்ணிய உலகத்தை அவதானிப்பான் என்று உணர்ந் தால் அது போதுமான உருவகப்படுத்தும் விவரங்களை மட்டுமே வழங்க வேண்டும். 'உருவகப்படுத்துதலில்' பிழை ஏற்பட்டால், 'மெய்நிகர் மூளையின்' நிலைகளை மறுபிரசுரம் செய்தால் போதுமானது, இது ஒரு ஒழுங்கின்மையைக் கவனித்திருக்கும். சில வினாடிகள் பின்னோக்கிச் சென்றாலும், ஒரு வகையான செயல் தவிர்ப்புடன், நீங்கள் பார்க்கிறீர்கள், மேலும் எந்தச் சிக்கலையும் தவிர்க்கும் வகையில் மாதிரி உருவாக்கத்தை மீண்டும் இயக்கவும்..."

"நீங்கள் சொல்வது அபத்தமானது, ஜனாதிபதி வெடித்தார். நான் ஒரு வகையான சூப்பர் மரியோ அல்ல, மேலும் அவர்கள்

மெய்நிகர் உலகில் உள்ள நிரல்கள் என்பதை நான் நிச்சயமாக எங்கள் சக குடிமக்களுக்கு விளக்கப் போவதில்லை."

"எனக்குப் புரிகிறது, ஜனாதிபதி. ஆனால் மறுபுறம், ஒரு விமானம் எங்கிருந்தோ வெளியே தோன்றி மற்றொன்றின் கார்பன் நகலாக உள்ளது, அதிலுள்ள அனைத்துப் பயணிகளும், மேலும் கம்பளத்தின் மீது உள்ள கெட்ச்-அப்பின் கறை கூட. நம்ப முடியாதது. நான் எழுதிய இந்தச் சூத்திரத்தை உங்களுக்கு விளக்க அனுமதிக்கிறீர்களா?"

"மேலே செல்லுங்கள்," ஜனாதிபதி கோபத்துடன் வெடிக் கிறார். ஆனால் விரைவாக.

"பொதுவான கருத்தைச் சொல்கிறேன். இந்த உருவகப்படுத்தப் பட்ட உணர்வுகளின் ஒரு பகுதியாக நாம் இருப்பது மிகவும் சாத்தியம் என்பதை நான் உங்களுக்கு நிரூபிக்க விரும்புகிறேன். தொழில்நுட்ப நாகரிகத்திற்கு மூன்று சாத்தியமான விதிகள் மட்டுமே உள்ளன: மாசுபாடு, புவி வெப்பமடைதல், ஆறாவது அழிவு போன்றவற்றை நாம் அற்புதமாக நிரூபித்து வருவதால், தொழில்நுட்ப முதிர்ச்சியை அடைவதற்கு முன்பே அந்த நாகரிகம் அழிந்துவிடும். என் பங்கிற்குச் சொல்வதென்றால், உருவகப்படுத்தப்பட்டாலும் இல்லாவிட்டாலும் நாம் மறைந்து விடுவோம் என்று நினைக்கிறேன்."

ஜனாதிபதி தோள்களைக் குலுக்குகிறார், ஆனால் வெஸ்லி தொடர்கிறான்:

"அது முக்கியம் அல்ல. இருப்பினும், ஆயிரத்தில் ஒரு நாகரிகம் தானாகவே தன்னை அழித்துக்கொள்ளாது என்று வைத்துக் கொள்வோம். இது தொழில்நுட்பத்திற்குப் பிந்தைய நிலையை அடைந்து கற்பனை செய்ய முடியாத கணினி ஆற்றலைப் பெறு கிறது. மேலும், எஞ்சியிருக்கும் இந்த நாகரிகங்கள் அனைத்திலும், ஆயிரத்தில் ஒன்றிற்கு மட்டுமே "மூதாதையர்களை" அல்லது "அதன் முன்னோர்களின் போட்டியாளர்களை" உருவகப்படுத்தும் ஆசை இருப்பதாக மீண்டும் வைத்துக்கொள்வோம். எனவே இந்த ஒரு மில்லியனில் ஒரு தொழில்நுட்ப நாகரிகம், ஒரு பில்லியன் "மெய்நிகர் நாகரிகங்களை" உருவகப்படுத்த முடியும். "மெய்நிகர் நாகரிகம்", என்றால், ஒவ்வொரு முறையும் நூற்றுக்கணக்கான

மெய்நிகர் தலைமுறைகளின் போது மில்லியன் கணக்கான மெய்நிகர் தலைமுறைகள் ஒன்றுக்கொன்று வெற்றியடைகின்றன. இது நூற்றுக்கணக்கான பில்லியன் சமமான மெய்நிகர் சிந்தனை உயிரினங்களைப் பெற்றெடுக்கிறது. உதாரணமாக, ஐம்பதாயிரம் ஆண்டுகளில், நூறு பில்லியனுக்கும் குறைவான ஆதிமனிதர்கள்" குரோ- பூமியில் இருந்துள்ளனர்... ஆதிமனிதர்கள் அதாவது நம்மை, உருவகப்படுத்த, அதாவது, கம்ப்யூட்டிங் சக்தியே போது மானது. நான் சொல்வது புரிகிறதா?"

வெஸ்லி திரையைக் கூடப் பார்க்கவில்லை. அதில் ஜனாதிபதி கண்களை உருட்டிக்கொண்டு மேலே பார்க்கிறார்.

“முக்கியமான விஷயம் இதுதான்: ஒரு உயர் தொழில்நுட்ப நாகரிகம் “உண்மையான” நாகரிகங்களைவிட ஆயிரம் மடங்கு அதிகமான “தவறான நாகரிகங்களை” உருவகப்படுத்த முடியும். அதாவது, “சிந்திக்கும் மூளை”, என்னுடையதை அல்லது உங்களுடையதை என்று எடுத்துக்கொண்டால், அது மெய்நிகர் மூளையாக இருப்பதற்கு 1000-க்கு 999 வாய்ப்புகளும், உண்மை யான மூளையாக இருப்பதற்கு 1000-க்கு 1 வாய்ப்பும் உள்ளது. வேறு வார்த்தைகளில் கூறுவதானால், தெக்கார்த்தின் முறை (method) பற்றிய சொற்பொழிவின் “நான் நினைக்கிறேன் அதனால் நான் இருக்கிறேன்” என்ற கருத்து வழக்கற்றுப் போய் விட்டது. இது மாறாக: “நான் நினைக்கிறேன், எனவே நான் நிச்சயமாக ஒரு நிரலாக இருக்கிறேன்.” தெக்கார்த் 2.0, குழுவில் உள்ள ஒரு இடவியலாளரின் வெளிப்பாட்டைப் பயன்படுத்து வதற்கு. நான் சொல்வது புரிகிறாதா, ஜனாதிபதி?"

ஜனாதிபதி ஒன்றும் பதிலளிக்கவில்லை. வெஸ்லி இன்னும் பிடிவாதமாகவும், கோபமாகவும் இருக்கும் அவரைப் பார்த்தபடி முடிக்கிறான்.

“மிஸ்டர் பிரசிடெண்ட் அவர்களே, இந்தக் கருதுகோளை நான் அறிந்திருந்தேன், இப்போது வரை, நமது இருப்பு ஒரு ஹார்ட் டிஸ்க்கில் ஒரு புரோகிராம் மட்டுமே என்ற நிகழ்தகவை பத்தில் ஒரு வாய்ப்பாக மதிப்பிட்டேன். இந்த “முரன்பாட்டை” நான் உறுதியாக நம்புகிறேன். இது ஃபெர்மி முரண்பாட்டையும் விளக்குகிறது: வேற்று கிரகவாசிகளை நாம் ஒருபோதும்

சந்திக்கவில்லை என்றால், நமது உருவகப்படுத்துதலில் அவற்றின் இருப்பு திட்டமிடப்பட்டதாகத் தெரியவில்லை.

நாம் ஒருவித சோதனையை எதிர்கொள்கிறோம் என்று கூட நினைக்கிறேன். மேலும், இந்தச் சோதனையை நமக்கு வழங்கும் புரோகிராம்கள்தான் மாதிரி உருவாக்கம் என்ற எண்ணத்தை இப்போது நாம் கருத்தில் கொள்ளலாம். நாம் அதை வெற்றியடையச் செய்வது நல்லது, அல்லது குறைந்தபட்சம் அதிலிருந்து ஏதாவது சுவாரஸ்யத்தை உருவாக்குவது நல்லது.

“ஏன்?” சில்வேரியா கேட்கிறான்.

“ஏனெனில் நாம் தோல்வியுற்றால், இந்த உருவகப்படுத்து தலுக்குப் பொறுப்பானவர்கள் எல்லாவற்றையும் அணைத்து விடலாம்.”

# விளக்கப்படம் 14

**வெள்ளிக்கிழமை, ஜூன் 25, 2021, காலை மணி 8:30**

**மெக்குயர் விமானப்படை தளத்தின் 2 ஆவது ஷெட்**

“மூன்றாவது வகையுடன் சந்திப்பா, உண்மையாகவா?” விசாரணையில் இருந்து திரும்பிய, விக்டர் கோபத்திற்கும் சிரிப்புக்கும் இடையில் தயங்குகிறான். அடுத்த நாள் பற்றிய அறியாமையால், எழுத்தாளன் இந்தக் கூடாரத்தில் என்ன நடக்கிறது என்பதை ஒரு நீண்ட அட்டவணையில் நிதானமாகப் பதிவு செய்ய விரும்புகிறான். கூடாரம் என்பது ஒரு வித்தியாச மான வார்த்தை. அவன் தனது நோட்புக், பேனாவை எடுத்தான், அழுகை, சத்தம் ஆகியவற்றிலிருந்து தன்னை தனிமைப்படுத்திக் கொள்ள முயற்சிக்கிறான், குறிப்புகளை எடுக்கிறான்: ஒரு சாத்திய மற்ற இடத்தின் சிதைவு. இல்லை இல்லை. பெரெக்கின் நிழலை ஏன் பின்பற்ற வேண்டும். அவன் ஏன் தன்னைத் தாக்கங்களி லிருந்தும், வழிகாட்டி நபர்களிடமிருந்தும் விடுவித்துக் கொள்வ தில்லை? ஏன், ஏமாளியாக இருக்கிறோம் என்பதற்கு பயப்படாத அவன், பாராட்டுக்களைத் தேடும் சிறுபிள்ளையா?

நிதானமாக, அவன் “ஏரோப்ளேன் மோட்” என்று பதிவு செய்கிறான்.

“தேதி: *மார்ச் 11, 2021.*

“இந்தக் கூடாரத்தில் பல விஷயங்கள் உள்ளன, எடுத்துக் காட்டாக: நூறு காவி நிற கூடாரங்கள், ஒரு கள மருத்துவமனை, நீண்ட மேசைகளின் வரிசைகள், திடீரென்று உருவாக்கிய கூடைப் பந்து மைதானம், டஜன் கணக்கான முன் தயாரிப்புகள், பொதுக் கழிப்பறைகள், இரண்டு வரிசைகளில் உலோகத் தடைகள், தகவல்

வழங்க யாரும் இல்லாத ஒரு "தகவல்" மையம், ஆறு மொழிகளில் அடையாளம் காட்டப்பட்ட ஒரு சமய பிரார்த்தனை கூடம், நான்கு நீரூற்றுகள், இன்னும் பல....

"வானிலை: பருவத்திற்குத் தொடர்பில்லாத மிகுந்த வெப்பம், மிகவும் ஈரப்பதம்.

"கண்டிப்பாகத் தெரியும் விஷயங்களின் பட்டியலின் வரைவு: கூடத்தின் சுவர்களில் ஒன்றில் A முதல் E வரையிலான எழுத்துகள், "மருத்துவமனை" என்பதன் முதல் எழுத்து H, "ஏர் பிரான்ஸ்" (விமான ஊழியர்கள், பணிப்பெண்களின் பைகளில்), பயணிகளின் ஆடைகளில் குறியீடுகள், தரையில் "அமெரிக்க விமானப் படை", "ஆபத்து", மின் பெட்டிகளில் "உயர் மின்னழுத்தம்." சுவர்களில் வாசகங்கள்: "உயர்வதற்கு முயற்சி செய்க, வானில் பறந்து சண்டையிடுக, வெல்க", அமெரிக்க விமானப்படையின் பொன்மொழி, "நாங்கள் சில நல்ல மனிதர்களைத் தேடுகிறோம்."

விக்டர் அவசரப்படாமல் இயந்திரத்தனமாக எழுதுகிறான். அழகுக்குப் பின்னால் அதிக முட்டாள்தனமான விஷயங்களை நிறைய படித்தும், மொழிபெயர்த்தும்விட்டான். இன்னும் ஒரு முட்டாள்தனத்தை உலகில் திணிப்பதை அநாகரிகமாகக் கருதுகிறான். "பக்கத்தில் உள்ள பேனாவின் அசைவிலிருந்து" அட்டகாசமான உரைநடை விளைகிறது என்பதை அவன் பொருட்படுத்தவில்லை, "வாக்கியத்தின் முன் தான் எல்லாவற்றிலும் வல்லவன்" என்று அவன் நம்பவில்லை, அவன் "இமைகளை மூடுகிறான்" என்பதில் எந்தச் சந்தேகமும் இல்லை. "கண்களைத் திறந்து வைக்க", அல்லது இந்த ஆன்மா இல்லாத இடத்தில் அவன் "தனது திகைப்பைப் பொறிப்பதற்காக உலகத்திலிருந்து தன்னை மறைத்துக்கொள்கிறான்." மேலும், அவன் உருவகங்களைப் பற்றி எச்சரிக்கையாக இருக்கிறான். நிச்சயமாக ட்ரோஜன் போர் அப்படித்தான் தொடங்கியது. இந்த அதிசயம் அவனை எழுத்தாளனாக மாற்றுவதற்கு அவன் வாக்கியங்களில் ஒன்று அவனைவிட புத்திசாலித்தனமாக இருந்தால் போதும் என்பது அவனுக்குத் தெரியும்.

எதில் கவனம் செலுத்துவது என்று தெரியாமல், இந்தச் சிதறிய இருப்புகள், தற்போதைய கவலைகள் அனைத்தையும் கூடாரம்

என்ற விகிதாசார பாத்திரத்தில் கவனிக்கிறான். தன் உயிரைத் தவிர மற்ற உயிர்களின் வசீகரத்தில் சரணடைகிறான். அவன் அதில் ஒன்றைத் தேர்ந்தெடுக்கவும், இந்த உயிரினத்தை விவரிக்க சரியான வார்த்தைகளைக் கண்டறியவும், அதைக் காட்டிக் கொடுக்காத அளவுக்கு அவன் நெருங்கிவிட்டான் என்று நம்பவும் விரும்புகிறான். பின்னர் மற்றொன்றுக்கு. பிறகு இன்னொன்று. மூன்று நபர்களா?. ஏழு பேர்களா?, இருபது பேர்களா? ஒரே நேரத்தில் எத்தனை கதைகளை ஒரு வாசகர் பின்பற்ற ஒப்புக் கொள்வான்?

அவன் மேஜையின் எண் 14. அதில் ஒரு சில பயணிகளைத் தவிர, விமான கேப்டனும் இருக்கிறான். விக்டருக்கு அவன் தன் தந்தையை நினைவுபடுத்துகிறான். அதே பச்சை-சாம்பல் கண்கள், அதே நீள் மூக்கு, நெற்றிப்பொட்டில் அதே போன்று ஆழமான குழிகள், அடர்த்தியான நரை முடி, வீரியமுள்ள உடல். உள்ளுணர்வாக, எழுத்தாளன் தனது பாக்கெட்டில் கையை வைத்து சிறிய செங்கல்லின் மென்மையான ஸ்பரிசத்தை உணர்கிறான். விக்டர் தனது பர்சில், மறைந்துவிட்ட தந்தையின் புகைப் படத்தையும் வைத்திருந்தான். அது அந்தக் காலத்து ஆல்பத்தில் இருந்து எடுக்கப்பட்டது அப்போது அதிகமான புகைப்படங்கள் இருந்தன. புகைப்படத்தில் இருந்த மனிதனுக்கு இருபது வயது. வெற்றிகரமான புன்னகை, நேரான தோற்றம். ஒரு நாள் அவன் தனது மகனிடம் சிரித்தபடி கூறினான்: “நான் அப்போது இளமையாக இருந்தேன், எப்போதிலிருந்து வயதாக ஆரம்பித்தது என்று எனக்குத் தெரியவில்லை.” ஆம், விடியற்காலை வெளிச் சத்தில், தளபதி மார்க்லே, அந்தத் தந்தை விக்டரைப் போலவே தோற்றமளிக்கிறான். விக்டரிடமும் தந்தையின் சாயல் கொஞ்சம் இருக்கிறது.

முந்தைய நாள்கூட மீண்டும் ஒரு குற்றவாளியைத் தேடிய போது, நீல ஏர் பிரான்ஸ் உறுதியளித்த அல்லது மிகவும் எரிச்ச லடைந்த பயணிகளை சீருடை அவனுக்குச் சம்பாதித்து கொடுத்தது. ஆனால் அவன் இனி எந்த விரோதங்களுக்கும் ஆளாகவில்லை. எல்லோரும், அவன் பொதுவான எரிச்சலைப் பகிர்ந்து கொள்வதைக் கண்டு, அவன் எந்தச் சலுகையாலும் பயனடையவில்லை என்று ஒப்புக்கொண்டனர். சிறிதளவு தகவலுக்குகூட அவனுக்கு

வாய்ப்பில்லை. அதை நிரூபிக்க, அல்லது எளிய வசதிக்காக, அவன் நகர உடைக்கு மாறினான். தரையில், தாவீது மார்க்லே இனி கடவுளுக்குப் பிறகு ஒரே எஜமானர் அல்ல, ஆனால் நாங்கள் பரிதாபப்படும் ஓர் எளிய அன்பான மனிதன். தனது துருப்புக் களால் கைவிடப்பட்ட அனுதாபத்துக்குரிய ஒரு ஜெனரல் டுமோரிஸ், காலையில், ஒரு டஜன் பயணிகளுடன், எந்த விளக்கமும் இல்லாமல், அவர் மருத்துவப் பரிசோதனை குழுவில் தேர்ச்சி பெற வேண்டியிருந்தது.

அட்டவணை 14இல், அழகான, ஆழமான, மனச்சோர் வடைந்த கண்களைக் கொண்ட இந்த மிக உயரமான கறுப்பு மனிதனும் இருக்கிறான். அல்ஹம்ப்ராவின் கிராமப்புரத்திற்குத் தகுந்த வடிவங்களைப் பின்பற்றும் அவனது குட்டையான முடி. அவன் "ஜர்னி" (journey)யை "ஜானி" என்றும், "யு ஆர்" (you are) என்பதற்கு "யுவா" என்றும், "விஷன்" (vision) க்கு "விஷோன்" என்றும் உச்சரிக்கிறான். அவன் ஒரு நைஜீரியன், கிதார் கலைஞன், பாடகன். அடுத்த நாள் இரவு ப்ரூக்ளினில் உள்ள ஒரு அரங்கத்தில் அவன் கச்சேரி நடத்த வேண்டும். வற்புறுத்துவது பயனற்றது என்பதை அவன் புரிந்துகொண்டான், மேலும் எதிர்ப்பையும் நிறுத்திவிட்டான். எல்லாவற்றையும் மீறி, அவன் தனது பன்னி ரண்டு தந்தி டெய்லர் கித்தாரைத் திரும்பப் பெற்றான், அது விமானத்தில் இருந்தது, அவன் அதை இசைத்து ஒரு மென்மையான தாளத்துடன் ஒரு பாடலை உருவாக்குகிறான்.

உன் கண்களால் திகைப்பூட்டும் விதத்தில் நேற்று நீ சிரித்த விதம் எனக்கு நினைவிருக்கிறது

கித்தார் அழுத்தமும் முழுமையும் உடைய ஒரு நாதத்தை உருவாக்குகிறது, குரல் கரகரப்பாகவும் கட்டையாகவும் இருக் கிறது. ஒல்லியான இளைஞன், அவன் தனக்கு வைத்துக்கொண்ட கலைஞனின் பெயர் அவனுக்கு நன்றாகப் பொருந்துகிறது. அவன் விக்டரைப் பார்த்து புன்னகைக்கிறான்:

"துணை வாத்தியம் இல்லாமல், பாடி வெகு நாட்களாகி விட்டது."

அவன் ஒரு நாண் அடித்து மீண்டும் தொடர்கிறான்:

"ஆனால் சீருடை அணிந்த அழகான ஆண்கள் உன்னைத் தடுக்கிறார்கள்...

"சீருடை அணிந்த அழகான மனிதர்கள்?" என்று கேட்கிறான் விக்டர், வாயில்களைக் காவல் காக்கும் வீரர்களைக் காட்டி.

"ஆம். இது நிச்சயமாக எனது தலைப்பாக இருக்கும்." அவன் தொடர்ந்து, கிட்டத்தட்ட கிசுகிசுக்கும் குரலில்: ஒளிக்கு வழி, ஒளிக்கு வழி, ஒளிக்கு வழி.

மேஜையின் முடிவில், "உன் பெயர் மட்டுமே என் எதிரி" என்று ஒரு கிசுகிசுப்பு. விக்டர் உடனடியாக ஷேக்ஸ்பியரை அடையாளம் கண்டுகொண்டான். "நீ ஒரு மாண்டேக் அல்ல, நீ நீயேதான்."

ஜூலியட் கபுலெட் இங்கே இருக்கிறாள், அவள் மிகவும் இளம் பெண், அவள் உரையை மீண்டும் சொல்கிறாள்:

"மாண்டேக் என்றால் என்ன? அது கையோ, காலோ, கையோ, முகமோ, எதுவுமே மனிதனுடையது அல்ல... ஓ! வேறு பெயர் இருக்கிறது! பெயரில் என்ன இருக்கிறது? ரோஜா என்று நாம் அழைப்பது வேறு எந்தப் பெயராலும் மணம் வீசும். எனவே, ரோமியோ இனி ரோமியோ என்று அழைக்கப்படாவிட்டாலும், அவன் தன்னிடம் உள்ள அன்பான பரிபூரணங்களைத் தக்க வைத்துக்கொள்வான்..."

தயக்கத்தில்கூட தீவிரமாக இருக்கும் அவள், சில சமயத்தில் அழுவாள் என்று அவளுக்குத் தெரியும். அடுத்த வாரம் ஒத்திகை, விக்டரிடம் சொல்கிறாள். அவர்கள் சோதனைகளைச் செய்தபின் எங்களை வெளியே விடப் போகிறார்கள். அவர்கள் நம்மைச் சோதிக்கிறார்கள், இல்லையா? இப்படி ஆட்களை வைத்திருக்க முடியாது, இது சுதந்திர நாடு, சட்டங்கள் இருக்கின்றன.

"ஆமாம், சட்டங்கள் உள்ளன," என்று சிறந்த அம்சங்கள் கொண்ட—கறுப்பு தோல், ஒரு வெள்ளி க்ளிப்பால் பின்னால் இழுக்கப்பட்ட முடி—ஒரு இளம் பெண் கூறுகிறாள், அரை டஜன் புகார்கள், காரணமின்றிக் கைது செய்தல், காவலில் வைத்தல், சொத்துகளைச் சட்டவிரோதமாகப் பறிமுதல் செய்தல், நாற்பத்தெட்டு மணி நேரத்திற்கும் மேலாக சட்ட ஆலோசனை களைப் பெற மறுப்பது போன்றவற்றுடன் தொடர்புடைய

வர்க்க நடவடிக்கைக்காக அந்தப் பெண் வழக்கறிஞர் ஐம்பது கையெழுத்துகளைச் சேகரித்து வைத்திருக்கிறாள். அவள் அலுவலகம் செல்ல முடியாமல் இருக்கும் ஒவ்வொரு நிமிடத்திற்கும் எவ்வளவு கட்டணம் வசூலிக்க வேண்டும்? அபியின் குரலைக் கேட்க முடியாமல், கவலையுடன் பைத்தியமாக நம்பும் அவனது வலியை எப்படிக் கணக்கிடுவது? ஒரு நபருக்கு நாளொன்றுக்கு இரண்டாயிரம் டாலர்கள் மட்டுமே காவலில் வைப்பதற்காக என்ற விகிதத்தில் சேதத்தைக் கணக்கிடுங்கள், இது அமெரிக்க விமானப்படைக்கும் அரசாங்கத்திற்கும் ஒரு பரிசு அல்லவா?

மீண்டும் என்ன கதை? ஓ ஆமாம். பிசாசு ஒரு வழக்கறிஞரிடம் சென்று, "ஹலோ, நான் பிசாசு. உனக்காக என்னிடம் ஒரு ஒப்பந்தம் உள்ளது. - நான் உன்னைக் கேட்கிறேன். "உன்னை உலகின் பணக்கார வக்கீலாக மாற்றப் போகிறேன். பதிலுக்கு, உன் ஆன்மாவையும், உன் பெற்றோரின் ஆன்மாவையும், உன் குழந்தைகளின் ஆன்மாவையும், உன் ஐந்து சிறந்த நண்பர்களின் ஆத்மாவையும் எனக்குத் தருவாயா?" வக்கீல் திகைப்புடன் அவனைப் பார்த்து, "சரி. பரிசு எங்கே?"

இளம்பெண் முகம் சுளிக்கிறாள். இல்லை, உண்மையில், அந்த நகைச்சுவையில் அவள் கொடூரமான நபர் அல்ல. ஆனால் அந்த உலகில், நீங்கள் பணத்தால் அடிக்க வேண்டும், அது மட்டுமே அவர்களுக்குப் புரியும். மீண்டும், அவள் ஒரு சிறுமியிடமிருந்து ஒரு துண்டு காகிதத்தையும் வண்ண மார்க்கரையும் கடன் வாங்குகிறாள், மீண்டும் அவள் ஒரு கடிதம் எழுதுகிறாள். குழந்தையின் தாய், ஒரு இளம் பெண், தயங்குகிறாள்.

"என் கணவர் இராணுவத்தில் பணிபுரிகிறார், அவரைத் தொந்தரவு செய்ய நான் விரும்பவில்லை.

"மாறாக, மேடம். உன் புருஷன் ஒரு போர் வீரன், அவன் போரில் காயப்பட்டான் என்று சொன்னாயா? இது அவனை ஒன்றும் செய்ய முடியாதபடி ஆக்குகிறது, மேலும், இந்த வர்க்க நடவடிக்கை ஆவணத்தில் கையெழுத்திடுவதன் மூலம், இராணுவம் அவனை மிரட்டுவதையும், அச்சுறுத்துவதையும் சாத்தியமற்றதாக்குகிறீர்கள். அது நீதிக்கு மிகவும் தடையாக இருக்கும். ஒற்றுமை இருந்தால் நாம் வலுவாக இருப்போம்.

இனியும் நம்மை அடைத்து வைத்திருக்க முடியாது. உன்னுடன் இரண்டு குழந்தைகள் உள்ளனர், இல்லையா? குறிப்பாக அவர்களுக்கு உளவியல் பாதிப்பு மோசமாக இருக்கும்.

"உளவியல் பாதிப்பு?" திரும்ப சொல்கிறாள் அந்தப் பெண்.

டேப்லெட்டைக் கேட்காமல், மேசையின் மேல் மயங்கிக் கிடக்கும் தன் சிறு பையனையும், கறுப்பு நிறத்தில் புத்தகத்தில் உள்ள எழுத்துகளின் மேலேயே நீண்ட, மெல்லிய, பயமுறுத்தும் கைகால்களுடன் இருண்ட, விசித்திரமான மனிதர்களைக் கோடுகள் வடிவமைப்புடன் வரையும் தன் மகளையும் அவள் பார்க்கிறாள்.

அட்டவணை 14இல், எல்லாவற்றிற்கும் மேலாக இந்தப் பெண் இருப்பதை விக்டர் பார்த்தான். வயது முப்பது இருக்கலாம், அழகி, கொடி போன்ற மெல்லிய தேகம் – ஒப்பிட்டதற்காகத் தன்னையே குற்றம் சாட்டுகிறான். சில ஆண்டுகளுக்கு முன்பு, மொழிபெயர்ப்பு கருத்தரங்கில், சந்தித்தவள், அவனைத் துளைத்தவள், அவன் திரும்பவும் சந்திக்க முடியாத அந்தப் பெண்ணை அவள் நினைவுபடுத்துகிறாள். நினைவுகள் கொடுமையானவை. வாழ்க்கைக்கு அர்த்தம் இருப்பதாக அவள் நம்ப வைக்கிறாள். விக்டர் அவளுக்கு அருகில் அமர்கிறான். காந்தத்தின் சிறப்பியல்பு எப்போதும் தூரத்தைக் குறைக்க விரும்புவதாகும்.

அவன் சில வார்த்தைகளைப் பரிமாறிக்கொள்ள முயற்சிக்கிறான். இல்லை, அவள் எல்லோரையும் போல் இருக்கிறாள், அவளுக்கு எதுவும் தெரியாது, அவள் சோர்வுடன் கையை உதறுகிறாள். அவள் மீண்டும் புத்தகத்தைப் படிக்கிறாள். அவளுடன் ஒரு ஆணும் வந்திருக்கிறான். சுமார் அறுபது வயது நேர்த்தியானவன், அவளுடைய தந்தையாக இருக்க முடியாது, விக்டர் அதை அவனுடைய கவனமான சிந்தனையிலிருந்து யூகித்தான், மேலும் அவளுடன் உரையாடலைத் தொடங்க முயன்றபோது அவனுடைய தோற்றத்திலிருந்தும், அவனால் கவலையின் குறிப்பை மறைக்க முடியவில்லை. அவர்கள் பேசிக்கொள்கிறார்கள். அவன் ஒரு கட்டடக் கலைஞன். விக்டருக்கு அவன் பெயர் தெரியும், ஆனால், அவன் வேலை தெரியாது. இந்த கான்கிரீட் உலகம் அவனுக்குச் சலிப்பை ஏற்படுத்துகிறது. சில சமயங்களில், மொழி பெயர்ப்பின்போது, ஒரு தொழில்நுட்பச் சொல் - ஆர்கிட்ரேவ்,

சிங்கிள்… – தென்படும். அதை அவன் பார்த்து மொழிபெயர்ப்பான். உடனடியாக மறந்துவிடுவான். விக்டர் அந்த மனிதனைக் கவனிக்கிறான், அவன் அசிங்கமாகக் தெரியவில்லை. முதியவன் ஏற்கனவே தனது மெல்லிய தோல் கொண்ட கைகளால் சுருக்கம் விழுந்த நெற்றியில் குத்திக்கொண்டிருப்பதைக் காண்கிறான். அவள் நினைக்கும் அளவுக்கு அவனுக்கு வயது இருக்கலாம். அவள் அவனிடம் என்ன காண்கிறாள்? ஒரு ஆணின் மீது பெண் வைத்திருக்கும் ஆசையைப் பற்றி அவன் என்ன தெரிந்துகொள்ள முடியும்?

இராணுவம் காபி இயந்திரங்களை நிறுவியிருப்பதால், அந்த மனிதன் எழுந்து, இளம் பெண்ணிடம் காபி வேண்டுமா என்று கேட்கிறான். அவள் தலையை அசைக்க, அவன் அவசரப்படாமல் விலகிச் சென்றான். இது ஒரு நேர்த்தியானது, அவள் மூச்சு விடுவதற்கான ஒரு வழி என்று விக்டர் யூகிக்கிறான். இந்த சிறை போன்ற அமர்வு போதுமான அளவு அடக்குமுறையாக உள்ளது, அது அவன் தன்னம்பிக்கையால் அவளை மூச்சுத் திணற வைக்கவில்லை.

அட, அவள் படிக்கும் புத்தகம் கோட்ஸி எழுதியது. விக்டர் அதைப் படித்ததில்லை.

-அது நன்றாக இருக்கிறதா? விக்டர் கேட்கிறான். என்ன? அந்த கோட்ஸியா? ஆம், என அவள் பதிலளிக்கிறாள், ஆனால் “அவமானம்’ (Disgrace novel) என்ற நாவலைப் போல் இல்லை. நான் ஒப்புக்கொள்கிறேன், விக்டர் பதிலளித்தான், அது அவனுடைய சிறந்த நாவல், இல்லையா? ஒரு தலைசிறந்த படைப்பு, அவள் உறுதிப்படுத்துகிறாள், அவள் அவனிடமிருந்து விலகிச் செல்கிறாள். விக்டர் அவளுக்குச் சலிப்பை ஏற்படுத்து கிறான் என்பதைப் புரிந்துகொள்கிறான். அவன் வற்புறுத்த வில்லை, நோட்டுக்கைத் திரும்ப எடுக்கிறான். “அவமானம்” என்ற வார்த்தையை எழுதுகிறான்.

# எப்படி இருந்தாலும் அது நடக்கப்போகிறது...

**சனிக்கிழமை, ஜூன் 26, 2021, காலை மணி 9:30**

**விவாத அறை, வெள்ளை மாளிகை, வாஷிங்டன்**

ஜேமி புட்லோவ்ஸ்கியும் அவரது குழுவினர்களும் வெள்ளை மாளிகையின் கீழ்த்தளத்தில் உள்ள அவசர ஆலோசனை அறையில் ஒரு டஜன் ஆண் நபர்களை ஒன்றிணைத்தனர், அவர்கள் அனைவரும் சரியான மதத்தில் பிறந்ததற்கு கடவுளுக்கு நன்றி என்று நம்பினர்: இரண்டு கார்டினல்கள், இரண்டு ரபிகள் - ஒரு பாரம்பரியவாதி, ஒரு தாராளவாதி, ஒரு ஆர்த்தடாக்ஸ் போப், ஒரு லூத்தரன் போதகர், மற்றொரு பாப்டிஸ்ட், ஒரு மார்மன் அப்போஸ்தலன், மூன்று முஸ்லிம்கள் சன்னிசம், சலாபிசம், ஷியா மதம், ஒரு புத்தத் துறவி, மற்றும் ஓர் மதத் தலைவர். மேலும், ஹெலிகாப்டரில் இருந்த நாற்பது நிமிடங்களில் புட்லோவ்ஸ்கி தூங்கும் சாதனையைச் சமாளித்தாலும் மேசையில் நிறைய காபி இருக்கிறது.

உளவியல் நடவடிக்கைகளின் தலைவி கவலைப்படுகிறாள். நேரான சாலை பள்ளத்தை வெறுக்கிறது, இருள் விவரிக்க முடியாததை வெறுக்கிறது. சட்டத்தின் அசைவின்மை, பிரபஞ்சத்தின் விளையாட்டுகளுடனும் அறிவின் முன்னேற்றத்துடனும் பிடிவாதமாக மோதுகிறது. தோரா, புதிய ஏற்பாடு, குரான் அல்லது பிற வெளிப்படுத்தப்பட்ட நூல்களில், ஒரே மாதிரியான ஒரு விமானம் வெளிவருவதை முன்னறிவிக்கும் அல்லது நியாயப்படுத்தும் சிறிய வாக்கியமோ அல்லது இருண்ட வசனமோ இருக்கிறதா?

அமெரிக்க மக்கள் தங்கள் செலவில் கிறிஸ்டோபர் கொலம்பஸைக் கண்டுபிடித்தபோதும், அவர் அறிவித்த வெற்றியாளர்களின்

இருப்புக்கான விளக்கத்தை கத்தோலிக்க திருச்சபை அந்த நூல்களில் கண்டறிந்திருக்க வேண்டும். நிச்சயமாக, பவுலின் கூற்றுப்படி, சுவிசேஷம் “உலகின் கடைசி வரை கேட்கப்பட்டது”, ஆனால் நோவாவின் மூன்று மகன்களான ஷேம், ஹாம், ஜபேத் ஆகியோரால் எப்படி முழு பூமியையும் மக்களால் நிரப்ப முடிந்தது, அந்த மோசமான குழந்தைகள் எங்கிருந்து வந்தார்கள், மேற்கிந்தியத் தீவுகள்வரை திரளாகச் செல்லவா? இந்தப் புதிய மனிதர்கள் இஸ்ரவேலின் தொலைந்துபோன பழங்குடியினரா, டெர்டுல்லியன் குறிப்பிடும் இந்த அபோக்ரிபல் அபோகாலிப்ஸில் எஸ்ட்ராஸின் நான்காவது புத்தகத்தில் பேசப்பட்டவர்களா? இறுதியாக, யோவானின் நற்செய்தியில் ஒரு சொற்றொடர் கண்டு பிடிக்கப்பட்டது, அது விளக்கம் அளித்தது: இயேசுவிடம், “இந்தத் தொழுவத்தில் இல்லாத வேறு ஆடுகள் இன்னும் இருந்தன.”

ஜேமி புட்லோவ்ஸ்கி தனது தந்தையால் கத்தோலிக்கராகவும், தாயால் யூதராகவும் இருந்தாள். ஜனவரி 1960இல், பாஸ்டனைச் சேர்ந்த அஷ்கெனாசி மருத்துவர் போல்டிமோர் நகரைச் சேர்ந்த ஒரு காவலரை வெறித்தனமாகக் காதலித்தாள், பின்னர் எதுவும் தானாக நடக்கவில்லை. லிட்டில் ஜேமி, ஒருவருக்கொருவர் பேசுவதற்கு ஒன்றும் இல்லாத தாத்தா பாட்டிகளுக்கு இடையில் வளர்ந்தாள், யூதர்கள், ஜெர்மானியர்கள் தாய் பக்கத்தில், கத்தோலிக்கர்கள், போலந்துக்காரர்கள் தந்தையின் பக்கத்தில். அவர்களின் தொடர்ச்சியான வாதங்கள் ஒரு கேள்விகள் கேட்கும் குழந்தையை வடிவமைத்தன. சந்தேகத்திற்குரிய வகையில், எந்த விதமான மத நம்பிக்கையையும் எப்போதும் எதிர்க்கும் முன், ஜேமி சந்தேகப்படுவாள். அவளது தாத்தா பாட்டி புட்லோவ்ஸ்கி மூலம் ரகசியமாக ஞானஸ்நானம் பெற்றாள். அவள் நற்கருணையை ஏற்க மறுத்துவிட்டாள், அடுத்த ஆண்டு அவளது உறுதிப் பூசலையும் மறுத்துவிட்டாள். அவளுக்கு வலுவான அரசியல் நம்பிக்கைகள் இல்லை, தவிர, அவள் ஜனநாயகக் கட்சிக்கு வாக்களிக்கிறாள்.

உளவியல் துறையில் வேலைக்குச் சேரும்போது, நேர்காணலில் ஜேமியிடம் அவளது மதத்தைப் பற்றி கேட்டார்கள், உளவியலாளர் பதிலளித்தாள்: “அப்படி எதுவும் என்னிடம் இல்லை. அந்தப் பெண், “அப்படியானால் நீ நார்த்திகவாதியா?” என்று கேட்டாள்.

கற்பனையான கேள்வித்தாளில் நிரப்ப ஒரு கட்டத்தை வைத்திருப்பதுபோல் தனது பேனாவை அசைத்தாள். ஜேமி புட்லோவ்ஸ்கி தோள்களைக் குலுக்கினாள்: "கடவுள் எனக்கு ஒரு பாலம் போன்றவர். நான் அதைப் பற்றி நினைக்கவே இல்லை. எனவே நான் பாலத்தைப் பற்றி கவலைப்படவில்லை என்ற உண்மையால் என்னை வரையறுக்கவில்லை, அல்லது பாலத்தைப் பற்றி கவலைப்படவில்லை என்ற உண்மையை விவாதிக்கும் நபர்களுடன் நான் ஒன்றுகூடுவதில்லை. அது சரியான பதிலடி. ஆறு ஆண்டுகளுக்குப் பிறகு, நாற்பது வயதுக்கும் குறைவான வயதில், அவள் அதே கடமைகளை மேற்கொள்வதற்கு முன்பு, சி.ஐ.ஏ.இல் உளவியல் செயல்பாடுகள் துறைக்குத் தலைமை தாங்கினாள்.

ஜேமி புட்லோவ்ஸ்கி மத விஷயங்களில் நிபுணத்துவம் பெற்றவள், இன்று அவள் இந்த அறையில் உள்ள அனைத்து ஆண்களையும் தெரிந்துகொண்டாள். அவள் மட்டுமே பெண்ணாக இருப்பதால், புட்லோவ்ஸ்கி வெளிப்படையாக "கனவான்களே, தாய்மார்களே..." என்று தொடங்குகிறாள். அவர்களில் ஒருவ ராவது முரண்பாட்டைக் கண்டுபிடிப்பார் என்ற நம்பிக்கையில். ஆனால் இல்லை, நிச்சயமாக இல்லை, எனவே அவள் பெரிய திரையைச் சுட்டிக்காட்டுகிறாள். ஜனாதிபதி தோன்றுகிறார், முந்தைய நாள் போலவே சூழப்பட்டார், ஆனால் இப்போது அவரது ஆன்மீக ஆலோசகர்களும் இருந்தார்கள்:

- ஜனாதிபதி அவர்களே, நிச்சயமாக நீங்கள் எப்போது வேண்டு மானாலும் பேசலாம். இங்கிருக்கும் அனைவருக்கும் நன்றி. நான் ஜேமி புட்லோவ்ஸ்கி, அமெரிக்க இராணுவs சிறப்பு நடவடிக்கைக் கட்டளையின் மூத்த அதிகாரி. நீங்கள் இங்கே ஒன்றாக இருக்கிறீர்கள், ஏனெனில், நீங்கள் தேசிய பிரதேசத்தில் நடைமுறையில் உள்ள பெரும்பாலான வழிபாட்டு முறைகளைப் பிரதிநிதித்துவப்படுத்துகிறீர்கள்.

பின்னர், புட்லோவ்ஸ்கி, அங்கிருந்த ஒவ்வொரு பீடாதிபதி களையும் அறிமுகப்படுத்துகிறாள். அவர்களை விடியற்காலையில் எழுப்பி உடனே வெள்ளை மாளிகையில் உள்ள கருத்தரங்க அறைக்குk கொண்டுசெல்லப்பட்டதைப் பற்றி புகார்செய்வதற்கு யாரையும் விடவில்லை.

- நான் உங்கள் அனைவருக்கும் ஒரு சூழ்நிலையை முன் வைக்கப் போகிறேன், பின்னர் பல எளிய கேள்விகளைக் கேட்கிறேன். நான் உங்களிடமிருந்து ஒரு வழக்கமான பதிலை எதிர்பார்க்கவில்லை, மாறாக ஒரு இறையியல் பதிலை எதிர் பார்க்கிறேன். நான் என் கருத்தைத் தெளிவாகக் கூறுகிறேன். சில ஆய்வகங்கள் எவ்வாறு 3D கரிமப் பொருட்களை அச்சிடுவது, செயற்கை உயிரியல் பொருள்கள், தசைகள், இதயங்கள் ஆகிய வற்றை ஸ்டெம் செல்களிலிருந்து நோயாளிகளுக்கு எந்த ஒரு அபாயமும் இல்லாமல் தயாரிப்பது எப்படி என்பதை நீங்கள் அறிவீர்கள்.

பழமையவாதியான ரப்பி குறுக்கிடுகிறான்.

- ஆம், நாங்கள் ஏற்கனவே ஒருமனதாக உடன்பாட்டை எட்டியுள்ளோம். நமது கத்தோலிக்க, முஸ்லிம் நண்பர்கள் உட்பட.

கார்டினல்கள் தலையசைக்கிறார்கள், சலாபிஸ்ட் இமாம் தலை யசைக்கிறார்:

- இஸ்லாமிய ஃபிக்ஹ் கவுன்சில், இஸ்லாம் மரபணு பொறியியலை அனுமதிப்பதாக நிறுவியுள்ளது, அது உயிரைக் காப்பாற்றும் பட்சத்தில்.

“நன்றி, பெரியோர்களே, நாம் யாரையாவது முழுவதுமாக நகலெடுக்க முடியும் என்று கற்பனை செய்யும்படி நான் உங்களிடம் கேட்கப் போகிறேன்.

“முழுமையாக என்றால் என்ன சொல்ல வருகிறீர்கள்?” என்று லூத்தரன் கேட்கிறான்.

- எல்லையற்ற துல்லியத்துடன் அதை மீண்டும் உருவாக்கவும். இந்தப் புதிய நபருக்கு அதன் அசல் மரபணுக் குறியீடும் உள்ளது, ஆனால் அது மேலும்...

“சரியான கார்பன் நகல் போல, இல்லையா?” மார்மன் அப்போஸ்தலன் கேட்டான்.

“ஆம்,” புட்லோவ்ஸ்கி சிரித்தாள். ஒரு கார்பன் நகல்.

“இது யூகமா?” என்று பௌத்தர்களில் ஒருவன் கேட்கிறான்.

உளவியல் நடவடிக்கைகளின் தலைவர் நீண்ட இடைவெளி எடுக்கிறாள், அவள் தனது நேரத்தை எடுத்துக்கொள்ள விரும்பு கிறாள்.

- இல்லை, எனது கேள்வி தத்துவார்த்தமானது அல்ல. நாங்கள் ஒரு நபரைக் கைது செய்தோம், அவன் வேறு ஒருவரிடமிருந்து பிரித்தறிய முடியாதவனாக மாறுகிறான். மோதல் நடந்தது. ஆச்சரியமாக இருக்கிறது.

"இரட்டையர் போல?"

— இல்லை... இருவரும் ஒரே மாதிரியான ஆளுமையையும் ஒரே மாதிரியான நினைவுகளையும் கொண்டவர்கள், ஒருவரை ஒருவர் இவன்தான் அசல் என்று சொல்லப்படும் அளவிற்கு. இருவரின் மூளையும் வேதியியல் ரீதியாகவும் மின் ரீதியாகவும் அணு ரீதியாகவும் ஒரே மாதிரியாகக் குறியிடப்பட்டுள்ளது.

அறையில் சலசலப்பு ஏற்படுகிறது. நிந்தனை, அவமதிப்பு போன்ற வார்த்தைகள் உச்சரிக்கப்படுகின்றன, அதே போல் இன்னும் சில வார்த்தைகள். இறையியலைக் காட்டிலும் அதிக நிதர்சனமாக.

"இந்த அவமானத்திற்குப் பின்னால் இருப்பது யார்?" பாப்டிஸ்ட் சுருக்கமாகக் கேட்கிறான்.

"எங்களுக்குத் தெரியாது," என்று ஜேமி புட்லோவ்ஸ்கி கூறினாள். நாங்கள் உங்களிடம் நெறிமுறைக் கருத்தைக் கேட்கவில்லை. ஆனால் இப்படிப்பட்ட உயிரினங்கள் உள்ளன.

- இது கூகுளா? என்றான் ஒரு கார்டினல், வியப்புடன் அவர்களிடம்...

"இல்லை, மதிப்பிற்குரியவரே, இது கூகுள் அல்ல.

"இருப்பினும் மேடம்," பிரேட் தொடர்கிறான், "கூகுள் ஒரு இஸ்ரேலிய 3டி பிரிண்டிங் நிறுவனத்தில் பங்குகளை எடுத்துள்ளது மற்றும்...

"இல்லை, தலைவரே, அது அவர்கள் அல்ல. எனது முதல் கேள்வி: சட்டத்தின்படி, இவை தெய்வீகப் படைப்புகளா?"

புட்லோவ்ஸ்கி தொடர்ந்து பேசுகிறாள்: அவளது சொல்லாட்சித் தயக்கம் விவாதத்தை ஊக்குவிக்க விரும்புகிறது: குழப்பம் ஏற்படுகிறது, மேலும் சலாஃபிஸ்ட் முதலில் அவனது மைக்ரோஃபோனை நோக்கி சாய்ந்தான்.

- அல்லாஹ் மனிதனுக்கும் விலங்குகளுக்கும் இனப்பெருக்கம் செய்யும் பரிசைக் கொடுத்துள்ளான், மேலும் அல்லாஹ் மனிதனுக்குப் பகுத்தறிவைக் கொடுத்துள்ளான், அது அவனுக்குப் பொருட்களைக் கண்டுபிடிக்க உதவுகிறது. ஆனால் நபிகள் நாயகம் அவர்களும் புனிதப் பயணத்தில் கூறுகிறார்கள்: "ஓ மனிதநேயமே! ஒரு உவமை உங்களுக்கு வழங்கப்படுகிறது, அதைக் கேளுங்கள்: அல்லாஹ்வைத் தவிர நீங்கள் யாரை அழைக்கிறீர்களோ அவர்கள் அதற்காக ஒன்றுபட்டாலும் ஒரு ஈயைக்கூட உருவாக்க முடியாது. உவமை கூறுவது இதுதான்: மனிதனால் உயிரை உருவாக்க முடியாது, ஒரு ஈயைக்கூட உருவாக்க முடியாது.

- எனக்குப் புரிகிறது, ஆனால் நாம் இங்கு ஒரு ஈயைவிட பெரிய விஷயத்தைக் கையாள்கிறோம், அன்பு நண்பரே, ஜேமி புட்லோவ்ஸ்கி திருத்துகிறாள்.

சுன்னி எழுந்து நின்று கூறுகிறார்:

- ஸஹீஹ் அல்-புகாரியின் ஹதீஸில், அபு சயீத் அல்-குத்ரி-அவன் படைப்புகளில் அல்லாஹ் திருப்தியாகட்டும். அல்லாஹ்வின் சமாதானமும் வாழ்த்துகளும் அவனிடம் இருக்கட்டும். "படைக்கப்படக் கூடாது" என்று எதுவும் இல்லை. ஆனால் அல்லாஹ் அதைப் படைத்தான். அதுதான் முக்கியமான விஷயம்.

"எனவே, உங்கள் கூற்றுப்படி, இந்த உயிரினங்கள் கடவுளால் உருவாக்கப்பட்டவை."

"நான் உங்களுக்கு ஈ பற்றிய உவமையை மீண்டும் கூறவில்லை," என்று சாலஃபிஸ்ட் தொடர்கிறான். இந்த உயிரினம் படைக்கப்படுவதை அல்லாஹ் விரும்பவில்லை என்றால், அவன் அதை இருக்க அனுமதித்திருக்க மாட்டான்.

"எனக்குப் புரிகிறது" புட்லோவ்ஸ்கி கூறினாள்.

பின்னர் அவள் அமைதியாக இருக்கிறாள், கத்தோலிக்கர்கள் அல்லது புராட்டடஸ்டன்ட்களின் வார்த்தைக்காக வீணாகக் காத்திருக்கிறாள். பழமைவாதியான ரப்பி ஒரு கணம் தயங்கி, தொடங்குகிறான்:

“அதே போல், டால்முட்டில் படைப்பு புராணங்கள் உள்ளன. சன்ஹெட்ரின் என்ற கட்டுரையில், ராவா, ஆசீர்வதிக்கப்பட்டவன், மந்திர சக்தியால் ஒரு மனிதனை உருவாக்குகிறான் என்று கூறப்படுகிறது. எவை என்று கட்டுரை கூறவில்லை...

- மன்னிக்கவும், ஆனால் ராவா யார்? புட்லோவ்ஸ்கி கேட்கிறாள்.

- அவர் நான்காவது தலைமுறை ரப்பி... பரவாயில்லை, ரப்பி ஜெராவிடம் தான் உருவாக்கிய மனிதனை ராவா அனுப்புகிறார், அவர் அவரிடம் கேள்வி கேட்கிறார், ஆனால் அந்த மனிதன் அவருக்குப் பதிலளிக்காததால், ரப்பி ஜெரா அவன் கடவுளால் படைக்கப்படவில்லை என்பதைப் புரிந்துகொள்கிறார். அவன் ஒரு “பொம்மை” என்று புரிந்துகொண்டு அவனைத் தூசிக்குத் திரும்பும்படி கட்டளையிடுகிறான்.

- மற்ற பதிப்புகளில், தாராளவாத ரப்பி நிறைவு செய்கிறான், ராவாவால் உருவாக்கப்பட்ட இந்த மனிதனால் பேச முடியும், ஆனால் இனப்பெருக்கம் செய்ய முடியாது. ராவ் ஹனினாவும் ரவ் ஓஷயாவும் ஆடுகளை உருவாக்குகிறார்கள், அதை அவர்கள் சாப்பிடுகிறார்கள் என்று சங்ஹெட்ரினில் கூறப்பட்டிருக்கிறது. ... இதெல்லாம் மிகவும் குழப்பமாக இருக்கிறது ... இதை மனிதனின் மாயையையும் கடவுளின் சர்வ வல்லமையையும் காட்டுவதற்காக ஒரு உவமையாகப் படிக்க வேண்டும்.

ஷியா பெருமூச்சு விடுகிறான்.

'இப்போது, குரானுக்குத் திரும்புவோம். அரபியில், இங்கு பயன்படுத்தப்படும் “உருவாக்கம்” என்ற வார்த்தையின் அர்த்தம், ‘கலகா’. “ஒன்றுமில்லாததிலிருந்து உருவாக்குவது”, – அல்லாஹ்வால் செய்ய முடியும் என்பதை மட்டுமே அனைவரும் ஒப்புக்கொள்கிறோம் - உங்கள் ரப்பி ராவா கூட மண்ணிலிருந்து தொடங்குகிறான். ஆனால் நீ குறிப்பிடும் விஷயத்தில், இந்த உயிர்... ஒன்றுமில்லாததில் இருந்து உருவாக்கப்படவில்லையா?

“நிச்சயமாக இல்லை,” சிஐஏ பெண் பதிலளிக்கிறாள். இருப்பினும், உற்பத்தி செயல்முறை பற்றி எங்களுக்கு எதுவும் தெரியாது.

தாராளவாத ரப்பி சிறிது நேரம் மௌனத்தை அனுபவிக்கிறான்:

- மைமோனிடெஸின் போதனையை நாம் நினைவில் கொள்ள வேண்டும்: கடவுள் மனிதனுக்கு ஆன்மாவைக் கொடுத்தார், (நேபெஷ்,) ஆனால் கடவுள் மனிதனுக்குச் சட்டங்களையும் கட்டளைகளையும் கொடுத்தார் என்றால், மனிதனுக்கு நல்லதையும் கெட்டதையும் சீர்தூக்கிப்பார்க்கும் சுதந்திரம் இருப்பதால்தான்.

“சுதந்திரம் பற்றிய கேள்விக்கும் நாம் பேசுவதற்கும் எப்படி சம்பந்தம் இருக்கிறது என்று எனக்குத் தெரியவில்லை” என்று பழமைவாதியான ரப்பி எரிச்சலடைந்தான். எங்களிடம் ஒரு இறையியல் நிலைப்பாடு கேட்கப்படுகிறது, நிச்சயமாக, நீங்கள், எப்போதும்போல சம்பந்தம் இல்லாமல் பேசுகிறீர்கள். உங்கள் மைமோனைடுகளைப் பற்றியே எங்களிடம் பேசுகிறீர்கள்.

- ஆனால் இறுதியாக! நான் என் மைமோனைடுகளைத் திரும்ப கொண்டு வரவில்லை!

“தயவுசெய்து,” புட்லோவ்ஸ்கி கோபமடைந்தாள். என்னைப் புரிந்துகொள்ளுங்கள்: படைப்பைப் பற்றிய இந்தக் கேள்வியை நான் கேட்டால், இந்த மனிதனைப் பற்றி யாரும் சாத்தானின் படைப்பு என்று சொல்ல முடியாது என்பதால்தான்.

“சாத்தான் படைக்கவில்லை!” சலஃபிஸ்ட் கோபமடைந்தான்.

- ஐயோ இல்லை! பழமைவாதியான ரப்பி ஒத்துக்கொள்கிறான். மேலும் இரண்டு புராட்டஸ்டன்ட்டுகள் தலையசைக்கிறார்கள்.

“கடவுள் சாத்தானைப் படைத்தார்” என்று கார்டினல்களில் ஒருவர் சிலுவையின் அடையாளத்தைக் காட்டுகிறான். அவர் மனிதர்களை ஏமாற்றுவதற்காக அதை உருவாக்கினார், மேலும் தோட்டத்தில் சாத்தான் கடவுளின் உயிரினங்களில் மிகவும் தந்திரமான பாம்பாக அவதரித்தான். ஆனால் சாத்தானால் வேறு எதையும் படைக்க முடியாது.

“ஆ,” புட்லோவ்ஸ்கி அப்பாவியாக ஆச்சரியப்படுகிறாள். இருப்பினும், “சாத்தானின் சிருஷ்டி” பற்றி நான் ஏற்கனவே கேள்விப்பட்டிருக்கிறேன் என்று நம்புகிறேன்.

— இது மொழி துஷ்பிரயோகம், ஒரு பிரபலமான கொச்சைப் படுத்துதல், சலாஃபிஸ்ட் புன்னகைக்கிறான். அதே சமயம் ஷியைட், மேசையின் ஒரு ஓரத்தில், ஏளனம் செய்து விட்டு, கோபமாக:

“கொச்சைப்படுத்ததலா?” இன்னும், உங்கள் இறையியலாளர் முஹம்மது அல்-முனாஜித் மிக்கி மவுஸை “சாத்தானின் உயிரினம்” என்று அழைத்ததாக எனக்குத் தோன்றுகிறது.

“மிக்கி மவுஸ்?”! இதுவரை ஒரு வார்த்தை கூட பேசாத அமெரிக்க ஜனாதிபதி கொதித்தார்.

- அல்-முனாஜ்ஜித் நீங்கள் சொல்வது போல் “நம்முடைய” இறையியலாளர் அல்ல, சலஃபிஸ்ட் பெருமூச்சு விடுகிறார், அவர் ஒரு மரியாதைக்குரிய அறிஞர், அவ்வளவுதான். அவர் துல்லியமாக “சாத்தானின் சிப்பாய்” என்று கூறினார், மேலும் அவரது வார்த்தைகள் இஸ்லாத்தை கேலி செய்ததை நம்ப மறுப்பவர்களாலும் விசுவாச துரோகிகளாலும் திரிக்கப்பட்டன.

- அவர் இன்னும் மிக்கி மவுஸுக்கு எதிராக தனது ஃபத்வாவைத் தொடங்கினார், ஷியைட் முரண்பாட்டுடன் தொடர்கிறான். மேலும் அல்-முனாஜ்ஜித் அடிமைத்தனத்திற்கு எதிராகவோ அல்லது அடிமைகளுடன் உடலுறவு கொள்வதற்கு எதிராகவோ எதுவும் சொல்லவில்லை.

- இது இஜ்மா. அது முஸ்லிம் அறிஞர்களின் கருத்து, ஸலபிஸ்டுகளுக்கு கோபம் வருகிறது. முஹம்மது அல்-முனாஜித் அதைத் திரும்பத்திரும்பச் சொல்கிறான், நான்...

- ஹா! மேலும் நாம் ஓரினச்சேர்க்கையாளர்களை எரிக்கலாமா? என்று லூத்தரன் கேட்கிறார்.

தாராளவாத ரப்பி கண்களை உருட்டி மேலே பர்க்கிறான்:

- ம்ʼ. ஓரினச்சேர்க்கையாளர்களைப் பற்றி லூதர் சொன்னதை நான் உங்களுக்கு நினைவூட்ட வேண்டுமா?

“கனவான்களே, கனவான்களே,” புட்லோவ்ஸ்கி அதிகாரத் துடன் தலையிடுகிறாள். நாம் திசைதிருப்புகிறோம். இந்த முதல் கேள்வி தீர்க்கப்பட்டதாக நான் கருதுகிறேன்: எங்கள் மனிதன் பிசாசின் உயிரினம் அல்ல. எல்லாம் சரியா?

"கடவுளைத் தவிர வேறு யாரும் அவனை உருவாக்கவில்லை. நாங்கள் அனைவரும் ஒப்புக்கொள்கிறோம்," பழமைவாதியான ரப்பி நிதானமாகக் கூறினார்.

புத்தத் துறவிகள் அமைதியாக இருந்தனர், ஆனால் அவர்களில் ஒருவன் கோபமடைந்து பேசுகிறான்.

"உங்கள் 'கடவுளின் சிருஷ்டிகளைப்' பற்றி... நாங்கள் உங்களை வாதிட விட்டுவிட்டோம், ஆனால் உலகத்தின் தோற்றம் ஒருபோதும் ஒரே சாயலைக் கொண்டிருக்கவில்லை. இது முடிவில்லாத சுழற்சியாகும், அங்கு பிரபஞ்சம், சிருஷ்டி நிலைகள், பிரம்மாவின் சிறப்புரிமை, விஷ்ணு ஆதிக்கம் செலுத்தும் நிலைத்தன்மையின் தருணங்கள், சிவன் எல்லாவற்றையும் மெதுவாகவோ அல்லது விரைவாகவோ அழிக்கும் நிலைகளுக்கு இடையில் ஏற்ற இறக்கமாக உள்ளது. பின்னர் எல்லாம் மீண்டும் தொடங்கலாம். உங்கள் கேள்வி எங்களுக்குப் புரியவில்லை. அனைத்து உணர்வுள்ள உயிரினங்களும் புத்தரின் இருப்பைக் கொண்டிருக்கின்றன, மேலும் அவை ஞானம் பெற முடியும். பௌத்தர்கள் "சாத்தானின் உயிரினங்களை" கண்டு அலறுவதை நீங்கள் பார்க்க வாய்ப்பில்லை. இந்தப் புதிய மனிதனை நாங்கள் வரவேற்கிறோம். எப்போதும் போல, நாங்கள் அமைதி செய்தியை அனுப்புகிறோம்.

- மிக அழகான அமைதிச் செய்தி, அது உண்மைதான், பர்மாவில் எங்கள் ரோஹிங்கியா சகோதரர்களை உங்கள் இணை மதவாதிகள் அந்த வெறியன் விராதுவின் பதாகையின் கீழ் படுகொலை செய்ததைப் பற்றி என்ன சொல்கிறீர்கள் என்று சன்னி கேட்டான்.

- ஆனால்... அது என்னுடைய பௌத்தம் அல்ல... முதலில், பாமியன் புத்தர்களை அழித்தது யார், நான் உங்களிடம் கேட்கிறேன்? மேலும் இலங்கையில் இது...

புட்லோவ்ஸ்கி மெதுவாகத் தலையிடுகிறாள்.

- தயவுசெய்து, நீங்கள் அனைவரும் நல்ல எண்ணம் நிறைந்தவர்கள் என்று எனக்குத் தெரியும், ஆனால் - நான் வருந்துகிறேன் - இந்த அறையில் கிரகத்தின் பிரச்சினைகளை நம்மால் தீர்க்க முடியாது. எனவே இது கடவுளின் சிருஷ்டி,

அல்லது புத்தரின் இருப்பை உணரும் ஒரு உயிரினம். இது, ஒரு கருத்தில் நாம் உறுதி செய்த ஒன்று. எனக்கு மற்றொரு கோரிக்கை உள்ளது: ஆன்மா.

- ஆன்மா? சுன்னியைட் கேட்கிறான்.

- ஆம். என்னால் அதை வரையறுக்க முடியாது, ஆனால் இது ஒரு அத்தியாவசிய கொள்கை, இல்லையா?

"இது அவசியம், ஆனால் சிக்கலானது" என்று சுன்னியைட் கூறினான். தொடர்ந்து மேலும் விளக்கவா?" என்றான்.

"எனக்கு நிறைய நேரம் இருக்கிறது..." பெருமூச்சு விடுகிறாள் புட்லோவ்ஸ்கி.

~

கூட்டம் இரண்டு மணி நேரம் நீடிக்கிறது, இரண்டு மணிநேர முடிவில் எதுவும் தீர்க்கப்படவில்லை, ஜேமி புட்லோவ்ஸ்கி, சோர்வாக, அதற்கு முற்றுப்புள்ளி வைக்கிறாள். ஒரு வாரம், ஒரு மாதம் கொடுத்தால் எதற்கும் தீர்வு கிடைக்காது.

"தயவுசெய்து, பெரியோர்களே. நாம் ஒரு பொதுவான நிலையை அடைய முடியுமா? ஒரு பிரகடனத்தைக் கூட, முடிந்தவரை ஒருமனதாகவும் நிச்சயமாக, தற்காலிகமாகக் கூட எழுதுங்கள், ஆனால் புனித நூல்களின் மோசமான வாசிப்பால் வழிநடத்தப்படும் எந்தவொரு குற்றச் செயலுக்கும் எதிராக இந்த நபரைப் பாதுகாப்பது யார்?

"அதுவே சிறந்த தீர்வு" என்றான் புத்த மதத்தைச் சேர்ந்தவன்.

"நிச்சயமாக, தாராளவாத ரப்பி ஒப்புக்கொள்கிறான், நாம் நம்மைப் போலவே நம் அண்டை வீட்டாரை நேசிக்கும்படி கடவுள் கட்டளையிடும் இந்த அழகான வார்த்தைகளை லெவிதிக் ஆகமத்திலிருந்து (19,18) எடுத்துப் பயன்படுத்தலாம்."

"அல்லது நற்செய்தியில் உள்ளவை (ஜான் 13:34), லூத்தரன் போதகர் கூறுகிறான், அங்கு இயேசு தம் சீடர்களுக்கு ஒருவரையொருவர் நேசிக்கும்படி கட்டளையிடுகிறார்."

சலாஃபிஸ்ட் குனிந்து முடிக்கிறார்:

“நன்மை செய்” என்று நபி (ஸல்) அவர்கள் கூறினார்கள். “அல்லாஹ் நன்மை செய்பவர்களை நேசிக்கிறான். இந்த உயிரினங்களைத் துன்புறுத்தாமல் வரவேற்பதன் மூலம், நாம் எந்தத் தீங்கும் செய்யவில்லை.

“நல்லது,” ஜேமி புட்லோவ்ஸ்கி கூறினாள். நன்றி. புறக்கணிக்க முடியாத இன்னொன்றையும் நான் சேர்க்க வேண்டும். நாம் ஒரு “நகல்” உயிரினத்தை எதிர்கொள்ளவில்லை, ஆனால் பலவற்றை எதிர்கொள்கிறோம். சரியாக சொன்னால் இருநூற்று நாற்பத்து மூன்று.

“இருநூற்று நாற்பத்து மூன்றா?”

அவள் எதிர்வினைகளுக்கு நேரத்தை விடவில்லை:

“நண்பர்களே, நாளை காலை உங்களைச் சந்திக்கிறேன். அந்த நேரத்தில் உங்களுக்கு எல்லா தகவல்களும் கிடைக்கும். எப்படியிருந்தாலும், இது தகுதி பற்றிய விவாதத்தை மாற்றாது என்று நான் கற்பனை செய்கிறேன். இந்த சந்திப்பின் சுருக்கத்தை நான் எழுதுகிறேன், மேலும் மத வேறுபாடுகளுக்கு அப்பாற்பட்ட ஒரு சமய தீர்மானத்தை உங்களுக்குச் சமர்ப்பிக்கிறேன்.”

புட்லோவ்ஸ்கி ஒவ்வொரு பங்கேற்பாளருக்கும் நீண்ட நேரம் நன்றி தெரிவித்துவிட்டு, பின்னர் கிளம்புகிறாள். அவளை மீண்டும் தளத்திற்கு அழைத்துச் செல்லும் ஹெலிகாப்டரில் ஏறியதும், அவள் அத்ரியன் மில்லரை அழைக்கிறாள்.

“எனவே, கணிதவியலாளர் கேட்கிறான், கூட்டம் நன்றாக நடந்ததா?”

“சிறப்பாக,” புட்லோவ்ஸ்கி பெருமூச்சு விடுகிறாள்

போன் அதிரும் சத்தம் கேட்கிறது. வெள்ளை மாளிகையிலிருந்து ஒரு செய்தி.

“பெரிய வேலை!” ஜனாதிபதி அனுப்பியிருக்கிறார்.

# கொட்டகை

சனிக்கிழமை, ஜூன் 26, 2021
மெக்குயர் விமானப்படை தளத்தின் 2 ஆவது ஷெட்

"இருந்தபோதிலும்?! அவர்கள் நடனமாடுகிறார்கள்! மேடையின் மேலிருந்து சில்வேரியா கூச்சலிடுகிறான்.

வடக்கு மூலையில், மேசைகளுக்கு இடையில் ஒரு இடம் ஏற்படுத்தப்பட்டுள்ளது. ஆம், பயணிகள் நடனமாடுகிறார்கள். பதின்வயதினரும் குழந்தைகளும், R&Bக்கும் டான்ஸ்ஹாலுக்கும் இடையில், எட் ஷீரனின் புதிய 'சோ டயர்ட் டு பி மீ' வெற்றிப்பாடலுக்குக் கிளர்ந்தெழுந்து ஆடுகின்றனர். சில்வேரியாவுக்கும், நடனத்திற்கும் வெகு தூரம் இருந்தாலும், கலந்து கொள்கிறான். புட்லொவ்ஸ்கியும் மிட்னிக்கும் பக்கத்தில் நிற்கிறார்கள்.

அவன் நடனமாடி வெகு நாட்கள் ஆகிவிட்டது. இரண்டு ஆண்டுகளுக்கு முன்பு, அவன் மகளுடன், அவளின் திருமணத்தின் போது நடனத்தை ஆரம்பித்துவைத்தானா? இருக்கலாம். அன்று, அவர்கள் லூயிஸ் ஆம்ஸ்ட்ராங் பாடலுக்கு ஆடினார்கள், அவன் தனது இறுக்கமான உடையில் இருந்தான், அவள் வெள்ளை உடையில் மகிழ்ச்சியாக ஆடினாள். சில்வேரியா ஆப்கானிஸ்தானில் இருந்து திரும்பி வந்திருந்தான். அவன் ஜினாவுடன் சிரித்தபடி சுழன்றாடினான். ஜினா தனது தந்தையின் கைகளில்

சுழன்று சிரித்துக்கொண்டிருந்தாள். அவற்றுடன் போரின் அருவருப்பான காட்சிகள் அவன் தலைக்குள் சுழன்றுகொண்டிருந்தன. கண்களை மூடியிருந்தாலும், மூன்று பியர்களுக்குப் பிறகும், மகள் மேலிருந்த செண்ட் வாசனையின் இனிமையில் சில்வேரியாவின் உலகம் மிக குறைவாகவே ஆனால் ஒரு அற்புதமான உலகமாக இருந்தது. எல்லாவற்றையும் மீறி, அவளுடன் நடனமாடியபோது, இரத்தத்தையும் தூசிகளையும் பாலைவனத்தையும் விரட்டியடித்துக்கொண்டே, அவன் நரகத்தின் அனைத்துப் பிசாசுகளையும் வெறுப்பேற்றினான்.

“யார் இசை போட அனுமதித்தார்கள்?” சில்வேரியா எரிச்சலடைகிறான்.

“இது ஒரு நல்ல நடவடிக்கை,” ஜேமி புட்லோவ்ஸ்கி கூறினாள். நாங்கள் ஏற்கனவே குழந்தைகளுக்குத் திரைப்படங்களைக் காட்டுகிறோம், மேலும் பலகை விளையாட்டுகள், சதுரங்க பலகைகள், சீட்டுகட்டுகள் ஆகியவற்றை விநியோகிக்கப் போகிறோம். இது பதற்றத்தைக் குறைக்க உதவும்.

“அப்படியானால் அவர்கள் நடனமாடட்டும்.”

ஜெனரல் கடிகாரத்தைப் பார்க்கிறான்: அது மதியம் இரண்டு மணி, இரவில் இருப்பதைப்போல் அவன் சோர்வாக இருக்கிறான். அவன் நிற்கும் மேடையில் இருந்து, கொட்டகை மணல் கூடாரங்கள் கொண்ட கிராமமாக மாறியுள்ளது. இது ஒரு தற்காலிக நகரமாகும், இங்கு வெறித்தனமான கிரீஸ், கிருமி நாசினி ஆகியவற்றின் வாசனை வீசுகிறது. இராணுவத் தளவாடங்கள் இந்தக் கட்டுக்கடங்காத குடிமக்களுக்காக முடிந்த வரை மாற்றியமைக்கப்படுகின்றன. சிப்பாய்களுக்குக் குறைந்த பட்சம் தெரியும். அதையும் எதுவும் சொல்லக் கூடாது, மேலும் அவர்களின் ஒரே அறிவுறுத்தல்: தேதி பற்றி எதையும் வெளிப்படுத்தக் கூடாது. பெரும்பாலானோர் வாயில்களை உறுதியுடன் காத்து வருகின்றனர், ஆனால் சிலர் குழந்தைகளைக் கவனிக்க அனுமதிக்கப்பட்டுள்ளனர். சில்வேரியா அவர்களின் எண்ணிக்கையை மூன்று மடங்காக உயர்த்தினான், மேலும், அவனது ஆட்கள் பதற்றமடைந்ததைக் கண்டு, அவர்களின் இயந்திர துப்பாக்கிகளைக் கைத்துப்பாக்கிகளாக மாற்றினான்.

பேட்ரிக் சில்வேரியா சோர்வாக இருக்கிறான், ஆனாலும் அவன் ஒரு நிறைவில் மிதக்கிறான். தனது வாழ்க்கையில் முதல் முறையாக, அவன் ஏன் "ஏர் ஃபோர்ஸ் கிராஸ்", "பர்பிள் ஹார்ட்" "லெஜியன் ஆஃப் மெரிட்" ஆகிய பதக்கங்களை வென்ற ஜெனரல் சில்வேரியாவாக மாறினான் என்பதைத் தவிர வேறு கேள்விகளைக் கேட்கிறான். சிறு வயதில், இறக்கும் நிலையில் இருந்த தனது தாய்க்குச் சிகிச்சை அளிக்க டாக்டராக வேண்டும் என்று ஆசைப்பட்ட அவன், இளம் வயதிலேயே நடிகனாக முயற்சி செய்து, கோட்பாட்டு இயற்பியலைப் படிக்கத் தொடங்கினான். ஆனால் விதி தொடர்ந்து மோசமாக இருந்தது. அவனால் லாரன்ஸ் பல்கலைக்கழகத்தில் கல்வி உதவித்தொகை பெற முடியவில்லை. அவன் தந்தைக்கு இரத்தப் புற்றுநோய் இருந்தது, அது அவனை விழுங்கியது. மேலும் அழகான மைரா அவரை முப்பத்தைந்து வயது மனிதனுக்காக விட்டுவிட்டாள். இதையெல்லாம் மீறி, அவன் வெஸ்ட் பாயின்ட் தேர்வில் தேர்ச்சி பெற்றான், அவன் குடும்பத்தில் முதன் முதலாக ஒரு இராணுவப் பதவி உயர்வைப் பெற்றான். அப்போதிருந்து, அவன் தன் தலைவிதியிடம் கேள்வி கேட்பதை நிறுத்தவில்லை: பிராட்வேயில் நடந்த இந்தத் துப்பறியும் நகைச்சுவை நாடகத்தின் துணைப் பாத்திரத்திற்கு பதினெட்டு வயதில் அவன் தேர்ந்தெடுக்கப்பட்டிருந்தால், ஹன்னா இவ்வளவு சீக்கிரம் கர்ப்பமாகிவிடவில்லை என்றால்? 2003 ஏப்ரல் தாக்குதலில் அவன் மோசூல் மீது அந்த மோசமான Mig-25 விமானத்தை வீழ்த்த முடியாமல் போயிருந்தால்? என்பது போன்ற நிகழ்வுகளுக்கு அவனுக்கு இப்போது பதில் கிடைத்தது: இந்த வாய்ப்பு மட்டுமே இருந்தது, அதனால் ஒரு நாள், "லாக்ஹீட் கேலக்ஸி ஹேங்கரின்" எஃகு மேடையின் உச்சியில், நோபல் பரிசால் சூழப்பட்ட, எங்கிருந்தோ வந்த இந்த மக்கள் கூட்டத்திற்கு மேலே, அவன் தனது இரண்டு கைகளை இரும்பு வர்ணம் பூசப்பட்ட கைப்பிடியின் மீது வைத்தான்.

"நான் சிங்கத்தின் குகைக்குள் செல்கிறேன்," சில்வேரியா முடிவு செய்கிறான்.

"சிறிது நேரத்திற்கு முன்பு ஒரு கலவரம் தொடங்கியது," புட் லோவ்ஸ்கி கூறினாள். "உன்னை பிரித்து மேய்ந்து விடுவார்கள்."

"ஒருவேளை அதைத்தான் நான் விரும்புகிறேன்."

"நான் கிட்டத்தட்ட மறந்துவிட்டேன்," மிட்னிக் கூறினான். "பயணிகள் மத்தியில் ஒரு பெண் வழக்கறிஞர் இருக்கிறாள்" ... "ஜோனா வூட்ஸ். நான் வக்கீல் இல்லை, ஆனால் அவளுடைய கோப்பு மிகவும்... வண்ணமயமாக இருந்தாலும் சீரியஸாகத் தெரிகிறது.

- வண்ணமயமா? சில்வேரியா ஆச்சரியப்படுகிறான்.

- நாங்கள் குழந்தைகளுக்குக் கொடுத்த வரைபடத் தாள் களிலும், அவர்களின் வண்ணக் குறிப்பான்களிலும் அவள் தன் கோரிக்கைகளை எழுதுகிறாள்.

ஜெனரல் பெருமூச்சு விடுகிறான். 'வெண்ணெய்' பழத்தைப் பற்றிய ஒரு டஜன் நகைச்சுவைகள் நினைவுக்கு வருகின்றன, அவற்றில், ஒரு உண்ணிக்கும் வெண்ணெய் பழத்திற்கும் உள்ள வித்தியாசத்தைப் பற்றிய சிறந்த ஒன்று உட்பட, ஆனால் அவன் அவற்றைத் தனக்குள்ளேயே வைத்திருப்பான். அது மனநிலையைக் கூட குறைக்காது.

"நீங்கள் பேச்சுவார்த்தை நடத்த விரும்பினால், வக்கீல். வூட்ஸ் முதல் வரிசையில், டேபிள் 14இல், கேப்டனுடன் இருக்கிறாள்.

சில்வேரியாவின் திகைப்பூட்டும் தோற்றத்தைப் பார்த்து, மிட்னிக் தொடர்கிறான்:

"டேப்லெட்டைக் கூர்ந்து கவனித்தால், சுவர்களில் நூற்றுக் கணக்கான உயர் வரையறை கேமராக்கள், பல திசை ஒலி வாங்கிகளை நிறுவியிருப்பதைக் காணலாம். இடையில், அனைத்து மொழிகளிலும், ஒரே நேரத்தில் மொழிபெயர்ப்புடன், முகத்தை அடையாளம் காணும் அமைப்பும் உள்ளது. ஒரு பயணியின் பெயரை கிளிக் செய்தால், விவரங்கள் நேரலையில் காட்டப்படும். மேஜைகளில், உலர்ந்த பூக்களின் பூங்கொத்துகள் மின்னணுக் கருவிகள். கூடாரங்களுக்கும் காது கேட்கும்.

"மிக நல்லது. நீ உள்ளே இருக்கும் வரை கழிப்பறைகளில் எதுவும் இல்லை அல்லவா?"

"நாங்கள் அதைப் பற்றி விவாதித்தோம், ஆனால் இறுதியில், இல்லை."

மிட்னிக்கின் முகத்தில் ஒரு அம்சமும் அசையவில்லை. அவன் இறந்துவிட்டானா அல்லது அவர் முறைத்தபடி இருந்தானா என்று சில்வேரியா ஆச்சரியப்படுகிறான்.

"மிட்னிக், நீ மிகவும் விஷயம் தெரிந்தவன் என்பதால், தப்பிச் சென்ற பயணியின் உருவம் உன்னிடம் இருக்க வேண்டும்."

"இல்லை. நேற்று காலையில் தான் கேமராக்கள், மைக்ரோ போன்களை நிறுவினோம். அவன் ஏற்கனவே தப்பி ஓடிவிட்டான். அவன் மைக்கேல் வெபர் என்ற பெயரில் பாரிஸில் இருந்து வந்தவன் என்பது நமக்குத் தெரியும். இது ஒரு போலி அடையாளம், அவன் ஆஸ்திரேலிய பாஸ்போர்ட்டுடன் பயணம் செய்தான், இது இன்னும் பயோமெட்ரிக் செல்லாத நாடுகளில் ஒன்றாகும். ஆஸ்திரேலியாவில் டஜன் கணக்கான மைக்கேல் வெபர்ஸ் உள்ளனர், ஆனால், அவன் கோல்ட் கோஸ்டில் வசிக்கிறான், அவன் ஒரு பள்ளி பேருந்து ஓட்டுநர், அவன் தனது நகரத்தை விட்டு வெளியேறவில்லை. போயிங்கில், அவன் இருக்கையில் கைரேகைகளை எடுக்க விரும்பினோம், ஆனால், அது துணி. சாப்பாட்டு தட்டுகள், கரண்டிகளை மீட்டோம். மற்ற அனைத்துப் பயணிகளின் டி.என்.ஏ.வை நீக்குவதன் மூலம், சாப்பாட்டு தட்டு தயார் செய்பவர்களுடையது இன்னும் இருக்கும். அவன் தோலின் நிறம், கண்களின் நிறம், தலைமுடியின் அமைப்பு, வயது, உடலமைப்பு என அனைத்தையும் நாம் கண்டுபிடித்தாலும், நாம் ஒரு மரபணு கலவை உருவப்படத்தை உருவாக்குவோம், சமூக வலைப்பின்னல்களில் அந்தப் படத்தைத் தேடுவோம்.. அதிசயம் எதையும் எதிர்பார்க்கக் கூடாது.

"விமானத்தில் இருந்து படக்காட்சிகள்?"

"அவன் இருக்கை 30E ஐ முன்பதிவு செய்திருந்தான். இது எந்தக் கட்டுப்பாட்டு கேமராவிற்குள்ளும் வரவில்லை. மேலும் ஏறும் போது கூட, அவன் முகத்தை வெளிப்படுத்தும் ஷாட் எதுவும் இல்லை. நாங்கள் அவன் அறை தோழர்களைப் பேட்டி கண்டோம், ஆனால், யாரும் அவனை அதிகம் கவனிக்கவில்லை. அவனுடைய ரோபோ ஓவியத்தை வரைந்தோம். அடர்த்தியான கண்ணாடி, நீண்ட முடி, மீசை, கண்ணைக் கவரும் விவரங்கள் ஆனால், அத்தியாவசியத்திலிருந்து திசைதிருப்பும் விவரங்கள்.

மேலும் அவன் விமானப் பயணத்தின் போது தொப்பி அணிந்திருந்தான்.

"சார்லஸ்-டி-கோல் விமான நிலையத்தில் கண்காணிப்புப் படங்களைப் பார்த்தீர்களா?"

"இது மார்ச் மாதம் நடந்தது: அவற்றில் பெரும்பாலானவை அழிக்கப்பட்டுவிட்டன. எஞ்சியிருக்கும் சிலவற்றில், நாம் எதையும் பார்க்கவில்லை. கண்ணுக்குத் தெரியாத இந்த நிலையில், நாங்கள் ஒரு கைதேர்ந்தவனைப் பற்றி துப்பறிகிறோம்."

"மற்றும் கொட்டகையில் உடைப்பிலிருந்து?"

"அவன் ஒருவேளை தீ விபத்தின் பீதியால் ஒரு கதவைத் நெட்டித் திறந்திருப்பான். அவன் பயன்படுத்திய கைப்பிடியிலோ அல்லது இரும்பு கம்பியிலோ கைரேகைகள் இல்லை. நண் பகலில், திருடப்பட்ட, எரிந்த கார் நியூயார்க்கில் கண்டுபிடிக்கப் பட்டது. அவன் ஒரு திறமையானவன்தான், நான் முன்னர் சொல்லியபடி."

"தேடிப் பார்த்துக்கொண்டே இரு. எறும்பு கூட ஒரு தடத்தை விட்டுச் செல்கிறது."

"ஒரு சிறகுள்ள எறும்பு, அப்படி இல்லை," மிட்னிக் சிரிக்கிறான்.

# மெரிதித்தின் கேள்விகள்

சனிக்கிழமை, ஜூன் 26, 2021, காலை மணி 7:30
மெக்குயர் விமானப்படை தளம்

"நான் ஒரு கட்டளை நிரளாக (Program) இருக்க மறுக்கிறேன், மெரிதித் கோபத்தில் வடித்தாள். அத்ரியன், இந்தக் கருதுகோள் சரியாக இருந்தால், நாம் குகையின் உருவகமாக வாழ்கிறோம், ஆனால் அதிக சக்தியுடன். அது தாங்க முடியாதது: உண்மையான அறிவை அணுகும் நம்பிக்கையின்றி, யதார்த்தத்தின் மேற்பரப்பை மட்டுமே நாம் அணுகுவது இன்னும் நடக்கிறது. ஆனால், இந்த மேற்பரப்புகூட ஒரு மாயை என்று நம்மை நாமே மேம்படுத்திக்கொள்ள வேண்டும்.

"'தன்னைத் தானே மேம்படுத்திக்கொள்வது' ஒரு கட்டளை நிரளுக்குப் பொருந்துமா என்று எனக்குத் தெரியவில்லை," என்ற சொல்லியபடியே அத்ரியன் காலையின் மூன்றாவது காபியை அவளிடம் கொடுத்தான்.

ஆனால் மெரிதித் தன்னை மீறிய எரிச்சலில் இருந்தாள். சந்தேகத்திற்கு இடமின்றி அது மோடாபினிலின் விரும்பத்தகாத விளைவு என்றாலும், அவள் தூங்காமல் இருக்க ஒவ்வொரு ஆறு மணி நேரத்திற்கும் ஒரு மாத்திரையை விழுங்குகிறாள். அத்ரியன் கேள்விக் கணைகளை எதிர்கொள்கிறான். அவற்றுக்கு அவள் பதில் எதையும் எதிர்பார்க்கவில்லை. எந்த ஒன்றையும் அவள் விட்டு விடவும் இல்லை.

"எனக்கு காபி பிடிக்காது என்பது எனது நிரலில் எழுதப் பட்டுள்ளதா? நேற்று நான் அளவுக்கதிகமாகக் குடித்ததும், அந்தத் நிரலில் எழுதப்பட்டிருக்கிறதா? ஒரு நிரலில் விருப்பம், காதல், துன்பம் இடம்பெற்றிருக்கின்றன என்றால், விருப்பம், காதல், துன்பம் ஆகியவற்றை அடைவதற்கான வழிமுறைகள் என்ன? நான் ஒரு ப்ரோகிராம் என்று தெரிந்ததும் கோபப்படுவதற்கு நான் திட்டமிடப்பட்டுள்ளேனா? எல்லாவற்றையும் மீறி எனக்கு சுதந்தரம் இருக்கிறதா? எல்லாமே யோசிக்கப்பட்டதா? திட்ட மிடப்பட்டதா? தவிர்க்க முடியாததா? இந்த உருவகப்படுத்து தலில் எந்த அளவிற்குக் குழப்பம் சேர்க்கப்பட்டுள்ளது? குறைந்த பட்சமாகவாவது குழப்பம் இருக்கிறதா? இல்லை? உண்மையில், நாங்கள் உருவகப்படுத்துதலில் இல்லை என்பதை நிரூபிக்க வாவது வழி இருக்கிறதா?

கருதுகோளை செல்லாததாக்கும் ஒரு பரிசோதனையைக் கண்டு பிடிப்பது கடினம், என்று அத்ரியன் பதில் அளிப்பான். ஏனெனில், முட்டாள்தனமாக உருவகப்படுத்துதல் எதிர்மாறாக நிரூபிக்கும் முடிவை வழங்கும். இருப்பினும், அவர்கள் முப்பது மணிநேரமாக ஒரு பரிசோதனையைக் கற்பனை செய்வதில் விடா முயற்சியுடன் இருந்தனர். குறிப்பாக வானியற்பியல் வல்லு நர்கள், அதிக ஆற்றல் கொண்ட காஸ்மிக் கதிர்களின் நடத்தையை அவதானிக்க முயற்சி செய்கிறார்கள். இயற்பியலின் "உண்மை யான" விதிகளைப் பயன்படுத்தினாலும், அவற்றை 100% துல்லியத்துடன் உருவகப்படுத்துவது சாத்தியமில்லை என்று அவர்கள் நம்புகிறார்கள். அவற்றின் நடத்தையில் உள்ள முரண் பாடுகளால் யதார்த்தத்தில் உண்மை இல்லை என்பதை நிரூபிக்க முடியும். தற்போதைக்கு, அது எதையும் சாதிக்கவில்லை.

உருவகப்படுத்துதலின் யோசனையை, அறிவியல் அறிஞரான கார்ல் பாப்பரைத் தனது ஆய்வுகளின் கலங்கரை விளக்காக ஏற்றுக்கொண்ட அத்ரியன் வெறுக்கிறான். ஒரு கோட்பாட்டை எதனாலும் மறுக்க முடியாது என்றால் அந்தக் கோட்பாட்டிற்கு அறிவியல் தன்மை இல்லை என்று சொல்பவர் கார்ல் பாப்பர்.... ஆனால் அவன் எல்லா திசைகளிலிருந்தும் அந்தக் கேள்வியை அணுகினான்: நிபந்தனைகள் சமமாக இருந்தால், எளிமையான விளக்கம் பெரும்பாலும் சரியானது. எளிமையானது ஆனால்

மிகவும் சங்கடமானது: விமானத்தின் தோற்றம் உருவகப் படுத்துதலின் குழப்பமாக இருக்க முடியாது - "அதை நீக்குவது" அல்லது சில வினாடிகள் பின்வாங்குவது மிகவும் எளிமையான தாக இருந்திருக்கும். இல்லை. இது ஒரு சோதனை, நிச்சயமாக: பில்லியன் கணக்கான மெய்நிகர் மனிதர்கள் தங்கள் மெய்நிகர் வெளிப்பாட்டிற்கு எவ்வாறு எதிர்வினையாற்றுவார்கள்?"

ஆனால் மெரிதித் தொடர்ந்து பேசுவதால், அத்ரியனுக்கு வாதிடுவதற்கு வாய்ப்பு கிடைக்கவில்லை.

"பிரம்மாண்டமான கம்ப்யூட்டர் செயலிகளில் ஒவ்வொரு நூற்றாண்டும் ஒரு வினாடியின் ஒரு பகுதியே நீடிக்கும் ஒரு மாயை மட்டுமே உள்ள காலத்தில் நாம் வாழ்கிறோமா? மரணம் என்றால் என்ன, எளிதாக "முடிவு" என்று குறியீட்டு வரியில் எழுதப்பட்டதா?

ஹிட்லர், ஹோலோகாஸ்ட் என்பதெல்லாம் நமது உருவகப் படுத்துதலில் மட்டுமே உள்ளதா அல்லது இன்னும் சில வற்றிலும் இருக்கின்றதா? மில்லியன் கணக்கான நாஜி திட்டம் (ப்ரொக்ராம்களால்) ஆறு மில்லியன் யூத திட்டங்கள் (ப்ரொக் ராம்கள்) கொல்லப்பட்டனவா? கற்பழிப்பு என்பது ஒரு ஆணின் திட்டத்தால் பெண் திட்டத்தை பலாத்காரம் செய்வது போன்றதா? சித்தப்பிரமை நிரல்கள் அமைப்புகள் மற்றவர்களின் அமைப்பை விட சற்று தெளிவானவை அல்லவா? இந்த பைத்தியக்கார அனுமானம் மிகவும் பிரம்மாண்டமான சதித்திட்டமாக வடி வமைக்கப்பட்டுள்ள சதி கோட்பாட்டின் மிக விரிவான வடிவம் அல்லவா?

இப்படிப்பட்ட முட்டாள் தனமான மனிதர்களை உருவகப் படுத்தி, பிறர் அந்த மனிதர்களால் சூழப்படாமல் இருக்க மிகவும் புத்திசாலித்தனமான மனிதர்களையும் உருவகப்படுத்தி, இசைக்கலைஞர்கள், பிற கலைஞர்கள், இன்னும் புத்தகங்களை எழுதும் எழுத்தாளர்களையும் உருவகப்படுத்தும் திட்டங்களை உருவாக்குவது என்ன வக்கிரம்.

மற்ற திட்டங்களை இன்னும் படிக்கிறீர்களா? அல்லது வேறு யாரும் படிக்கவில்லையா? மோசஸ், ஹோமர், மொஸார்ட், ஐன்ஸ்டீன் போன்ற திட்டங்களை யார் வடிவமைத்தது? ஏன் பல

திட்டங்கள் தரம் இல்லாமலும், உருவகப்படுத்துதலின் சிக்கலான தன்மைக்கு எதனையும் பங்களிக்காமலும், அவற்றின் மின்னணு இருப்பைக் கடக்கும்படி இருக்கின்றன?

மெரிதித் மீண்டும் கோபப்படுகிறாள், ஐம்பதாயிரம் ஆண்டுகளாக நாம் நம்பியதற்கு மாறாக, உண்மையில் வெற்றி பெற்ற இந்த ஆதிமனிதர்கள் உலகத்தின் உருவகப்படுத்துதல்களா நாம்? இந்த அதி-ஆக்ரோஷமான ஆப்பிரிக்க மனிதர்கள், இந்த ஏழைகள் காணாமல் போகாமலிருந்தால், என்ன சாதித்திருக்க முடியும் என்று பார்க்க விரும்பும் அளவிற்கு? சரி, அது வென்றது, இப்போது அவர்களுக்குத் தெரியும், ஆதிமனிதர்கள், கிட்டத்தட்ட சரிசெய்ய முடியாதபடி, அவர்களின் மெய்நிகர் சூழலை அழித்து, அவர்களின் காடுகளை அழித்து, அவர்களின் கடல்களை மாசுபடுத்தி, அபத்தமான நிலைக்குத் தங்களை இனப்பெருக்கம் செய்து, அனைத்து புதைபடிவ ஆற்றலையும் எரித்து, அனைத்து இனங்களும் வெறும் ஐம்பது உருவகப்படுத்தப்பட்ட ஆண்டுகளில் வெப்பம், முட்டாள்தனத்தால் இறந்துவிடும். அல்லது, நல்லதும் இல்லை கெட்டதும் இல்லை. பாலூட்டிகளால் ஆளப்படும் உலகத்தை வேடிக்கை பார்க்கும் எந்த விண்கல்லும் அழித்திருக்காத டைனோசர்களின் வாரிசுகளால் தொடங்கப்பட்ட உருவகப்படுத்துதலில் நாம் இருந்தால்? அல்லது டிஎன்ஏ இரட்டைச் சுருளைச் சுற்றி வடிவமைக்கப்பட்ட கார்பன் உயிரியலின் போலித்தனத்தில் நாம் வாழ்கிறோமா? இது வேற்றுகிரகவாசிகளால் உருவகப்படுத்தப்பட்ட பிரபஞ்சமாகும், அதன் வாழ்க்கை மூன்று ஹெலிகாய்டு, கந்தக அணுவைச் சுற்றி ஒழுங்கமைக்கப்பட்டதா? மேலும், நாம் பிற உயிரினங்களால் உருவகப்படுத்தப்பட்ட உயிரினங்களாக இருந்தாலும், இன்னும் பெரிய உருவகப்படுத்துதலில் உருவகப்படுத்தப்பட்டிருந்தாலும், அனைத்து உருவகப்படுத்தப்பட்ட பிரபஞ்சங்களும் கூடு கட்டும் அட்டவணைகள் போல ஒன்றாகப் பொருந்தினால்?

நமது தோற்றம் என்ன என்பதை நாம் எப்படித்தான் அறிந்து கொள்வது? திட்டத்தில், நான் ஒரு வெள்ளைப் பெண், இளம் பெண், அழகி, மிகவும் ஒல்லியானவள், நீண்ட கூந்தலுடன், கறுப்புக் கண்களுடன் இருப்பதால், உருவகப்படுத்துதல் ஏன் என் முகம் அல்லது என் உடலின் பல மாறுபாடுகளை உருவாக்கி வேடிக்கை பார்க்கக் கூடாது?

ஏய், அத்ரியன் - இப்போது மெரிதித் ஆத்திரத்தில் கொந்தளிக்கிறாள். - மற்றொரு யோசனை, அவ்வளவாக அபத்தமாக இல்லாத ஒரு யோசனை: நமது போலி மரணத்திற்குப் பிறகு ஒரு போலி வாழ்க்கை இருக்கிறதா? உண்மைதான், இந்த மிகவும் உயர்ந்த, புத்திசாலித்தனமான உயிரினங்கள், குப்பை சொர்க்கங்களைத் தங்கள் உருவகப்படுத்துதலில் சேர்க்க, ஒவ்வொரு டாக்ஸாவின் கட்டளைகளுக்குச் சமர்ப்பித்த இந்தத் தகுதியான, கீழ்த்தரமான சிறிய திட்டங்களுக்கு வெகுமதி அளிக்க என்ன செலவாகும்? எப்போதும் ஹலாலை உண்பவர்களும், பக்தியுடன் மக்காவை நோக்கி ஐந்து வேளையும் அல்லாஹ்விடம் பிரார்த்திப்பவர்களும், நல்ல முஸ்லிம் திட்டங்களுக்கும் ஏன் ஒரு சொர்க்கத்தை வடிவமைத்திருக்கவில்லை? ஒவ்வொரு ஞாயிற்றுக்கிழமையும் மாதா கோவில் பூசையில் ஒப்புதல் வாக்குமூலத்திற்குச் செல்லும் கத்தோலிக்க திட்டங்களுக்கான சொர்க்கம் இல்லையா? ஆஸ்டெக் நீரின் கடவுளான ட்லாலோக்கை வழிபடும் திட்டங்களுக்கான இல்லையா? பிரமிடுகளின் உச்சியில் பலியிடப்பட்ட பாதிக்கப்பட்டவர்களுக்கும் பட்டாம்பூச்சிகளாக உருமாறி பூமிக்குத் திரும்புபவர்களுக்கும் சொர்க்கம் இல்லையா?

மேலும்,

இந்த வெட்கக்கேடான திட்டங்களுக்காகவும், விசுவாச துரோகிகள், காஃபிர்கள் அல்லது சுதந்திர சிந்தனையாளர்களுக்காகவும், இந்த விடுதலை ஆவிகள் நித்திய, மெய்நிகர் சித்திரவதையில், சிவப்பு பேய்களால் தாக்கப்பட்டு, கடுமையான வாய்களால் விழுங்கப்பட்ட ஆயிரம் கெஹன்னாக்களுக்காகவும் ஆயிரம் நரகங்கள் இருந்தால் என்ன? இன்னும் சொல்லப் போனால், ஒவ்வொரு மதத் திட்டங்களும் தவறான கடவுளிடம் பிரார்த்தனை செய்கின்றன என்று இந்தக் குறும்புக்கார மேதைகள் ஏன் கற்பனை செய்திருக்க மாட்டார்கள்? இறந்தவுடன், ஆச்சரியம், நண்பரே, நீ பாப்டிஸ்டா? புத்த மதமா? யூதனா? முஸ்லிமா? ஆனால் நீ ஒரு மார்மனாக இருக்க வேண்டும், எல்லோரும் வாருங்கள், அனைவரும் நரகத்திற்கு!

எல்லாவற்றிற்கும் மேலாக, ஆஸ்டெக் கடவுள்கள் பல முறை உலகை உருவாக்கினர், பல முறை அவர்கள் அதை அழித்தார்கள்:

தடாகம் / 229

'ஓசெலோடோனாட்டியூஹ் ஜாகுவார்'களால் மனிதர்களை விழுங்கச் செய்தது, 'எஹெகடோனாட்டியூ' அவர்களை குரங்கு களாக மாற்றினது. 'குயாவ்டோனாட்டியூ' அவற்றை நெருப்பின் கீழ் புதைத்தது. 'அடோனாட்டியூ' அவர்களை நீரில் மூழ்கடித்து மீன்களாக மாற்றியது.

ஆஸ்டெக் கடவுள்களைப் பற்றி மெரிதித் தன்னைத்தானே கேட்டுக்கொள்ளும் கேள்விகளால் கடவுளுக்கு இடையேயான முடிவில்லாத மோதலால், ஏகத்துவத்தை இழிவுபடுத்த விரும் பாமல் உலகின் செயலிழப்பைச் சிறப்பாக விளக்க முடியும்.

~

மெரிதித் திடீரென்று தனக்குப் பிடிக்காத காபியைப் பருக விரும்புகிறாள், அவள் வேலை செய்யாத காபி இயந் திரத்துடன் போராடுகிறாள் - அந்த முட்டாள்கள், தங்கள் உருவகப்படுத்துதலில் வேலை செய்யாத இயந்திரங்களைக்கூட தங்கள் புரொக்ராமில் சேர்த்திருக்கின்றனர். ஒருவாறாக கறுப்பு, நுரைத்த திரவம் இறுதியாகப் பாயும்போது, அவள் அமைதியாக, அத்ரியனை நோக்கி திரும்புகிறாள்.

அவன் இதயத்தில் ஒருவித மயக்கத்துடன் அவளைப் பார்க் கிறான். அவன் அவளைப் பற்றிய அனைத்தையும் - அவள் கோபத்தை இழக்கும்போது பார்க்கும் அவளுடைய ரோஜா கன்னங்கள், அவள் மூக்கின் நுனியில் அந்த வியர்வை மணிகள், மிகவும் மெல்லிய உடலில் அவள் தளர்வான சட்டைகளை அணிந்திருக்கும் விதம் - அனைத்தையும் அவன் நிச்சயமாக விரும்புகிறான். ஒருவேளை அவளை நோக்கிய இந்த உத்வேகமும் திட்டமிடப்பட்டதா? அவனுக்கு அதைப் பற்றியெல்லாம் கவலையில்லை. வாழ்க்கை என்று ஒன்று இல்லை என்று தெரிந்தவுடன்தான் வாழ்க்கை தொடங்குகிறதோ என்னவோ!

எல்லாவற்றிற்கும் மேலாக, அது அவர்களுக்கு என்ன மாற்றத் தைக் கொடுக்கப் போகிறது? உருவகப்படுத்தப்பட்டிருந்தாலும் இல்லாவிட்டாலும், நாம் வாழ்கிறோம், உணர்கிறோம், நேசிக்

கிறோம், துன்பப்படுகிறோம், உருவாக்குகிறோம், பிறகு, நாம் அனைவரும் உருவகப்படுத்துதலில் ஒரு சிறு தடயத்தை விட்டுவிட்டு இறந்துவிடுகிறோம். அதையெல்லாம் தெரிந்து என்ன பயன்? அறிவியலைவிட தெளிவின்மையை எப்போதும் விரும்ப வேண்டும். அறியாமை ஒரு நல்ல தோழன். உண்மை ஒருபோதும் மகிழ்ச்சியைத் தராது. உருவகப்படுத்தப்பட்டும் மகிழ்ச்சியாகவும் இருக்கலாம்.

மெரிதித் கசப்பான காபியைக் குடித்துவிட்டு புன்னகைக்கிறாள்.

"என்னை இங்கே வைத்திருந்ததற்கு நன்றி, அத்ரியன். என் கோபம் நாம் என்ன செய்கிறோம் என்பதன் தீவிரத்திற்கு நேர் விகிதாசாரமாகும். இங்கு, உன்னுடன் இருப்பதில் நான் மிகவும் மகிழ்ச்சியடைகிறேன்.

ஆங்கில புவியியல் வல்லுநர் வெடித்துச் சிரித்தாள், அந்த நேரத்தில் அவளும் போலியாக இருப்பதைப் பற்றி கவலைப்பட வில்லை, அவளுடைய மகிழ்ச்சி மோடபினிலின் பக்க விளைவும் அல்ல. 'அவள் என்னால் திருப்தி அடைய முடியாது' (I cannot get no satisfaction) என்ற பாடலில் ராகத்தில் பாடத் தொடங்குகிறாள்:

நான் இல்லை இல்லை இல்லை

உருவகப்படுத்துதல் இல்லை

இல்லை இல்லை இல்லை

நான் அழுகிறேன், அழுகிறேன், அழுகிறேன்!

நான் இல்லை இல்லை இல்லை இருக்க முடியும்

அவள் ஸ்டோன்ஸின் மெல்லிசைக்கு நடனமாடுகிறாள், சுழல்கிறாள், அவன் சங்கடமாகவும் திகைப்பாகவும் உணர்ச்சி யால் பீடிக்கப்பட்டிருக்கையில் அவனுடைய கையைப் பிடித்து அவனை அவளுடன் இழுக்கிறாள்.

"வா, அத்ரியன், ஒரு கல்லைப் போல இருக்காதே! நான் இல்லை இல்லை இல்லை!"

இது அருமை, அத்ரியன் நினைக்கிறான், நான் இந்தப் பெண்ணைக் காதலிப்பது மிகவும் நல்லது.

திடீரென்று, அவன் அவளைத் தன்னிடம் இழுக்கிறான். அவளை ஆசையால் திகைக்கவைத்து, அவளைத் தனது கைகளில் அணைத்து முத்தமிடப் போகிறான். அப்போது ஜெனரல் சில்வேரியா அறைக்குள் நுழைகிறான்.

"பேராசிரியர் மில்லர்," சிறிதும் சங்கோஜப்படாமல். ஜெனரல் சொல்கிறான், "வெளியில் ஒரு ஹெலிகாப்டர் உனக்காகக் காத்திருக்கிறது. நீ உடனே வெள்ளை மாளிகைக்குப் போக வேண்டும். ஜனாதிபதி உன்னை எதிர்பார்த்துக் காத்திருக்கிறார்."

# சில ஜனாதிபதிகள்

**சனிக்கிழமை, ஜூன் 26, 2021, காலை மணி 11**

**வெஸ்ட் விங், வெள்ளை மாளிகை, வாஷிங்டன்**

ஜனாதிபதி ஓவல் அலுவலகத்தை எரிமலை சீற்றம் போன்ற உற்சாகத்துடன் கடக்கிறார், அவரது கண்கள் அடர்த்தியான வெள்ளை கம்பளத்தின் மீது பரவியிருந்த சூரிய ஒளியின் மேல் பதிந்தன. அந்த அறையை வலமிருந்து இடமாகச் சுற்றி வருகிறார். மார்பு வரை இருக்கும் வின்ஸ்டன் சர்ச்சிலின் சிலை ஒரு அலட்சியப் பார்வையை வீசுகிறது. கணப்பு அடுப்பின் மேலே ஒரு கண்ணாடி பெட்டியில் இருக்கும் வாஷிங்டன் மிகுந்த கவனத்துடன் பர்ப்பதுபோல் இருக்கிறது.

நான்கு பேர் ஜனாதிபதி அலுவலகத்திற்கு எதிரில் நாற்காலியில் அமர்ந்து காத்திருக்கிறார்கள்: சிறப்பு ஆலோசகர், அமெரிக்க வெளியுறவுத்துறை செயலாளர், அறிவியல் ஆலோசகர், இறுதியாக அத்ரியன் மில்லர், தீர்மான மேசை பேனலில் உள்ள கம்பீரமான கழுகு சிலையால் வசீகரிக்கப்பட்டான். அத்ரியனிடம் நெறிமுறையின் தலைவர் ஒரு சுத்தமான, நறுமணம் கொண்ட வெள்ளை சட்டையை வழங்கினார், மேலும் உங்கள் டி-ஷர்ட்டை விரைவாகத் துவைப்பதற்கான வாய்ப்பைப் பெறுவோம், பேராசிரியர் மில்லர்.

“நான் பிரெஞ்சுக்காரனை அழைக்க விரும்பவில்லை,” என்று ஜனாதிபதி தனது இருக்கைக்குத் திரும்பினார்.

“நாங்கள் அறுபத்தேழு பிரெஞ்சு பிரஜைகளை நிறுத்தி வைத்திருக்கிறோம்,” என்று சிறப்பு ஆலோசகர் கூறினான். “அது ஒரு ஏர் பிரான்ஸ் விமானம். நாம் அவனையும் அழைத்தாக வேண்டும் மிஸ்டர் பிரசிடெண்ட்...”

"இல்லை கண்டிப்பாக இல்லை. நான் முதலில் ஜின்பிங்கை அழைக்கிறேன். நம்மிடம் எத்தனை சீனர்கள் உள்ளனர்?"

"சுமார் இருபது, திரு. ஜனாதிபதி. ஆனால் பிரான்ஸ் அதிபரை அதன் பிறகு அழைப்போம்."

"ஆம், பார்ப்போம். ஜெனிபர், சீனனை வர சொல்லுங்கள். பேராசிரியர் முல்லர், சில நிமிடங்களுக்குப் பிறகு, நான் உங்களிடம் ஜின்பிங்கை உன்னிடம் அனுப்புகிறேன். சரியா?"

ஜனாதிபதி அத்ரியன் மில்லரிடம் திரும்புகிறார். அவன் (Forest Gump) "ஃபாரஸ்ட் கம்ப்" திரைப்படத்தின் நடிகனை தெளிவற்ற முறையில் நினைவுபடுத்துகிறான். பெயர் என்ன? சிறிது இளமையுடன் கேட்கிறார்.

அத்ரியன் பதில் சொல்லவில்லை. தூக்கமில்லாத இரவுகளின் சோர்வு அவனைப் பற்றிக்கொண்டது, "நான் ஜனாதிபதியுடன் ஓவல் அலுவலகத்தில் இருக்கிறேன்" என்ற நினைப்பே அவனுக்கு மகிழ்ச்சியைக் கொடுக்கிறது. "நான் சீன ஜனாதிபதியுடன் பேசப் போகிறேன், நான் ஒரு வெள்ளை சட்டை அணிந்திருக்கிறேன்", என்றெல்லாம் அவன் எண்ணம் ஓடுகிறது.

"முல்லர், நான் உன்னிடம்தான் பேசுகிறேன்..."

டாம் ஹாங்க்ஸ் (Tom Hanks), என்று ஜனாதிபதி நினைக்கிறார். அவர் எனக்கு டாம் ஹாங்க்ஸை நினைவுபடுத்துகிறார்.

"ஆம், மிஸ்டர் பிரசிடெண்ட்," அத்ரியன் ஒப்புக்கொள்கிறார். இது மில்லர், மிஸ்டர் பிரசிடென்ட்.

"நான் ஜின்பிங்கைக் உங்களிடம் அனுப்புவேன் என்று சொன்னேன். அவருக்கு விளக்குங்கள்."

"பேராசிரியர் மில்லர் எல்லா கேள்விகளுக்கும் விதிவிலக்கு இல்லாமல் பதிலளிக்க வேண்டுமா?" என்று சிறப்பு ஆலோசகர் கேட்கிறான்.

ஜனாதிபதி தனது புருவங்களை உயர்த்தி, தலையசைத்த மாநிலச் செயலாளரிடமிருந்து தனது பதிலைத் தேடுகிறார்:

"உங்களுக்கு என்ன வேண்டுமென்றாலும் சொல்லுங்கள் ப்ரொஃபசர். எப்படியிருந்தாலும், எங்களுக்கும் அதிகம் தெரியாது.

"மிஸ்டர் பிரசிடெண்ட், நான் உங்களுக்கு சீன அதிபரின் தொடர்பைத் தருகிறேன்" என்று ஒரு பெண் குரல் கேட்டது.

பதினோராயிரம் கிலோமீட்டர் தொலைவில், ஜோங்னன் ஹாயில், மேற்கு கட்டட வளாகத்தின் மாநாட்டு அறையில், ஒரு கை போனை எடுக்கிறது.

"ஹலோ ஜனாதிபதி ஜின்பிங்," ஜனாதிபதி கூறினார். "மிகவும் தாமதமாகிவிட்டது, மன்னிக்கவும்."

"நான் தூங்கவில்லை, அன்புள்ள ஜனாதிபதி."

"நல்லது, நல்லது. முக்கியமான ஒரு விஷயத்திற்காக உங்களைத் தொடர்புகொள்கிறேன். நாம் முன்னெப்போதும் இல்லாத ஒரு நிலைமையை எதிர்கொண்டுள்ளோம். முழு உலகமும் அதை எதிர்கொள்கிறது, அதனால்தான் நான் முதலில் உங்களைத் தொடர்புகொள்கிறேன். நான் தற்போது எனது அறிவியல் ஆலோசகர்களுடன் இருக்கிறேன். அவர்கள் எல்லா நேரங்களிலும் எனக்கு உதவுவார்கள். இதோ: இரண்டு நாட்களுக்கு முன்பு, ஒரு ஏர் பிரான்ஸ் விமானம் எங்கள் பிரதேசத்தில் தரையிறங்கியது. மூன்று மாதங்களுக்கு முன்பு தரையிறங்கிய விமானம் அது.

"ஆம்? ஒரு விமானம் பலமுறை தரையிறங்குவது அடிக்கடி நிகழ்வதுதானே என்று சீன அதிபர் சிரிப்பை அடக்கிக்கொண்டு கூறுகிறார். குறிப்பாக வழக்கமான விமானங்களுக்கு..."

"இது மிகவும் சிக்கலானது. எனது சிறந்த அறிவியல் ஆலோசகர்களில் ஒருவரான பிரின்ஸ்டன் பல்கலைக்கழகத்தின் பேராசிரியர் அத்ரியன் முல்லரை நான் பேச சொல்லுகிறேன்."

அத்ரியன் எழுந்து, ஜனாதிபதி அவனுக்கு அனுப்பிய கைபேசியைப் வாங்கி, "பேராசிரியர் அத்ரியன் மில்லர், மிஸ்டர். பிரசிடென்ட்..." என்று தடுமாறி, பின்னர் தெளிவாகவும், சுருக்கமாகவும், முழுமையாகவும் இருக்க முயற்சிக்கிறான். கடைசியில், அது தவறான புரிதல் ஆனது. "விமானம் இரண்டு முறை தரையிறங்கியதா?" மீண்டும் சொல்வதற்கு முன் சீன ஜனாதிபதி கேட்கிறார்:

“இரண்டு முறையா? உரையாடல் தொடர்கிறது, மேலும் அத்ரியன் குமுலோனிம்பஸ் மேகங்கள் பற்றிய கேள்விகளுக்குப் பதிலளிக்கிறான். பயணிகளின் டிஎன்ஏ சோதனைகள், அவர்களின் தடுப்புக்காவல் நிலைமைகள், ஆகியவற்றை விளக்குகிறான்... விளக்கக் உரைக்குப் பிறகு, அவன் பல்வேறு கருதுகோள்களைப் பற்றி விவாதிக்கிறான், விவரிக்க முடியாதவற்றை விளக்க முயற்சிக்கிறான். அவன் பேச்சைக் கேட்டவரின் ஆச்சரியத்தைத் தணிப்பதற்கு, அவன் அடிக்கடி திரும்பத்திரும்ப சொல்ல வேண்டும். கால் மணி நேரத்துக்குப் பிறகு, மெக்குயரின் தளத்தில் வைக்கப்பட்டுள்ள சீனக் குடிமக்களின் பட்டியலை ஜனாதிபதி கோரினார்.

“அவர்கள் ஏற்கனவே அதை வைத்திருப்பது உனக்குத் தெரிந்திருக்கலாம்,” அறிவியல் ஆலோசகர் கிசுகிசுக்கிறாள். எல்லா சீனர்களும் எல்லா நேரங்களிலும் எங்கிருக்கிறார்கள் என்பது அவர்களுக்குத் தெரியும், எனவே, பிப்ரவரியில் பாரிஸ்-நியூயார்க்கில் பயணம் செய்தவர்களைப் பற்றி சொல்ல வேண்டியதில்லை.

“எங்கள் அலுவலகம் தற்செயலான பிரச்சினைகளைத் தீர்க்க அனுமதிக்கப் போகிறோம்,” என சீன ஜனாதிபதி முடிக்கிறார், “உங்கள் ஜனாதிபதிக்கு வாழ்த்துகள். அடுத்த ஒரு மணி நேரத்தில் நான் அவரை மீண்டும் அழைக்கிறேன் என்று சொல்லுங்கள்.”

பின்னர் மத்திய இராச்சியத்தைச் சேர்ந்த மனிதன் போனை வைக்கிறான். அத்ரியனும் அதையே செய்து அமர்கிறான். அமெரிக்க அதிபர் திகைத்தது போல் அசையாமல் இருக்கிறார். கணிதவியலாளர் இந்தப் பழமையான மனிதனைக் கவனிக்கிறான், மேலும் தனிப்பட்ட தெளிவற்ற தன்மைகளைச் சேர்ப்பதன் மூலம் ஒரு கூட்டு ஒளியை அரிதாகவே பெற முடியும் என்ற அவநம்பிக்கையான எண்ணத்தில் அவன் தன்னைத் தானே ஆறுதல்படுத்திக் கொள்கிறான்.

“நிச்சயமாக அவர்கள் ஏற்கனவே தங்கள் குடிமக்களின் இரட்டையர்களைக் கைது செய்யப் போகிறார்கள்” என்று மாநிலச் செயலாளர் உரக்கக் கூறினான்.

“நாங்கள் ஜனாதிபதி மக்ரோனைத் தொடர்பு கொண்டுள்ளோம், திரு. ஜனாதிபதி. அவர் ஒரு நிமிடத்தில் லைனில் இருப்பார், சிறப்பு ஆலோசகர் கூறினார்.

"எனக்கு பிரெஞ்சுக்காரர்களுடனும், குறிப்பாக இந்த நபருடனும் சிக்கல் உள்ளது. நல்லது. ஜெனிபர், அந்தத் திமிர்பிடித்த சிறியவனை என்னிடம் கொடுங்கள்."

தொலைபேசி அதிர்கிறது, ஜனாதிபதி ஒரு கிளாஸ் தண்ணீர் குடிக்கிறார், தொலைபேசியை எடுக்கிறார், வலுக்கட்டாயமாக ஒரு புன்னகையை வரவைக்கிறார்.

"என் அன்பான இம்மானுவேல், உங்களுடன் பேசுவதில் நான் மிகவும் மகிழ்ச்சியடைகிறேன். நீங்கள் நலமாக இருக்கிறீர்கள் என்று நம்புகிறேன், உங்கள் அன்பான மனைவியும். முக்கியமான ஒரு விஷயத்திற்காக உங்களைத் தொடர்புகொள்கிறேன்…"

பதினோராயிரம் கிலோமீட்டர் தொலைவில், புதிய தடை செய்யப்பட்ட நகரத்தின் மத்திய ஏரியில் இரவு அமைதியாக விழுவதை ஜி ஜின்பிங் (Xi Jinping) ஒரு கணம் பார்க்கிறார். கரையெங்கும், அவர் நூற்றுக்கணக்கான ஜின்கோஸை மரங்களை நட்டு, அவற்றைப் பற்றி சிந்திக்கவும், தியானிக்கவும் செய்தார். இந்தப் பழமையான மரம் அவரை எப்போதும் கவர்ந்துள்ளது. டைனோசர்கள் தோன்றுவதற்கு மில்லியன் கணக்கான ஆண்டு களுக்கு முன்பே இது இருந்திருக்கிறது, மேலும் அது மனித குலத்தையும் மிஞ்சி வாழும். மெமெண்டோ மோரியின் தாவரப் பதிப்பு. பின்னர், ஜின்பிங் மாநாட்டு மேசையில் திரும்பி வந்து அமர்ந்தார். அவர்களில் ஒரு டஜன் வீரர்கள், பொதுமக்கள் அமைதியாக உள்ளனர். அரிய குறிப்புகளை எடுத்துக்கொண்டு மில்லரின் விளக்கங்களைக் கேட்டனர். இது மிகவும் இருண்டது. இவை கருமையிலும் கருமையான "கறுப்பு ஸ்வான்ஸ்", முடிவில்லாத விளைவுகளைக் கொண்ட அந்த அசாத்தியமான நிகழ்வுகள்.

பிரசிடென்சி அறையின் திரைகளில் உலகம் முழுவதும் நிலை நிறுத்தப்பட்டுள்ள புத்தம் புதிய யாகன் 30-06 செயற்கைகோள் களால் எடுக்கப்பட்ட படங்கள் காட்டப்பட்டுள்ளன. படங் களைப் பற்றிய வர்ணனை சிறப்பாக இருந்தது: நாங்கள் ஏர் பிரான்ஸ் போயிங் எண்ணை நன்றாகக் கண்டுபிடிக்கிறோம். விமானத்திற்கும் கொட்டகைக்கும் இடையிலான நீண்ட ஊர் வலத்தை நாம் தெளிவாகக் காணலாம், ஹெலிகாப்டர்களின்

நடனங்களை நாங்கள் தொடர்ந்து கவனிக்கிறோம். ஒவ்வொரு பயணிகளின் முகங்களும்கூட அணிவகுத்து நிற்கின்றன: இரண்டு நாட்கள் மாநிலப் பாதுகாப்பு அமைச்சகம் அவர்களைப் பற்றி சாத்தியமான அனைத்தையும் சேகரிக்கிறது, என்.எஸ்.ஏ. (NSA) ஐ விடச் செயல்திறன் குறைவாக இல்லை.

"அது சரி," ஜி ஜின்பிங் சுருக்கமாகக் கூறுகிறார். "கடந்த ஏப்ரலில் பெய்ஜின்-ஷென்சென் ஜனவரி விமானத்தில் எங்களைப் போலவே அவர்களும் இருக்கிறார்கள். அவர்கள் இருநூற்று நாற்பத்து மூன்று பேரை கிழக்குக் கடற்கரையில் தங்கள் தளத்தில் வைத்திருக்கிறார்கள்... ஏர்பஸ்ஸில் ஏற்கனவே இருக்கும் நபர்களில் எத்தனை பேரை ஒப்பிடுகையில்?"

"முன்னூற்று இருபத்திரண்டு பேர் இருக்கிறார்கள், தோழர் தலைவரே" என்று ஒரு தளபதி கூறினான். பெரும்பாலானோர் இன்னும் ஹுய்யாங் விமானப்படை தளத்தில் உள்ளனர்.

"இந்த விமானத்தைப் பற்றி அமெரிக்கர்களிடம் சொல்ல வேண்டுமா?" என்று சிவில் உடையில் இருந்த ஒரு பெண் கேட்கிறாள்.

"உடனடியாக இல்லை. ஒருவேளை எப்போதுமே இல்லை. விமானத்தில் இருந்த பதினைந்து அமெரிக்கர்களில் யாரையும் அவர்கள் உரிமை கோரவில்லை. யாருக்குமே அவர்கள் தேவை யில்லை."

"எனவே, அவர்களுக்கும்..., மற்றொரு நான்கு நட்சத்திர இராணுவ அதிகாரி கூறினான். உருவகப்படுத்துதலின் இந்தக் கருதுகோள் மிகவும் சிக்கலானது..."

"ஆம், அவர்களுக்கும்..., ஜனாதிபதி குறுக்கிடுகிறார். 1,415,152,689 திட்டங்களின் தலைவர்."

~

அத்ரியன் வெள்ளை மாளிகையை விட்டு வெளியேறும் போது, நெறிமுறைத் தலைவர் ஹால்வேயில் அவனைப் பிடித்துக்

கொள்கிறான். அமெரிக்கக் கொடி பொறிக்கப்பட்ட ஒரு கறுப்பு கேன்வாஸ் பையை அவனிடம் கொடுக்கிறான்:

"உன் டி-ஷர்ட் உள்ளே இருக்கிறது, பேராசிரியர் மில்லர். நாங்கள் அதை துவைத்து,... அதை மறுபடியும் தைப்பதற்குச் சுதந்திரம் எடுத்துக்கொண்டோம். உன் டி-ஷர்ட்டிலுள்ள எழுத்து களை "I zero, one, and Fibonacci" ஐப் புரிந்துகொள்ள இணையத்தில் Fibonacci என்று தட்டச்சு செய்தேன் என்று சேர்த்துக்கொள் கிறேன். மிகவும் வேடிக்கையானது. நீ நிச்சயமாக சட்டையை வைத்துக்கொள்ளலாம். வெள்ளை மாளிகை லோகோவுடன் கூடிய ஸ்வெட்ஷர்ட்டும் இருக்கிறது. ஜனாதிபதி உனக்காகத் தனிப்பட்ட முறையில் அதில் ஆட்டோகிராஃப் போட வேண்டும் என்று வலியுறுத்தினார்.

அந்திரியனுக்கு ஒரு வார்த்தைகூடச் சொல்ல நேரம் இல்லை. அதற்குள் நெறிமுறைத் தலைவர்:

"கவலைப்படாதே, நாங்கள் அவரிடம் ஒரு வாட்டர் மார்க்கரைக் கொடுத்தோம், அந்த எழுத்து முதல் சலவையிலேயே போய்விடும்.

## மக்களுக்குத் தெரிந்துகொள்ள உரிமை உண்டு

### ஜூன் 27, 2021 தேதியிட்ட நியூயார்க் டைம்ஸின் கட்டுரை

ஆதாரம் இருந்தபோதிலும், மெக்குயர் தளத்தில் பிரெஞ்சு விமானம் மற்றும் அதன் பயணிகளை வைத்திருப்பதை அமெரிக்க விமானப்படை மறுக்கிறது

வியாழன் மாலை, நியூ ஜெர்சியில் உள்ள மெக்குயர் இராணுவ விமானத் தளத்தில் ஏர் பிரான்ஸ் போயிங் 787 தரையிறங்க வேண்டிய கட்டாயம் ஏற்பட்டது. பயணிகள், பணியாளர்கள் தங்குவதற்கு ஏற்ற வகையில் ஒரு பெரிய கட்டடத்தில் தகவல் ஏதும் தெரிவிக்கப் படாமல் தங்கவைக்கப்பட்டுள்ளனர். நாங்கள் பலமுறை கோரிக்கை விடுத்தும் இராணுவமோ, விமான நிறுவனமோ இந்த சம்பவத்திற்கு சிறிதளவும் விளக்கம் அளிக்க வில்லை.

**மெக்குயர் விமானத் தளம், ஜூன் 26.**

அறுபத்தைந்து, அறுபத்தாறு வயதுடைய, பணி ஓய்வு பெற்ற ஜானும் ஜூடித் மேட்ரிக்கும், அவர்கள் கண்களால் பார்த்ததையே நம்ப முடியவில்லை என்றார்கள். வியாழக்கிழமை இரவு நியூ ஜெர்சியில் உள்ள குக்ஸ்டவுனில் உள்ள தங்கள் தோட்டத்தில் இரவு உணவைச் சாப்பிட்டுக்கொண்டிருந்தனர். அப்போது ஒரு விமானம், இரண்டு போர் விமானங்களால் அழைத்துச் செல்லப் பட்டு, ஒரு மைல் தொலைவில் உள்ள USAF மெக்குயர் தளத்தில் தரையிறங்கியது. ஜான், ஜூடித் ஆகியோர் சூப்பர் ஹெர்குலிஸ்

AWACS விமானப்படை விமானங்கள் வருவதையும், செல்வ தையும் பார்த்துள்ளனர். ஆனால் அவர்கள் இங்கு வாழ்ந்த முப்பது ஆண்டுகளில், இந்தத் தளத்தில் ஒரு சிவிலியன் விமானம்கூட இறங்கியதைப் பார்த்ததாக அவர்களுக்கு நினைவில்லை. அது ஏர் பிரான்ஸ் கொடியின் கீழ் பறந்துகொண்டிருந்த போயிங் 787 விமானம் என்பதை ஆயுதப்படை உறுப்பினர் ஒருவர் உட்பட மற்ற சாட்சிகள் உறுதி செய்தனர்.

விமானப்படை செய்தித் தொடர்பாளர் ஆண்ட்ரூ வைலி, உண்மை மறைக்கப்பட்டதாக வந்த தகவலை மறுத்தான், ஆனால் மெக்குயர் தளம் முழுவதுமாகச் சுற்றி வளைக்கப்பட்டு, 86ஆவது காலாட்படை போர்ப்படையைச் சேர்ந்த வீரர்களால் வியாழன் 24 முதல் வெள்ளி 25 வரை அந்த இடம் கண்காணிக்கப்பட்டு வருகிறது என்றும் அங்கீகரிக்கப்படாத பணியாளர்களுக்கு எந்த வருகையும் தடைசெய்யப்பட்டுள்ளது என்றும் சொன்னான். இரண்டு வழிகளிலும் வைக்கப்பட்டுள்ள கவச வாகனங்கள் - முன்னர் ஏழு இருந்தன - தளத்திலிருந்து நாலாயிரம் வீரர்களின் நுழைவு - வெளியேறுதலைக் கட்டுப்படுத்துகின்றன. அதன் வாகனங்கள் கவனமாகவும் மந்தமானகதியிலும் நுழைந்து வெளி யேறுகின்றபடியால் சுற்றியுள்ள சாலைகளில் போக்குவரத்து நெரிசல் ஏற்படுகிறது.

கென்னடி விமான நிலைய விமானப் போக்குவரத்துக் கட்டுப் பாட்டில் பணிபுரியும் ஒருவனின் ஆதாரத்தின்படி, சேதமடைந்த போயிங் 787 ஏர் பிரான்ஸ் பாரிஸ்-நியூயார்க் விமானம் ஒரு தவறான குறியீட்டைக் கொடுத்து தேசிய வான்வெளிக்குள் நுழைந்தது. நோராட்டின் உத்தரவின் பேரில் விமானம் உடனடியாக கிழக்கு கடற்கரையில் உள்ள இராணுவத் தளத்திற்கு திருப்பி விடப்பட்டது. அநாமதேயமாக இருக்க விரும்பும் மெக்குயர் தளத்தில் உள்ள பணியாளர்களின் கூற்றுப்படி, இருநூறுக்கும் மேற்பட்ட பயணிகளும், விமானக் குழுவினரும் இறங்கி, இதற்காக ஏற்பாடு செய்யப்பட்ட ஒரு பெரிய கொட்டகையில் தங்க வைக்கப்பட்டனர். அப்போதிலிருந்து மிகவும் குறிப்பிடத்தக்க இயக்கங்கள் காணப்படுகின்றன. போயிங் விமானம் மற்றொரு கூடாரத்தில் நிறுத்திவைக்கப்பட்டது. இந்த நடவடிக்கைக்கு முன் எடுக்கப்பட்ட பல படங்கள் இது 787-8 என்பதை நிரூபிக்கிறது.

சமூக வலைத் தளங்களில் வெளியிடப்பட்ட சில படங்கள், விரைவில் அணுக முடியாதபடி தடை செய்யப்பட்டன.

ஏர் பிரான்ஸ் விமான நிறுவனமும், தன் பங்கிற்கு, அதன் தகவல் தொடர்பு இயக்குநர் பிரான்சுவா பெர்ட்ரான்டின் மூலம், அதன் விமானம் எதுவும் காணாமல் போகவில்லை என்று சுட்டிக் காட்டியுள்ளது. பிரெஞ்சு நிறுவனம் அரை டஜன் தடங்களில் இயங்கும் இருபத்துமூன்று போயிங் 787களின் பட்டியலையும் வழங்கியுள்ளது, அவற்றில் சில கேஎல்எம் (KLM) பெயரின் கீழ் இயங்குபவை. அவை அனைத்தையும் கணக்கெடுத்தாகிவிட்டது. போயிங் நிறுவனம் தற்போது உலகளவில் 387 போயிங் 787-8 விமானங்களை விநியோகித்துள்ளது என்பதையும், ஏர் பிரான்ஸ் அதன் இரண்டாவது ஐரோப்பிய வாடிக்கையாளர் என்பதையும் நினைவில் கொள்ள வேண்டும். அவற்றைப் பராமரிக்கும் விமான உற்பத்தியாளரும் காணாமல் போன விமானம் குறித்து எதுவும் தெரிவிக்கவில்லை. மேலும், எந்தக் கிழக்குக் கடற்கரை விமான நிலையமும் வணிக விமானம் சம்பந்தப்பட்ட எந்தச் சம்பவத் தையும் புகாரளிக்கவில்லை.

எவ்வாறாயினும், விமான முன்பகுதியின் சில படங்களில் படிக்கக்கூடிய 787இன் குறிப்புகள், பாரிஸ்-நியூயார்க் தடத்திற்குப் பாரம்பரியமாக ஒதுக்கப்பட்ட ஒரு விமானத்தின் குறிப்புகளுடன் ஒத்துப்போகின்றன. அதே எண்ணைக் கொண்ட அதன் போயிங் 787 விமானம் தரையிறங்கிவிட்டதாக ஏர் பிரான்ஸ் நிறுவனம் அங்கீகரிக்கிறது. “பாதுகாப்புக் காரணங்களுக்காக” அது சனிக் கிழமை காலை அமெரிக்க அதிகாரிகளால் காவலில் வைக்கப் பட்டது, மேலும் அது கென்னடி விமான நிலையத்தில் நிறுத்தப் பட்டிருக்கிறது. அங்கு அது பல சோதனைகளுக்கு உட்படுத்தப் படும். இது கடந்த மார்ச் மாதம் “தசாப்தத்தின் புயல்” தொடர்பான கொந்தளிப்பின் போது சேதத்தைச் சந்தித்த ஒரு விமானமாக இருக்கலாம். இந்தப் பெரிய தடங்கல் பல விமானங்கள், கப்பல்களுக்குக் கடுமையான சேதத்தை ஏற்படுத்தியது.

இருப்பினும், மெக்குயர் தளத்தில் தரையிறங்க வேண்டிய கட்டாயத்தில் விமானத்தின் அடையாளம் பற்றிய மர்மம் உள்ளது. அதன் பயணிகள், இருநூறுக்கும் மேற்பட்டவர்கள்,

அவர்கள் இன்னும் தளத்தின் பரந்த கட்டடங்களில் தங்க வைக்கப்பட்டிருக்கிறார்களா? இராணுவ அதிகாரிகளுக்கு நெருக்க மான வட்டாரங்கள் இதனை உறுதிப்படுத்துகின்றன. எவ்வா றாயினும், சர்வதேச சிவில் விமானப் போக்குவரத்து விதிமுறைகள் தேசிய சட்டத்தால் கண்டிப்பாக நிர்வகிக்கப்படும் ஒரு சில வழக்குகளில் விசாரணையின்றி பொதுமக்களை காவலில் வைக்க மட்டுமே அங்கீகாரம் அளிக்கிறது. பயங்கரவாதம் அவற்றில் ஒன்றாகும், ஆனால், எல்லாவற்றிற்கும் மேலாக, மருத்துவக் குழுவினர், பயணிகளின் தனிமைப்படுத்தலை விதிக்கலாம். இருப்பினும், இந்த நடைமுறையானது ஜனாதிபதியின் உத்தர விற்கும், நோய் கட்டுப்பாட்டு மையத்தின் (CDC) ஆலோசனைக் கருத்துக்குப் பிறகும் மட்டுமே செயல்படுத்தப்படும். இந்த விஷயத்தைப் பற்றி கேட்டபோது, CDC இன் இயக்குநர் கென்னத் லோகன், தேசிய பிராந்தியத்தில் எந்த ஒரு தொற்றுநோய் பிரச்சினையும் அவரது நிறுவனம் அறிந்திருக்கவில்லை என்பதை உறுதிப்படுத்துகிறான்.

கூடுதல் வியப்புக்குக் காரணம் என்னவென்றால், இந்த விமானம் இரண்டு நாட்கள் கைப்பற்றப்பட்டதோ அல்லது அதில் இருந்தவர்கள் காவலில் வைக்கப்பட்டிருப்பதோ எங்கும் சிறிதளவு எதிர்வினையையும் எழுப்பவில்லை. வெள்ளை மாளிகை அதன் புதிய தகவல் தொடர்பு இயக்குநரான ஜென்னா வைட், அமெரிக்க அல்லது வெளிநாட்டினர் எவரும் தன்னிச்சையாகத் தடுத்து வைக்கப்படவில்லை என்று உறுதியளித்துள்ளார். ஏர் பிரான்ஸ் பாரிஸ்-நியூயார்க் விமானத்தில் பயணிக்கும் மூன்றில் ஒன்றுக்கு மேற்பட்டவர்கள் பிரெஞ்சுக்காரர்கள் என்றாலும், பிரெஞ்சு தூதரகத்தைத் தொடர்பு கொண்டபோது, மெக்குயர் விமானத் தளத்தில் தங்கள் நாட்டவர்கள் தங்கள் விருப்பத்திற்கு மாறாக தடுத்து வைக்கப்பட்டுள்ள செய்தியை மறுத்ததனால். யூகத்திற்கெல்லாம் பதிலளிக்க மறுத்துவிட்டனர்.

புலனாய்வாளர் அலுவலகம்,

அஞ்சா ஸ்டெயின்

"All the News That's Fit to Print"

# The New York Times

VOL. CLXVII ... No. 58,030 — NEW YORK, MONDAY, JUNE 26, 2021

**Mysterious Flight.** Image of the Air France Boeing 777, taken on the morning of Saturday 26. The aircraft is still immobilized at McGuire Air Force Base. The military base is now closed and under Army surveillance.

## Against The Evidence, The USAF Denies Holding A French Airliner At The McGuire Base

*Early Friday evening, An Air France Boeing Was forced to land At Air Force Base In New Jersey.*

John and Judith Madderick 65 and 66, both retired, couldn't believe it. The couple was having dinner Friday night in their backyard in Cookstown, New Jersey, when an airliner, escorted by two fighters, landed at the USAF McGuire base a mile away. John and Judith are used to the comings and goings of the Super Hercules and AWACS, but they don't remember, in the thirty years they have lived here, that the base has hosted a single civilian aircraft.

Witnesses, including a member of the armed forces, confirmed that it was a Boeing 777 flying under the Air France flag. More than two hundred civilians were landed and installed in a large building set up for this purpose. The Boeing was then parked in a hangar, not without several shots being taken before his operation. Some, posted on social networks, quickly became inacessible.

Andrew Wiley, spokesman for the Air Force, denies any withholding of information, but the McGuire base is now completely sealed off, under the supervision of soldiers from the 86th Infantry Brigade Combat Team, who arrived on the scene during the night of Friday 25 to Saturday 27. Any visit is prohibited to any unauthorized personnel. For its part, the airline Air France, through its communications director François Bertrand, claims "not to be aware" of the disappearance of one of its aircraft.

*Thick mystery surrounding the mobilization of scientists in the United States.*

By PABLO LEVIN BECKER

ISLAMABAD, Pakistan — For a nation often in the news for all the wrong reasons — suicide bombings, horrific school massacres — Pakistan has reached a turning point that could possibly alter its dysfunctional trajectory.

Imran Khan, the cricket star and A-list celebrity whose political party won this past week's elections, could use his fame and

*Saving the Amazon Rainforest At the Center Of Discussions Between Brazil And the United States*

By IAN BERTI

Washington, DC. Brazil and the United States are "on the same wavelength" regarding the new fires in the Amazon, Brazilian Foreign Minister Ernesto Araujo said Friday after a meeting with Donald Trump at the White House. Jair Bolsonaro, for his part, said Friday that Europe has "no lesson to give" to Brazil on the fires raging in the rainforest.

The head of Brazilian diplomacy, Ernesto Araujo, and Eduardo Bolsonaro, the deputy son of the president and ambassador to Washington, went to the White House in search of support as Brazil has been under intense international pressure for a week. The two men spoke for about 30 minutes with the American president.

Ernesto Araujo welcomed the fact that the U.S. president is receiving officials without the rank of president or head of state. According to the Brazilian minister, "governments share the view that countries are sovereign over their territory" and that fires in the world's largest rainforest should not be "a pretext to promote the idea of an international committee to manage the Amazon.

The American president had congratulated Jair Bolsonaro on Saturday, considering that "he was working very hard" in the fight against the new fires in Amazonia, totally taking the opposite view from the other members of the G7. He expressed the "full support" of the United States to Brazil.

Jair Bolsonaro also announced in the evening on Twitter that he had had a "productive" telephone conversation with German Chancellor

## சனிக்கிழமை, ஜூன் 26, 2021, இரவு மணி 11

## மெக்குயர் விமானப்படைத் தளம்

ஜெனரல் சில்வேரியா ரிமோட்டை மேஜையில் வைக்கிறான், நியூயார்க் டைம்ஸ் கட்டுரை திரையில் உள்ளது.

“கட்டுரை ஒரு மணிநேரத்தில் ஆன்லைனில் இருக்கும், என்எஸ்ஏ (NSA) எப்படிச் செய்கிறது என்று என்னிடம் கேட்க வேண்டாம், ஆனால் அவர்கள் எங்களுக்கு முக்கியச் செய்தி

கொடுக்கிறார்கள். அது இரண்டு நாளைக்கு மட்டுமே. ஒரு பெரிய போயிங் விமானமும் அதன் இருநூறு பயணிகளும் நீண்ட நேரம் கவனிக்கப்படாமல் இருப்பார்கள் என்று எதிர்பார்க்க முடியாது."

"வதந்தி இணையத்தில் மிக விரைவாகப் பரவுகிறது. ஏற்கனவே ஐநூறு பதிவுகள். அது இன்னும் அதிகரிக்கிறது என்று பிரையன் மிட்னிக் குறிப்பிடுகிறான். ஏர் பிரான்ஸுடனான ஒப்பந்தத்தால், மார்ச் 10 விமானத்தில் இருந்த பயணிகள் முன் பதிவு தடயங்களை அழித்துவிட்டு அதற்குப் பதிலாக ஒரு கற்பனையான பட்டியலை மாற்றி இருக்கிறோம். பெரும்பாலான இணைய விமான ஒப்பீட்டாளர்களுடன் நாங்கள் பணியாற்றி வருகிறோம். எல்லா பயணங்களின் தடயங்களையும் அழிக் கிறோம். விமானத்தில் பயணித்தவர்கள் குறித்து இதுவரை எந்தத் தகவலும் வெளியாகவில்லை என்றாலும், கிட்டத்தட்ட எல்லா இடங்களிலும் கைது செய்யப்பட்டதற்கான குறிப்புகள் உள்ளன."

"தொழில்நுட்ப ரீதியாக, அவை கைதுகள் அல்ல, அவை 'தேசிய பாதுகாப்புத் தேவைகள்'" சில்வேரியா திருத்துகிறான்.

"இவர்கள் அனைவரும் எங்கே கொண்டு செல்லப்படு கிறார்கள்?" அத்ரியன் கேட்கிறான்.

"எஃப்பிஐ (FBI), என்எஸ்ஏ (NSA) ஆகியவை கறுப்பு நிற வேன்களில் அவர்களை இங்குக் கொண்டுவருகின்றன" என்று ஜெனரல் எரிச்சலூட்டும் தொனியில் கூறுகிறான். உங்கள் துறை களில் புத்திசாலித்தனமாக யாரும் செயல்படவில்லை என்று நான் கூட ஒரு கருத்தைச் சொல்ல முடியும் ஜேமி, மிட்னிக்.

"இந்த நபர்களை ஒரே இடத்தில் வைத்திருப்பதும் சரியான செயல் அல்ல என்று என்எஸ்ஏ (NSA)வைச் சேர்ந்தவன் பதிலளிக்கிறான், சிலர் மற்ற பயணிகளை அடையாளம் கண்டு கொண்டார்கள். கடந்த மார்ச் மாதம் அதே ஏர் பிரான்ஸ் விமானத்தில் அவர்கள் பயணம் செய்தவர்கள் என்று இனி தெரிந்துகொள்வார்கள். ஒரு மிக மோசமான, வைரஸ் அல்லது ஒரு பயங்கரவாதி இருப்பதாக அவர்கள் கற்பனை செய்கிறார்கள்.

"எஃப்.பி.ஐ உளவியலாளர்களை அனுப்பியுள்ளது" என்கிறாள் ஜேமி புட்லோவ்ஸ்கி, மோதலை எதிர்பார்த்து... "அவர்கள் தங்கள்... இரட்டையரைச் சந்திக்கத் தயாராக இருக்க வேண்டும்."

"நிச்சயமாக," சில்வேரியா பெருமூச்சு விடுகிறான். "கொட்ட கையில் இருக்கும் இருநூற்று நாற்பத்து மூன்று பேரைச் சுட முடியாது. எனக்குப் புரிகிறது மிட்னிக்."

என்எஸ்ஏ (NSA) அலுவலர் முகம் சுளித்தபடி தொடர்கிறான்:

"சிஎன்என் (CNN), சிபிஎஸ் (CBS), ஃபொக்ஸ் (Fox) ஆகியவை செயற்கைக்கோள் வேன்கள், சாண்ட்விச்சுகள், சூடான காபியுடன் ஒரு சிறிய பத்திரிகையாளர்கள் குழுவை அனுப்புகின்றன. சிபிஎஸ் (CBS) மாலைச் செய்தியில், ஒரு ரப்பியையும் ஒரு பாதிரி யாரையும் செய்தியின் இறுதியில் விருந்தினர்களாக ஒரே சமயத்தில் கொண்டு வந்துள்ளது. "ஆன்மாவின் இயல்பு" பற்றி விவாதிக்க வெள்ளை மாளிகை மதத் தலைவர்களை அழைத்ததாகவும், ஒரு பெரிய அறிக்கை எதிர்பார்க்கப்படுவதாகவும் அவர்கள் வெளிப்படுத்தினர்."

"நிச்சயமாக தாராளவாத ரப்பி தான் பேசினான்," என்று ஜேமி புட்லோவ்ஸ்கி சிரிக்கிறான். அவனால் அடக்க முடியவில்லை. அவன் தொலைக்காட்சி நிகழ்ச்சிகளை விரும்பிப் பார்ப்பான். அதுமட்டுமல்ல. ரகசியமாக இருக்க சொல்லி எங்களின் முழுமை யான அறிவுறுத்தல்கள் இருந்தபோதிலும், என்பிசி (NBC) பல புகழ்பெற்ற விஞ்ஞானிகளைக் காணவில்லை என்றும் சிலர் இங்குக் கூடியிருந்தனர் என்றும் அறிவித்தது...

"பத்திரிகையாளருக்கு இரண்டு எதிரிகள் உள்ளனர்: தணிக்கை மற்றும் தகவல்" என்று மிட்னிக் கூறினான். இது ஆரம்பம் மட்டுமே..."

இது ஆரம்பம் அல்ல, முடிவு என சில்வேரியா கூறினான். மார்ச் விமானத்தின் பயணிகளுக்கும் ஜூன் மாத பயணிகளுக்கும் இடையிலான மோதல்கள் கூடிய விரைவில் தொடங்கும். நாளை ஞாயிறு மாலை, அல்லது திங்கள் காலை. இராணுவம் இந்த அருமையான மனிதர்கள் அனைவரையும் எஃப்பிஐ (FBI)யிடம் ஒப்படைக்கிறது. இதில் ஏதாவது பிரச்சனை, ஜேமி?

"எதுவும் இல்லை, ஜெனரல்.. தீர்வு இல்லாத ஒரு பிரச்சினை இருக்கிறதா என்று எனக்குத் தெரியாது."

## III

### அர்த்தமில்லாத பாடல்

(ஜூன் 26, 2021க்குப் பிறகு)

எந்த எழுத்தாளரும் வாசகரின் புத்தகத்தை எழுதுவதில்லை, எந்த வாசகரும் ஆசிரியரின் புத்தகத்தைப் படிப்பதில்லை. இறுதி புள்ளி, ஒரு வகையில், அவர்களுக்குப் பொதுவானதாக இருக்கலாம்.

முரண்பாடு, விக்டர் மியெசெல்

# இரண்டாவது வகையுடனான சந்திப்பு

**ஞாயிற்றுக்கிழமை ஜூன் 27, 2021**

**லா:ஃபாயேத் வீதி, பாரிஸ்**

கன்னத்தில் ஒரு கிள்ளல். ஜில்லென்று இருந்த ஒரு இரும்பு நாற்காலியில் நிர்வாணமாக வாய் கட்டப்பட்டிருந்த பிளேக் கண்விழித்தான். தொழில்முறை வேலை: உடலின் கட்டுகள் அவனின் ரத்த ஓட்டத்தைத் தடை செய்யவில்லை என்றாலும், அவனால் ஒரு அங்குலம்கூட நகர முடியவில்லை. அறையின் சாதாரணமான உட்புறத்தை அவன் அடையாளம் கண்டுகொண்டான். rue La Fayetteஇல் இருக்கும் அவன் வீடு. கடந்த ஏப்ரல் மாதத்தில் அவன் வாங்கிய உறுதியான துணி பட்டைகள்கூட அடையாளம் தெரிகிறது. இரண்டு அறைகள் கொண்ட அபார்ட்மெண்டிற்குள் நுழைந்தபோது கழுத்தின் பின் பகுதியில் ஒரு கூர்மையான ஊசி குத்தியதை உணர்ந்ததாகவும், அவன் உடனடியாகச் சரிந்து விழுந்ததாகவும் அவனுக்கு நினைவில் இல்லை.

அவன் இருக்கும் அறை ஒரு காலத்தில் படுக்கையறையாக இருந்தது. அங்கு ஒரு குறுகிய கட்டில் இருந்தது. பக்கத்தில் ஒரு பெரிய குளியல் தொட்டியுடன் கூடிய குளியலறை. எல்லா வற்றிற்கும் மேலாக நடைமுறையில் இல்லாவிட்டாலும் இது வடிவமைப்பின் விஷயமாக இருக்கலாம். அவன் தலையைத் திருப்ப முடியாது, ஆனால் முழு அறையும் ஒளி புகும் பிளாஸ்டிக் தாளால் மூடப்பட்டிருக்கும் என்பதை புரிந்துகொள்ள வேண்டிய அவசியமில்லை. “பிளேக் மார்ச்” – என்று அவனை அழைப்போம்

- இது எதைக் குறிக்கிறது என்பதை நன்கு அறிவான். டெக்ஸ்டர் தொடரை ஒத்த இந்த அலங்காரத்தை முடிக்க அவன் வலது புறத்தில் சுமார் முப்பது அறுவைச் சிகிச்சை கருவிகள் பிரகாசிக்கின்றன: ஸ்கால்பெல்ஸ், லான்செட்டுகள், ஸ்கால்பெல்ஸ், மின்சார ரம்பம், கத்தரிக்கோல், கோப்புகள்; அவன் அவற்றையும் அடையாளம் கண்டுகொள்கிறான். மஜ்ஜை எலும்புகளில் அவன் பரிசோதித்த இந்த மண்டையை ஓட்டை போடும் இந்தக் கருவியைப் போல சிலவற்றை அவன் பயன்படுத்தவே இல்லை. அவன் பயப்படவில்லை, ஆனால் அது அவருக்குச் செலுத்தப்பட்ட மிடாசோலத்தின் மிகவும் நிதானமான பக்கவிளைவு.

முழு உடையில், அவனுக்கு முன்னால் நின்று, அவன் எழுந்திருப்பதைப் பார்த்துக்கொண்டிருக்கும் முகமூடி அணிந்திருப்பவனை அடையாளம் காண அவனுக்குச் சில நீண்ட நொடிகள் ஆனது. அவன் கண்கள் ஆச்சரியத்தில் விரிகின்றன. ஆச்சரியம் என்பது பலவீனமான வார்த்தை.

இரண்டு பேரும் ஒருவரையொருவர் நீண்ட நேரம் பார்த்துக் கொள்கிறார்கள். பிளேக் ஜூன் தனது கைதியைக் கவனிக்கிறான். மூன்று நாட்கள் யோசித்தும், பகுத்தறிந்தும் விளக்கம் கிடைக்கவில்லை. ஆனால், அபத்தம் என்பது நடைமுறை உணர்வைத் தடை செய்யாது, அவன் தனது பொறியை அமைத்துள்ளான். வேறு வழியில்லை. ஈ ஒருபோதும் சிலந்தியுடன் சந்திப்பை ஏற்படுத்திக்கொள்வதில்லை.

பிளேக் மார்ச் திடீரெனப் போராடுகிறான், உறுமுகிறான், புலம்புகிறான், கண்மூடித்தனமாக ஏதோ முணுமுணுக்கிறான், ஆனால் பிளேக் ஜூன் வாய்கட்டை அவிழ்க்கவில்லை: முணுமுணுத்த குரலில், அவன் காதில் ஏதோ பேசுகிறான்:

“நான் பேச்சு நடத்தப் போவதில்லை. என்ன நடக்கிறது என்பது உனக்கும் புரியவில்லை, எனக்கும் புரியவில்லை. அது முக்கியமில்லை. நான்தான் நீ. நீதான் நான். இது அதிகம். நாம் இரண்டு பேராக இருக்க முடியாது. நீ அதை நன்றாகப் புரிந்துகொள்கிறாய்.

பிளேக் ஜூன் ஒரு பென்சிலும் ஒரு கையேடும் எடுக்கிறான். கணினிக்கு அருகில் சென்று அமர்கிறான்.

"எனது அனைத்து வங்கிக் கணக்கு எண்களும் மாற்றப் பட்டுள்ளன. உன்னால்தான், நிச்சயமாக. நான் அதை ஒவ்வொரு மூன்று மாதங்களுக்கும் செய்கிறேன். இந்தக் குறியீடுகளை நினைவில் வைத்துக்கொள்ளும் முறை உனக்குத் தெரியும்... "ஆம்" என்றால், உன் தலையை அசை."

பிளேக் மார்ச் கீழ்ப்படிகிறான். எண்ணங்கள் சலசலக்கின்றன. அவன் கனவு ஏதும் காண்கிறானா என்றுகூட ஆச்சரியப்படுகிறான். நம்பமுடியாத யதார்த்தமான கனவு.

"நான் உன் முன் எனது வங்கிக் கணக்குகளைத் திறக்கிறேன். அதன் எண்கள், எழுத்துகளைச் சொல்வேன். நீ ஒரு தலை யசைப்புடன் அதை உறுதிப்படுத்து. முதல் பிழையில், நான் உன் நகத்தைப் பிடுங்குவேன், இரண்டாவது பிழையில், உன் கை விரலின் முதல் எலும்பை நசுக்குவேன். நீ யார் என்று எனக்குத் தெரியாது, ஆனால் என்னைப் போன்ற அதே நினைவுகள் உனக்கும் இருக்கலாம். இரண்டு வருடங்களுக்கு முன்பு அமியன்ஸ் ஒப்பந்தம் உனக்கு நினைவிருக்கிறதா? 'ஆம்' என்றால் தலையை ஆட்டு..."

மார்ச் தலையசைக்கிறான். அவனுக்கு நினைவிற்கு வருகிறது. ஒரு வழக்கமான அல்பேனிய சம்பத்தப்பட்ட விஷயம், வாடிக்கை யாளருக்கு இணைப்புகள் இல்லை அல்லது அவர்கள் அவனை மிகவும் பயமுறுத்தினர். இது மிகவும் வேதனையாக இருந்தது, அவன் அதை கிட்டத்தட்ட எடுக்கவில்லை. துளையிடப்பட்ட முழங்கால்கள், உடைந்த முழங்கைகள், துண்டிக்கப்பட்ட விரல்கள், துண்டிக்கப்பட்ட நாக்கு, பால் உறுப்பு, துளையிடப் பட்ட செவிப்பறைகள், எல்லாவற்றிற்கும் மேலாக, கண் விழி களில் அமிலம். எழுபதாயிரம் யூரோக்களில் மற்ற பாதியைப் பெற, மனிதன் உயிரோடு இருக்க வேண்டியிருந்தது.

ஜூன் தொடர்கிறான்.

"என் இடத்தில் நீயே அதை செய். குறிப்பாக நீ என் இடத்தில் இருப்பதால்."

மார்ச் கண்களைச் சுருக்கி அவனைப் பார்க்கிறான். பிளேக் ஜூனின் புன்னகை அப்படி ஒன்றும் கொடூரமாக இல்லை. மாறாக வெட்கப்படுகிறான். அவனுக்கு அமியன்ஸ் பிடிக்கவில்லை. போதும் போதும்.

"எந்தப் பிழையும் இல்லை என்றால், நான் எல்லா கணக்குகளையும் மீட்டெடுக்கிறேன், எதிர்காலத்தைப் பற்றி விவாதிப்போம், பேச்சுவார்த்தை நடத்தலாம். உனக்குப் புரிகிறதா?"

மார்ச் தலையசைக்கிறான். ஜூன் அல் கபோனின் வார்த்தைகளை மீண்டும் நினைத்துப்பார்கிறான்: சாதரணமாகக் கண்ணியமாக இருப்பதைவிட ஆயுதத்துடன் கண்ணியமாக இருந்தால் நீங்கள் அதிகம் பெறலாம்.

"சரி, ஆரம்பிக்கலாம். முதல் வங்கி. முதல் கரீபியன் முதலீட்டு அறக்கட்டளை."

மார்ச் தலையசைக்கிறான். கண்களை மூடிக்கொண்டு, கவனம் செலுத்தி, ஆல்ப்ஸ் மலைகளுக்கு மேலே இரவில் பறக்கும் அரை டஜன் இளஞ்சிவப்பு ஃபிளமிங்கோக்களை நினைத்துப் பார்க்கிறான்.

"முதலில் எழுத்து? சரி. சிறிய எழுத்து? பெரிய எழுத்து. L எழுத்துக்கு முன் எழுத்தா? இல்லை.. T எழுத்துக்கு முன் எழுத்தா? சரி. L, M, N, O, P, Q, R? R, நல்லது."

பிளேக் R ஐ குறித்துக்கொள்கிறான்.

"இரண்டாவது. எழுத்தா? இல்லை. எண். ஆம். ஒன்று இரண்டு. மூன்று. நான்கு. ஐந்து. ஆறு."

தலையசைக்கிறான்.

"ஆறு. சரியா?"

தலையசைக்கிறான். பிளேக் R-க்கு பிறகு 6 என்ற எண்ணை தட்டச்சு செய்தான்.

கால் மணி நேரம் கழித்து, பிளேக் ஜூன் தனது கணக்குகள் அனைத்தையும் மீட்டெடுத்தான். அவற்றை மீண்டும் மாற்றினான். எப்போதும் அதே முறையைப் பின்பற்றி மாற்றினான். மூன்று கணக்குகளில் ஒவ்வொன்றிற்கும் ஒரு வாக்கியம், எழுதுவது எளிது. முதல் கரீபியன் முதலீட்டு அறக்கட்டளைக்கு, "ஆறு இளஞ்சிவப்பு பறவைகளைப் பாருங்கள்!" இதில் அதிக அர்த்தம் இல்லை, ஆனால் இது "R6odcr!" என்று எழுதப்படுகிறது. மற்றும் ஆறு ஃபிளமிங்கோக்களை நினைவில் கொள்ள வேண்டும். பிறகு

லாட்விஜாஸ் இன்டர்நேஷனல் வங்கி. "அவர்கள் வெனிஸிலிருந்து பாரிஸ் வரை இருண்ட வானத்தைக் கடக்கின்றனர்"; It1cndVaP. முதலியன

டார்க்நெட்டில் தனது தளத்தின் புதிய அடையாளங்காட்டிகள், கடவுச்சொற்களை அவன் கற்றுக்கொண்டான், அவனது செல் போனின் குறியீட்டையும் கூட மாற்றினான். அவன் செய்திகளின் வரலாற்றைப் படித்தான், அவனுடைய நாட்குறிப்பில் அவன் - சரி, "ஜோ" - ஒரு குறிப்பிட்ட திமோதியுடன் பல முறை இரவு உணவு சாப்பிட்டிருக்கிறான். அவளைப் பற்றி எதுவும் தெரியாது. ஆனால் ஜூன் மார்ச்சின் வாயிலிருந்து துணிக்கட்டை அகற்ற ஆர்வம் காட்டவில்லை. இந்த அறை நான்கு சுவர்கள் முதல் தரை, கூரை வரை ஒலித்தடுப்பு இருப்பதை இருவரும் அறிந்திருப்பதால், அவன் உதவிக்காகக் கத்துவான் என்று அவன் பயப்படவில்லை. ஆனால், சிறு சந்தேகத்தையும் அவன் மனதில் விதைக்க விரும்பவில்லை, எதற்கும் தயங்கவும் விரும்பவில்லை.

ஜூன் எழுவதைப் மார்ச் பார்க்கும்போது, அவனுக்கு விளக்கம் தேவையில்லை. நிச்சயமாக அவனும் அதையே செய்வான். அவன் கண்களை மூடுகிறான். அது வேகமாகச் செல்ல வேண்டும் என்று அவன் விரும்புகிறான். ஜூன் அவசரப்படாமல் அவனுக்குப் பின்னால் நடந்து சென்று, அவன் கழுத்தின் பின்பகுதியில் ப்ரோபோஃபோல் மருந்தைச் செலுத்த, மறுநொடியே அவன் மயக்கமடைந்தான். தேவையற்ற துன்பங்கள் இல்லை, பிளேக் இந்தக் கட்டத்தில் தன்னை வெறுக்கவில்லை. ஒரு நிமிடம் கழித்து, ஒரு தசை தளர்த்தி ஊசி மார்ச் இதயத்தை நிறுத்தியது. மரணமும் தூக்கமும் இரட்டை சகோதரர்கள் என்றான் ஹோமர்.

பிளேக் - இனி எந்தக் குழப்பமும் இல்லை - துணிக்கட்டை வெட்டி, சடலம் தரையில் விழுவதற்கு முன்பு அதைத் தடுத்து நிறுத்துகிறான். அவன் ஆடைகளை அவிழ்த்து, கவனமாக அவற்றை ஒழுங்குபடுத்துகிறான் - எல்லாவற்றிற்கும் மேலாக, அவன் அளவுதான் அவனும் - குளியல் தொட்டியில் உடலை வைத்து, கால்களை மேலே தூக்கி, தலையைக் கீழே வைத்து, ஷவரை ஆன் செய்து, அவன் தொண்டையை அறுத்து, அவன் இரத்தத்தை காலி செய்ய வைக்கிறான். ரேகை தடயங்களை

தடாகம் / 253

அழிக்க அவன் விரல்களை அமிலத்தினுள் விடுகிறான். பின்னர், கவனமாக, மின்சார எலும்பு அறுக்கும் ரம்பம் மூலம், கை, கால் என, தெளிவாக அடையாளம் காணக்கூடிய மனித உறுப்புகள் எதையும் விடாமல் பார்த்துக்கொண்டு, உடலை வெட்டினான். அவனுக்குக் கொஞ்சம் அனுபவம் குறைவு. பிணத்தின் முதுகில், அவன் முதுகில், அவன் இதுவரை கவனிக்காத ஒரு மச்சத்தை, ஒழுங்கற்ற ஓரங்களுடன் கவனிக்கிறான். கண்காணிக்க வேண்டும். மர்ம உறுப்பைத் துண்டித்து, அவன் உறுப்பை, அவனால் வெறுப்பின் நடுக்கத்தை அடக்க முடியவில்லை. மூன்று மணி நேரத்தில், நூறு காற்று புகாத உறைவிப்பான் பைகளை நிரப்பினான். தலை மட்டும் எஞ்சியுள்ளது.

ச்சே. துணிப்பட்டை.

பிளேக் கிட்டத்தட்ட குதிரை உதைத்ததை மறந்துவிட்டான். மார்ச்சின் நெற்றியில் உள்ள சதுரவடிவான பிளாஸ்த்ரியை உரிக்கிறான். காயம் ஏற்கனவே ஆறிக்கொண்டு வருகிறது. ஒரு ஸ்கால்பெல் மூலம், அவன் தனது சொந்த தோலை லேசாக வெட்டிக்கொள்கிறான். எதிர்கால வடு நம்பத்தகுந்ததாக இருக்கும் வரை, கிருமி நீக்கம் செய்து, தன் நெற்றியில் பிளாஸ்திரியை ஒட்டிக்கொள்கிறான். பின்னர், அவன் மார்ச்சின் தலையை ஒரு பேசினில் தயார் செய்த அமிலக் குளியலில் மூழ்கடிக்கிறான்: தோல் சிதைந்து, நைட்ரிக் நீராவியை வெளியிடுகிறது.

தற்போது இரவு மணி ஏழாகிறது. பிளேக் நாளை முடிப்பான். அவன் குளியலறையைச் சுத்தம் செய்கிறான், இரத்தத் துளிகள் அங்குமிங்கும் சிதறியிருக்கும் ஒளி புகக்கூடிய தார்பாலின்களை அகற்றுகிறான். கவனமாக மடித்து வைக்கிறான். ஒரு மிதமிஞ்சிய முன்னெச்சரிக்கை. எல்லாவற்றிற்கும் மேலாக, ஒரு நாள் அவனில் இரத்தம் இருப்பதைக் கண்டுபிடித்தால், அது அவனுடையதாக இருக்கும். தொட்டியில் பைகளை அடுக்கி வைக்கிறான். அவன் எதிர்பார்த்ததை விட அளவு குறைவு. எட்டு சூட்கேஸ்கள், நான்கு நடைகள்.

ஒரு டிஸ்போசபிள் ஃபோனில் இருந்து, அவன் ஒரு ரகசிய பெறுநருக்கு ஒரு செய்தியை அனுப்புகிறான்: “எட்டு கட்டைகள், மொத்தம் கிளிக்னன்கோர்ட்.” உடனடி பதில்: “சரி. புதன்,

மூன்று மணி." டி மைனஸ் 2, எச் மைனஸ் 2: பிரான்சிஸ் நாளை திங்கட்கிழமை மதியம் 1 மணிக்கு, 4 x 4 உடன் போர்ட் டி கிளினன்கோர்ட் நிலையத்தில் அவனை எதிர்பார்க்கிறான்..

பின்னர், பிளேக் வெளியேறி, கதவைப் பூட்டுகிறான். க்வென்டினும் மத்தில்தேயும் கொஞ்சம் வளர்ந்திருப்பதை அவன் கண்டுபிடிக்கப்போகிறான் என்பது அவனுக்குத் தெரியும். மரணத் திற்குப் பிறகு வாழ்க்கை இருக்கிறது, குறிப்பாக மற்றவர்களின் வாழ்க்கை.

~

**திங்கட்கிழமை, ஜூன் 28, 2021, இரவு 9:55**

**எலிசே மாளிகை, பாரிஸ்**

"எல்லாம் தயார், இம்மானுவேல். ஐந்து நிமிடங்கள். எங்களிடம் செய்தி சேனல்கள், பேஸ்புக் லைவ், யூடியூப் நேரலை உள்ளது. சிக்கல் ஏற்பட்டால், ஒரு நிமிட தாமத ஒலிபரப்புடன்."

ஜனாதிபதி தனது தகவல் தொடர்பு அதிகாரியைப் பார்த்து புன்னகைக்கிறார்:

"வாஷிங்டனில்?" இந்தப் பையன் எல்லோரிடமிருந்தும் நிகழ்ச்சியைத் திருடுவது இல்லை.

"அவன் எங்களுக்குப் பிறகு தாமதமாக வருவான், அவன் இன்னும் தனது பேச்சை ஒத்திகைப் பார்க்கிறான்..."

"இந்தப் பையன் தன் பேச்சுகளை ஒத்திக்கை பார்க்கிறானா?" அவன் எனக்கு எப்போதும் முன்னேற்பாடின்றி பேசுபவன். புடின்? ஜி ஜின்பிங்?

"எனக்குத் தெரியாது."

"ஜனாதிபதி?" என்றது ஒரு மனிதனின் குரல்.

மாநிலத் தலைவர் எதிர் புலனாய்வு துணை இயக்குநரிடம் திரும்புகிறான், ஒரு சிறிய வழுக்கைத் தலை மனிதன் இன்னும் தன் கைபேசியைப் பார்த்துக்கொண்டிருக்கிறான்.

“அது மெலோயிஸ்தானா?” அவன் அமெரிக்காவில் இருந்து எப்போது திரும்புவான்?

“அவன் இல்லை, மிஸ்டர் பிரசிடெண்ட்,” துணை இயக்குநர் கூறினான். Glamஇன் விமானம் மெக்குயர் தளத்தில் இருந்து புறப்பட்டது. ஆனால், என்னிடம் தகவல் உள்ளது.

“அதைச் சுருக்கமாகச் சொல், கிரிமல்.”

“பத்து நாட்களுக்கு முன்பு, ஏர்பஸ் பராமரிப்புக்குழு ஒரு வினோதத்தைக் கவனித்தது. துபாயில் மற்றொரு சைனா ஏர் லைன்ஸ் ஏர்பஸ்ஸின் மறுபரிசீலனையின் போது, மெக்கானிக் குகள் ஒரு இறக்கை பகுதியைக் கண்டுபிடித்தனர், இது சீன உள்நாட்டுப் பாதையான பெய்ஜின்-ஷென்சென்க்கு ஒதுக்கப்பட்ட விமானத்தின் அதே வரிசை எண்ணைக் கொண்டுள்ளது. ஆனால் அது முற்றிலும் சாத்தியமற்றது. விமான உற்பத்தியாளர் முதலில் திருட்டு நகலைச் சந்தேகித்தான். ஆனால், இந்த பெய்ஜின்-ஷென்சென் பாதையில், ஏப்ரல் மாதத்தில், எங்கள் செயற்கைக்கோள்கள் போக்குவரத்து முரண்பாட்டைக் கண் டறிந்தன: அறியப்படாத விமானம் ஹுயாங் இராணுவத் தளத்திற்குத் திருப்பி விடப்பட்டது. இரகசிய அறிக்கையின்படி, சீனர்களுக்கும் ஒரு விமானத்தின் உரிமை இருந்தது, எப்படிச் சொல்வது, விமான நகல்... மேலும் அவர்கள் அதை முழுவது மாகக் கழற்றி, பாகங்களை மறுசுழற்சி செய்தனர்.

“மற்றும் பயணிகள்? குழு?”

“எங்களுக்கு மேலும் எதுவும் தெரியாது.”

“அமெரிக்கர்கள் நம்மை எச்சரிக்கவில்லையா?”

“அவர்களுக்கும் எதுவும் தெரியும் என்று எந்தத் துப்பும் இல்லை.”

தகவல் தொடர்பு இயக்குநர் அணுகும்போது இருவரும் அமைதியாக இருக்கிறார்கள்.

“இம்மானுவேல்?” இருபது வினாடிகள்.

ஜனாதிபதி அமர்ந்தார், ஒப்பனை கலைஞர் அவரது நெற்றியில் ஒரு பிரதிபலிப்பைச் சரிசெய்கிறார்.

"பத்து..."

தகவல் தொடர்பு இயக்குநர் மௌனமாக கவுண்ட்டவுனை முடிக்கிறாள். ஜனாதிபதி கேமராவைப் பார்க்கிறார், டெலி ப்ராம்ப்டர் ஸ்க்ரோல் செய்கிறது.

"பிரான்ஸின் சகோதர சகோதரிகளே, என் அன்பான நாட்டு மக்களே, அமெரிக்க ஜனாதிபதியாகிய நான், இப்போது வாஷிங்டனிலும், பெர்லினில் ஜெர்மன் அதிபரும், மாஸ்கோவில் ரஷ்ய ஜனாதிபதியும், உலகெங்கிலும் உள்ள பல நாட்டுத் தலைவர்களைப் போலவே, இந்தத் தாமதமான நேரத்தில் உங்களிடம் பேசுகிறேன்.

வியாழன் அன்று ஒரு விதிவிலக்கான நிகழ்வு நடந்தது. பத்திரிகைகளிலும் சமூக வலைதளங்களிலும் பரவும் வதந்திகள் ஓரளவு உண்மையே. நடந்தது இதுதான்: கடந்த வியாழன் அன்று அமெரிக்காவின் கிழக்குக் கடற்கரை பகுதியில் வானத்தில் ஒரு விமானம் தோன்றியது..."

பிரெஞ்சு ஜனாதிபதி பேசுகிறார், - ஒரு அரிய நிகழ்வு - தனது அறிவியல் ஆலோசகரிடம் மைக்கைக் கொடுப்பதற்கு ஐந்து நிமிடங்களுக்கு முன் பேசினார்... புரிந்துகொள்ள முடியாத அளவுக்கு விசித்திரத்தன்மையைச் சேர்க்காமல் இருக்க, கணித வியலாளர் தனது பைத்தியக்கார விஞ்ஞானி தோற்றத்தை மாற்றி, தனது ஜாக்கெட்டின் ஒரு சிலந்தி படத்துடன் ஒரு மெல்லிய பழுப்பு நிற பட்டுத் மேல் துண்டும் ஊதா நிற சட்டையும் அணிந்திருந்தான். இவன் கருதுகோள்களை முன்வைக்கிறான். அதிக தெளிவிற்காக ஒரு அனிமேஷன் சேர்க்கப்பட்டுள்ளது, இறுதியாக அது நேரடியான பேச்சுகளுடன் கூடிய விரிவான விளக்கங்களுக்காக Elysée இணையதளத்திற்கு அழைத்துச் செல்கிறான்.

பிளேக்கின் வீட்டிலும், பிரான்சில் எல்லா இடங்களிலும் உள்ளது போல், மௌனம் முழுமையாக இருக்கிறது. இவன் ஒரு பைத்தியம் என்று ஃப்ளோரா கூறுகிறாள். இது சரியான பைத்தியம்.

ஜோ அமைதியாக இருக்கிறான், ஆனால் ஃப்ளோரா எந்தக் கருத்தையும் எதிர்பார்க்கவில்லை. ஜனாதிபதி தனது ஆலோசகருக்கு நன்றி தெரிவித்துவிட்டு மீண்டும் தொடர்ந்தார்.

"எனது அன்பான சக குடிமக்களே, ஆகஸ்ட் 1945இல், ஹிரோஷிமா குண்டு வெடிப்பிற்குப் பிறகு, உலகம் அணுசக்தி யுகத்திற்கும் அழிவின் அச்சத்திற்கும் தள்ளப்பட்ட பிறகு, எழுத்தாளர் ஆல்பெர் காம்யு எழுதினார்: இங்கே ஒரு புதிய வேதனை முன்மொழியப்பட்டிருக்கிறது, இது இறுதி முடிவாக இருப்பதற்கு எல்லா வாய்ப்புகளையும் கொண்டுள்ளது. இறுதி. மனிதகுலத்திற்கு அதன் கடைசி வாய்ப்பு வழங்கப்படலாம். மேலும் இது ஒரு சிறப்பு பதிப்பின் சாக்குப்போக்காக இருக்க லாம். ஆனால் அது நிச்சயமாகச் சில பிரதிபலிப்பு, அதிக அமைதியின் பொருளாக இருக்க வேண்டும். இந்த அழகான உரை நமக்கு உத்வேகம் கொடுக்க வேண்டும்.

"இதனால்தான், பிரெஞ்சு சகோதர சகோதரிகளே, கடந்த ஆண்டின் தொற்றுநோய்க்கு எதிரான இந்த நீண்ட சிறைவாச நிகழ்வைப்போல், வரவிருக்கும் நாட்கள், வாரங்கள் சிந்திக்க வேண்டிய நேரமாக மாற வேண்டும். அமைதியைக் கண்டறியும் நேரமாகவும் மாற வேண்டும். விஞ்ஞானிகள் எளிதாகச் சொல்ல விரும்புவார்கள், புரிந்துகொள்ள விரும்புவார்கள், விளக்கம் அளிக்க விரும்புவார்கள், அது அவர்களின் பணியாகும், ஆனால் ஒவ்வொருவரும் தங்களுக்குள்ளும், தங்களுக்குள்ளும் மட்டுமே பதில்களைக் கண்டுபிடிப்பார்கள்.

நன்றி. குடியரசு வாழ்க, பிரான்ஸ் வாழ்க."

"இது பைத்தியக்காரத்தனம்," ஃப்ளோரா மீண்டும் கூறுகிறாள். ஜோ, நீ இன்னொருவனாகவும் இருப்பதற்கு உன்னால் கற்பனை செய்து பார்க்க முடியுமா?

# ஓர் ஆண் ஒரு பெண்ணைப் பார்க்கிறான்

### திங்கட்கிழமை, ஜூன் 28, 2021,
### மெக்குயர் விமான தளத்தின் 2ஆம் கொட்டகை

"வன்னியரே?" ஜேமி புட்லோவ்ஸ்கி கட்டளை அறையின் கண்ணாடிக்குப் பின்னால் நிற்கும் கட்டடக் கலைஞனிடம் மீண்டும் பேசுகிறாள். அவர்களுக்குப் பின்னால், சற்று உயரத்தில், டஜன் கணக்கான கண்ணாடி கதவுடன் கூடிய இரும்பு அறைகள் வரிசையாக இருக்கின்றன. அவர்களுக்குக் கீழே சில மீட்டர்கள், கொட்டகையில் சிறிய கூட்டம், சலசலப்பு, சத்தம்.

"வன்னியரே, நிலைமை புரிகிறதா?"

"முடிந்தவரை புரிந்துகொள்கிறேன்."

"இரண்டு விமானங்களின் கேமரா படங்களுடன் வீடியோ உங்களுக்குக் காட்டப்பட்டதா?" வேறுபாட்டின் தருணத்தைப் பார்த்தீர்களா? கருதுகோள்களைக் காட்டும் என்எஸ்ஏ (NSA)ஆல் தயாரிக்கப்பட்ட குறும்பட அனிமேஷன் திரைப்படங்கள் காட்டப் பட்டதா? இந்தக் கொட்டகையில், மற்றொரு "நீ" இருப்பதைப் பற்றி உனக்குச் சொல்லப்பட்டதா? துல்லியமாகச் சொல்வ தானால் இருநூற்று நாற்பத்து இரண்டு மற்ற "இரட்டைகளுடன்."

அனைத்திற்கும் பதிலாக, ஆந்திரே வன்னியர் காவல் தடுப்பு சுவரின் மீது கைகளை வைத்து கூட்டத்தைப் பார்க்கிறான். அவன் இந்தக் கூட்டத்தில் உடனடியாக "தன்னைத் தேடுவது" போல் கற்பனை செய்தான். ஆனால், சொந்த நிழற்படத்தைத் தேடுவது வீண். தன்னை அடையாளம் கண்டு கொள்ளாமல் தன்னைப் பார்த்தேனோ என்று கூட பயப்படுகிறான்.

“என்னைப் பின்தொடர்” ஜேமி புட்லோவ்ஸ்கி கூறினாள். அவள் அவனை ஒரு ஓவல் டேபிள், நான்கு இருக்கைகள், ஒரு கேமரா, சுவரில் ஒரு திரையுடன் நிதானமாகப் பொருத்தப்பட்ட ஒரு அறைக்குள் அழைத்துச் செல்கிறாள். ஜன்னல்களின் வெளிப் படைத் தன்மை, சுவர்களின் காவி நிறமும் அடர் சிவப்பு பழுப்பு நிறமும் சிறைச்சாலையின் எந்த ஒரு அம்சத்தையும் காட்ட வில்லை. இருப்பினும் இது ஒரு பரந்த மூடிய அறை மட்டுமே. அவர்கள் அங்கு நுழையும்போது, அவள் தன் டேப்லெட்டை நிதானமாகக் கையாளுகிறாள்.

“உங்கள் கட்டடக்கலை நிறுவனமான வன்னியர் & எடெல்மேன் வாஷிங்டனில் உள்ள புதிய எஃப்பிஐ (FBI) தலைமையகத்திற்கு விண்ணப்பித்ததாக நான் படித்தேன். துர திர்ஷ்டவசமாக, நிதி பற்றாக்குறையால் திட்டம் கைவிடப்பட்டது.

“நாங்கள் ஒரு முன்மொழிவு செய்தோம், அது உண்மைதான். உனக்கு எல்லாம் தெரிகிறது.”

“ஐயோ இல்லை. எடுத்துக்காட்டாக, பிரெஞ்சு எதிர் புலனாய்வு இயக்குநரை உனக்குத் தெரியும் என்பது எங்களுக்குத் தெரியாது. இப்படி ஒரு நண்பன் இருந்தால், போட்டியில் வெற்றி கிடைத்தே இருக்காது. பிரான்ஸ் ஒரு நேச நாடுதான், ஆனால் உன்னால் எப்போதும் ஜாக்கிரதையாக இருக்க முடியாது.”

“பங்கேற்க வேண்டும் என்பதுதான் முக்கியம். வன்னியர் பெரு மூச்சு விடுகிறான். மெலோயிஸும் நானும் ஒரே உயர்நிலைப் பள்ளிக்குச் சென்றோம், நான் கட்டடக் கலைக்குச் சென்றேன், அவன் வெளி விவகாரத்துறைக்குத் சென்றான்.”

புட்லோவ்ஸ்கி தனது விரலை நகர்த்துகிறாள், திரை அறையின் பொதுவான காட்சியை வழங்குகிறது.

“நாங்கள் சட்டவிரோதமாகப் படம் எடுக்கிறோம்,” அதிகாரி மன்னிப்பு கேட்கிறாள், ஆனால், சூழ்நிலைகள் விதிவிலக்கானவை.

வன்னியர் அறையின் மையத்தில் பொருத்தப்பட்ட கேம ராவைப் பார்க்கிறான், அது ஏற்கனவே எல்லாவற்றையும் பதிவு செய்துகொண்டிருக்கிறது என்பதை புரிந்துகொள்கிறான். புட்லோவ்ஸ்கி சங்கடத்துடன் தலையசைத்து, தொடர விரும்பு கிறாள்:

"உயர் ரக கேமராக்கள், சக்திவாய்ந்த மைக்குகள். என்எஸ்ஏ (NSA) நிறுவியது... சில பணியாளர்கள் அல்லது பயணிகள் எழுந்து நிற்கலாம், சுற்றி நடக்கலாம், கேமராக்கள் துல்லிய மானவை, அவை தானாகவே அவர்களைப் பின்தொடரும்.

அவள் மறுபடியும் டேப்லெட்டை இயக்கினாள். உடனே மற்ற "ஜூன்" ஆந்திரேயின் படம் தோன்றுகிறது. டேப்லெட்டை மீண்டும் இயக்கினாள். திரை இரண்டாகப் பிரிந்தது, லூசி இரண்டாம் பாதியில் இருக்கிறாள்.

வன்னியருக்கு மயக்கம் வருகிறது. ஒன்றை அறிவதும் அதிலேயே வாழ்வதும் ஒன்று அல்ல.

லூசியும் "அவனும்" ஒரு மேஜையில் அமர்ந்து பேசிக்கொண்டு, சும்மா இருக்கிறார்கள். புட்லோவ்ஸ்கியின் கடைசி டேப்லெட் இயக்கத்தில் அவர்கள் பேசுவது கேட்கிறது. அவர்களின் உரை யாடல் திரையில் ஆங்கிலத்தில் காட்டப்படுகிறது, பேசும்போதே மொழிபெயர்க்கப்பட்டது. "அமெரிக்கன் காபியா? என்று ஆந்திரே ஜூன் கேலியாகக் கேட்கிறான். "அமெரிக்கன் என்ன செய்தான்? வசனங்கள் முட்டாள்தனமாக மொழிபெயர்க்கப்படுகின்றன. "காபி" என்பதற்கு "என்ன செய்தான்" என்று வருகிறது. அமைப்பு இன்னும் முழுமையாக உருவாக்கப்படவில்லை என்று ஆந்திரே மார்ச் உறுதியாக நினைக்கிறான்.

"நான் உன்னை ஒரு கணம் தனியாக விடுகிறேன், வன்னியர்," என்று எஃப்பிஐ (FBI) பெண் எழுந்து அவனைத் தனியே திரை யைப் பார்க்கும்படி விட்டுச் சென்றாள்.

மயக்கமடைந்து, திகைத்து, அவன் இந்த மற்ற ஆந்திரேயைப் பார்க்கிறான்: அவனது சுருக்கங்கள், நீலமணி போன்ற கண்கள், வெள்ளைத் தாடியுடன் வாடிய கன்னங்கள், அவனது கலைந்த முடி. தினமும் காலையில், ஆந்திரே ஷேவ் செய்வதற்காகக் கண்ணாடியைப் பார்ப்பான். ஆனால் அவர்கள் ஒருவரையொருவர் அடக்கிக்கொண்டனர். இங்கே, கேமரா அழியாதது, தவறுகளே இல்லாத உயர் ரகம். மரியாதை இல்லாத ஷாட்: அவன் சிந்திக்கும் ஒரு வயதான மனிதனைப் பார்க்கிறான். ஒரு தேய்ந்த, வசீகரமற்ற, சோர்வுற்ற மனிதன். அவன் சில சமயங்களில் தான் அவதாரம் எடுப்பதாக நம்பும் மாறாத இளமையின் முத்திரையை இந்த

முகத்தில் தேடுகிறான். அதைக் காணவில்லை. வயது எல்லா இடங்களிலும் சேற்றின் சுவடுகளைப் போல உள்ளது. அவன் தான் குண்டாக இருப்பதைக் காண்கிறான். அவன் டயட்டில் செல்ல வேண்டும். நிச்சயமாக, வயதாகிவிடுவது என்பது ஸ்டோன்களை நேசிப்பதும், பீட்டில்ஸை விரும்புவதும் மட்டுமேயல்ல.

இந்த மனிதனுக்கு அருகில் ஒரு தேவதை அமர்ந்திருக்கிறாள். கேமரா அவளைக் காட்டுகிறது... இது மீண்டும் மார்ச் மாத தொடக்கத்தின் லூசி, இன்னும் நீளமான கூந்தல், இன்னும் மென்மையான கண்கள் கொண்ட ஒரு லூசி. இந்த லூசி இன்னும் அவனுடையவள், அவளை அவன் பயமுறுத்தி துரத்தவில்லை. இந்த இன்னொரு ஆந்திரே லூசியின் கையைப் பிடிக்கும்போது, அவன் எந்த பொறாமையையும் உணரவில்லை, கவர்ச்சி எல்லா வற்றையும் எடுத்துக்கொள்கிறது. அவன் ஒரு முறை எழுந்து, காபி இயந்திரங்களை நோக்கி நடந்துகொண்டிருந்த ஆந்திரேயைப் பார்க்கிறான், உள்ளுணர்வாக, அவன் குனிந்து, மெதுவாக நடப்பதைக் கண்டு, அவன் தனது மார்பை நேராக்குகிறான், வலிக்கும் வரை முஷ்டியைப் இறுக்குகிறான்.

இந்த இணைக்கப்பட்ட கேபினில் அவன் இருப்பதை என்எஸ்ஏ (NSA) கவனிக்கிறது – ஆனால், அவன் அதைப் பொருட்படுத்தவில்லை – ஆந்திரே லூசியையும் இன்னொரு அவனையும் தவிர வேறு எதைப் பற்றியும் நினைக்கவில்லை. குறிப்பாக நடைமுறை கேள்விகளைப் பற்றி நினைக்கவில்லை. வன்னியர் & எடெல்மேன் ஆக முடியாது என்ற வன்னியர் & எடெல்மேன் நிறுவனத்தைப் பற்றி ஒரு கணம் கூட வன்னியர் கவலைப்படவில்லை, இப்போது இரண்டு அப்பாக்களைக் கொண்ட தனது மகள் ஜீனைப் பற்றி அவன் நினைக்க வில்லை, சந்தேகத்திற்கு இடமின்றி இரண்டு, அதிலும் நன்மை உண்டு. அவன் பகிர்ந்துகொள்ள வேண்டிய பாரிஸில் உள்ள அபார்ட்மெண்டைப் பற்றியும் டிரோமில் உள்ள அவனது வீட்டைப் பற்றியும் அவன் கவலைப்படவில்லை.

இல்லை, அவன் இன்னும் எதைப் பற்றியும் யோசிக்க வில்லை. திரையில் அவனுக்கு வழங்கப்பட்ட இந்தப் பேரழிவில் அவன் மூழ்குகிறான். அவன் அவற்றிடமிருந்து தனது கண்களை

எடுக்க விரும்புகிறான். ஆனால், அது ஒரு மயக்கமளிக்கும் சூறாவளி. இந்தச் சிறிய அறையில், ஒரு பெரிய துயரம் அவன் மார்பை அழுத்துகிறது. காற்று இல்லாமல் மூச்சு முட்டுகிறது. அவர்கள் ஒரு ஜோடி அல்ல, அதிலிருந்து வெகு தொலைவில் உள்ளனர். இது கவனமும் ஆர்வமும் உள்ள ஒரு முதியவன், தொலைதூரத்தில் இருக்கும் ஒரு இளம் பெண்ணின் முன் காதலில் நடுங்குவது போன்றது. இந்த ஆந்திரே இன்னும் முதல் தருணங்களின் ஆச்சரியத்தில் இருக்கிறான், அவன் இன்னும் லூசியின் இருப்பை விவேகமாகவும், அவளது மந்தமான தன்மையை ஒரு குறிப்பிட்ட ஞானத்தின் வெளிப்பாடாகவும் படிக்கிறான். ஆனால், ஆந்திரே மார்ச் அவளைப் பயமுறுத்துவதை ஒருபோதும் நிறுத்தவில்லை என்பதையும், அத்தகைய வயதான காகத்துடன் பறக்க ஒப்புக்கொண்ட இந்த அபிமான குயிலைப் பயமுறுத்தியதையும் புரிந்துகொண்டான். ச்சே, உண்மையான காதல் இதயத்தில் வேதனையின் முடிச்சாக இருக்க முடியாது. அவன் ஒருபோதும் அமைதியாக இருக்கவில்லை, நிச்சயமாக, இந்தக் கவலை அவர்களின் தோல்வியைக் கொண்டிருந்தது.

கொட்டகையில் உள்ள ஆந்திரே திரும்பி வருகிறான், அவன் இரண்டு காபிகளைக் கைகளில் வைத்திருக்கிறான். புன்னகைக் கிறான். அது ஒரு பரிதாபமான புன்னகை, ஆனால் லூசி தனது புத்தகத்திலிருந்து கண்களை எடுக்கவில்லை. திரையின் முன், மற்ற ஆந்திரே இந்தப் பற்றின்மையை நன்கு உணர்ந்துகொள் கிறான், இது அவள் வழியிலேயே சொல்வது. ஆனால் அவனைப் பார், அடடா, அந்த மோசமான கேரியின் புத்தகத்தை விட்டுவிட்டு, இந்த உயரமான, ஓரளவு பழமையான பையனை நோக்கி உன் அழகான கண்களைத் திருப்பு. அவனிடம் கொஞ்சம் மென்மையான கவனத்தைச் செலுத்து. இல்லை இல்லை, ஒன்றுமில்லை. தொலைதூரத்தில் இருந்து தங்கள் அழிவைத் தாங்களே காண்பதும், சுயபச்சாதாபம் கண்டு வருந்தாமல் இருப்பதும் யாருக்குமே கிடைக்காத வாய்ப்பு.

அவன் உதடுகளில் ஒரு வேதனையான சிரிப்பு வருகிறது. அடிப்படையில், நேற்றைய இந்த ஆந்திரே, அவன் மீது பரிதாபப்படுகிறான். அவன் இன்னும் எவ்வளவு அவமானத்தையும் விரக்தியையும் சகித்துக்கொள்ள வேண்டும் என்பதை அவன்

அறிவான். வயதுக்கும் இதற்கும் எந்தச் சம்பந்தமும் இல்லாமல் இல்லை. நம்மை மிகவும் குறைவாக நேசிக்கும் ஒரு உயிரினத்தை நாம் வெறுமனே நேசிக்கக் கூடாது. அது ஏன் மிகவும் சிக்கலாக இருக்கிறது?

இந்தத் திரையின் முன் அமர்ந்து, ஆந்திரே மார்ச் லூசியிட மிருந்து விலகிச் செல்கிறான், ஒரு மரத்திலிருந்து தன்னைப் பிரித்துக்கொள்ளும் காய்ந்த இலையைப் போல அல்லது ஒரு மரம் காய்ந்த இலையைக் கைவிடுவது போல. கொடூரமாகக் கவனிக்கும் இந்த பத்து நிமிடங்கள் பல மாதங்கள் வலிமிகுந்த துக்கத்திற்கு இணையானது. மேடையில், இன்னும் அவளை நேசிப்பதற்காகத் தன்னைத்தானே வெறுக்கும் ஆந்திரே அவளைக் சற்றுக் குறைவாகவே நேசிப்பதில் மகிழ்ச்சி அடைகிறான்.

கூட்டத்தில் ஒரு சலசலப்பு. பல அலுவலர்கள் சாதாரண உடையில் கொட்டகையில் நுழைந்தனர், ஒவ்வொருவரும் அவர் களைச் சூழ்ந்துகொண்டு கேள்விகளால் துளைத்தனர். அவர்களில் ஒருவன் வன்னியனை அணுகி, ஒரு குறிப்பை அவனிடம் கொடுத்தான். வன்னியர் புரியாமல் அவனைப் பார்த்தான். அவனைப் பார்த்து புன்னகைத்த லூசியின் கையை அழுத்து கிறான். பின்னர் அலுவலகத்திலிருந்து வந்த அந்த நபரைப் பின்தொடர்வதற்கு சம்மதிக்கிறான்.

கண்ணாடி அறையில் இருந்து, ஏமாற்றமடைந்த ஆந்திரே சோர்வடைந்த ஆந்திரே விலகிச் செல்வதைக் கவனிக்கிறான். பின்னர், மேசையின் முனையில், ஒரு மெல்லிய, குட்டையான, கருமையான வசீகரம் இல்லாமல் இருக்கும் நாற்பது வயது மனிதனைப் பார்க்கிறான். அவன் இறுக்கமான கையெழுத்தில் ஒரு சிறிய கறுப்பு நோட்புக்கில் சிறு குறிப்பு எழுதுகிறான். அவ்வப்போது லூசியைக் கவனிக்கிறான். ஆந்திரே மார்ச் அவன் பார்வையில் இருந்த குறிப்பிட்ட திகைப்பை உடனடியாக அடையாளம் காண்கிறான். இதற்கு ஈர்ப்பினால் ஏற்படும் சம நிலையின்மையைத் தவிர வேறு எந்தக் காரணமும் இல்லை. அப்பாவித்தனத்தில் நெய்யும் வலையில் மீண்டும் ஒரு பட்டாம் பூச்சி போல் லூசி சிக்கிக்கொண்டாள். ஆந்திரே திடீரென்று அவனை அடையாளம் கண்டு ஆச்சரியப்படுகிறான்: விக்டர்

மீயெசெல். ஆனால் இவன் இறந்திருக்க வேண்டுமே! அப்படி யானால் அவன் அந்த விமானத்தில் இருந்தானா?

அவன் ஏற்கனவே என்ன எழுதியிருக்கிறான்? நம்பிக்கை என்பது மகிழ்ச்சியின் தரையிறக்கம். அதன் நிறைவேற்றம் துரதிர்ஷ்டத்தின் முன்னோடி அல்லது அது போன்ற ஒன்று. எனவே விக்டர் மீயெசெல் இந்தத் தரையிறக்கத்தில் தன்னைக் காண்கிறான், லூசியின் கவனத்தை ஈர்க்கும் நம்பிக்கையில். ஒருவேளை லூசியை நினைத்துக் கொண்டிருக்கும் போதே அந்த ஃபார்முலா அவனுக்கு வந்ததோ? இவன் எழுந்து, காபி இயந்திரத்திற்குச் செல்கிறான், அவர்கள் அனைவரும் ஏன் இந்த அட்டூழியமான கலவையை மிகவும் விரும்புகிறார்கள்? லூசி, அவனை நிமிர்ந்து பார்த்துவிடாமல் விலகிச் செல்கிறான். ஆந்திரே தன்னைக் குழப்பத்திலிருந்து விடுவித்ததற்காகத் தன்னைக் குற்றம் சாட்டுகிறான். ஆனால் இந்த கோபம் விரிவடையும் இடைவெளியை வெளிப்படுத்துகிறது.

"வன்னியரே?"

ஆந்திரே குதித்து, திரும்புகிறான். ஜேமி புட்லோவ்ஸ்கி கதவில் சாய்ந்துள்ளாள். அவள் எவ்வளவு நேரமாக அவனைப் பார்த்துக்கொண்டிருக்கிறாள்? அவளுக்கு அருகில் ஓர் உயர மானவன் நிற்கிறான், அவனுக்கு வயது ஐம்பதிருக்கும். மிகவும் உயரமான உடலால், பலவகைகளில் பாதிக்கப்பட்டிருந்தான். அவன் நெருங்கி, தூரத்திலிருந்து அவளிடம் கையை நீட்டினான்:

- ஜாக் லீவின், தூதரகத்தின் வணிக இணைப்பு அலுவலர்.

குரலில் வெறுமை. சைகையில் தயக்கம். அந்த மனிதன் பயத்தை வெளிப்படுத்துகிறதைப் பார்த்து ஆந்திரே புன்னகைக் கிறான்: லீவின் தனது விரல்களால் சிலுவை போட்டுக்கொள்ளலாம் அல்லது ஒரு ஜெப மாலையை அணியலாம். அவன் வருவதைக் கட்டடக் கலைஞன் புரிந்துகொள்கிறான். விமானத்தில் ஆந்திரே யிடம்தான் அவன் பேசினான், இந்த இரண்டாவது ஆந்திரே அவனுக்கு ஒரு சாத்தானைப் போன்றவன்.

"கதை புரிகிறதா இல்லையா வணிக இணைப்பு அலுவலரே?"
"உன் கருத்துப்படி, நான் அசலா அல்லது பிரதியா?"

“நான்… வந்து, ஒரு பிரெஞ்சு இராணுவ விமானம் மெக்குயர் விமான தளத்தில் ஒரு சில நிமிடங்களில் தரையிறங்கும், பிரான்ஸ் சுமார் இருபது… அதிகாரிகளை அனுப்புகிறது, எதிர் உளவுத்துறையிலிருந்து திரு. மெலோயிஸ் நேரில் வருகிறான். பின்னர், அனைத்து பிரெஞ்சுக்காரர்களும் அவனுடன் வெளியேற வேண்டும். உன்னை முன்கூட்டியே வாழ்த்தச் சொல்லி என்னிடம் கூறினான்.”

“எனக்கும் என் பிரதிக்கும் வணக்கம் சொல்ல வேண்டுமா?”

“நீ தயாரா, வன்னியரே?” விளையாட்டால் மகிழ்வடையாத புட்லோவ்ஸ்கி குறுக்கிடுகிறாள். உன் “இரட்டை”யுடன் சந்திப்பை நாங்கள் ஏற்பாடு செய்யலாம்.

“நீ எங்களை விட்டுவிடு என்று நான் வலியுறுத்துகிறேன். எனக்கும் என் பிரதிக்கும் இடையே நடப்பது ஒரு தனிப்பட்ட உரையாடல்தான்…”

“உன்… இன்னொருத்தனும் அதையேதான் என்னிடம் கேட்டான். ஆனால் எதிர்கொண்ட முதல் பிரெஞ்சுக்காரன் நீ தான், மேலும் உங்கள் இருவருடனும் எப்போதும் இருக்குமாறு வெளியுறவு அமைச்சகம் எனக்குக் கட்டளையிட்டிருக்கிறது, என லீவின் வருந்துகிறான். நான் அறிக்கை சமர்ப்பிக்க வேண்டும்…”

“எங்கள் இருவரின் தொடர்புகள் குறித்த அறிக்கை, ஒரு வகையில்?” சிரிக்கிறான் வன்னியர்.

கட்டடக் கலைஞர் கேமராக்களைக் காட்டுகிறான். எஃப்பிஐ (FBI) பெண் ஒரு சிறு சைகை செய்கிறாள், உடனடியாக, பச்சை விளக்குகள் அணைக்கப்படுகின்றன. குறைந்தபட்சம் விளக்குகள் அணைக்கப்பட்டுள்ளன, என்று அவன் நினைக்கிறான். துணைத் தூதரகத்திலிருந்து ஒருவன் இடதுபுறமாக யாரையோ வெறித்துப் பார்ப்பதை அவன் பார்க்கிறான்: கண்ணாடிச் சுவருக்குப் பின்னால் மற்றொரு ஆந்திரே நிற்கிறான். ஒரு திசைதிருப்பப்பட்ட ஆந்திரே, திடீர் அசைவுடன், கதவைத் திறந்து உள்ளே நுழைகிறான்.

அவர்கள் ஒரு வார்த்தையும் பரிமாறிக்கொள்ளாமல் நீண்ட நேரம் நேருக்கு நேர் நின்றுகொண்டு ஒருவரையொருவர் பார்ப்பதைத் தவிர்க்கின்றனர். இது மிகவும் கவலையளிக்கிறது:

எந்த ஆந்திரேயும் கண்ணாடியின் ஆந்திரே போல் இல்லை. தலைகீழாக மாற்றப்பட்ட அம்சங்கள் மற்ற ஆந்திரேவை அந்நியனாகவும் விரோதியாகவும் காட்டுகின்றன. ஒருவன் பேச முயல்கிறான். ஆனால், மற்றொருவனின் சைகை அந்த நேரத்தைத் தாமதப்படுத்துகிறது. ஆந்திரே மார்ச் சங்கடத்துடன் நிற்கும் லீவினையும் புட்லோவ்ஸ்கியையும் பார்க்கிறான். புட்லோவ்ஸ்கி தலையசைக்கிறாள். லீவின் தெளிவான நிம்மதியுடன் அறையை விட்டு வெளியேறுகிறான். கதவு மூடப்பட்டது, அவர்கள் ஒருவரை யொருவர் கவனித்தனர். அணியும் ஆடைகளின் தனித்தன்மை ஒருபோதும் ஆந்திரேயின் முக்கிய அம்சமாக இருந்ததில்லை: அவர்கள் ஒரே ஜீன்ஸ் அணிந்திருப்பார்கள், ஒருவன் மிகவும் பழையதை அணிவான். அதே சாம்பல் நிற டி.ஷர்ட்., நீண்ட விமானப் பயணங்களின்போது, அதே உறுதியான கறுப்பு நடைப் பயிற்சி ஷூக்கள் எனப் பழக்கமான, உறுதியளிக்கும் உடைகள். ஆ, இல்லை, இல்லை. ஒன்று போல் இல்லை என்று ஆந்திரே ஜூன் குறிப்பிடுகிறான். இரண்டு ஆந்திரேக்களும் இன்னும் அமைதியாகவே இருக்கிறார்கள். ஆனால் அவர்களால் நீண்ட காலம் திருப்தியாக இருக்க முடியாது. பசியென்று உணவு கேட்க கூச்சப்படுகிறவர்கள் பட்டினியால்தான் சாவார்கள் என்கிறது இந்தியப் பழமொழி.

“புதிய காலணிகள்?”

“பதினைந்து நாட்களுக்கு முன்பு.”

இரண்டு பேரின் குரலிலும் ஆச்சரியம் இருக்கிறது. ஒவ்வொரு ஆந்திரேவும் நினைத்ததைவிட தீவிரமான, குறைவான, மென்மை யான குரல். அவன் எப்போதும் தன்னை “உள்ளிருந்து” கேட் டிருக்கிறான். மாநாடுகளிலும், நேர்காணல்களிலும், அவன் தனது வேகத்தைக் குறைத்துக்கொள்கிறான். உச்சரிப்பைக் கவனித்துக் கொள்கிறான், தன் குரலைக் கீழ்த்தொனியில் வைக்கிறான். அவன் தனது உண்மையான குரலைக் கண்டுபிடித்தான்.

“ஜேன்?” ஆந்திரே ஜூன் மற்றொரு இடைவெளிக்குப் பின் கேட்கிறான்.

“அவள் நன்றாக இருக்கிறாள். நிச்சயமாக, அவளுக்கு இன்னும் தெரியாது.”

“லூசி? லூசியாவும் நானும்?”

“நாங்கள் பிரிந்துவிட்டோம்.”

பின்னர் ஆந்திரே மார்ச் தன்னைத் திருத்திக்கொள்கிறான்: நீங்கள் எப்போதும் உங்களுக்குள் பொய் சொல்லலாம், ஆனால் நீ உன்னிடம் பொய் சொல்வதில் என்ன பயன்? அவன் மீண்டும் தொடர்ந்தான்:

“அவள் என்னை விட்டுவிட்டாள். அவள் பக்கம் மிகக் குறைந்த ஆசை, எனக்கோ பல ஏமாற்றங்கள். அதிக எதிர்பார்ப்புகளும், சந்தேகமே இல்லாமல். அதிக பொறுமையின்மையும் கூட. நீ சந்தேகித்தாய் அல்லவா?”

“முன்னெச்சரிக்கையுடன் இருப்பவன் இருவருக்குச் சமம்.”

ஒரு கணம், ஒரே ஒரு கணம்தான், ஆந்திரே மார்ச்சுக்கு ஒரு யோசனை தோன்றுகிறது, நேற்றைய இந்த லூசியை, இன்னும் அவனை நிராகரிக்காத இந்த மார்ச் லூசியை மீண்டும் வெல்ல முயற்சிக்க வேண்டும் என்று. ஆனால், அவன் முகம் சுளிக் கிறான், அது ஏற்கனவே ஒரு புன்னகை. அவன் இளமையாக இல்லாதபோது இந்தப் பெண்ணைப் பிரியப்படுத்த முடிந்தது, அவளைப் பின்தொடர்ந்த அனைவரையும்விட குறைந்த அழகானவன். அவனுடைய பலம் என்ன என்பதை ஒருபோதும் அறிந்திருக்க மாட்டான். தன்னுடன் போட்டியிடுவது புதுமையாக இருக்கும். பின்னர்... ஒரு ஆந்திரே முப்பது வயது வித்தியாசம், இரண்டு ஆந்திரேக்கள் ஒரு முதியோர் இல்லம். அவளால் தப்பி ஓடத்தான் முடியும், அது மிகவும் வெளிப்படையானது. ஆந்திரே ஜூனுக்கு, அவன் நல்வாழ்த்துகளைச் சொல்லலாம். அவன் மேலும் கூறுகிறான்:

“என்னிடமும் ஒரே ஒரு அறிவுரை மட்டுமே உள்ளது: மென்மையாகவும், கவனமாகவும் இரு. ஆனால், அதே நேரத்தில் கொஞ்சம் அலட்சியமாக விளையாடு. மேலும் அவளை அதிகம் விரும்பாதே. நீ ஏற்கனவே புரிந்துகொண்டாய். ஆனால் இன்னும் ஏற்றுக்கொள்ளவில்லை. எனக்கு நினைவிருக்கிறது.

நாம் ஒருவருக்கொருவர் பயிற்சியளிப்பதற்கான வாய்ப்பு மிகவும் அரிதாகவே உள்ளது.

ஆந்திரே ஜூன் இலகுவாக இருக்க விரும்புகிறான், ஆனால், வயிற்றில் புளியைக் கரைப்பதுபோல் உணர்கிறான். ஒரு மணி நேரத்தில் அவன் லூசியைக் கண்டுபிடிப்பான், அவர்களின் விதி ஏற்கனவே முடிவு செய்யப்பட்டிருக்கலாம் என்று அவளிடம் எப்படிச் சொல்ல முடியும்? அல்லது அவளிடம் எப்படி மறைப்பது?

"அலுவலகம்?" இந்த விஷயத்தில் சங்கடமான ஆந்திரே ஜூன் கேட்கிறான்.

"சூர்யாயா கோபுரத்தில் ஒரு சிமெண்ட் கலவை பற்றிய பிரச்சினை. அது சரிசெய்யப்பட்டுவிட்டது. பின்னர், சில மாதங்களுக்கு முன்பு, நினைவிருக்கிறதா? நான் எனது ஓய்வு காலத்தைக்கூட பகுதி நேரமாக எடுக்க நினைத்தேன். நான் கொஞ்சம் சோர்வாக இருக்கிறேன், உனக்குத் தெரியும்."

ஆந்திரே மார்ச், கண்ணாடியின் பின்னால் உள்ள வணிக அலுவலருக்கு ஒரு சைகை செய்கிறான். அவன் உலோகத் தரை தளத்தை வெறித்துப் பார்ப்பதுபோல் நடிக்கிறான், ஆனால் உடனடியாக சைகையைப் பார்த்து உள்ளே நுழைகிறான்.

"ஐயா, பிரான்ஸ் இரண்டாவது அடையாளத்தை வழங்க முடியும் என்று என்னிடம் சொன்னீர்களா?"

"ஆம். உங்களில் யாருக்கு புதிய அடையாளம் கொடுப்பது?"

"எனக்கு." ஜூனிடம் பேசுவதற்கு முன் ஆந்திரே மார்ச் தொடர்கிறான்: "நீதான் அலுவலகத்திற்குத் திரும்புவாய். இது நல்லது. நாங்கள் ஒன்றாக இருந்த மூன்று மாதங்கள் என் வாழ்க்கையை அங்கேயே கழித்தேன். அவளுக்காகக் காத்திருந்து நேரத்தைச் செலவழிப்பது என்னைப் பைத்தியமாக்கியிருக்கும். ஏனெனில் - நீ விரைவில் புரிந்துகொள்வாய் - லூசி நிறைய வேலை செய்கிறாள். உனக்கு ஏதாவது தொழில் வேண்டும். கட்டுமானத் தளங்களில் சமீபத்திய முன்னேற்றம் குறித்து உனக்குத் தெரிவிக்கிறேன். நான் டிரோமிற்குச் செல்வேன். நான் அங்கே நன்றாக இருக்கிறேன். உண்மையில்..."

மார்ச் முகம் சுளித்தபடி வணிக அலுவலரை நோக்கித் திரும்புகிறான்.

“யதார்த்தமாகப் பார்ப்போம்: நடைமுறை பரிசீலனைகள் பற்றிய கேள்விகளுக்கு அரசாங்கம் எவ்வாறு பதிலளிக்கிறது? ஏறக்குறைய எழுபது பிரெஞ்சு மக்கள் கவலைப்படுகிறார்கள், என்று என்னிடம் கூறப்பட்டது. அவர்கள் தங்கள் குடியிருப்பைப் பகிர்ந்துகொள்ளப் போவதில்லை, அவர்களின் சேமிப்பில் பாதியை இழக்கப்போவதில்லை. ஒரு இயற்கை பேரழிவு இருந்ததாக நாம் கருதலாம். காப்பீட்டைப் பயன்படுத்தவா? மெய்நிகர் பேரழிவு என்ற கருத்து நூல்களில் நுழையலாம். நான் ஓய்வு பெற முடிவு செய்தால், என்ன நடக்கும்? நான் என்னுடைய… “மற்றவனின்” ஓய்வூதியத்தையும் எடுத்துக்கொள்வேனா? கூடுதல் ஓய்வூதிய முறைகளின் தாராள மனப்பான்மையைக் கருத்தில் கொண்டு, நான் செலுத்திய பங்களிப்புகளை அவை நகலெடுக்குமா என்று நான் சந்தேகிக்கிறேன்! அரசு உத்தரவாவது வேண்டும்.”

தூதரகத்திலிருந்து வந்தவனுக்கு அது அதிகமாகத் தெரிகிறது. அவன் தனது செல்போனைப் பார்க்கிறான்.

“மொலோயிஸ் ஒரு நிமிடத்தில் வருவான் என்று எனக்குச் சொல்லப்பட்டது.”

“அவன் விரும்பும் பிரச்சினை இது,” ஆந்திரே ஜூன் சிரிக்கிறான்.

“அப்படியே இன்னொன்று, நான் விற்கத் தயங்கிய பழைய மாண்ட்ஜோக்ஸ் போஸ்ட் ஹவுஸ், இன்னும் விற்பனைக்கு உள்ளது” என்று ஆந்திரே மார்ச் கூறினான். “மெய்நிகர் பேரழிவு” பற்றிய இந்த யோசனையை நாம் கடந்து சென்றாலும் இல்லா விட்டாலும் நான் அதை வாங்கப் போகிறேன். எங்கள் இரு வீடுகளும் பத்து கிலோமீட்டர் தொலைவில் இருக்கும். விடு முறையில் வந்த நண்பர்கள் எங்கள் இருவரிடமும் பிரிந்து தங்குவார்கள். யார் நல்லவன் என்று பார்ப்போம்.

# சோபியாக்களின் உலகம்

**திங்கட்கிழமை, ஜூன் 28, 2021,**

**க்ளைட் டோல்சன் ரிசார்ட், எ:ப்பிஜ (FBI) அனெக்ஸ், நியூயார்க்**

நீல நிறக் கண்களும் பொன்னிற முடியுடனும், ஒல்லியாகவும் உயரமாகவும் இருக்கும் ஒரு மனிதன். எஃப்பிஜ (FBI) படிப்பை முடித்து விட்டு வெளியே வந்த ஒரு பயிற்சி யாளன். மேசையின் முன் அமர்ந்திருக்கும் ஒரு கறுப்பின மனிதனின் முன் ஒரு கொடிமரத்தைப் போல் விறைப்பாக நிற்கிறான். அமர்திருப்பவனுக்குக்கு வயது நாற்பத்தைந்து, தடகள வீரன், வழுக்கைத்தலை. அந்த ஸ்பெஷல் ஏஜென்ட் வாக்கர், ஜொனாதன் வெய்னை ஏறிட்டுக்கூடப் பார்க்கவில்லை.

"பயிற்சியாளன் வெய்ன். உன் பயிற்சி எப்படி நடக்கிறது? எனக்குப் பதில் சொல்லத் தேவையில்லை. நீ அலாஸ்காவைச் சேர்ந்தவன் என்று உன் கோப்பு கூறுகிறது."

"நான் ஸ்பெஷல் ஏஜென்ட் வாக்கர், ஜூனோவைச் சேர்ந்தவன். பசிபிக் சமுத்திரத்தின் ஓரத்தில் இருக்கும் ஒரு சிறிய நகரம்..."

"குவாண்டிகோவிலிருந்து வந்தவனா."

"ஆம், சிறப்பு அதிகாரி வாக்கர்."

"என்னை சிறப்பு அதிகாரி வாக்கர் என்று அழைப்பதை நிறுத்து. என்னை ஜூலியஸ் என்று அழைக்கலாம்..."

"சரி, ஜூலியஸ்."

"இல்லை, கடைசியில், என்னை சிறப்பு அதிகாரி வாக்கர் என்று அழைக்கவும்."

"சரி, சிறப்பு அதிகாரி..."

"நீயும் உன் தந்தையும் கிரிஸ்லி கரடிகளை வேட்டையாடிய தாக நான் படித்தேன். காட்டு விலங்குகளுடன் உனக்கு அனுபவம் உண்டு. நீ எப்போதாவது களத்தில் இருந்திருக்கிறாயா?"

"இல்லை, ஸ்பெஷல் ஏஜென்ட் வாக்கர்."

ஜூலியஸ் வாக்கர் கவலையுடன் கைகளில் வைத்திருந்த கோப்புறையை கீழே வைக்கிறான். அவன் மூத்த அதிகாரி குளோரியா லோபஸ் பக்கம் திரும்புகிறான். அவனுக்கு அருகில் நிற்கிறாள். அவள் கையில் ஒரு கோப்பை காபி.

"குளோரியா," வாக்கர் பெருமூச்சு விடுகிறார், "அவனுக்கு இந்தப் பணியை வழங்குவது விவேகமற்றது."

"ஜூலியஸ், இந்தத் துறையில் அவனது திறமையைச் சோதிக்க இது ஒரு வாய்ப்பு. அன்னா ஸ்டெய்ன்பெக் அவனுடன் ஒரு கூட்டாளராக இருப்பாள். அவள் ஏற்கனவே ஒரு மாதம் வேலை செய்திருக்கிறாள். அவள் முழு திருப்தியைக் கொடுத்தாள்."

"இரண்டு பயிற்சியாளர்கள் ஒன்றாக?" பணியின் ஆபத்து நான்காவது நிலையில் இருக்கும்போது?"

"நமக்கு வேலை அதிகமாக இருக்கிறது."

சிறப்பு அதிகாரி ஜூலியஸ் வாக்கர் மீண்டும் பயிற்சியாளனிடம் வந்து, ஒரு கறுப்பு கோப்புறையை அவனிடம் கொடுக்கிறான்.

"பயிற்சியாளன் வெய்ன், இந்த மிருகத்தை பிடிப்பதே உனது வேலை, அதை காயப்படுத்தாமல்..."

உயரமான, பொன்னிற முடியுடையவன் கோப்பைத் திறந்து விரிந்த கண்களுடன் ஆச்சரியத்துடன் பார்க்கிறான்.

"ஆனால்... அது தவளையா?"

"இது ஒரு தேரை. அதன் பெயர் பெட்டி, எல்லோரையும் போல. அதையும் மீண்டும் அதன் தொட்டிக்குக் கொண்டு வர வேண்டும்."

"நான்."

"நீ இப்போதே சென்றிருக்க வேண்டும்," வெய்ன்.

"கடைசியாக ஒன்று," குளோரியா லோபஸ் கூறுகிறாள். தவளைக்கு அச்சுறுத்தல் இருந்தால், அதற்காக இறப்பது உன் கடமை.

~

இரண்டு மணி நேரம் கழித்து, பயிற்சி அதிகாரிகள் வெய்னும் ஸ்டெய்ன்பெக்கும் தங்கள் பணியை முடித்தனர், பெட்டி அங்கே இருக்கிறது. பயணத்தின் போது, ஒரு திடீர் பிரேக்கின் போது தொட்டி திறந்ததைப் பயன்படுத்திக்கொண்டு தவளை தப்பித்தது. அது ஓட்டுநர் இருக்கைக்கு அடியில் இருக்கும் மிகவும் அணுக முடியாத இடத்தில் தஞ்சம் புகுந்தது. அன்னா ஸ்டெய்ன்பெக், சிரிப்புடன் அவசர நிறுத்தத்தில் நிற்க வேண்டியிருந்தது. நம்பமுடியாத எண்ணிக்கையிலான கெட்ட வார்த்தைகளை செலவழித்து, தனது விரல்களுக்கு இடையில் நசுக்காமல், தவளையை மீட்க வெய்ன் பின்புறமாக வளைந்தான்.

அறிவாற்றல் அறிவியல் நிபுணர்கள் ஒரு அறையில் மென்மை யாகவும், வசதியாகவும், வண்ணமயமாகவும் ஒரு இடத்தை அமைத்துள்ளனர், அங்கு நகல் குழந்தைகள் ஒன்றாக விளை யாடுகிறார்கள். ஒரு "விளையாட்டைச் சுற்றி" சந்திக்கிறார்கள்.

சோபியா மார்ச்சும் சோபியா ஜூனும் தரையில் படுத்துக் கொண்டு விளையாடுகிறார்கள். அவர்களின் வயதில், அவர்கள் புதுமைக்குப் பயப்படவில்லை என்று அறிவாற்றல் விஞ்ஞானிகள் மதிப்பிடுகின்றனர். "மற்றவர்" இன்னும் எதிரி அல்ல. அவர் களுக்கு இடையே, பெட்டி இனி ஒரு தவளை அல்ல. மிகவும் பொருத்தமாக சத்தம் போடும் ஒரு ஐந்து. மேலும், அதன் தொட்டியில் உள்ள ஈபிள் கோபுரத்தில் இப்போது சிறந்த மைக்ரோஃபோன் உள்ளது. இந்தச் சிற்றுண்டி நேரத்தில், இரு வரும் ஒருவருக்கொருவர் பார்த்துத் தெரிந்துகொள்ளாதபடி மேஜையில் அமர்ந்து, சாக்லேட் கலந்த கேக்கை சாப்பிடு கிறார்கள். ஆரஞ்சு பழச்சாறு குடிக்கிறார்கள். இரட்டை

குழந்தைகளைப் போல் இருக்கும் சிறுமிகளைக் கவனிக்காதது போல் பாசாங்கு செய்கிறார்கள். அவர்கள் எல்லாவற்றையும் எதிர்கொள்கிறார்கள்: நினைவுகள், சுவைகள், நடந்தவைகள். நார்மாவின் பிறந்த நாள் உனக்கு நினைவிருக்கிறதா? உனக்குப் பிடித்த ஐஸ்கிரீமின் சுவை என்ன? பச்சைத் தவளையைப்பற்றி என்ன தெரியும்?

இயல்புநிலையில் மற்றவரைப் பிடிப்பதில் இருவரும் முதலில் வெற்றி பெறவில்லை. ஆனால் மிக விரைவாக, கடந்த சில மாதங்களில் நடந்தவை தனக்கு மட்டுமே தெரியும் என்பதை சோபியா மார்ச் புரிந்துகொள்கிறாள். அவள் பலவீனமான புள்ளியைக் கண்டுபிடித்து வெற்றி பெறுகிறாள். ஆ, என் பிறந்தநாளில் லியாம் சொன்னது உனக்கு நினைவில்லையா! அல்லது அம்மா கொடுத்ததாவது நினைவிருக்கிறாதா என்ன?

அவள் பெரு மகிழ்ச்சியடைகிறாள். சோபியா ஜூன் உடைந்து போகிறாள். அவள் திடீரென்று ஒரு பதிலைக் கண்டுபிடித்து, மெதுவான ஆனால் எதிர்க்கும் குரலில் தொடங்குகிறாள்:

“அப்பா யாரிடமும் எதுவும் சொல்லக் கூடாது என்று உன்னிடமும் சத்தியம் வாங்கினாரே. குறிப்பாக அம்மாவிடம் கூடாது என்று?”

சோபியா ஜூன் இன்னும் சில வார்த்தைகளை மார்ச் காதில் கிசுகிசுக்கிறாள்.

இரண்டு குழந்தை மனநல மருத்துவர்களும் இந்தத் தருணத்திற்காகதான் காத்திருந்தனர், அவர்கள் உறைந்து, சிறுமிகளைக் கவனிப்பதைத் தவிர்க்கிறார்கள். அவர்களின் டேப்லெட்டுகளில், அரிதாகவே கேட்கக்கூடிய வாக்கியம் உடனடியாக மொழி பெயர்க்கப்பட்டு வசனங்களில் காட்டப்பட்டது. வார்த்தைகள் குழந்தைகளின் வார்த்தைகளாக இருந்ததால், அவற்றின் விளக்கத்தில் குழப்பம் இல்லை.

சோபியா மார்ச் தலையை அசைக்கிறாள், எழுகிறாள், கத்துகிறாள்.

“அதைப் பற்றி பேச உனக்கு உரிமை இல்லை!”

“என்னால் முடிந்தால்.”

“அது உண்மை இல்லை, அது உண்மை இல்லை!”

“என்ன ஆச்சு, சோபியா? எது உண்மையில்லை? ஒரு மென்மை யான, இயற்கையான தொனியில் மனநல மருத்துவர்களில் ஒருத்தி கேட்டாள். அவர்களின் முதல் பெயரைக் கேட்டு, இரண்டு சிறுமிகளும் ஒரே நேரத்தில் அவளிடம் திரும்பினர்.

சோபியா மார்ச் கோப்பைகளைக் கவிழ்த்து, கோபத்துடன், மற்ற சோபியாவை நோக்கி கத்துகிறாள்:

“வாயை மூடு! வாயை மூடு! அப்பா எதுவும் சொல்லக் கூடாது என்றார். அது ஒரு ரகசியம்.”

மற்றவள் வாயை மூடி, பயந்தபடி, கண்களைத் தாழ்த்துகிறாள். ஆட்டம் முடிந்தது. பெட்டி கத்தவில்லை.

“வா வாக்கிங் போகலாம்” என்று மனநல மருத்துவர்களில் ஒருத்தி சோபியா ஜூனின் கையைப் பிடித்தாள். உங்கள் அம்மா நம்முடன் வர விரும்புகிறாளா என்று பார்ப்போம்.

~

பாரிஸைப் பற்றியதுதான் அந்த ரகசியம். சோபியாவுக்கு அது பிடிக்கவில்லை.

முதலில் அவள் பெட்டியைப் பற்றி கவலைப்பட்டாள், வீட்டில் தனியாக விடப்பட்டு, ஒரு சில புழுக்கள் பத்து நாட்கள் நீடிக்கும்படி அதன் நிலப்பரப்பில் இருந்தன. பின்னர், லியாம் சேன் நதியில், படகு சவாரி செய்ய விரும்பியபோது, அவனது தந்தை அவளை ஹோட்டலில் தன்னுடன் வைத்திருக்க விரும் பினான், ஏனெனில் அவள் நிச்சயமாக “மனம் உடைந்து போவாள்.” மேலும் அவனது தாயார் லியாமை ஈபிள் கோபுரத்தின் முதல் தளத்திற்கு அழைத்துச் சென்றபோது, அவள் “சோர்வாக” இருந்ததால் அவர்களுடன் அழைத்துச் செல்ல வேண்டாம் என்று தடை விதித்தான், எப்படியிருந்தாலும், “இந்தக் கோபுரம் எங்கள் வானளாவிய கட்டடங்களைவிட உயரம் குறைவுதான்.” ஒவ்வொரு முறையும் அவளைக் குளியலறைக்குள் அழைத்துச் செல்லும் போது, அவளை வெந்நீரில் இறங்கச் சொன்னான். மேலும்

சோபியா தனது தந்தையுடன் குளியல் தொட்டியில் நிர்வாணமாக இருப்பதை விரும்பவில்லை. அவனும் நிர்வாணமாகிறான். சோப்பு போடுறது, ரொம்ப நேரமாக எல்லா இடத்துலயும். நான் சுத்தமா இருக்கேன் அப்பா, அது போதும், நல்லா இருக்கு என் செல்லம், நீயும் எனக்கும் சோப்பு போடணும், அம்மாகிட்ட சொல்லாதே, அது நம்ம ரகசியம். ஆனால் சோபியாவின் பார்வை அவளது தந்தையின் உடலில் இருந்து தப்பிக்க முயற்சிக்கிறது, அவளுடைய கைகள் என்ன செய்ய வேண்டும் என்பதை மறந்து விடுகின்றன. துண்டு மாட்டும் வளையங்கள், மார்சேய் சோப்பு பாட்டில், தங்க நிறக் குழாய்கள் என்று அனைத்தையும் அவளது கண்கள் பார்க்கின்றன.

பின்னர், மே மாதத்தில், அவரது தந்தை ஈராக்கிலிருந்து திரும்பியபோது, வீட்டில் உள்ள குளியலறையை சோபியா மார்ச்சுக்குப் பிடிக்கவில்லை. ஹோவர்ட் கடற்கரையிலும்கூட, வண்ணப்பூச்சின் ஒவ்வொரு வெடிப்பும், மேல்தளத்தின் நியான் விளக்கின் ஊசலாடும் வெளிச்சமும், நீல வண்ண ஓடுகளின் ஒவ்வொரு முரண்பாடும் அவளுக்குத் தெரியும். அவள் சோப்பு வாசனை, ஷாம்பு வாசனை என அனைத்து வாசனைகளையும் வெறுக்கிறாள். ஆனால் அது ஒரு ரகசியம்.

# ஸ்லிம்பாய்கள்

**திங்கட்கிழமை 28 ஜூன் 2021**

**ஸ்ட்ராட்ஃபோர்ட் சாலை, கென்சிங்டன், யுனைடெட் கிங்டம்**

"ஒன்று எடுத்துக்கொள், கடுனா," என்று MI6 மனிதன், தின்பண்டங்கள் தட்டை ஸ்லிம்பாய் மார்ச்சிடம் கொடுத்தான். இது கென்சிங்டனில் உள்ள சிறந்த ஜப்பானிய உணவகம். அவை விக்டோரியா தீவில் உள்ள இஷிமியில் உள்ள உணவகத்தை விட மேலானது.

ஆனால் இசைக் கலைஞனின் கோபம் தீரவில்லை. லாகோஸில், அவன் தனியார் ஜெட் விமானத்தில் தனது பன்னி ரண்டு கம்பிகள் கொண்ட டெய்லர் கிட்டாரையும் கிப்சன் ஹம்மிங்பேர்டு வாத்தியத்தையும் எடுத்துக் கொண்டு ஏற ஒப்புக் கொண்டான் என்றால், அது பாப் இசையுடன் வாழ்ந்து கொண்டிருக்கும் ஒரு ஜாம்பவானுடன் டூயட் பாடுவதற்கான வாய்ப்பை எதிர்நோக்கித்தான். ஆனால் ஆங்கிலேய மண்ணில் இறங்கியதும், ஹாலண்ட் பூங்காவில் இருக்கும் விக்டோரியன் பெவிலியனுக்குச் செல்லும் வழியில், ஆக்ஸ்போர்டு உச்சரிப் புடன் கூடிய இந்த உயரமான கறுப்பின மனிதன் அவனிடம் நீண்ட மற்றும் தெளிவற்ற பிரசங்கம் செய்தான். ஒரு "அரிதான தருணம்", "பைத்தியக்காரத்தனமான நிகழ்வு" என்பன பற்றியே இருந்தது, ஆனால் எல்டன் ஜானைப் பற்றி ஒரு பேச்சும் இல்லை. இன்னும் ஒன்றும் கெட்டுப்போய் விடவில்லை: அறையின் நடுவில் ஒரு அற்புதமான சிவப்பு நிற பியானோ உள்ளது.

"எல்டனைச் சந்திக்க முடியாமல் போவதற்கா என்னை லண்டன் வரை வரச் செய்தாய்?" விமானப் பயணம் முழுவதும் ஒத்திகை பார்த்தேனே.

இது உண்மைதான்: விமானத்தின் ஐந்து மணிநேர பயணத் திலும், ஸ்லிம்பாய் "உங்கள் பாடல்", மற்றும் பில்லி போல் முதல் லேடி காகா வரை ஒவ்வொரு பாடகனும் தனது வாழ்க்கையில் ஒருமுறையாவது பாட வேண்டிய பாட்டு ஆகிய வற்றைப் பாடிக்கொண்டு வந்தான். பாட்டு கீபோர்டுக்கானது, ஆனால் ஸ்லிம்பாய் ராட் ஸ்டீவர்ட்டின் கிட்டார் பதிப்பைத் தேர்ந்தெடுத்தான். கிப்சனில், அவன் அதை அடக்கி, வெறுப் புடன், இந்த எளிய வார்த்தைகளை முணுமுணுப்பதன் மூலம் தொடங்கினான்: "அனைவருக்கும் இது உங்கள் பாடல் என்று நீங்கள் சொல்லலாம்…" பின்னர், மிக விரைவாக, பிளாங்கின் இந்தக் காதல் பாட்டு ஐம்பது வருடம் பழையது என்பதை அவன் மறந்துவிட்டான், வார்த்தைகளால் கவரப்பட்டான். இளைஞனைப் போல் உணர்ச்சிவசப்பட்டான். பெர்னி டௌபினுக்கு பாடலை இயற்றும்போது பதினெட்டு வயதுதான் என்பது நினைவுக்கு வந்தது, ஒவ்வொரு வார்த்தையும் தன் காதலைப் பற்றிப் பேசுவதற்காகவே எழுதப்பட்டிருக்கிறது என்பது ஸ்லிம்பாயிற்குப் புரிந்தது. அவனுக்கு மறுக்கப்பட்ட காதலுடன் அவனுக்கு வாழ உரிமையும் இல்லை, பாடும் உரிமையும் இல்லை. போல்கன் விமானம் ஹீத்ரோ விமான தளத்தில் இறங்கத் தொடங்கிய போது, ஸ்லிம்பாய் ஈரமான கண்களுடன் பாடிக்கொண்டிருந்தான். அவனால் வேறு எதுவும் செய்ய முடியவில்லை.

"நாம் பாதுகாப்பான கட்டடத்தில் இருக்கிறோம், கவலைப் பட வேண்டாம். சர் எல்டன் ஜான் விரைவில் வரலாம் என்று சேவை அதிகாரி பெருமூச்சு விட்டான். ஆதாரம் உன் முன்னே உள்ளது: என்னை நம்பு, புலனாய்வு சேவையின் அலுவலகத்தில் ஒருபோதும் பியானோ இருந்தது இல்லை.

"அப்படியானால் அது உண்மையில் அவனது தனிப்பட்ட ஜெட் விமானமா?"

"நிச்சயமாக: தவிர, நாற்காலிகள் இளஞ்சிவப்பு நிறத்தில் இருந்தன. ஆனால் நீ… நான் உனக்கு விளக்கியது புரிந்ததா? நீ சந்திப்புக்குத் தயாரா, கடுனா?

“கடைசியாகச் சொல்கிறேன், நான் கடுனா இல்லை” என்று ஸ்லிம்பாய் எரிச்சலடைகிறான். “உன் உண்மையான பெயர் ஜான் கிரேவா?”

“நீ என்னை ஜான் என்று அழைக்கலாம்,” என்றபடி கதவைக் காவல் காக்கும் அதிகாரியிடம் சைகை செய்கிறான்.

மற்ற ஸ்லிம்பாய் தோன்றும்போது, முதலாமவன் பின்வாங்கு கிறான், இரண்டாமவன் உறைந்து போகிறான். இருவரும் நீண்ட நேரம் ஒருவரையொருவர் உற்றுப் பார்க்கின்றனர். ஒருவரை யொருவர் ஆராய்கின்றனர். பிராய்ட் வினோதமாக பரிச்சயமான வர்களின் வினோதம், விசித்திரமான நாசீசிஸ்டிக் இரட்டை மற்றும் உள் கண்ணாடி பற்றி பேசுகிறார். இவை எதுவும் சரியாக ஒட்டவில்லை. விசித்திரம் அவர்களைக் கவலையடையச் செய்ய வில்லை, அவர்களின் இரட்டையர் அவர்களை மயக்கவில்லை. மிகவும் மெல்லியவன், மிகவும் உயரமானவன், மிகவும் இளமை யானவன், அவர்கள் தங்கள் வகை அல்ல என்பதைக் கூட அவர்கள் கண்டுபிடித்துவிட்டார்கள். ஸ்லிம்பாய் ஜூன் இறுதியாக அறைக்குள் நுழைகிறான், எட்வர்டஸ் சதுக்கத்தின் பழைய ஓக் மரங்கள் தெரியும் ஜன்னலை நோக்கி நடந்து, ஒரு தின்பண்டத்தை எடுத்து வாயில் போட்டுக்கொள்கிறான், தன் இரட்டையிலிருந்து கண்களை எடுக்காமல்.

ஸ்லிம்பாய் மார்ச் உட்கார்ந்து, ஒரு தின்பண்டத்தையும் எடுத்துக்கொள்கிறான், சிறிது சிறிதாக, அரிசியின் சிறு துண்டுகள் மறைந்துவிடுகின்றன. MI6 அதிகாரி இதை எதிர்பார்க்கவில்லை. பிரிட்டன் அலுவலர் அவர்கள் சந்தேகிப்பார்கள் என்று நினைத் தான். ஒருவரையொருவர் கேள்வி கேட்க விரும்புவார்கள், மற்றொன்றில் உள்ள குறையைத் தேடுவார்கள், எந்த மர்மமும் இல்லை என்பதை உறுதிப்படுத்திக்கொள்வார்கள் என்றெல்லாம் எதிர்பார்த்தான். ஆனால் இல்லை. அசாதாரணமானது அவர்களைத் தொந்தரவு செய்யாது, நம்ப முடியாதது எந்தக் கவலையையும் ஏற்படுத்தாது. மாறாக, அது பசியை உண்டாக்குகிறது.

விரைவில் தின்பண்டம் முடிந்துவிட்டது. ஸ்லிம்பாய் ஜூன், ஒரு வார்த்தையும் பேசாமல், அவனது மணிக்கட்டில் ஒரு தெளி வான வடுவை சுட்டிக்காட்டுகிறான். அவன் பார்வையே ஒரு கேள்வி போல் இருக்கிறது.

"டாம்," மற்றவன் வெறுமனே பதிலளித்தபடி, தனது சட்டையை சுருட்டி மடித்து அதே பளபளப்பான வடுவைக் காட்டுகிறான். அவன் மீண்டும் கூறுகிறான்:

"டாம். உனக்குத் தெரியும்."

ஆம், ஸ்லிம்பாய் ஜூனுக்குத் தெரியும், அவனுக்கு மட்டுமே: டாமின் கொலைக்குப் பிறகு, அவன் இனி வாழ விரும்பவில்லை, அவன் தனது மணிக்கட்டை வெட்டிக்கொண்டான். அவனுடைய தாய் அவனைக் காப்பாற்றினாள். புவியியல் துல்லியத்துடன், அவர்களின் ஒப்பந்தம் முத்திரையிடப்படுகிறது:

"அது இபாதானில்." இரண்டு பேரும் ஒருவரையொருவர் சோகமாகப் பார்த்துப் புன்னகைக்கின்றனர். இது ஒரு நட்பான புன்னகை, ஒரு அன்பான புன்னகை, ஒரு சகோதர புன்னகை. இறுதியாக, பொய் சொல்ல வேண்டியதில்லை, எதையும் மறைக்க வேண்டியதில்லை, எதற்கும் வெட்கப்படவேண்டியதில்லை. உலகம் மாறவில்லை, ஆனால் மார்ச், ஜூன் இருவரும் வலுவாக உணர்கிறார்கள். ஸ்லிம்பாய் மார்ச் எழுந்து, இரண்டு கிட்டார் களை எடுத்து, பன்னிரண்டு நரம்புகள் உள்ளதை ஜூனுக்குக் கொடுக்கிறான். அவன் கூறுகிறான்:

"யாபா கேர்ள்ஸ்... பாடல் கேட்டேன். அற்புதம்.... நான் உண்மையில் டிரேக்குடன் பாடினேனா? அதாவது, நீ ..."

"டிரேக்குடனும், எமினெமுடனும், பியோனஸுடனும் மே மாதம், லண்டனில் அஃப்ரோர்பப்ளிக் விழாவை நடத்தினேன். இரண்டு வாரங்களில், காதல் கலந்த நோலிவுட், லாகோஸில் திருமணம் ஆகியவற்றில் எனக்கு முன்னணி பங்கு. நான் சோனி மியூசிக் நிறுவனத்துடன் ஒரு புதிய ஒப்பந்தத்தில் கையெழுத் திட்டேன், என்னிடம் கோகோ கோலா ஸ்பான்சராக உள்ளது, மேலும் அதன் புதிய லேபிலான ரியல்ஸ்லிம் என்டர்டெயின் மென்ட்டை நிறுவினேன். அவ்வளவுதான்."

ஸ்லிம்பாய் ஜூன் புன்னகைக்கிறான். அமெரிக்கர்கள் செவ்வாய் கிரகத்தில் தரையிறங்கிய நாளில், லாகோஸில் இருந்து இரண்டு பையன்கள் ஒப்பந்தத்தில் கையெழுத்திடுவதை அவர்கள் பார்ப்பார்கள் என்ற அந்த நகைச்சுவையை மீண்டும் நினைத்துப் பார்க்கிறான்.

"இங்கே பார்," ஸ்லிம்பாய் மார்ச் தொடர்கிறான்.

அவன் தனது சட்டையின் பொத்தானைக் கழட்டுகிறான். அவனது மார்பில் "100% மனிதத்தனம். உண்மையுங்கூட" என்ற வார்த்தைகள் இருக்கின்றன. இது ஒரு ரெக்ஸ் யங் டி-ஷர்ட், எல்ஜிபிடி சமூகத்திற்கும் அதை ஆதரிக்கத் துணியும் அபூர்வ பாலினத்தவர்களுமான விவேகமான குறியீடாகும்.

இரண்டு பேரும் வெளிப்படையாகச் சிரிக்கிறார்கள். யாபா கேர்ள்ஸுக்கு நன்றி... ஸ்லிம்பாய் ஜூன் இந்த வெற்றியைப் பார்த்து பொறாமை கொள்ளவில்லை, அவன் அதில் இல்லை என்பதில் ஆச்சரியம்கூட இல்லை. அவன் மகிழ்ச்சியாக இருக் கிறான். அது வானத்திலிருந்து விழும் ஒரு பாரம்பரியம் போன்றது. MI6 அலுவலர் அதை எதிர்பார்க்கவில்லை.

"நானும் ஒரு பாடல் எழுதினேன். எங்களை வைத்திருந்த இந்தக் கொட்டகையில். 'சீருடையில் அழகான ஆண்கள்' அதுதான் தலைப்பு."

"'அழகான ஆண்கள்?' நீயும் ஓரினசேர்க்கையாளன் என்று சொல்லாதே."

முதலாமவன், ஜூன், மெல்லிசையைக் கொடுக்கிறான். உரத்தக் குரலில் பாடுகிறான். மற்றவன், மார்ச், உடனடியாக இரண்டாவது குரலைக் கண்டுபிடித்து, நாண்களை மேம்படுத்து கிறான். இரண்டு பாடகர்களும் ஒருவருக்கொருவர் ஒத்துப் போகிறார்கள். அவர்கள் ஒன்றாக ஒரு இசை படைப்பைக் கண்டுபிடித்தனர், மார்ச் திடீரென்று பிரகாசமான கண்களுடன் கூறுகிறான்:

"இரு! நாம் இரட்டையர்கள் என்று சொன்னால் போதும். அது மிகவும் எளிமையாக இருக்கும். எல்லாவற்றிற்கும் மேலாக, நாம் 'யோருபா.'"

யோருபா, நிச்சயமாக. இது நிதர்சனம்தானே. அட்சான்கள் இரட்டையர்களுக்குப் பயப்படுகிறார்கள். மாண்டிங்கோக்கள் இன்னும் அதிகம். அவர்களுக்கு இரண்டாவது பார்வை உள்ளது, அவர்கள் எண்ணங்களைப் படிக்கிறார்கள். Ndembu, Pantus, Lele ஆகியவர்களுக்கு இரட்டையர்கள் விலங்கு உலகில் இருந்து

வெளிவருகிறார்கள். ஃபோலோனாக்கள், இரட்டையர்கள் பிறந்த வுடன், கிராமத்திலிருந்து வெகுதொலைவில், ஒரு இரவும் ஒரு பகலும் அவர்களை விட்டுவிடுகிறார்கள், அவர்கள் தலைவர் களையும் மந்திரவாதிகளையும் அச்சுறுத்த மாட்டார்கள் என் பதற்காக. லுபா இருவரில் ஒருவரைக் கொன்றுவிடுவார்கள், ஏனென்றால் அவர்கள் துரதிர்ஷ்டத்தின் குழந்தைகள். ஆப்பிரிக்கா முழுவதிலும், கருச்சிதைவுகள் மட்டுமே அவர்களைப் உருவாக்கு கின்றன என்று கூறப்படுகிறது, இது பரலோகத்திலிருந்து வரும் ஒரு அடையாளம், எப்போதும் தீயவைகளையே உருவாக்கும். ஆனால் யோருபாக்கள் மத்தியில், ஒரு நூற்றாண்டுக் காலமாக, இடியின் அல்லது கடவுளின் குழந்தைகளை, பயங்கரவாதத்தைத் தூண்டிய குழந்தைகளைக் கொல்ல மாட்டார்கள். பல ஆண்டு களாக, சாபம் வணக்கமாக, வழிபாடாக மாறியது. யோருபா இனத்தில், இருபது பிரசவத்தில் ஒன்று இரட்டைக் குழந்தைகளை உருவாக்குகிறது என்பது ஒரு தனித்துவமான உண்மை. இக்போ-ஓரா கிராமம் இரட்டையர்களின் உலகத் தலைநகராகத் தன்னைப் பிரகடனப்படுத்தியது. அங்கு முதல் பெயர்கள் தைவோ - "முதல்" - மற்றும் கெஹிண்டே - "இரண்டாவது" - பொதுவானவை. ஆம், ஸ்லிம்பாய்க்கு ஒரு இரட்டை சகோதரன் இருக்கிறான், கைவிடப்பட்டு கண்டுபிடிக்கப்பட்ட சகோதரன், ஏன் இருக்கக் கூடாது? இது யாரையும் ஆச்சரியப்படுத்தாது.

"எங்களுக்கு ஒரு போலியான சமூக அந்தஸ்து வேண்டும்," ஜூன் பரிந்துரைக்கிறான்.

"இது எல்லாம் பணம் சம்பந்தப்பட்டது" மார்ச் ஒப்புக் கொள்கிறான்.

MI6 அதிகாரி ஏதோ பீட்சாவின் ஆர்டரை எடுப்பது போல் குறிப்புகளை எடுத்துக்கொள்கிறான்:

"உங்களில் யாருக்கு ஒரு புதிய அடையாளம்?"

"எனக்குத்தான், நிச்சயமாக," ஸ்லிம்பாய் ஜூன் பதிலளிக்கிறான்.

"நாங்கள் சமாளிப்போம். நாங்கள் உங்களுக்காக ஒரு கதை யையும் கண்டுபிடிப்போம், டிஜிட்டல் அடையாளத்தையும் உருவாக்குவோம், ஜான் கிரே வலியுறுத்துகிறான், இதை எப்படிச் செய்வது என்று எங்களுக்குத் தெரியும்."

“நாங்கள் கச்சேரிகள் செய்யலாம், பாடல்கள் எழுதலாம். இரட்டையர்கள்... நாங்கள் வெற்றிபெறப் போகிறோம், இருவரில் ஒருவன் புன்னகைக்கிறான். “ஸ்லிம்பாய்ஸ்” பெயர் கேட்பதற்கு நன்றாக இருக்கிறது.

மற்றவன் பதிலளிக்கப் போகிறான், அதற்குள் ஒரு நீண்ட இளஞ்சிவப்பு லிமோ கார் வீட்டிற்கு முன்னால் நிற்கிறது. ஒரு குள்ளமான மனிதன் வெளியே வருகிறான், மஞ்சள் பட்டு உடை, பச்சை தொப்பி, மூக்கின் நுனியில் பெரிய கண்ணாடிகள்.

**தி கார்டியன், லாகோஸ் பதிப்பு,**

**வெள்ளிக்கிழமை ஜூலை 2, 2021**

**ஸ்லிம்பாய் முதல் ஸ்லிம்மென் வரை**

ஸ்லிம்பாய்க்கு ஒரு இரட்டை சகோதரன் இருக்கிறான்! கடந்த ஜனவரி மாதம், அவன் தாயாரின் மரணத்திற்குப் பின் வந்த கடிதத்தில், உலகின் புகழ்பெற்ற யாபா கேர்ள்ஸ் பாடலின் ஆசிரியர் இந்த உண்மையைக் கண்டுபிடித்தான். இரண்டு குழந்தைகளையும் வளர்க்க முடியாத அளவுக்கு ஏழ்மையில் இருந்ததால், பிறந்தபோதே அவனை அநாதை இல்லத்தில் விட்டுச் சென்றுவிட்டாள், அதன் பிறகு அவனைக் கண்டுபிடிக்க முடியவில்லை. மூன்று இளைய சகோதரிகளைக் கொண்ட ஸ்லிம்பாய், இந்தக் காணாமல் போன சகோதரனைத் தேடி, காணாமல் போனவர்களைத் தேடுவதில் நிபுணரான அடாவெலே ஷெஹு என்ற லாகோஸைச் சேர்ந்த துப்பறியும் நபரிடம் விசாரணையை ஒப்படைத்தான். “இது எளிதானது அல்ல,” என்று அவன் கூறினான். “இந்தக் காணாமல் போன சகோதரனை அடையாளம் காண எனக்குக் கிட்டத்தட்ட நான்கு மாதங்கள் ஆனது. நைஜீரியாவில் இப்போது எல்லோருக்கும் தெரிந்த முகத்தைக் கொண்டிருக்கும் என் வாடிக்கையாளருக்கு ஏற்பட்ட திடீர் புகழ் என் வேலையை எளிதாக்கியது என்று சொல்ல வேண்டும். அவனைப் போலவே முழுவதுமாகத் தோற்றமளிக்கும் ஒருவனை நான் கண்டுபிடிக்க வேண்டியிருந்தது.”

எனவே ஃபெமி அகமது கடுனாவுக்கு "சாம்" என்று ஒரு சகோதரன் இருக்கிறான். அவனும் ஒரு சிறந்த இசைக் கலைஞன். அவன் ஏற்கனவே டெலிவரி பாய் வேலையின் நடுவில், லாவோஸ் நிகழ்சிகளைத் தொகுத்து வழங்கினான். ஏனெனில் இந்தக் காணாமல் போன சகோதரன் லாகோஸிலிருந்து சிறிது தொலைவில் உள்ள ஓஜோடுவில் வசித்து வந்தான். நெஞ்சைத் தொடும் இந்த இரு சகோதரர்களின் சந்திப்பு, கடுமையான தனிமையில் நடந்தது. அப்போதிலிருந்து, இரண்டு இரட்டையர்களும் - நாம் உண்மையில் அவர்களைப் பார்த்து குழம்பிவிடுவோம்! (அவர்களின் புகைப்படத்தைப் பார்க்கவும்) - ஸ்லிம்மென் என்ற பெயரில் ஒரு கூட்டுக் கச்சேரி சுற்றுப்பயணத்தை மேற்கொள்ள முடிவு செய்தார்கள்.

இந்தக் குழுவிற்கு இருமுறை நல்வாழ்த்துகள் சொல்வோம்.

# அதே வீரன் மீண்டும் இறக்கிறான்

**திங்கட்கிழமை, ஜூன் 28, 2021,**

**மவுண்ட் சினாய் மருத்துவமனை, நியூயார்க்**

மருந்தியல் ஒரு துல்லியமான அறிவியலாக இருக்க விரும்புகிறது: ஒவ்வொரு எட்டு நிமிடங்களுக்கும், ஒரு ஊசி குழாய் ஒரு மந்தமான பீப்பை வெளியிட்டு, இரண்டு மில்லிகிராம் மார்பினை நரம்பு வழியாகச் செலுத்துகிறது. இந்த பிளாஸ்மா செறிவு குறைவாகவும் ஆனால் பயனுள்ளதாகவும் இருக்கிறது, தாவீது மார்க்லேவிற்கு எந்த வலியுமில்லை. அவன் தனது நோய்த்தடுப்பு சிகிச்சை அறையில் சோர்வுடன் தூங்குகிறான். அவன் உடல் அசைவற்றுக் கிடக்கிறது. அவன் கண்விழித்தால், அது ஒரு கடைசி மூச்சுக்காக இருக்கும்.

ஜோதி ஓய்வெடுக்க வீட்டிற்கு வந்தாள். நாளை, கிரேஸும் பெஞ்சமினும் பள்ளிக்குச் செல்கிறார்கள். ஆனால், போல் மார்க்லே வீட்டில் இருக்கிறான், அவன் ஒரு நீதிமன்ற உத்தரவின் படி காத்திருக்கிறான்: "ஒரு விதிவிலக்கான சூழ்நிலை" என்பது எஃப்பிஐ (FBI) இன் குறிப்புகள். அவன் மவுண்ட் சினாய் மருத்துவமனைக்கு வந்தபோது, ஒரு பணியக அதிகாரி அவனை வரவேற்றாள், அவனுக்கு விளக்கினாள். அவன் தலையை ஆட்டி னான், முகம் சுளித்தான். அவனின் ஒவ்வொரு பகுதியும் "சூழ்நிலையை" ஒத்துக்கொள்ள மறுத்தது. அவன் மேல்மாடிக்கு அழைத்துச் செல்லப்பட்டான், இது இராணுவக் கண்காணிப்பின் கீழ் மருத்துவமனையின் ஒரு பகுதியாக மாறியது, அதில் இருந்து இரகசியத்துடன் தொடர்புடைய ஒரு செவிலியரைத் தவிர, மற்ற ஊழியர்கள் வெளியேற்றப்பட்டனர். போல் காத்திருக்கிறான்,

நெறிமுறை 42இன் மருத்துவக் குழு அவனுக்கு அனுப்பிய கோப்பைப் பார்க்கிறான்: அவை மற்றொரு தாவீது மார்க்லே புதியதாக மேற்கொண்ட ஸ்கேன்களும் MRI பரிசோதனைகளும்.

போல் காத்திருக்கிறான், ஒருவன் படுக்கையறை கதவைத் திறப்பதைக் கண்டான், அவனைத் தொடர்ந்து இரண்டு அதிகாரிகள், சனியன் என்ற வார்த்தை வாயிலேயே அடங்கிவிடுகிறது. அவன் கால்கள் துவண்டுவிட உட்கார வேண்டும் போல் இருந்தது.

தாவீது தனது சகோதரன் போலைப் பார்க்கிறான், பின்னர் இந்தப் படுக்கையில் இறந்துகொண்டிருக்கும் இன்னொரு தாவீதைப் பார்க்கிறான். குழாயின் பீப் சத்தம் அவர்களுக் கிடையேயான அமைதியைக் குலைக்கவில்லை.

"உன் மனைவிக்குத் தெரிவித்தோம்," என்று எஃப்பிஐ (FBI) மனிதன் தாவீதிடம் சொல்கிறான். அதிகாரிகள் அவளைத் தேடிச் சென்றிருக்கின்றனர். இதற்கு ஏற்ப அவளைத் தயார் செய்து வருகிறோம்...

"அவளைத் தூங்கவிடுங்கள்," தாவீது கூறினான். அதுதான் நன்றாக இருக்கும்.

இந்தக் குரல். மீண்டும் அதைக் கேட்டதும் வருத்தமடைகிறான். அவன் எழுந்து, தனது பெரிய சகோதரனை நோக்கி நடந்து, அவனைத் தன் கைகளில் எடுத்துக்கொள்கிறான். இதுவும் அவனது வாசனைதான், நோய்க்கு முந்தையது, அவனது அடர்த்தியான, பாரிய, சக்திவாய்ந்த உடல். அவன் அவனைக் கட்டிப்பிடித்து, பின்வாங்கி, மீண்டும் அவனைப் பார்க்கிறான். ஒரு முட்டாள் தனமான விஷயம் கூறுகிறான்:

"அது நீதான். உண்மையில் நீ தான்."

"உண்மையில் நான்," விமானி பதிலளித்தான். வா, வெளியே போவோம்.

உளவியலாளர்கள் அவர்களைப் பின்தொடரத் தயங்குகி றார்கள், தாவீதின் சைகை அவர்களைத் தனியாக விட்டுவிடும்படி கட்டளையிடுகிறது. இரண்டு சகோதரர்களும் தாவீது இறந்து கிடந்த அறையை விட்டு வெளியேறி, அந்த சாம்பல் நிற மருத்துவமனை சோபாக்களில் ஒன்றில் அமர்கிறார்கள், அந்த

சோபாக்கள் சொல்வதற்கு அதிசயங்களைவிட சோகங்கள் நிறைய உள்ளன. தாவீது கண்களை மூடிக்கொண்டான், அவனுக்கு தலை சுற்றுகிறது:

"என்ன... போல், எனக்கு என்ன ஆனது? எனக்கு கணைய புற்றுநோய் என்று கூறப்பட்டது, இது கண்டறியப்பட்டது... மே மாதம்."

போலிடம் உள்ள மருத்துவர் சுயநினைவிற்கு வந்தான், அவன் தனது சகோதரனின் கையை அழுத்துகிறான்:

"தாவீது... கடந்த சனிக்கிழமை, நீ செய்துகொண்ட பரிசோதனைகள் நினைவிருக்கிறதா? கொட்டகையில். அவை உடனடியாக என்னிடம் கொடுக்கப்பட்டன."

தாவீது புரிந்துகொண்டான். எப்போது என்று தெரிந்தால் இறப்பது இன்னும் சகிக்க முடியாதது. அவன் நடக்க வேண்டும், அவன் எழுந்து, பாதி திறந்த கதவை நெருங்கி, படுக்கையில் இந்த உடலைப் பார்க்கிறான், மிகவும் மெலிந்து, மிகவும் பலவீனமாக இருக்கிறது, கண்களைத் திருப்பி வேறு பக்கம் பார்க்கிறான். கல்லறையின் நிறத்தில் உள்ள சோபாவில் அமர்ந்தான். யாரும் கேட்டுவிடுவார்களோ என்று பயப்படுவது போல் அவன் கிசுகிசுக்கிறான்:

"அங்கேயும் எனக்குக் கொஞ்ச நேரம்தான் இருக்கும் என்று நினைக்கிறாயா?"

"இது மே 30க்குப் பதிலாக மார்ச் 12 அல்லது 13 இல் கீமோ, கதிர்வீச்சைத் தொடங்குவது போன்றது," என்று போல் உறுதியளித்து, பதிவுகளைப் பார்த்து சொல்கிறான். இந்தப் புற்று நோயின் தீவிரத் தன்மையைக் கருத்தில் கொண்டு பார்க்கையில், ஒன்றிற்குப் பதிலாக நான்கு மாதச் சிகிச்சையானது மிகப் பெரியது.

போல், மீண்டும், தனது பெரிய சகோதரனிடம் விளக்குகிறான்: பிரச்சினைக்குரிய இடத்தில் கட்டி, கல்லீரலிலும் சிறு கட்டிகள், சிறுகுடலுக்குள் பரவல், இரண்டு மாதங்களுக்கு முன்பு தாவீது மார்ச்சுடன் செய்ய முடிந்ததைவிட அவனால் சிகிச்சையளிக்க முடியாது. தாவீது ஜூன் அதே கேள்விகளைக் கேட்கிறான், வாதிடுகிறான், போல் அவனுக்கு அதே சொற்களைக் கொண்டு

அதே பதில்களைக் கொடுக்கிறான். எப்போதாவது "நான் முன்னாடியே சொன்ன மாதிரி" அவனிடம் இருந்து வருகிறது. இந்த தாவீதிடம் அதை ஒப்புக்கொள்வதற்கு அவன் தயாராக இருக்க முடியாது, இல்லை, அவன் இன்னும் எதுவும் சொல்ல வில்லை.

"எவ்வளவு நாள்? தாவீது மீண்டும் கேட்கிறான். குறைந்தது மூன்று மாதங்கள், நிச்சயமாக. மேலும்?"

"நாங்கள் மற்றொரு சிகிச்சையை முயற்சிக்கப் போகிறோம். நீ உன் சொந்த கினிப் பன்றியாக இருந்தாய். எது தவறான சிகிச்சை என்று எங்களுக்கு நன்றாகத் தெரியும்."

போல் சோகமாகச் சிரித்தான். மருத்துவம், நெறிமுறைகள் மீதான நம்பிக்கை அவனைவிட வலுவானது, அதனால்தான் அவன் இந்தப் பைத்தியக்கார வேலையைத் தேர்ந்தெடுத்தான், அவன் அதில் சிறந்தும் விளங்குகிறான். உண்மையில், இந்தத் தொழில்தான் அவனைத் தேர்ந்தெடுத்தது என்று அவன் நம்பு கிறான்: அவன் ஒருபோதும் நம்பிக்கையை இழக்க மாட்டான். நோயாளிகளை எப்படிச் சமாதானப்படுத்துவது என்பது அவனுக்குத் தெரியும், ஏனென்றால் அவன் தனக்குத் தானே பொய் சொல்லிக் கொள்கிறான். ஆனால், மறுபடியும் அவன் மூச்சுத் திணறுகிறான். அருகிலேயே ஒரு மனிதன் இறக்கிறான், அவன்தான் தாவீது. அவன் சிரிக்கவும் அழவும் விரும்புகிறான். அவன் தொலைந்து விட்டான்.

"ஜோதி?" தாவீது மீண்டும் கேட்கிறான்.

"அவள் களைத்துவிட்டாள். அவள் என்ன செய்தாள் என்பதை நீ கற்பனை செய்துபார்க்க முடியாது."

தாவீதிற்கு என்ன காத்திருக்கிறது என்று கொடுக்கப்பட்ட சூத்திரம் துரதிர்ஷ்டவசமான ஒன்று, பரவாயில்லை. போலின் போன் அதிர்கிறது. அவன் அதைப் பார்த்து, அழைப்பிற்குப் பதிலளித்தான், குரலைக் குறைத்தபடி:

"ஜோதி?"

∼

இது ஒரு சிறிய ஜப்பானியத் தோட்டம். உயரமான கறுப்பு மூங்கில் வேலி அதை ஒரு சிறிய ஆங்கில பாணி பூங்காவின் எல்ம்ஸ், பீச் மரங்களிலிருந்து பிரிக்கிறது, ஒரு சாதாரண நீர்வீழ்ச்சியிலிருந்து ஒரு நீரோடைப் பாய்கிறது. கற்களுக்கு இடையில் ஒரு அமைதியான குளத்திற்குச் செல்கிறது. அங்கு கெண்டை மீன்கள் நீந்துகின்றன. ஒரு சரளை சாலை சிறிய மரப்பாலம் வரை செல்கிறது, அங்கிருந்து ஒன்று, இரண்டு கல் பெஞ்சுகள் மட்டுமே இருக்கும் ஒரு தீவை அடைய முடிகிறது. இந்தத் தோட்டத்தை வடிவமைத்தவர்கள், அது அமைதியாக இருக்க வேண்டும் என்றும் உயிரைச் சுவாசிக்க வேண்டும் என்றும் விரும்பினர், ஆனால், இவ்விதமாக எதிர்பார்க்கப்பட்ட பேரின்பத் திட்டம், இதை கடைசி நடைபயிற்சிகள் செய்யும் இடமாகக் குறிப்பிடுகிறது. இது ஒரு ஆடம்பரமான நோய்த்தடுப்பு சிகிச்சை மையத்தின் நடுவில் அமைந்திருக்கிறது, இது நல்ல காப்பீடு உள்ளவர்களுக்கும் ஜென் மரணம் முற்றிலும் மரணமாக இருக்காது என்று நம்ப விரும்புபவர்களுக்குமான இடம்.

மூங்கில்களுக்கிடையில் ஒரு முகவருடனும் போல் உடனும் ஜோதி தோன்றும்போது, தாவீது மின்னல் அல்லது இடி போன்று ஒரு அதிர்ச்சி தாக்கியதால் அவள் உறைந்துபோவதைக் காண்கிறான். அவளது முழு உடலும் பதட்டமாக உள்ளது, பின் வாங்காதபடி எதிர்க்கிறது. அவளது முகம் மெலிந்து, எடை குறைந்து, வறண்டு, கடினமடைந்திருக்கிறது. அவள் கண்கள் சிவந்து கருவளையத்துடன் இருக்கின்றன. சோர்வு அவள் ஒவ்வொரு அம்சத்திலும் பொறிக்கப்பட்டுள்ளது. இறுதியாக, போலின் ஆதரவுடன், அவள் மிக மெதுவாக நெருங்குகிறாள். அவள் ஒரு பேய் நடந்து போவதைப்போல பாலத்தைக் கடந்து, இன்னொரு பெஞ்சில் அமர்ந்து, நீண்ட நேரம் பார்த்துக்கொண்டிருக்கிறாள், பிறகு கண்களைத் தாழ்த்திக்கொள்கிறாள். போல் தன் சகோதரனை நோக்கி ஒரு அமைதியான சைகை செய்து விட்டு விலகிச் செல்கிறான்.

அவர்கள் நேருக்கு நேர் நீண்ட நிமிடங்கள் அமைதியாக அமர்ந்திருக்கிறார்கள். கடைசியில் தாவீது பேசுகிறான்:

"என்னை நம்பு, நான் குழந்தைகளின் கூக்குரல் நிறைந்த நகரத்தின் ஒரு பகுதியை விரும்பினேன், அங்கு முட்டாள்தனத்தைத் தவிர வேறு எதுவும் இல்லை. உளவியல் அறிஞர்கள் அதை வேண்டுமென்றே செய்ததாக நினைத்திருக்க வேண்டும். வெளிப்படையாக, நான்..."

"வாயை மூடு."

ஜோதி தாழ்ந்த குரலில் பேசினாள். தாவீது கீழ்ப்படிகிறான், அவன் நீர்வீழ்ச்சியின் மென்மையான சலசலப்பைக் கேட்கிறான், ஒரு வளர்ப்புக் குருவியின் கீச்சொலியைக் கேட்கிறான், மேலும் அவன் கண்களுக்கு முன்பாக, நீர் திடீரென்று ஒரு கெண்டையின் கலகலப்பான துள்ளலுடன் சுழலுகிறது. இந்தத் தோட்டம் உருவானது அப்படி ஒன்றும் முட்டாள்தனமான யோசனையால் அல்ல.

திடீரென்று, ஜோதி பேசுகிறாள். அவளுடைய குரல் நடுங்குகிறது:

"குழந்தைகள் உன்னை மருத்துவமனையில் பார்க்க வருவதை நான் விரும்பவில்லை, ஏனென்றால் நீ மருந்து உட்செலுத்தப்பட்ட நிலையில், மயக்கத்தில் இருந்தாய். நீ குணமடைந்து வருகிறாய் என்று அவர்களிடம் கூறப்போகிறோம்."

உயிருடன் இருக்கும் அவனைப் பற்றியும், இறக்கப் போகிற மற்றவனைப் பற்றியும் பேச, அவள் "நீ" என்று தெளிவில்லாமல் சொல்கிறாள். ஒரு யதார்த்தத்தை மறுப்பதும், ஒரு புதியதை ஏற்றுக்கொள்வதும் அவளுடைய தனி வழி. உளவியல் அறிஞர்கள், வரும் நாட்களில், இந்த மனப்பான்மையை அனைவரிடமும் காணப்போகிறார்கள்.

தாவீது தலையசைக்கிறான். அவன் அவளைக் கட்டிப்பிடிக்க விரும்புகிறான். ஆனால், அவள் தயாராக இல்லை என்று அவன் உணர்கிறான், அவளிடம் பயத்தையும் வெறுப்பையும் படிக்கிறான். ஜோதிக்கு நீர்வீழ்ச்சியின் சலசலப்போ பறவையின் கீச்சொலியோ கேட்கவில்லை. அவள் கண்கள் வெள்ளை சரளையை வெறித்தன, அவளால் அவனைப் பார்க்க முடிய வில்லை.

"மன்னிக்கவும்," அவள் சொன்னாள். நான் உன்னை முத்தமிட விரும்புகிறேன், ஆனால் என்னால் முடியவில்லை.

திகைப்பு முடிந்ததும், எல்லோர் மனதிலும் எப்போதும் தோன்றும் கேள்விகளைக் கேட்டதும், அவள் போலிடம் முதலில் கேட்டது "எப்படி இருக்கிறாய்?" போல் இறுதியாக நடந்தவற்றை ஒப்புக்கொண்டபோது, முன்பு இருந்த இந்த தாவீது, எங்கிருந்தோ தோன்றிய இந்த தாவீது ஒருவேளை மீண்டும் இறக்கப்போகிறான் என்பதை உணர்ந்தபோது, இரத்தம் தன்னை விட்டு வெளியேறுவதை அவள் உணர்ந்தாள். இப்படி நினைப்பதைக் குறித்து வெட்கப்படுகிறாள்: "நீ ஏன் திரும்பி வந்தாய், தாவீது, ஏன்? இது எல்லாம் வெறும் ஒத்திகையா? அதிக திகில், அதிக அழுகை, உதவியற்ற ஆத்திரத்திற்குத் தயாராகும் ஒரு மாத வேதனையா?". கடவுள் தனக்கு இரண்டாவது வாய்ப்பை அளிக்கிறான் என்று அவள் நம்ப விரும்புகிறாள், இல்லை இல்லை, அது இரண்டாவது வலியாகக் கூட இருக்கலாம், அவள் உணர்வது எல்லாம் கோபமும் வெறுப்பும் மட்டுமே.

அவள் மீண்டும் சொல்கிறாள், அவளுடைய குரல் கரகரத்தது:

"குழந்தைகளைப் பொறுத்தவரையில், நீ குணமடைந்து கொண்டிருந்தாய். ஆம். இது எளிதானது."

குழந்தைகள் தங்கள் தந்தையை இரண்டு முறை அடக்கம் செய்ய நான் விரும்பவில்லை என்று அவள் சொல்லவில்லை.

"நான் குணமடைய முயல்கிறேன், ஜோதி, கிரேஸுக்காக, பெஞ்சமினுக்காக, உனக்காக."

"சரி."

"எனக்கும் கூட. எல்லாம் ஒன்றே."

அவள் நிமிர்ந்து பார்க்கிறாள். அவன் அவளைச் சிரிக்க வைக்க விரும்புகிறான். அவளுக்கு எதற்கும் வலிமை இல்லை. அவளை விட்டு விலகாத விரக்தியை விரட்டவும், மீண்டும் அவனைக் கண்டுபிடிக்கவும் அவள் அந்தப் பார்வையில் மூழ்குகிறாள். அவன் அவளிடம் கையை நீட்டுகிறான், அவள் அதை ஏற்றுக் கொள்கிறாள், அவன் அதை அழுத்துகிறான், அவள் தன் அரவணைப்பை மீண்டும் பெறுகிறாள், அவன் கட்டைவிரலால் அவளைத் தொடும் விதத்தையும் பெறுகிறாள்.

"இது உண்மையில் நீ தானா," அவள் இறுதியாகக் கேட்கிறாள்.

இது ஒரு கேள்வி அல்ல. அவள் அதை ஒருபோதும் சந்தேகிக்க வில்லை. தாவீது பதிலளிக்கவில்லை, அவன் மென்மையான பேராசையுடன் அவளைப் பார்க்கிறான், அவன் ஏற்கனவே அவளைப் பற்றிய அனைத்தையும் நினைவில் கொள்ள விரும்புவது போல, நாட்கள் ஏற்கனவே எண்ணப்பட்டதைப் போல.

தோட்டத்தின் நுழைவாயிலில் போலை அவர்கள் பார்க்க வில்லை. செவிலியர் அவனிடம் ஒரு குறிப்பை இப்போதுதான் கொடுத்திருக்கிறாள். அவன் கண்கள் சோகத்தில் மூழ்கியிருக் கின்றன. எஃப்பிஐ (FBI) அதிகாரி கொடுத்த உத்தரவையும் கேட்க வில்லை.

நேரம் கடந்து செல்கிறது, அது துன்பத்தை நிராயுதபாணி யாக்குகிறது.

ஒரு கெண்டை மீன் நீரிலிருந்து வெளியே குதித்து, மேலெழும்பி மறுபடியும் நீரில் விழுகிறது, அந்தச் சத்தம் அவர்களை திடுக்கிட வைக்கிறது.

## வூட்ஸ் VS. வாசர்மேன்

### திங்கட்கிழமை, ஜூன் 28, 2021
### கரோல் தெரு, புரூக்ளின்

ஒரு உடம்பில் எப்படி இந்த அளவு கண்ணீர் இருக்க முடியும்? இரு ஜோனாஸும் அழுகிறார்கள், அவர்களுக்கு ஒரே நேரத்தில் ஒரே எண்ணம் வந்தது. அத்தனை கண்ணீரும் வந்தது.

அபி வாஸர்மேனின் பெரிய தொழில்கூடத்தில் அவர்களில் ஐந்து பேர் உள்ளனர், ஓவியங்களுக்கும் வரைபடங்களுக்கும் மத்தியில், எஃப்பிஐ (FBI) உளவியாளர்கள் உயரமான ஸ்டூல்களில் அமர்ந்திருக்கிறார்கள். இரண்டு ஜோனாக்கள் ஒரு நாற்காலியிலும் ஒரு பழைய சோபாவிலும், வார்த்தைகளைத் தேடும் அபியுடன் அமர்ந்திருக்கிறார்கள். எதையும் யோசிக்காமல், வடிவமைப்பாளர் "அவனது" ஜோனாவின் அருகில் அமர்ந்தான், இப்போது அவன் மற்றவனின் கண்களில் துயரத்தைப் படிக்க முடியும். மூன்று மாதங்களுக்கு முன்பு பாரிஸ்-நியூயார்க் விமானத்தில் இருந்து இறங்கும்போது கட்டிப்பிடித்த இந்தப் பெண்ணையும். அவன் அவளை அணைத்து ஆறுதல் கூற வேண்டும். ஆனால், முடியாது. அவன் கல்லாக மாறி விட்டான்.

நீண்ட நேரம், அவர்கள் அசையாமல், ஊமையாக இருக்கிறார்கள்.

"நான் வெளியே செல்ல வேண்டும், ஒரு ஜோனா திடீரென்று கூறுகிறாள். இரண்டு பெண்களும் ஒன்றாக எழுந்து, பிரெஞ்சு ஜன்னலைத் திறந்து, தெருவின் மேலிருக்கும் பெரிய பால்கனிக்கு விரைந்தனர், அபி அவர்களைப் பின்தொடர்கிறான்."

இங்கே அவர்கள் சூரியனுக்குக் கீழே இருக்கிறார்கள், அவர்கள் கண்கள் சிவந்திருக்கின்றன. மூச்சு வாங்குகிறார்கள் ஜோனா எப்போதும் வெளிப்புறங்களின் நன்மைகளை நம்புகிறாள், குழந்தைகளைக் கொண்டுவரும் நாரைகளைப் போல காற்றும் வானமும் மேகங்களும் பதில்களைக் கொண்டுவந்தன என்பதை அவள் ஒருபோதும் சந்தேகிக்கவில்லை. ஒரு குழந்தையாக, உலகம் அவளை எதிர்த்தபோது, அவள் மேற்கு பிராவிடன்ஸின் மூலையில் உள்ள பூங்காவில் அமைதியைத் தேடச் சென்றாள். அவள் நுரையீரல் வெடிக்கும் வரை நடைபாதையில் மூச்சு விடாமல் ஓடிக்கொண்டிருந்தாள், படுத்துக்கொள்ள வேண்டும் போலிருந்தது, குட்டையான புல்வெளியில் அவள் முதுகு படும்படி. அவள் கைகளை விரித்தபடி. அவளுடைய இதயம் துடித்தது. பிரபஞ்சம் ஒவ்வொரு உத்வேகத்துடன் அவளுக்குள் நுழைந்தது, சிறிது சிறிதாக அவள் அதை மீண்டும் பெற்றாள். ஆனால், கரோல் தெருவின் மின்னும் மேப்பிள்களிடம் அவர்களுக்கு அளிப்பதற்கு எளிய தீர்வு இல்லை. ஒரு ஜோனா மூக்கைச் சிந்துகிறாள். மெதுவாகச் சுவாசிக்கிறாள், அமைதியை நாடுகிறாள். மற்றவள் கண்களைத் துடைத்துக்கொள்கிறாள்.

"உன் வாழ்க்கையை நான் திருடிக்கொள்ள விரும்பவில்லை," என்று ஒருத்தி மூக்கை உறிஞ்சியபடியே சொல்கிறாள்.

"நானும் விரும்பவில்லை."

"நானும் என்னுடையதை இழக்க விரும்பவில்லை." ஒரு ஜோனா அந்த இளைஞனிடம் திரும்புகிறாள்:

"அபி? ஏதாவது சொல்."

அவன் குதிக்கிறான். அவன் பார்வை ஒரு ஜோனாவிலிருந்து அடுத்தவளுக்கு அலைந்துகொண்டே இருந்தது. ஒரு சிறு வட்ட வடிவ வயிறு மட்டுமே அவர்களை வேறுபடுத்துவதை சாத்திய மாக்குகிறது.

"என்னை மன்னிக்கவும். என்னால் முடியவில்லை. நான் என்ன சொல்வது என்று என்னால் கண்டுபிடிக்க முடியவில்லை."

அவன் கீழே பார்க்கிறான். அவன் மணிக்கட்டில் பச்சை குத்தப் பட்டதைப் பற்றி சிந்திக்கிறான்: ஒரு குன்றின் மீது இரண்டு பனை

மரங்கள். அவன் தாத்தாவிற்கும் அவரது வாழ்க்கையின் கதைக்கும் அஞ்சலி. குழந்தையாக இருந்தபோது, அபி முதியவரின் முன் கையில் “OASIS” என்று பச்சை குத்தியிருப்பதைப் பார்த்து, அந்த வார்த்தையின் அர்த்தம் என்ன என்று கேட்டான். “அபி, சோலை என்றால் பாலைவனத்தின் நடுவில் தண்ணீர் என்று அர்த்தம். அது அமைதிக்கும் பகிர்வுக்குமான இடம். அதனால்தான் எனக்கு இருபது வயதாக இருந்தபோது நான் இதை பச்சை குத்திக் கொண்டேன், அது இங்கே போருக்குப் பின் ஒரு புதிய வாழ்க்கைக்கான நம்பிக்கையைக் குறிக்கின்றது. இது ஒரு நல்ல அதிர்ஷ்டம் அளிக்கக்கூடிய ஒன்று, அது உனக்குப் புரிகிறதா, அபி?” ஈன் க்ளுக்ஸ்பிரிங்கர். சிறுவன் அபி - க்ளக்ஸ்பிரிங்கர் என்ற வார்த்தையை மீண்டும் மீண்டும் கூறினான். ஜெர்மன் மொழியில் மகிழ்ச்சிக்கும் அதிர்ஷ்டத்திற்கும் ஒரே ஒரு வார்த்தை மட்டுமே உள்ளது என்பது அவனை இன்றுவரை கவர்ந்திழுக்கிறது. க்ளக். ஒருவேளை மகிழ்ச்சியின்மை உண்மையில் இருப்பது உன் அதிர்ஷ்டத்திற்குக் கீழே. அபியின் பதினோராம் பிறந்தநாளில் அவன் தாத்தா அவனிடம், இப்படி இல்லை, பச்சை குத்தி யிருப்பதைத் தலைகீழாகப் படிக்க வேண்டும் என்றான். அது OASIS இல்லை. அது 51540, ஆஷ்விட்ஸில் சிறையில் அவனது கைதி எண். கிழவன் இறந்த மறு நாள், அபி அவனது கையில் அதே இடத்தில் அந்த OASIS வார்த்தையைப் பச்சை குத்திக்கொண்டான். அந்த வார்த்தையின் இரகசியம் அவனுக்கு மட்டுமே தெரியும். அதிலிருந்துதான் அவனுக்குச் சக்தி வருகிறது. இரு பெண்களும் அவனையே பார்க்கிறார்கள். அவன் பச்சை குத்தியதையே உற்றுப் பார்ப்பது இனி மௌனமாக இருப்பதற்கு உதவாது.

“அப்போ நமக்குக் கல்யாணம் ஆயிற்றே? நாம் இங்கே வாழ்கிறோமே?” என்று ஜோனா ஜூன் கேட்கிறாள். “நம் திருமண வாழ்க்கை எப்படி இருந்தது?”

இந்த “நாம்” அல்லது இந்த “நம்” எதுவும் முன்கூட்டியே திட்டமிடப்பட்டவை அல்ல. ஆனால், ஜோனா வூட்ஸ், அபியின் குழந்தையைப் பெற்றெடுக்கும் இந்த ஜோனா வாஸர்மேன் ஆகியோருக்கு இடையே சமநிலையின் ஒரு வடிவத்தை அவர்கள் மொழியில் நிறுவுகின்றன. அவள் வக்கிரமமாக ஊடுருவியவள் அல்ல அவள் மறக்கப்பட்ட துரதிர்ஷ்டவசமானவள்.

கோடைக் காற்று இலைகளை அதிர வைக்கிறது, கார்களின் சத்தம் குறைவாக உள்ளது. “காற்று வீசும்போது எங்கிருந்தோ வர வேண்டும்.” ஏன் இந்தக் கவிதை வரி அவளுக்கு நினைவு வந்தது, ஜோனாவுக்குத் தெரியாது… இந்தக் கவிதை அவளுக்கு ஏன் வருகிறது, ஜோனாவுக்குத் தெரியாது.

“என்ன செய்யப் போகிறோம் என்று தெரியவில்லை. சட்டப்படி…” முதல் ஜோனா சொல்கிறாள்.

வழக்குச் சட்டம் எதுவும் இல்லை, மற்றவள் பதில் சொல் வாள், உடனே அவள் ‘அடக் கடவுளே’ என்று நினைக்கிறாள், உண்மையில் நான்தான், சட்டக் கேள்விகளைப் பற்றி உடனடி யாகச் சிந்திக்கிறேன். பதினாறாம் நூற்றாண்டில் பிரான்சில் நடந்த மார்ட்டின் குயர் விசாரணை அவளுக்கு நினைவு வருகிறது. ஒரு அபகரிப்பாளன், அர்னாட் டு டில், குயர் பிறந்த கிராமத்திற்கு வந்து, அவனைப் போலவே நடித்து, அவன் மனைவியுடன் வாழ்ந்து, அனைவரையும் அவன்தான் உண்மையானவன் என்று கூறி நம்ப வைக்கிறான். ஆனால், நிகழ்வுகளின் திருப்பத்தில், மார்ட்டின் குயர் திரும்புகிறான், வஞ்சகனும் தூக்கு மேடையில் முடிவடைகிறான். அதைப் பற்றிப் பேசுவதில் என்ன பயன் என்று ஜோனா நினைக்கிறாள், அதே நேரத்தில் அதே குறிப்பு மற்றவளுக்கும் வரும் என்று யூகிக்கிறாள். அவள் கிசுகிசுக்கிறாள்:

“அதற்கும் இதற்கும் எந்த சம்பந்தமும் இல்லை.”

ஒரே நிசப்தம், ஜன்னல் கண்ணாடியில் யாரோ லேசாகத் தட்டியது அவர்கள் மூவரையும் எஃப்பிஐ (FBI) அதிகாரிகளை நோக்கிப் பார்க்கச் செய்கிறது, அவர்கள் பயத்தாலோ அல்லது மிரட்டலாலோ பால்கனிக்குச் வரத் துணியவில்லை.

“நீங்களே ஒரு காபியைப் போட்டுக்கொளுங்கள்,” என்று அபி அதிலிருந்து விடுபடுவதற்காகக் கூறுகிறான்.

“எலன் என்ன ஆனாள்?” என்று ஜோனா ஜூன் கேட்கிறாள். “அவளது நோய்?”

“பரவாயில்லை, அவள் இப்போது சிகிச்சையில் இருக்கிறாள். மேலும்… நான் டென்டன் & லவ்லில் வேலையின் சேர்ந்திருக் கிறேன். ஹெப்டாக்ளோரன் வழக்கில் நான் வால்டியோவின் சார்பில் வாதாடுகிறேன்.

“அப்படியா? அந்த பிரியெர் குப்பையுடனா? நீ... நான் அப்படியா செய்தேன்?”

“அவன் குப்பை அல்ல, அவன் ஒரு கோடீஸ்வரர் என்பதால் அந்த மாதிரி ஒரு தப்பான எண்ணம்.”

ஜோனா ஜூனுக்கு அது தெரியும். இது வெளிப்படையான அபத்தம். நிச்சயமாக, எலன் சிகிச்சை செலவிற்கு அவளும் அதையே செய்திருப்பாள், ஆனால், எல்லாமே டென்டன் & லவ்ல் என்பதால்தான்... ஒன்றும் யோசிக்காமல் கையை அபியிடம் நீட்டுகிறாள். அவனும் ஒன்றும் யோசிக்காமல் அதைப் பிடிக்கிறான். இந்தச் சைகைக்கு முன்னால், மற்ற ஜோனா சுவாசிக்க திணருகிறாள். வலி அவள் மார்பை அழுத்துகிறது. அவள் சகோதரி எப்போதும் அவள் சகோதரியாகவே இருப்பாள், ஆனால் அவளுக்கு ஒரு அபி மட்டுமே இருக்கிறான். பிரிந்து ஒன்றுசேர்ந்து கொள்ளும் காதல்களும் உள்ளன, என்றுமே பிரிக்கப்படாத காதல்களும் உள்ளன.

“இது மிகவும் மோசமாக இருக்கிறது” என்றான் அபி. அவளின் கையையும் பிடித்தான். எனக்கு உங்கள் இருவரையும் பிடிக்கவில்லை. நான் ஒரே ஒரு பெண்ணைத்தான் காதலிக்கிறேன், அவள் பெயர் ஜோனா.

அவனால் தொடர முடியவில்லை. அவன் கண்களில் மின்னிய கண்ணீர் தடையின்றி வழியத் தொடங்கியது. அவ்வளவு கண்ணீர்.

# குழந்தை ஒன்று, தாய் இரண்டு

செவ்வாய்க்கிழமை, ஜூன் 29, 2021,
முரில்லோ வீதி, பாரிஸ்

இரண்டு நாட்களுக்கு முன்பு, எஃப் பி ஐ (FBI) இன் உளவியல் துறை அதன் ஐந்து-புள்ளி நெறிமுறையை நேச நாடுகளின் அரசுகளுக்குத் தெரிவித்தது: தயாரிப்பு, தகவல், சந்திப்பு, கண்காணிப்பு, பாதுகாப்பு ஆகியவை. ஆனால், சம்பிரதாயம் எதையும் தீர்க்கவில்லை: பிரான்ஸின் வெளி புலனாய்வு அமைப்பு வைத்திருக்கும் இந்த இரகசியமான பாரிஸ் மாளிகையில், ஒரு பெயரிலிருந்து மற்றொரு பெயரை மாற்றியிருக்கும், பார்க் மோன்சியோவைப் பார்த்தபடி இருக்கும் திரைச்சீலைகள் விலக்கப்பட்டிருக்கும் இந்த அறையில், இரண்டு லூசி போகார்ட்ஸும் கால் மணி நேரமாக மோதிக்கொண்டனர். ஆக்கிரமிப்பு திடீரென்று ஏற்பட்டது.

முழுமையான போர். லூசி ஜூன், அவள் பிரான்சுக்குத் திரும்பியவுடன், அவள் அதிலிருந்து தப்பிக்கப் போவதில்லை என்று புரிந்துகொண்டாள். லூசி மார்ச்சும் அதில் தான் உறுதியாக இருக்கிறாள். அவள் மகன், அவர்கள் மகன், அபார்ட்மெண்ட், எடிட் செய்யப்பட்டுக்கொண்டிருக்கும் படங்கள், உடைகளும் கூட. பல முக்கிய போராட்டங்கள், வீண் சண்டைகள்.

உளவியலாளர்கள் அதற்குத் தயாராகி வந்தனர்: பத்து வருடங்களாக லூசியும் அவள் மகனும் காதலும் மென்மையும் இருக்கும் அறையின் மூடிய கதவுகளுக்குப் பின்னால் ஒன்றாக

வாழ்ந்தனர். அந்த இளம் பெண் குழந்தையின் தந்தையுடன் பகிரப்பட்ட பராமாரிப்பை ஒருபோதும் எதிர்பார்க்கவில்லை. அந்த இளைஞனும் தன் தந்தையின் பொறுப்பை விட்டுவிட்டு வெளியேறியவன். தன் மகனை வளர்க்க விரும்பாதவன். சில வருடங்களாக மட்டுமே அவனிடம் ஆர்வம் காட்ட சம்மதித்தான். இப்போது லூசி இந்த மற்றவனுடன் பேச்சுவார்த்தை நடத்துவது அவசியமாக இருக்கும். அவள் சாந்தமாக தாங்கமுடியாத ஒரு பிரிவினையை ஏற்றுக்கொள்வாளா? அவர்கள் இருவருமே குழந்தை உளவியலாளர்கள் வைத்திருக்கும் குழந்தையின் புனிதமான "உணர்ச்சி நிலைத்தன்மை யின் பலிபீடத்தின் மீது தியாகம் செய்யத் தயாராக இல்லை. அவர்களுக்கு என்ன தெரியும்? ஒரு தாயின் அன்பில், இருண்ட சுயநலம் மிகவும் திகைப்பூட்டும் பெருந்தன்மையுடன் ஆவேசமாகப் போராடுகிறது.

"லூயிஸ் இதற்குத் தயாராக இல்லை," லூசி மார்ச் மறுபடியும் கூறுகிறாள்,

"அவன் என் மகன்," லூசி ஜூன் பதிலளிக்கிறாள். நீ உன்னுடைய மகன் என்று சொல்வதைப் போல்.

பிடிவாதமாகத் தரையைப் பார்த்துக்கொண்டிருக்கும் லூசி மார்ச் தலையை உயர்த்தாமல் பதிலளிக்கிறாள்:

"அவனின் மனநிலையைப் பற்றியும் சிந்திக்க வேண்டும். இல்லையா?"

அது இல்லையா? எப்படி, 'இல்லை?' எந்த உரிமையால் அவள் தன் மகனைப் பார்க்க மறுக்க முடியும்? அவளும் அவனுடைய தாய்தான் என்பது அவளுக்குப் புரியவில்லையா? அவளும் சட்டபூர்வமான தாய்தான் என்று? லூசி ஜூன் மிகவும் கோபமாக இருக்கிறாள். அவளால் பகுத்தறிந்து தெரிந்துகொள்ள முடியாது. அதே கோபம்தான் மற்றவளின் கன்னங்களை வெளிரச் செய்கிறது, அதே கோபம்தான் அவளின் குரலையும் நடுங்க வைக்கிறது.

"இன்னொரு இரவு நான் ஹோட்டலில் தங்க மாட்டேன்" என்று லூசி ஜூன் கத்துகிறாள். எனக்கு ஒரு அபார்ட்மெண்ட் உள்ளது. நான் எப்படி வாழ்கிறேன் என்று உன்னால் ஒரு கணம் கற்பனை செய்து பார்க்க முடியுமா?

லூசி ஜூன் ஆழ்ந்த மூச்சை எடுத்துக்கொண்டு மீண்டும் தொடங்குகிறாள்:

“நீ என்னுடன் வாழ முடியாது.”

குழந்தை உளவியலாளர்களில் ஒருத்தி பெருமூச்சு விடுகிறாள். அவர்களுக்கு ஒரு திருமண ஆலோசகரும், விவாகரத்து நிபுணரும் தேவைப்படுகிறது. அவள் தலையிட விரும்புகிறாள். ஆனால் லூசி ஜூன் தயக்கத்துடன் தொடர்கிறாள்:

“எல்லா நேரத்திலும் அல்ல.”

“நிலைமை... முன் எப்போதும் இல்லாதது, மேடம் போகார்ட்,” உள்துறை அமைச்சகத்தைச் சேர்ந்த இளைஞன் சொல்கிறான். ஒரு மதிப்புமிக்க பயிற்சிப் பள்ளியில் 2020ஆம் ஆண்டு “ஹன்னா அரெண்ட்” டுடன் வகுப்பில் இருந்தவன். இப்போது நெருக்கடியைச் சமாளிக்கும் துறையில் இருக்கிறான். விவசாயத் துறையில் நியமிக்கப்பட்டதற்கு அவனுக்குக் கசப்பான வருத்தம். அவன் சொல்கிறான்:

“நாம் ஒரு தீர்வை நோக்கி செல்கிறோம்...”

“என் வீட்டில், என் சொந்த மகனுடன் வசிக்கும் அவளை விட எனக்கு அதிகமாக உரிமை தரப்படவில்லை. ஐந்து நாட்களாக நான் லூயிஸுடன் பேச அனுமதிக்கப்படவில்லை என்பது உங்களுக்குத் தெரியுமா?”

ஆனால், லூயிஸ் மட்டுமே இந்தப் பரபரப்புகளுக்குப் பின்னால் இல்லை. ஆத்திரம் வரும்போது கன்னம் நடுங்கு வதையும், உதடுகளின் மூலைகளின் இந்தச் சிறு திருப்பத்தையும், பற்றின்மையின் முகமூடியின் கீழ் வெடிப்பதை அடக்கும் இந்தப் பிடிவாதமான வழியையும், மூக்கைச் சுருக்கி கண்ணாடியை உயர்த்துவதையும் அவள் வெறுக்கிறாள். அவை இருவரின் முகங் களிலும் காணக்கூடிய பல அடையாளங்கள். அவளது அழகை பாராட்டியதில் அதிர்ச்சியும் இருந்தது. அவளுடைய உடல் எவ்வளவு மெலிதானது, எவ்வளவு நுட்பமானது, மிகவும் மென்மையானது. இந்தப் பண்புகள் ஆண்களிடம் அவளை அடைய வேண்டும் என்ற பசியைத் தூண்ட உதவ முடியாது. லூசி ஜூன் கோபமாக லூசி மார்ச்சைப் பார்த்தபடி ரஃபேலைப் பற்றி நினைக்கிறாள்.

ஒரு வருடத்திற்கு முன், ஒரு படப்பிடிப்பில் அவனைச் சந்தித்தாள். அவன் ஒரு கேமராமேன். அவனுக்குச் சிறிய உருவமும், குத்துச்சண்டை வீரனின் மூக்கும் இருந்தாலும் பார்க்க கவர்ச்சியாக இருந்தான். அவன் தன்னை விரும்புவதை அவள் உணர்ந்தாள். அவ்வப்போது, அவள் அவனை அழைப்பாள்: அவன் எந்த வேலையுமின்றி இருந்தால், அவள் வருவாள், நுழைவாள், அரிதாக முத்தமிடுவாள். அவள் ஆடைகளை அவிழ்த்து, படுக்கையில் படுத்துக்கொள்வாள். அவளின் பின்னால் இருந்து, அவள் முடியை இழுத்து, அவளது இடுப்பைப் பிடித்துக்கொண்டு அவளை அழைத்துச் செல்ல வேண்டும் என்று விரும்புவாள். அவள் இன்பமடைவாள். பிறகு அவள் அவனைத் தள்ளி விடுவாள். அவனைத் தீவிரமாக இழுப்பாள். அவள் விருப்பம் நிறைவேறியவுடன் அவனைக் கைவிட்டுவிட்டு சிறிது நேரம் குளிப்பாள். உடனே கிளம்புவாள். அவள் அதற்கு மேல் எதையும் தேடுவதில்லை. அது அவளுடைய இரகசிய தோட்டம் அல்ல, அது ஒரு பாழான நிலம். ரபேலுக்கு முன், மற்றவர்கள் இருந்தனர். காதலிக்காமல் இருப்பது மிகவும் எளிதானது.

ஆந்திரேவுடன் நியூயார்க் செல்வதற்குச் சில நாட்களுக்கு முன்பு, அவள் அவனைச் சென்றுச் சந்தித்தாள்.

அன்றும் வழக்கம் போல் அவள் தன் கோட்டைக் கழற்றி கைக்கடிகாரத்தையும் கழற்றினாள், ஆந்திரே கொடுத்த வெள்ளை தங்க நீலக்கல் மோதிரத்தையும் கழற்றினாள். எனக்கு அரை மணிநேரம் இருக்கிறது, அதற்கு மேல் இல்லை. அவளிடம் மிகவும் அவசரமாக உணர்ந்தான். அவன் கலக்கத்துடன் இருந்த தால், அவள் விரும்பிய அளவுக்கு விரைவாக அவளைத் திருப்திப்படுத்த முடியவில்லை. அவன் அவள் தொடைகளுக்கு நடுவே மண்டியிட்டான், அவன் அவளை மென்மையாய் நக்க விரும்பி இருப்பான், ஆனால், அவள் ஒவ்வொரு முறையும் போல அவனைத் தள்ளிவிட்டாள். வேண்டாம், நிறுத்து, அப்படியல்ல, அவள் கூந்தல், அவள் முதுகு, அவள் பின்பக்கத்தை மட்டுமே அவன் பார்க்கும்படி நாயைப் போன்ற நிலைக்கு அவனை அழைத்து வந்தாள். சில நிமிடங்களுக்குப் பிறகு, அவள் ஏற்கனவே குளித்துவிட்டாள். ரஃபேல் அவளிடம் “உனக்குத் தெரியுமா லூசி, உன் நாட்குறிப்பில் வெற்றிடங்கள் இருந்தால்

ஒரு உணவகத்திற்கோ, திரையரங்கிற்கோ நாம் இருவரும் செல்ல வேண்டும் என விரும்புகிறேன் ” என்றான். லூசி அமைதியாக அவனைப் பார்த்தாள், அவள் தன்னை உலர்த்திக் கொண்டாள். தன் உள்ளாடைகளையும், காலுறைகளையும் அணிந்து கொண் டாள். “இல்லையெனில், ப்ரூக்ஸிலோ, வெனிஸிலோ, நீ எங்கு வேண்டுமானாலும், நம் இருவருக்காகவும் மட்டுமே சில நாட்கள் எடுத்துக்கொள்ளலாம் ” என்று அவன் தொடர்ந்தான். அவள் ஆடை அணிந்து முடித்து, திடீரென்று, குளிர்ச்சியாக, “நம் இருவருக்குமா? நாம் இருவருமா? ஆனால் என்ன, நீ என் மீது மோகமாக இருப்பதால் நீ என்னை நேசிக்கிறாய் என்று நினைக்கிறாய். நான் என்னை முத்தமிடு என்று கத்துவதால் நான் உன்னைக் காதலிக்கிறேன் என்று நினைக்கிறாய், இல்லையா? ஆனால், நாம் ஒன்றாக இல்லை, ரஃபேல், இது காதலும் இல்லை. ஒன்றுமேவும் இல்லை, இது ஒன்றுமே இல்லை. இது வேதியியல், இது ஒரு மோசடி. இது ஒரு மோசடி என்று உனக்குப் புரியவில்லை!

இளைஞன் ஒன்றும் பேசாமல் இருந்தான். பின் தன் நிதானத்தை இழந்து அவளிடம் “கெட் அவுட், கெட் அவுட்” என்று எறிந்து விழுந்தான். லூசி தோளைக் குலுக்கியபடி கைக் கடிகாரத்தைக் கட்டிக்கொண்டு, மோதிர விரலில் மீண்டும் மோதிரத்தை அணிந்துகொண்டு வெளியேறினாள். அவன் கதவை மூடிவிட்டு, அவள் தெருவில் செல்வதையும், ஸ்கூட்டரில் ஏறி, மறைவதையும் பார்க்க ஜன்னலுக்கு நடந்தான். என்றுமே தனக்குச் சொந்தமில்லாத இந்தப் பெண்ணால் அவமானத்தாலும் துயரத்தாலும் உடைந்துபோய் அவன் அங்கேயே நின்றிருந்தான். ஒரு வாரத்திலோ அல்லது ஒரு மாதத்திலோ, எதுவுமே நடக்காதது போல் அவள் அவனைத் திரும்ப அழைப்பாள் என்பதில் அவனுக்கு சந்தேகமே இல்லை. அவன் அவளை உள்ளே அனுமதிப்பான், நீ திரும்பி வர மாட்டாய் என்று நான் நினைத்தேன் என்று அவளிடம் கூறுவான். அவள் ஆச்சரியமாக அவனைப் பார்ப்பாள். உடனே ஆடைகளையும் களைந்துவிடுவாள்.

லூசி ஜூன் தான் அப்படிப்பட்ட ஒரு கேலிக்கு வெட்கப்பட மாட்டாள் என்று நம்பினாள். ரஃபேல் என்ன நினைத்தால் என்ன, மற்றவர்கள் எல்லாம் அவனுக்கு முன் என்ன நினைத்தால் என்ன

என்று சொல்லிக்கொண்டாள். ஆனால் திடீரென்று, ஊர்வன போன்ற தோற்றத்துடன் இந்த மற்றொரு பெண்ணின் முன், எல்லாவற்றையும் "அவளைக் கடந்த ஆதிக்கத்தின் கீழ்த்தரமான காட்சிகளையும் அவள் அனுபவிக்கும் காட்சிகள் வரையிலும்", அறிந்த இந்தப் பெண்ணின் முன், லூசி ஜூன் வெறுப்பில் உறைந்து விட்டாள். திடீரென்று அவள் நிர்வாணமாக, அசிங்கமாக, ஆபாச மாகத் தோன்றுகிறாள். இனி காலி இடம் அல்ல, திறந்த வெளி.

லூசி மார்ச்சும் அந்த நேரத்தில் ரஃபேலை நினைத்துப் பார்த்தாளா, இன்னும் அவனைப் பார்க்கிறாளோ என்று நினைத்து அவள் நடுங்கினாள். அதனால் என்ன? லூசி மார்ச் மீண்டும் தொடர்கிறாள்:

"லூயிஸ் சந்திக்கத் தயாராக இருக்கிறானா என்று எனக்குத் தெரியவில்லை, அதை எப்படிச் சொல்வது, அவனுடைய இரண்டு தாய்மார்கள்…"

"அவன் மிகவும் புத்திசாலி, மிகவும் அனுபவசாலி," என்று உளவியலாளர்களில் ஒருத்தி சொன்னாள். சூழ்நிலையை எப்படி எதிர்கொள்வது என்பது அவனுக்குத் தெரியும் என்பதை அவனது அனைத்து எதிர்வினைகளும் நிரூபிக்கின்றன. எதிலும் அவன்தான் முடிவு செய்ய வேண்டும்.

ஏனென்றால், லூயிஸுக்கு இப்போது எல்லாம் தெரியும். சிறப்பு அதிகாரிகள் அவன் லூசி மார்ச் உடன் வருமாறு கோரினர், ஒரு மணி நேரத்திற்கும் மேலாக அவன் பக்கத்து அறையில் குழந்தை உளவியலாளருடன் பேசிக்கொண்டிருந்தான். அவன் புரிந்து கொண்டான்: அவனுக்கு இரண்டு தாய்மார்கள் இல்லை, ஆனால், அவனுக்கு இரண்டு முறை தாயாக இருந்தாள். நேரமாகி விட்டது என்று தோன்றியபோது, உளவியலாளர் இரண்டு பெண் களின் சந்திப்பை ஒலியின்றி ஒளிபரப்பும் திரையை இயக்கினான். குழந்தை கண்களை விரித்து இதை மட்டும் சொன்னான்:

"இது மிகவும் விசித்திரமானது."

சிகிச்சையாளர் சிரித்தபடி தலையசைத்தாள். ஆமாம், இது மிகவும் விசித்திரமானது. இது ஒரு ரகசியம், அது பாதுகாக்கப்பட வேண்டும், ஆபத்து உள்ளது என்று அவள் மீண்டும் அவனிடம் கூறுகிறாள். ஆனால் இது லூயிஸின் கவலை அல்ல:

“இருவருக்கும் இடையே ஒரு அம்மாவைத் தேர்ந்தெடுக்க என்னைக் கேட்பார்களா? ஏனெனில் பெற்றோர்கள் பிரியும் போது, குழந்தைகளிடம் அப்பா அல்லது அம்மா, யாருடன் வாழ விரும்புகிறீர்கள் என்று கேட்பார்கள். ஆனால் இது அப்படியல்ல.”

லூயிஸ் சொல்வது சரிதான், இரண்டும் ஒன்றல்ல என்று மனநல மருத்துவர் குறிப்பிடுகிறாள், இன்னும், சிறுவனின் நன்மைக் காக, ஒரு ஒப்பந்தத்தை முத்திரையிடுவது அவசியம், சிறந்தது, ஒரு இணைப்பு, அவற்றில் எதையும் தியாகம் செய்யாத ஒரு ஒப்பந்தத்தைக் கண்டுபிடிப்பது.

லூயிஸால் அதை உருவாக்கவோ அல்லது ஒப்புக்கொள்ளவோ முடியாது, ஆனால், அவனுக்குப் பிடித்த தாய் மூன்று மாதங்களுக்கு முன்பு இருந்தவள், ஆந்திரேவைத் தினமும் மாலையில் அழைத் தவள், தொலைபேசியில் நீண்ட நேரம் பேசினவள். வாரத்தில் சில மாலை நேரங்களில் அவன் பாட்டியிடம் ஒப்படைத்தவள்.

லூயிஸுக்கு இந்த உயரமான, குறும்புக்கார, வெள்ளை முடி அயோக்கியனின் எரிச்சல் ஒரு நிம்மதியைக் கொடுத்தது. அவன் தாயின் வாழ்க்கையில் மிகவும் அவசியமான ஒன்று. அந்த வழக்கம் உடைக்கப்பட்டது, லூயிஸ் அமைதியையும் சிரிப்பையும் விரும்பினான், சில சமயங்களில் அவரது தாயின் சிந்தனைப் பார்வையும் பிடிக்கும். எங்கும் நிறைந்திருக்கும் தாய்க்கு அதன் நன்மைகள் இருந்தன, அவள் ஆண்ட்ரேவை விட்டு வெளியேறியபோது, லூயிஸ் மீண்டும் முக்கிய இடத்தைப் பிடித்தான். அவனும் மகிழ்ச்சியின்றி அவர்களது பழைய திருமண வாழ்க்கை முறைகளுக்குத் திரும்பினான்.

அவன் மூன்று ஆண்டுகளாக ஆந்திரேவை அறிந்திருக்கிறான், அவனுடைய கால அளவில், அது ஒரு நித்தியம். ஒவ்வொரு கோடையிலும், கட்டடக் கலைஞன் அவர்களை தெற்கில் உள்ள தனது வீட்டிற்கு அழைப்பதை வழக்கமாகக் கொண்டிருந்தான்.

ஒரு நாள் மாலை, ஆந்திரே, ஒரு பழைய பெட்டியை அறை யிலிருந்து வெளியே எடுத்து, நிலவறைகள், டிராகன்கள் விளை யாட்டு, உலகங்கள், அரண்மனைகளைக் கண்டுபிடிப்பது எப்படி, ஒரு பாத்திரத்தில் நடிக்கும் விளையாட்டு, சுறாக்களுக்கும் அரக்கர்களுக்கும் எதிராகப் போராடும் விளையாட்டு ஆகிய

விளையாட்டுகளைக் கற்றுக்கொடுத்தான். அவனுக்கு ஒரு பெட்டி யையும் கொடுத்தான். பல பக்க பகடை விளையாட்டுகள், ஒவ்வொரு அசைவின் அனுமானத்தையும், சிறந்த ஆயுதம், சிறந்த தந்திரம் ஆகியவற்றை எவ்வாறு கணக்கிடுவது என்பதையும் அவனுக்குக் காட்டினான். ஆந்திரே அவனுக்குப் புதிர்களையும் கற்றுக் கொடுத்தான்.

“என்னிடம் ஒரு புதிர் உள்ளது,” என்றான் லூயிஸ்.

“சொல் நான் கேட்கிறேன்,” உளவியல் நிபுணர் புன்னகைத்தாள்.

“ஏழைகளுக்கு அது இருக்கிறது, பணக்காரர்களுக்கு இது தேவை, நீங்கள் அதை சாப்பிட்டால், நீங்கள் இறந்துவிடுவீர்கள்.”

உளவியலாளர் பின்வாங்குகிறாள்.

“அது ஒன்றும் இல்லை.”

“அது ஒன்றும் இல்லை?”

“ஒன்றுமில்லை. ஏழைகளுக்கு எதுவும் இல்லை, பணக்காரர் களுக்கு எதுவும் தேவையில்லை, நாம் எதுவும் சாப்பிடவில்லை என்றால், நாம் இறக்கிறோம்.”

“மிகவும் நல்ல புதிர். நான் அதை நினைவில் வைத்துக்கொள்ள வேண்டும்.”

“நான் எந்த அம்மாவுடன் தங்கியிருக்கப்போகிறேன் என்பதைத் தெரிந்துக்கொள்ள நான் பகடையை உருட்டவா? திடீரென்று லூயிஸ் பரிந்துரைக்கிறான்.”

உளவியலாளர் ஒரு புன்னகையுடன் தொடங்குகிறாள். பகடை எறிவது ஒருபோதும் வாய்ப்பை ஒழிக்காது என்று மல்லர்மே கூறியதில் தவறில்லை. ஆனால், அது நிச்சயமாக இந்தக் குழப்பத்தை தீர்க்காது, லூக் ரைன்ஹார்ட்டின் தி டைஸ் மேனை அவளுக்கு மிகவும் பிடிக்கும், 1970களில் இருந்து வந்தது இந்தப் புத்தகம், அதில் ஒரு மனநல மருத்துவர் சலிப்பான அதிருப்தியில் மூழ்கி தனது வாழ்க்கையின் ஒவ்வொரு முடிவிற்கும் பகடை விளையாடத் தொடங்குகிறான்.

எல்லாவற்றிற்கும் மேலாக, அபரிமிதமான பதற்றத்தைத் தவிர்ப்பதற்காக லூயிஸ் கையாளும் உத்தியின் புத்திசாலித்தனத்தை

அவள் பாராட்டுகிறாள், இந்தத் தன்னிச்சையான முரண்பாடு முதிர்ச்சியை நிரூபிக்கிறது, திடீரென்று, சான்றுகள் அவளை ஆச்சரியப்படுத்துகின்றன: லூயிஸ் சொல்வது சரிதான். இது இவ்வாறுதான் செய்யப்பட வேண்டும்: தனது வாழ்க்கையைக் கட்டுப்பாட்டில் வைத்திருக்கும்போது, லூயிஸ் ஒரு முடிவின் பாரத்தைத் தாங்க வேண்டியதில்லை.

"ஆம், அதுவே சிறந்த யோசனை, லூயிஸ்," உளவியலாளர் ஒப்புக்கொள்கிறாள்.

குழந்தையே விதியை உருவாக்க வேண்டும் என்று அவள் விரும்புகிறாள்:

"எப்படிச் செய்வது என்று நீ நினைக்கிறாய்?"

"வாரத்தின் தொடக்கத்தில், வாரத்தின் ஒவ்வொரு நாளுக்கும் ஒருமுறை என்று ஏழு முறை விளையாடுவேன். அது திங்கட் கிழமை இரட்டைபடையாக வந்தால், அது முதலாமவள். ஒற்றைப் படை என்றால் இரண்டாமவள்."

"ஏன் அப்படி வைத்துக்கொள்ளக் கூடாது?"

ஒரு விரைவான கணக்கு, ஒவ்வொரு பெண்ணும் ஒரு வாரம் தன் மகன் இல்லாமல் இருப்பதற்கான சாத்தியம் நூற்றில் ஒன்று, ஆயிரத்தில் ஒரு தடவை என்று பத்து நாட்களுக்கு ஒருமுறை. எந்த லூசியாவும் தியாகம் செய்யப்பட மாட்டாள், பகடையின் முடிவை எதிர்க்க விரும்பவும் மாட்டாள். அவர்கள் தங்களுக்குள் சரி செய்துகொள்வார்கள்.

"அப்படியானால் நாம் அவர்களைப் பார்க்கப் போகலாமா?" உளவியலாளர் கேட்கிறாள்.

லூயிஸ் தலையசைக்க, அவர்கள் இருவரும் லூசிகள் அவர்களுக்காகக் காத்திருக்கும் அறைக்குள் செல்கிறார்கள். கதவருகில் வந்து, அவன் அவர்களைப் பார்க்கிறான். முதலில் ஒருத்தி, பின்னர் மற்றவள். மீண்டும் சிரித்துக்கொண்டே "இது மிகவும் வித்தியாசமானது" என்கிறான். ஒருத்தியையோ அல்லது மற்ற வளையோ பொருட்படுத்தாமல், அவர்கள் இருவருக்கும் எதிரில் இருக்கும் இருக்கையில் அமர்ந்து, அமைதியாக தனது யோச னையை முன்வைத்தான்.

இரண்டு பெண்களும், தங்களுக்குள் எரியும் கோப எரிமலைக் குழம்பைக் கட்டுப்படுத்த முயல்கின்றனர், லூயிஸைப் பார்த்து புன்னகைக்கிறார்கள், ஒவ்வொருவரும் தன் மகனின் புன்னகையை எதிர்கொள்ள முயற்சிக்கிறார்கள். லூயிஸ் ஒரு நாயாக இருந்தால், ஒரு எலும்பு துண்டும் இருவர் கையிலும் இருந்தால், ஒவ்வொரு பெண்ணும் அவனைக் கவர்ந்திழுக்க அதை தன் முஷ்டியில் மறைத்துக்கொள்வாள். ஆனால், ஒருவரைப் போலவே இருவரும் அவனைக் கவனித்து, அவன் சொல்வதைக் கேட்டு, தங்களுக்குள் ஆழமாக, இந்த அற்புதமான மகனைப் போற்றுகிறார்கள்.

அவன் முடித்ததும், குழப்பத்தின் அளவிற்கு ஒரு அமைதி நிலவுகிறது, அதை லூயிஸ் உடைத்தான்:

"நான் நிலவறைகள் காரணமாகவும் டிராகன்கள் காரணமாகவும் அப்படி அதை நினைத்தேன்."

அது எல்லாவற்றையும் விளக்கியதுபோல் அவன் பெருமை யுடன் சிரித்தான், அதே நேரத்தில், பெண்கள் தலையசைத்தபடி அதை நிராகரிக்கிறார்கள். சில நேரங்களில் மோசமான தீர்வும் சிறந்ததாக இருக்கும்.

"என்னிடம் ஒரு புதிர் உள்ளது," லூயிஸ் கூறினான். "நாங்கள் ஒரே தாயிடமிருந்து, ஒரே வருடம், ஒரே மாதம், ஒரே நாளில், ஒரே நேரத்தில் பிறந்தோம். இருந்தும் நாங்கள் இரட்டையர்களும் இல்லை, இரட்டையர்களும் அல்ல. அது எப்படி?"

இரண்டு லூசிகளும் குழப்பத்துடன் தலையை ஆட்டுகிறார்கள்.

"நாங்கள் மூவர்," லூயிஸ் சிரிக்கிறான்.

# மறுபடி வரும் விக்டர் மியெசெலின் உருவம்

**செவ்வாய்க்கிழமை, ஜூன் 29, 2021,**

**ஒய்போர்ட் குன்று, நொர்மாந்தி**

மேற்குக் காற்றில் நாணல்கள் வளைகின்றன. அல்பட்ராஸ்கள் பறவைகள் ஆங்கிலக் கால்வாயின் மேலே சாம்பல் நிற வானத்தில் வட்டமிடுகின்றன. கடலில் இருந்து எழும் மூடுபனி துறைமுகத்தில் இருக்கும் வெள்ளை மாளிகைகளின் வெளிப்புறங்களை மறைக்கின்றன. விக்டர் உயரமான புல்வெளியில் படுத்துக்கொண்டு மேகங்களைப் பார்த்துக்கொண்டிருக்கிறான். ஒரு கடற்பறவை அவனுக்கு அருகில் இறங்குகிறது, விக்டர் அது இன்னும் நெருக்கமாக வந்து அதன் சிறகுகளால் தன்னைத் தொட வேண்டும் என்று விரும்புகிறான். சந்தேகத்தைத் தவிர வேறு எதுவாகவும் இல்லாத அவனுக்கு, இந்த ஆதிகால வாழ்க்கையை அவனுக்குக் கொண்டு வரும் வரை, குன்றை நோக்கி நடந்து, சரிவின் விளிம்பில் அமர்ந்து, மழைநீர் நூறு முறை கழுவிய வெள்ளை சுண்ணாம்பைத் தனது விரலால் தொடுகிறான்.

ஆம், அங்கேதான், துல்லியமாக ஏப்32ரல் மாத இறுதியில் மற்றொரு விக்டர் மியெசெலின் அஸ்தி தூவப்பட்டது.. அவனது "மலைகள் நம்மைத் தேடி வரும்" என்ற முதல் நாவலின் ஹீரோ, ஒரு தன்னிச்சைச் செயலால் அங்கு வந்து உயிரை மாய்த்துக் கொள்ள தேர்ந்தெடுத்தான், கிளெமென்ஸ் பால்மர் அதைப் பற்றி மறுபடியும் யோசித்து இந்த இடத்தைத் தேர்ந்தெடுத்தாள். அங்கேதான் அவள் தாவீதின் மகன் கோஹெலெட்டின் வார்த்தைகளைப் படித்தாள்.

புகையின் புகை, கோஹெலெட் ஹேவல் ஹெவெலிம் கூறினான்.

கோஹெலெட் அனைத்தும் புகை என்று ஹேவல் கூறுகிறான்.

எல்லா நீரோடைகளும் கடலுக்குச் செல்கின்றன
ஆனால் கடல் நிரம்பவில்லை.
நீரோடைகள் கடலுக்குச் செல்கின்றன,
அவை ஒருபோதும் அங்கு செல்வதை நிறுத்தாது,
எது இருந்ததோ அதுவே இருக்கும்
என்ன செய்யப்பட்டதோ, அது மீண்டும் செய்யப்படும்:
சூரியனுக்குக் கீழே புதிதாக எதுவும் இல்லை.

பின்னர், இந்தச் சடங்குகளின் முக்கியத்துவத்தையும் ஏற்றுக் கொள்ள முடியாதவற்றை ஆதரிக்க உயிருள்ளவர்கள் கண்டு பிடிக்கும் இந்தக் கலைகளின் முக்கியத்துவத்தைக் குறித்து அவள் நிதானமாகவும் மனப்பூர்வமாகவும் பேசினாள். மழை பொழிய ஆரம்பித்திருந்தது. அவள் எதிர்பார்க்காத கண்ணீரை மறைக்க வந்த இந்த நேர்மையான மழை அவளுக்குப் பிடித்திருந்தது. "மரணம் ஒருபோதும் கண்ணியமான விஷயம் அல்ல, விக்டர், அது எப்போதும் தனியாகவே இருக்கிறது. ஆனால் பிரியா விடையின் இந்த இறுதித் தருணம் குறைந்தபட்சம் எஞ்சி யிருப்பவர்களுக்கு உதவும் என்று நம்பலாம். "ஸ்டோயிக்" நபர்கள் உண்மையைச் சொன்னாலும், ஆண்களுக்கு இடையே அன்போ, மென்மையோ, நட்போ எதுவும் இல்லை என்றாலும், உடலே அனைத்தும் என்றும், எல்லா உணர்வுகளும் உருவாகி தன்னுள்ளேயே வேரூன்றுகிறது என்பது உண்மை என்றாலும், விக்டர், இந்தக் கடைசி வார்த்தைகள் பயனற்றவை அல்ல."

இந்த வாக்கியங்கள், கிளெஃப்மேன் சரிவின் விளிம்பில் ஆபத்தான முறையில் நடக்கும் இந்த "உயிருடன் திரும்பிய வனுக்கு" மீண்டும் சொல்ல முடியும். விளிம்பிற்கு அருகில் வரக் கூடாது என்று அவள் அவனிடம் கத்துகிறாள். அவளின் வார்த்தைகள் காற்றில் கரைந்து போயின. விக்டர் திரும்பி, கை அசைத்துவிட்டு அவளிடம் வந்து சிரித்தான்:

“ஒரு நண்பன் இறந்துவிட்டால், அது நாம் அல்ல என்பதை மீண்டும் காண்பதில் என்ன ஒரு மகிழ்ச்சி!”

கிளெஃப்மேன் குழப்பமடைந்தாள்: அவளது விக்டர் திரும்பி வந்துவிட்டான். அதிகாலையில், ஏர் பிரான்ஸ் 006 விமானத்தி லிருந்த அவனையும் மற்ற பிரெஞ்சுக்காரர்களையும் இராணு வத்தால் பட்டயப்படுத்தப்பட்ட ஏர்பஸ் எவ்ரெ ஃபோவீய் இராணுவத் தளத்திற்கு அழைத்து வந்து இறக்கியது. மணிக் கணக்காக, நாங்கள் அவர்களுக்கு விளக்கினோம். அவன் முதலில் விடுவிக்கப்பட்டான். இரண்டாவது விக்டர் மியெசெலுடன் எந்த மோதலும் எதிர்பர்க்கப்படவில்லை. இரண்டு மடங்கு குறைவான உளவியலாளர்களுக்கு இது இரண்டு மடங்கு குறை வான வேலை, ஆனால், “புலனாய்வுத் துறையால்” அவனுக்கு ஒதுக்கப்பட்டவளின் கவனம் அவனை விட்டு ஒரு அடிகூட நகரவில்லை. இந்த நிலைமை எந்தக் கையேட்டிலும் பட்டிய லிடப்படாததால், ஜோசஃபின் மிகலேஃப்பால் நிலைமைக்குத் தக்கவாறு சமாளிக்க மட்டுமே முடியும்.

“நீ இங்கே வந்து தியானம் செய்வதன் மூலம் தொடங்குவது சரிதான்,” என்று அவள் சொன்னாள்.

“நான் தியானம் செய்யவில்லை. எனக்கான துக்கத்தில் நான் இல்லை. இந்தக் குன்றின் மீது சென்றால் எனக்குப் புரியத் துவங்கும் என்று ஒரு கணம் நினைத்தேன், ஆனால், உண்மையில் அப்படி ஒன்றும் நடக்கவில்லை. நான்கு நாட்கள் காவலில் வைக்கப்பட்டது போலவும், குளிர்காலத்தில் என் வீட்டை விட்டு வெளியேறி கோடையில் அங்கு திரும்பியது போலவும் தான் எனக்குத் தெரிகிறது. ஊரினுள் சென்று மதிய உணவு சாப்பிடலாம். எனக்கு இறைச்சி வேண்டும். ஒரு கிளாஸ் மெடோக் சாராயமும் வேண்டும். இன்னும் பல…”

அவர்கள் கறுப்பு பியூஜியோட் காரில் ஏறி மெதுவாக Étretat நோக்கிச் செல்கிறார்கள். பாதுகாப்புத்துறையைச் சேர்ந்த ஒருவன் வாகனத்தை ஓட்டுகிறான். இளம் உளவியலாளர் முன்புறம் பயணியின் இருக்கையிலும், விக்டரும் கிளெஃப்மேன்னும் பின் இருக்கையிலும் அமர்ந்தனர். காரினுள் அமைதியாக இருக்கிறது,

உளவியலாளர் மடிக்கணினியில் இடைவிடாமல் தட்டுவதை மட்டுமே கேட்க முடிகிறது. விக்டர் புல்தரைபரப்பையும் சுண்ணாம்பு நிலப்பரப்பையும் ரசிப்பதில் லயித்து விடுகிறான். திரைப்பட எடிட்டரால் தனது கண்களை எழுத்தாளரிடமிருந்து எடுக்க முடியவில்லை. மீண்டும் அவனைப் பார்க்கக் கூடாது என்று அவள் தன்னைத் தானே கட்டுப்படுத்திக் கொண்டாள்., அவனுடைய “மறுதோற்றம்” அவளிடம் ஏற்படுத்தும் கொந்தளிப் பைப் பற்றி என்ன நினைப்பது என்று அவளுக்குத் தெரிய வில்லை. அவனுடைய எல்லா புத்தகங்களையும் அவள் மீண்டும் படித்த பிறகு, அவள் அவனுடன் முன்பைவிட நெருக்கமாக இருக்கிறாள். அவன் இல்லாதது அவளுக்குள் ஒரு கொந்தளிப்பை ஏற்படுத்தியிருந்தது.

உணவகத்தில், விக்டர் ஒரு வட்ட மேசையைத் தேர்ந்தெடுத்து, அவர்கள் அனைவரும், போலீஸ்காரர் உட்பட, மதிய உணவு சாப்பிட வேண்டும் என்று வலியுறுத்துகிறான். அது சரியான முறை இல்லாவிட்டாலும் கூட. எழுத்தாளர் தனது இறைச்சி யுடன், ஒரு பாட்டில் 2016அம் வருட திராட்சை சாராயம் ஆகியவை வேண்டும் என்றபடி கிளெஃப்மேன்னைப் பார்த்துப் புன்னகைத்தான்.

“உனக்குத் நினைவிருக்கிறதா, கடந்த வாரம் நான் உன்னுடன் இரவு உணவு சாப்பிட்டேன், அது பிப்ரவரி தொடக்கத்தில். என்னைப் பார்த்ததில் உனக்கு மகிழ்ச்சியா?”

அவள் யோசனையுடன் அவனைப் பார்க்கிறாள். ஆனால், அவளுடைய பார்வை அவனுக்குப் பின்னால் வெகுதூரம் அலை கிறது. அவள் கைகளில் இந்தக் கலசத்தை வைத்துக்கொண்டு மழையிலும் சேற்றிலும் நடந்தது,.. அஸ்தி சாம்பலின் வெண்மை யான சுழல், காற்றின் சத்தம், பிரசங்கியின் வார்த்தைகள்: “என்ன இருந்ததோ, அதுவே இருக்கும், என்ன செய்யப்பட்டதோ, அது மீண்டும் செய்யப்படும்: சூரியனுக்குக் கீழே புதிதாக எதுவும் இல்லை.”

விக்டர் அவளைக் கனவில் இருந்து வெளியேற்றினான்.

“கிளெமென்ஸ்?” என்னை மீண்டும் பார்த்ததில் மகிழ்ச்சியா?”

“ஆம், விக்டர், மிகவும் மகிழ்ச்சி. என்னை மன்னிக்கவும். நான் ஒரே நேரத்தில் வேதனையும் வினோதமும் நிறைந்த இரண்டு மாதங்களைக் கழித்தேன். இப்போது இந்தக் கதை...”

கிளெமென்ஸ் வார்த்தைகளைத் தேடுகிறான். தான் உருவாக்கிய இந்த உலகில் என்ன நடக்கிறது என்பதைப் புரிந்துகொள்ளும் முயற்சியில் கடவுள் தோராவை மீண்டும் மீண்டும் படிக்கிறார் என்று ஒரு யூத நகைச்சுவை கூறுகிறது. அவள் திரும்பவும் தொடர்கிறாள்.

“ஏன் என்னை மட்டுமே எச்சரித்தாய்?”

“நான் எல்லாரையும்விட உன்னை அதிகமாக நம்புகிறேன், நீ புத்திசாலி என்று எனக்குத் தெரியும். யாரையாவது எச்சரித்தாயா? இல்லை பார்த்தாயா?”

“இது நேரத்தைத் தாமதப்படுத்தும் வழி. அவ்வளவுதான்,” கிளெமென்ஸ் கூறினாள். “இது உன் விமானத்தைப் பற்றியது என்பதை அனைவரும் அறிவார்கள்.”

“அவசியம் இல்லை,” மிகலேஃப் தலையிடுகிறான். “பயணிகள் பட்டியல் எப்போதும் ரகசியமாக வைக்கப்படும், பாதுகாப்புத் துறை அதற்கு உத்தரவாதம் அளிக்கிறது.”

“நான் மறைந்து போகலாம், விக்டர் தொடர்கிறான். மீண்டும் மற்றொரு அடையாளத்தின் கீழ் ஒரு புதிய வாழ்க்கையைத் தொடங்கலாம்.. அரசாங்கம் எங்களுக்கு இந்த வாய்ப்பை வழங்கியது.”

“முதலில், நீ அதை விரும்பவில்லை, அது உன்னால் முடியாது.”

அவள் கணினியை இயக்கி, பதிப்பகத்தின் இணையதளத்துடன் இணைத்து, ‘புதிய புத்தகங்கள்’ என்பதைக் கிளிக் செய்கிறாள். பின்னர் ‘முரண்பாடு’, பின்னர் ‘பத்திரிகை விமர்சனம்’.

“எல்லா இடங்களிலும் நூற்றுக்கும் மேற்பட்ட கட்டுரைகள், ஒளிபரப்புகள், உன் படம். இந்த மாத lire” பத்திரிகையின் முதல் பக்கத்தில். ஏற்கனவே ஆறு மொழிபெயர்ப்புகள் செய்து கொண்டிருக்கிறார்கள். நீ என்று அவர்கள் அறிந்ததும்... அவர்களின் அவசரத்தை உன்னால் கற்பனை செய்து பார்க்க முடியும்... அதனால், நீ மறைந்துபோவது என்பது... ஒரு ஒப்பனை அறுவைச் சிகிச்சைக்காகத் தவிர...

காலையில் எவ்ரெ விமானத் தளத்தில், விக்டர் "முரண் பாட்டை" படித்தான். அவன் அதில் தனது பாணியைக் காண்கிறான். ஆனால் அதில் தன்னைத் தான் கண்டுபிடிக்கவில்லை. அவன் சூத்திரத்தின் இந்தக் கலையை ரசிக்கவில்லை. பழமொழியின் மீதும் எந்த மோகமும் இல்லை. இந்தப் புத்தகம் எழுப்பிய உற்சாகத்தை அவனால் உணர முடியவில்லை.

அது "எல்.எஸ்.டி.யில் ஜான்கெலெவிட்ச்" போன்றது என்று விக்டர் சிரித்தான். இன்னொரு நான். நியூயார்க்கிற்குப் புறப்படுவதற்கு முன்பு அதில் ஒரு வரிகூட நான் எழுதவில்லை.

"நான் உன்னை அதில் பார்க்கிறேன், நான் அதை விரும்பினேன்," என்று கிளெமென்ஸ் கூறினாள். இல்லாவிட்டால் நான் வெளியிட்டிருக்க மாட்டேன். நீ அதை பழகிக்கொள்ள வேண்டும், உன் புத்தகம் இரண்டு லட்சத்திற்கும் அதிகமான பிரதிகள் விற்றுவிட்டன..."

"நான் முதலிலேயே எல்.எஸ்.டி.யை முயற்சித்திருக்க வேண்டும்..."

அவள் கணினியை அணைத்து, உறுதியான சைகையுடன் மெடோக் சாராயத்தை கிளாஸில் தானே ஊற்றிக்கொள்கிறாள்.

"உன் 'உயிர்த்தெழுதலை' அறிவிக்க வேண்டும். லிவியோ மகிழ்ச்சியடைவான்."

"என்ன? சலேர்னோ?"

"உன் மரணத்திற்குப் பிந்தைய நண்பர்களின் கிளப்பின் முக்கிய தலைவன் அவன்."

"அவனை நண்பன் என்று அழைக்க மாட்டேன். எங்களுக்கு பரஸ்பர நண்பர்கள் இருந்தனர்."

"நீங்கள் இருவரும் ஒருவரையொருவர் நிறைய பார்த் திருப்பீர்கள்... உன்... எப்படியிருந்தாலும், அவன் தகன மேடையில் தனது இத்தாலிய உச்சரிப்புடன், உன் புத்தகங்களில் இருந்து மேற்கோள்களை எடுத்து ஒரு அற்புதமான உரையை நிகழ்த்தினான்.

"லிவியோ எப்போதும் இறுதிச் சடங்குகளை விரும்புவான். புகழாரம் என்பது அவன் தேர்ந்தெடுத்த விருப்பம். அவனால் தனது அடக்கத்தையும் பெருந்தன்மையையும் கலந்து பேச முடியும்.

“அவன் அதில் கைதேர்ந்தவன் என்று நான் உனக்குச் சொல்வேன். எப்படியிருந்தாலும், இலேனா, அவள்...”

“இலேனா? ஆறு மாதங்களுக்கு முன்பு அவள் என்னை விட்டு பிரிந்தாள். இல்லை இல்லை, ஒன்பது மாதம் முன்பு...”

“உங்களுக்குள் சமரசம் ஆகிவிட்டதா?... சரியாகக் கடந்த சில மாதங்களில், நீங்கள் மீண்டும் இணைந்துவிட்டதாக அவள் கூறுகிறாள்.”

“எனக்கு மிகவும் ஆச்சரியமாக இருக்கிறது.”

கடந்த இலையுதிர்காலத்தில், வெப்லரில், இலேனா அவனை விட்டு பிரிந்து காலை வேளையில், “அதிக பால் இல்லாமல் ஒரு பெரிய காபியைப் பருகினாள்,” தனக்கு எப்போதும் ஒரு காதலன் இருப்பதாக அவனிடம் கூறினாள். அவன் அவளை அடிமைப்படுத்துகிறான் என்றாள். விக்டர் மிகவும் ஆச்சரிய மடைந்து, அவளை மீண்டும் அந்த வாக்கியத்தைச் சொல்லச் செய்தான். அவளும் மிகவும் கோபமடைந்து, “அவன் என்னை நன்கு முத்தமிடுகிறான்” என்ற வார்த்தைகளை நன்றாகப் பிரித்துப் பிரித்துச் சொன்னாள். அவன் தோள்களைக் குலுக்கி, வெடித்துச் சிரித்துவிட்டு, “கண்டதையும் சொல்கிறாய், இலேனா” என்றான். அவள் எழுந்துவிட்டுச் சொன்னாள்: “உன்னைப் பார்த்தால் பரிதாபமாக இருக்கு.” என்று. சுற்றி இருப்பவர்களின் கவனத்தை ஈர்ப்பதற்காக “பரிதாபம்” என்ற வார்த்தையை அழுத்திச் சொன்னாள்.

பின்னர் அவள் திரும்பிப் பார்க்காமல் வெளியேறினாள், இந்த ஏழையின் மோசமான நடத்தையை இப்போது அங்கு யாரும் சந்தேகிக்க முடியாது என்பதை தனது அகங்கார பார்வையால் உறுதிப்படுத்திக்கொண்டே அவள் சென்றாள். உறுதியான காலடிகளுடன் அவள் நடந்து செல்வதை அவன் பார்த்துக் கொண் டிருந்தான். சூழ்நிலையின் அபத்தத்தில், பெருமகிழ்ச்சி அவனை மெல்லமெல்ல வென்றது.

எனவே, ஆம், அவர்கள் சமரசம் செய்துகொண்டது அவனுக்கு மிகவும் ஆச்சரியமாக இருக்கும்.

"நான் இறந்ததும் ஒரு நல்லதுக்குத்தான்," மியெசெல் பெரு மூச்சு விடுகிறான். சுருக்கமாகச் சொன்னால், நீ சொல்வதும் சரிதான், எல்லோரும் என்னை மீண்டும் பார்ப்பதில் மகிழ்ச்சி அடைவார்கள்.

"நான் மகிழ்ச்சியடைகிறேன்," என்று கிளெமென்ஸ் சிரித்தாள். உள்துறை அமைச்சகத்தைச் சேர்ந்தவர்கள் பதிப்பகத்திற்கு வந்து, நிலைமையை விளக்கி, என்னை இங்கு அழைத்து வந்த போது, நான் பயந்தேன். நான் ஒரு வேற்றுகிரகவாசியைக் பார்க்கப் போகிறேன் என்று நினைத்தேன். "பாடி ஸ்னாட்சர்ஸ்," திரைப் படத்தில் உள்ளதைப் போலவே குழிக் கண்களும் பனிக்கட்டி குரலும் கொண்ட ஒருவனைப் போல…"

"மன்னிக்கவும், கிளெமென்ஸ், நான் அதே பழைய நான் தான். இன்னும் இரண்டு கேள்விகள். பொருட்களைப் பற்றியது. எனக்கு ஒரு நல்ல செல்போன் தேவை. என்னுடைய சிம் கார்டு முடக்கப்பட்டுள்ளது. நான் உலகத்திலிருந்து துண்டிக்கப்பட்ட தாக உணர்கிறேன். நான் உண்மையில் என் "விதவை"யை அழைக்க விரும்புகிறேன்… அவளுடைய மகிழ்ச்சியைக் அவள் குரலில் கேட்க விரும்புகிறேன்…"

"உனக்கு எல்லாம் கிடைக்கும், மியெசெல்," பாதுகாப்புத் துறை அதிகாரி குறுக்கிடுகிறான். அழைப்புகளில் கவனமாக இருக்க வேண்டும்.

"நான் வீட்டுக்குப் போகணும்."

"லெவல்லுவா விடுதியில் உனக்காக ஒரு அறை ஒதுக்கப் பட்டுள்ளது, மியெசெல்." எதிர் புலனாய்வு வளாகத்தில். பாது காப்புக் காரணங்களுக்காக. நாளை, பாரிஸில் உனக்கு ஒரு ஹோட்டலைக் கண்டுபிடிப்போம்.

"பின்னர்…" கிளெமென்ஸ் தொடங்குகிறாள்.

ஆனால், எங்கிருந்து தொடங்குவது என்று அவளுக்குத் தெரிய வில்லை. தூரத்து சொந்தம் ஒன்று அவன் அபார்ட்மெண்டை காலி செய்து, மரச்சாமான்களை உடனடியாகப் பகிர்ந்துகொண்டு அபார்ட்மெண்டை விற்பனைக்கு விட்டது. "தற்கொலை காரண மாக நல்ல விலை கிடைக்கவில்லை, இல்லையா?". நண்பர்கள்

சங்கம், மிகவும் ஆற்றல் வாய்ந்தது. விக்டர் கோபமாகவும் இல்லை அதைப் பற்றி கருத்தும் தெரிவிக்கவில்லை. அவள் தொடர்கிறாள்.

"உன் நூலகத்தைப் பற்றிச் சொல்லவேண்டுமென்றால், உன் வீட்டில் ஒரு நாள் மாலை ஒரு நிகழ்ச்சி நடந்தது. அங்கு வந்த அனைவரும் தங்களுக்கு வேண்டிய புத்தகத்தை எடுத்துக் கொண்டார்கள். இன்னும் உன் ஜாரி, தஸ்தோயோவ்ஸ்கி போன்றவை நிறைய அட்டை பெட்டிகளில் உள்ளன... இந்த நாட்களில் யாரும் அவற்றைப் படிப்பதில்லை. உன் உறவினர்கள் உன் Pléiade புத்தகங்களை எடுத்துக்கொண்டனர்: அவை அலங் காரமானது, மேலும் eBayஇல் நன்றாக விற்கப்படுகின்றன.

"உன் சொத்தை நீ திரும்பப் பெறுவதற்கு அரசாங்கம் உறுதி செய்கிறது, மியெசெல்," என்று அந்த அலுவலர் கூறினான்.

ஒரு கேள்வி கிளெமென்ஸை ஆட்டிப்படைக்கிறது. உளவி யலாலர் அவளுக்கு முன் கேட்கிறாள்:

"விக்டர், நாம் ஏற்கனவே விமானத்தில் இதைப் பற்றி பேசி னோம், ஆனால்... "மற்ற" விக்டரைத் தற்கொலை செய்துகொள்ள எது வழிவகுத்தது?

எழுத்தாளர் லேசாகச் சிரித்தபடி சொல்கிறான்...

"யாரும் தற்கொலை செய்துகொள்வதில்லை, உனக்கு அது கற்பிக்கப்படவில்லையா?" மரணதண்டனை நிறைவேற்றுபவ னைக் கொன்று தப்பிக்கும் பாதிக்கப்பட்டவர்கள் மட்டுமே உள்ளனர்.

"அது முடியாது, ஏனென்றால்... இலேனா லெஸ்கோவ்?" ஜோசபின் மிகலேஃப் வலியுறுத்துகிறாள். "முரண்பாடு" பல மொழிகளில் மொழிபெயர்க்கப்பட்டிருக்கிறது. மூலமொழியான பிரெஞ்சில் அதன் தலைப்பு "Anomalie" இதில் அமோ இலேனா எல் என்ற எழுத்துப் புதிர் இருக்கின்றது.. "ஐ லவ் இலேனா எல்."

மியெசெல் வெடித்துச் சிரிக்கிறான்.

"அப்படியா? அது உண்மையா? அப்படி ஒரு விஷயத்தைக் கண்டுபிடித்தவன் யார்?"

"இலேனா ஒரு நேர்காணலில் அதைக் குறிப்பிட்டாள்..."

“அதிர்ஷ்டவசமாக, ‘அமோவுக்கு’ இடமளிக்க லத்தீன் மொழி உள்ளது. ஜெனரல் கஸ்டர் சொன்னது போல் நல்ல மொழி இறந்த மொழி. நகைச்சுவைகள் ஒருபுறம் இருக்க, இந்தச் செயலுக்கான காரணங்கள் எனக்குச் சுத்தமாக விளங்கவில்லை. நான் தற்கொலை செய்துகொள்ளவில்லை; நான் சொல்வதைக் கேளுங்கள்: நான் மகிழ்ச்சியுடன் என்னை நானே கொன்று விடுவேன், குறிப்பாக பின்னர், அதுவே தாமதமாகிவிடும்...”

“ஆ! கிளெமென்ஸ் கூச்சலிடுகிறாள். எடிட்டர் தனது மடிக் கணினியைத் திறந்து, அதில் நடுக்கத்துடன் விரலை நகர்த்தி, விக்டரிடம் வெற்றியைக் காட்டுகிறாள், “முரண்பாடு” புத்தகத்தி லிருந்து ஒரு வாக்கியம்.”

“நீ விக்டர் மியெசெல்லை மேற்கோள் காட்டியிருக்கிறாய்.”

அவள் விக்டர்ர்ர்ர் என்று உச்சரிக்கிறாள், R ஐ உருட்டிக்கொண்டு ø வில் வேடிக்கையாக கேலி செய்கிறாள்.

“நான் மருந்தின் தாக்கத்தில் இருக்கிறேன், கிளெஃப்மேன். அதுதான் ஒரே விளக்கம்.

எடிட்டர் மோசமான வார்த்தை விளையாட்டைப் பார்த்துச் சிரிக்கிறாள். அவள் பையைத் திறந்து, ஒரு உறையை எடுத்து விக்டரிடம் கொடுக்கிறாள்.

“எடுத்துக்கொள். நீ குதித்த போது இவை அனைத்தும் உன்னிடம் இருந்தன.”

விக்டர் அதைக் கிழித்துத் திறக்கிறான். அவனுடைய செல் போனும், அவனுடைய சாவிகளும் சிவப்பு நிற லெகோ செங் கல்லும் இருந்தன. அவன் தனது சொந்த பாக்கெட்டில் தேடு கிறான், தனது இன்னொரு கல்லை அதிலிருந்து எடுக்கிறான், அதை முதல் கல்லுக்குப் பக்கத்தில் வைக்கிறான். அவன் அவற்றை பரிசோதிக்கிறான், ஆர்வத்துடன், ஒன்றின் மேல் ஒன்றாக அடுக்கி சரிசெய்கிறான். அவனது நினைவுகள் மிகவும் சரியாகப் பொருந்துகின்றன.

~

## புதன்கிழமை ஜூன் 30, 2021,

## லுதேசியா விடுதியின் வரவேற்பறை, பாரிஸ்

கிளெமென்ஸ் பால்மர், "விக்டர் மியெசெல்லின் இரட்டை வாழ்க்கை" என்ற தலைப்பின் கீழ் பத்திரிகையாளர்கள் கூட்டத்திற்கு ஏற்பாடு செய்திருந்தாள். முரண்பாடு நாவலி லிருந்து கீழ்க்கண்ட மேற்கோளை எடுத்து அழைப்பிதழில் சேர்த்திருந்தாள்: "எனது எதிர்கால வாழ்க்கை வரலாற்றாசிரியரின் திறமையின்மை மீது நான் அதிக நம்பிக்கை வைக்க அஞ்சுகிறேன்."

கூட்டம் சேர்ந்துவிட்டது. விக்டர் ஆரஞ்ச் பதிப்பகக் குழு வினருடன் அருகில் உள்ள சிறிய அறையில் காத்திருக்கிறான். ஏற்பாடுகள் அவனைப் பயமுறுத்துகின்றன. ஒரு உயரமான மேடை, ஒரு மேஜை, கிளெமென்ஸுக்கும் அவனுக்கும் இரண்டு இருக்கைகள். அவர்களுக்கு முன்னால் நூறு நாற்காலிகள், அனைத்தும் ஆக்கிரமிக்கப்பட்டுள்ளன. அறையின் பின்புறத்தில் ஒரு டஜன் கேமராக்கள் அவனுக்காகக் காத்திருக்கின்றன.

"சர்வதேசப் பத்திரிகைகள் உள்ளன," கிளெமென்ஸ் கூறினாள். உன் புத்தகம் அடுத்த வாரம் கிட்டத்தட்ட எல்லா இடங்களிலும் வெளியாகிறது. அவசர மொழிபெயர்ப்புகளும்தான்... சில சமயங் களில் அவை தோராயமாக இருக்கும்.

"அதே போல், நானும் ஜார்ஜ் குளூனி அல்ல."

"நீ இன்னும் அவனுக்கு மேலே. நீ ரோமெய்ன் கேரிக்கும் இயேசு கிறிஸ்துவுக்கு இடையில் இருக்கிறாய். தற்கொலை பிறகு உயிர்த்தெழுதல்."

விக்டர் தோள்களைக் குலுக்குகிறான். கிளெமென்ஸ் அவன் சாம்பல் நிற ஜாக்கெட்டில் மெதுவாகத் தூசுகளைத் தட்டிவிடு கிறாள். விக்டர் கதவைத் திறந்து பத்திரிகையாளர்கள் இருக்கும் அறையைக் கவனிக்கிறான்.

"எனது அன்பு இலேனா இங்கே இல்லையா?" என் விதவை வீட்டிலேயே தங்கி இருந்திருக்க வேண்டும்.

"மன்னிக்கவும்?" என்றாள் கிளெமென்ஸ், முகம் சுளித்தபடி..

"இல்லை, ஒன்றுமில்லை, நான் என்னைப் புரிந்து கொள்கிறேன்."

பதிப்பாசிரியர் கைக்கடிகாரத்தைப் பார்க்கிறாள். மணி ஆறு ஆகிவிட்டது.

"நாம் செல்ல வேண்டும். நுழைவாயிலில் பாதுகாப்பு சோதனைகளால் நாம் பின்தங்கிவிட்டோம். பலர் தங்கள் 20 மணி செய்தியை உன்னை வைத்து ஆரம்பிக்க விரும்புகிறார்கள்."

"அந்தச் செய்தி அறிக்கை இன்னும் இருக்கிறதா?" 24 மணி நேர செய்தியும் இணையமும் எல்லாவற்றையும் அழித்துவிடவில்லையா?

"பத்து மில்லியன் மக்கள் அவற்றைப் பார்க்கிறார்கள். போகலாம். உன் அரை லெக்சோமில் மாத்திரையில், நீ மிகவும் நிதானமாக இருப்பதை உணர்கிறேன். அதிகமாகவும் கூட. ஏமாற்றி விடாதே, நான் உன்னைக் கெஞ்சிக் கேட்கிறேன்."

"சத்தியமாக" என்றான் விக்டர்.

அவன் வெளியே வந்து, வெடிக்கும் ஃப்ளாஷ்களின் கீழ் மேடையில் ஏறி, தனது இருக்கையில் அமர்ந்து, ஒரு கொட்டாவியை அடக்குகிறான். அவன் உண்மையிலேயே நிதானமாக இருக்கிறான்.

"அனைவருக்கும் வணக்கம், கிளெமென்ஸ் பால்மர், மைக்ரோஃபோனைக் கையில் எடுத்துப் பேசுகிறாள். நான் சுருக்கமாகச் சொல்கிறேன், ஏனென்றால் உங்களிடம் நிறைய கேள்விகள் இருப்பதாக நான் நினைக்கிறேன்...

விக்டர் அங்கிருக்கும் நூறு பத்திரிகையாளர்களில் யாரையும் அடையாளம் காணவில்லை. இலக்கியம் பற்றி பேசுவதில் ஆபத்து இல்லை, பத்திரிகைகள் செய்தியாளர்களை அனுப்பி இருக்கின்றன. விமர்சகர்களை அல்ல. அவர்களில் ஒருவன் "முரண்பாட்டைப்" படித்திருந்தால், அது தொழில்முறை கடமையாக இருக்கும். கிளெமென்ஸ் தனது விளக்கத்தை முடித்ததும், எல்லா கைகளும் மேலே எழும்புகின்றன. அமைதியுடன், கூட்டத்தின் மீது ஆதிக்கம் செலுத்துகிறாள். முன்வரிசையில் உள்ள ஒரு உயர்ந்த மனிதனுக்கு முதல் கேள்வி வாய்ப்பைக் கொடுக்கிறாள்.

"மியெசெல் அவர்களே, நான் ஜூன் ரிகல், லெ மோந்த் பத்திரிகை. உங்களைப் பொறுத்தவரையில் நீங்கள் மார்ச் மாதம் பாரிஸை விட்டு வெளியேறி ஒரு வாரம் மட்டுமே ஆகிறது. இந்த நான்கு மாதங்களில், பல விஷயங்கள் நடந்துள்ளன, குறிப்பாக உங்களுக்கு. ஒரு புத்தகத்தை எழுதியதும், உங்களின் மரணம் என்று அழைக்கப்படுவதும்.. இந்த நம்பமுடியாத சூழ்நிலையை நீங்கள் எவ்வாறு சமாளிக்கிறீர்கள்?"

"நான் என்னால் முடிந்தவரையில் ஒத்துப்போகிறேன். நான் "எனது" புத்தகத்தைப் படித்தேன், வெவ்வேறு செய்தித்தாள்களில் எனது இரங்கல் செய்திகளையும் படித்தேன். அவற்றைப் பார்ப்பதற்காகவே சாக வேண்டும் என்ற எண்ணம் ஏற்படுகிறது."

"முரண்பாடு" உங்கள் புத்தகம் என்று கருதுகிறீர்களா?"

"உங்கள்" என்றால் என்ன, வரையறுக்கவும்.

கிளெமென்ஸ் உள்நோக்கி அவள் கண்களைச் சுழற்றுகிறாள் என்று விக்டர் சந்தேகிக்கிறான். அவன் பின்வாங்குகிறான்.

"இந்தச் சிறு சறுக்களுக்கு என்னை மன்னியுங்கள்." அவனுடைய சில வார்த்தைகளில் சில நேரங்களில் நான் நிச்சயமாக என்னைக் காண்கிறேன். இது உங்களோடு பேசும் நான் எழுதிய புத்தகம் என்பதற்காக அல்ல. நான் பதிப்புரிமையைப் பெறுகிறேன், அதுதான் முக்கிய விஷயம்.

"நாங்கள் சொன்னோம்: கோமாளித்தனம் வேண்டாம்", என்று கிளெமென்ஸின் பெருமூச்சு கூறுகிறது, அவள் அவனுக்குத் தூக்க மாத்திரை போட்டுக்கொள்ளும்படி அறிவுரை கூறியதற்காக வருந்துகிறாள்.

"உங்கள் புத்தகத்தில் அந்த விமானத்தில் என்ன நடந்தது என்பதற்கான விளக்கம் இருப்பதாக நீங்கள் நினைக்கிறீர்களா?"

"ஆயிரக்கணக்கான மக்கள் அதைத் தேடிக்கொண்டிருக் கிறார்கள். அப்படி ஒன்று இருந்தால், நான் கண்டுபிடிப்பதற்கு முன்பு அவர்கள் அதைக் கண்டுபிடிப்பார்கள். குறிப்பாக, உங்களிடம் ஒரு சுத்தியல் இருக்கும்போது, பார்க்கும் எல்லாமே ஒரு ஆணியைப் போல தோற்றமளிக்கும்.

"நாம் அனைவரும் ஒரு உருவகப்படுத்துதலில் இருக்கிறோம் என்று நினைக்கிறீர்களா?"

“எனக்குத் தெரியாது. வூடி ஆலனின் வார்த்தைக்குப் பொழிப் புரை செய்வதென்றால், அப்படி ஏதும் இருக்கும் என்றால், புரோகிராமருக்கு ஒரு சாக்கு இருக்கும் என்று நம்புகிறேன். ஏனென்றால் அவர்கள் உருவாக்கிய உலகம் இன்னும் ஒரு பயங் கரமான நரகமாகவே இருக்கிறது. இருப்பினும், நான் புரிந்து கொண்டவரையில், நாம்தான் அதை சொந்தமாக உருவாக்கு கிறோம்.”

“மிஸ்டர் மியெசெல், ஒருவேளை உங்களுக்குத் தெரிந் திருக்கும், விமானத்தில் இருந்த அனைத்துப் பயணிகளும் தங்கள் அடையாளத்தை வெளிப்படுத்த மறுக்கிறார்கள். ஏன் பட்ட பகலில் வெட்ட வெளியில் வாழ சம்மதித்தீர்கள்?”

“எனக்கு எந்த ஒரு அச்சுறுத்தலும் இருப்பதாக நான் நினைக்க வில்லை. எப்படியும் எனக்கு போலீஸ் பாதுகாப்பு இருக்கிறது. உளவியல் ஆதரவும்கூட இருக்கிறது. எல்லாவற்றையும் யோசித் தோம்.”

“சிலர் ‘வேறுபாடு’ என்று அழைக்கும் சரியான தருணத்தை நீங்கள் உணர்ந்தீர்கள் என்று நினைக்கிறீர்களா, அல்லது சில சமயங்களில், இப்போது, 'முரண்பாடு' என்று உணர்கிறீர்களா?”

“நிச்சயமாக, விமானத்தில் உள்ள அனைவரையும் போல. கொந்தளிப்பு நின்றவுடன், சூரியனின் ஒளி விமானத்திற்குள் வந்தது. இந்தக் கடைசி வாக்கியமும் ப்ரோசாக்கின் வரையறை யாகும்.”

அறையில் யாவரும் சிரிக்கிறார்கள். விக்டரும் கொஞ்சம் கொஞ்சமாக மிதக்கிறான், கிளெமென்ஸ் தனது நிகழ்ச்சியைப் பார்த்து விரக்தியடைகிறாள்.

“உங்கள் ‘இரட்டை’யின் தற்கொலைக்கான காரணங்கள் உங்களுக்குத் தெரியுமா?”

“அவன் எப்படியும் இறக்க விரும்பினான். இதுவே தற் கொலைக்கு முக்கிய காரணம்.”

“இலேனா லெஸ்கோவ் உடனான உங்கள் உண்மையான உறவு என்ன?”

“தற்போது எந்த உறவும் இல்லை. சிறந்த முறையில் சொல்வ தென்றால் அவை ‘அண்டெமோர்டெம்’ என்று சொல்லலாம்...”

விக்டர் இப்போது ஒளிர்கிறான். இது ப்ரோமாசெபமின்னிற்கு சிறந்த விளம்பரம்.

“அன்னே வஸ்ஸூர், டைம்ஸ் இலக்கிய இதழ். நீங்கள் ஒரு புதிய புத்தகத்திற்காக வேலை செய்கிறீர்களா, மிஸ்டர்.”

விக்டர் அந்தப் பெண்ணின் மென்மையான, கரகரப்பான குரல் வந்த பின்வரிசையைப் பார்க்கிறான். அவன் முகம் ஒளிர்கிறது. அவள் கோண்ட்சரோவின் நகைச்சுவையில் ஆர்வமுள்ள அசிஸ் டி ஆர்லஸைச் சேர்ந்த இளம் பெண்.

“ஆம். நான் ஒரு புத்தகம் எழுதிக்கொண்டிருக்கிறேன்” கிளெமென்ஸ் ஆச்சரியத்துடன் அவனைப் பார்க்கிறாள்.

“இது ஒரு உன்னதமான கரு, மியெசெல் தொடர்கிறான்: ஒரு ஆணின் வாழ்க்கையில் ஒரு பெண், அவள் தொலைந்தே போய் விட்டாள் என்று நினைத்தபோது மீண்டும் தோன்றுகிறாள். இது அஸ்காட் (Ascot) அல்லது கஸ்டர்ட் திரும்புதல் (Return of the Whipped Cream) என்று அழைக்கப்படும்.

“இது ஒரு அற்புதமான தலைப்பு,” இளம் பெண் சிரித்தாள்.

“கடைசியாக ஒரு கேள்வி,” கிளெமென்ஸ் பால்மர் சொல் கிறாள். அவன் இப்போது இந்தச் செய்தியாளர் சந்திப்பை சுமூக மாக நடத்துவதைவிட அவன் மனதில் வேறு ஏதோ இருக்கிறது என்று யூகிக்கிறாள்..

“ஆண்ட்ரியா ஹில்ஃபிங்கர், ஃபிராங்க்ஃபர்ட்டர் ஆல்ஜெமைன் ஜெய்துங். அமெரிக்காவில் நேற்று இரவு என்ன நடந்தது என்பதை நீங்கள் எப்படி வரையறுப்பீர்கள்?”

“அதை வரையறுக்க வேண்டுமா? அமெரிக்கா என்பது வெறும் பெயர் என்று நினைக்கிறேன். எப்போதுமே இரண்டு அமெரிக் காக்கள் இருந்தன, இப்போது அவை ஒன்றுக்கொன்று புரிந்து கொள்ளவில்லை. அவற்றில் ஒன்றில் நான் என்னை அதிகம் அடையாளம் கண்டுகொள்வதால், மற்றொன்று எனக்கும் புரிய வில்லை.

# இரவுக்காட்சி

**செவ்வாய்க்கிழமை, ஜூன் 29, 2021**

**எட் சல்லிவன் அரங்கம், நியூயார்க்**

"ஸ்டீபன் கோல்பர்ட்டுடன் இரவுக்காட்சி" நிகழ்ச்சியின் தலைமை ஒப்பனை கலைஞர் தான் செய்ததை மகிழ்ச்சியுடன் கண்டு களிக்கிறாள்.

"நீ பிரமாதம் அத்ரியானா. உன் தலைமுடியைக் கொஞ்சம் வித்தியாசமாக மாற்றியமைக்கும் வாய்ப்பைப் பயன்படுத்திக் கொண்டேன்.

"ஸ்டீபன் தனது அறிமுகத்தை முடிக்கிறான். செட் உதவியாளர் அவன் பேச்சில் குறுக்கிடுகிறாள். என்னுடன் வா. நான் உன் தோளைத் தொட்டதும், நீ செட்டுக்குச் செல், சரியா?"

உதவியாளர் பதிலுக்காகக் காத்திருக்காமல் ஒப்பனை அறையை விட்டு வெளியேறுகிறாள்: இளம் பெண்கள் மேடை விளக்குகளை நோக்கி நடைபாதையில் சென்று கறுப்பு திரைக்குப் பின்னால் காத்திருக்கிறார்கள், அதே நேரத்தில் ஸ்டே ஹ்யூமன் குழு தங்கள் நிகழ்ச்சியை முடிக்கிறது.

அவனது மேசைக்குப் பின்னால், ரசிகர்களை நோக்கியபடி, ஸ்டீபன் கோல்பர்ட் தனது கோப்புகளைப் படிக்கிறான். கேமரா அவன் பக்கம் திரும்பியதும், சி பி எஸ் *CBS* இன் நட்சத்திர வர்ணனையாளர் ஹோஸ்ட் புருவத்தை உயர்த்துகிறான்...

"இன்று மாலை, ஒரு இளம் நடிகையை வரவேற்கும் பாக்கியம் எனக்குக் கிடைக்கிறது. அவளுடைய புகழ் வயதிற்கு ஏற்றார்போல் இருக்கிறது. (ஏமாற்றத்தின் வெளிப்பாடு). தயவு செய்து அமைதியாக நடந்துகொள்ளுங்கள். என்னை அவமானப்

படுத்தாதீர்கள். (சிரிப்பு) எனவே, சகோதர சகோதரிகளே அத்ரியானா பெக்கருக்கு வரவேற்பு அளிக்குபடி கேட்டுக் கொள்கிறேன்.

ஸ்டீபன் கோல்பர்ட் சைகை செய்கிறான். "கைதட்டல்" அடையாளம் ஒளிருகிறது. அவர்கள் உடனடியாகக் கீழ்ப்படிந்தனர்.

ஒரு இளம் பெண் வருகிறாள். ஜீன்ஸ், ஸ்னீக்கர்களுடன், அடர் நீல நிற அங்கோரா ஸ்வெட்டர் போட்டிருக்கிறாள். பழுப்பு நிற சுருட்டை தலைமுடி தோள்களின் மேல் விழுகின்றது. வர்ணனையாளன் அவளிடம் சென்று கன்னத்தில் முத்தமிட்டு, அவளை ஊக்கப்படுத்துகிறான்.

"வணக்கம், அத்ரியானா பெக்கர். உன்னை வரவேற்பதில் நான் மிகவும் மகிழ்ச்சியடைகிறேன்.

"ஹலோ ஸ்டீபன், நானும் இங்கு இருப்பதில் மகிழ்ச்சி அடைகிறேன்.

"மிகவும் அசத்திவிட்டாய் என்று நான் நம்புகிறேன். டி.வி.யில் வருவது முதல் முறையா?

"ஆம்."

"எல்லாவற்றுக்குமே முதல் முறை என்று இருக்கிறது. எனது முதல் காதல், உணவகத்தில் எங்கள் முதல் இரவு உணவு ஆகியவை எனக்கு நினைவிருக்கிறது, அதன் பில்லைக் கூட பத்திரமாக வைத்திருந்தேன் (சிரிப்பு). அத்ரியானா, உனக்கு வயது இருபது. நீ ஒரு நடிகை. கடந்த மே மாதம் உன்னை ரோமியோ ஜூலியட்டில் பார்த்தோம். நீ எந்தப் பாத்திரமாக நடித்தாய்?

"ஜூலியட்."

"நிச்சயமாக நீ ஜூலியட்தான். ரோமியோ ஜூலியட் நாடகம் எங்கே நடந்தது?"

"சாண்ட்ரா ஃபைன்ஸ்டீன்-காம் அரங்கத்தில்."

தியேட்டரின் பெயரைக் கிசுகிசுக்கிறாள். அறையில் சில கேலியான சிரிப்புகள். இளம் பெண் முகம் சிவந்தாள். ஸ்டீபன் கோல்பர்ட் தனது புருவங்களை உயர்த்துகிறான். அவள் மேலும் கூறுகிறாள்:

"இது... வார்விக், ரோட் தீவில் உள்ள ஒரு சிறிய அரங்கம்..."

"அத்ரியானா, வெட்கப்பட ஒன்றுமில்லை. உனக்குத் தெரியும், மாட் டாமன் ஒரு எக்ஸ்ட்ராவாகத்தான் தொடங்கினான்: அவன் ஒரு பீட்ஸா தயாரிப்பாளன். அவர் ஒரு வாடிக்கையாளனிடம் ஒரு மார்கெரிட்டா பீட்ஸாவைக் கொடுத்தான். அவனிடம் ஒரே ஒரு வரி மட்டுமே இருந்தது: "ஐந்து டாலர்கள், தயவுசெய்து." இப்போது அவன் ஏழு டாலர் ரெஜினா என்று சொல்லிக்கொண்டு திரிகிறான், ஆனால், அவன் ஒரு தற்பெருமைக்காரன் (சிரிப்பு). மன்னிக்கவும் அத்ரியானா. அடுத்து எந்த நாடகத்தில் நடிக்கப் போகிறாய்?"

"எல்ம்ஸின் கீழ் ஆசைகள்." இது யூஜின் ஓ'நீலின் ஐந்து அங்கங்களுடைய ஒரு நாடகம். இளம் பெண் வேடத்தில் நடிக்கிறேன்.

"இளம் பெண்ணா?... ஆனால் ஒரு பிரச்சினை இருக்கப் போகிறது, அத்ரியானா. இந்த நாடகத்தில் ஒரே ஒரு இளம் பெண் இருந்தால். அதைப் பற்றி நீ நினைக்கவில்லையா?"

அத்ரியானா பெக்கர் சிரிக்கிறாள். பொதுமக்களும் இன்னும் புரிந்துகொள்ளாமல் உள்ளனர். ஸ்டீபன் கோல்பர்ட் புன்னகைத்து, திரைக்குப் பின்னால் திரும்புகிறான்.

"இப்போது, பார்வையாளர்களே, அத்ரியானா பெக்கருக்கு ஒரு கைத்தட்டல் வேண்டும்!" "ஆம், அத்ரியானா பெக்கர்!"

திரைக்குப் பின்னால் இருந்து இரண்டாவது அத்ரியானா வரு கிறாள், முடி, உடை ஆகியவை ஒரே மாதிரியாக இருக்கின்றன. சிவப்பு ஸ்வெட்டரைத் தவிர, இந்த நேரத்தில் முழு அவையும் எழுந்து நிற்கிறது, ஆச்சரியத்தில் கூச்சலிடுகிறது, கைத்தட்டுகிறது.

ஸ்டீபன் கோல்பர்ட் அவளிடம் சென்று, அவளை முத்தமிட்டு, அவளது இரட்டை இணை இருக்கும் சோபாவிற்கு அவளை வழிநடத்துகிறான். நிர்வாக அறையில், இயக்குநர் உள் கட்டுப் பாடுகள், சட்டங்களை மீறி தனது மின்னணு சிகரெட்டை இழுக்கிறாள். இது ஒரு நல்ல தொலைக்காட்சி, இந்த சேனல் ஏபிசி, என்பிசி ஆகிய நிகழ்ச்சிகளை ஒளிபரப்புகிறது. அவளுக்குப் பின்னால், ட்விட்டர், இன்ஸ்டாகிராமில் இடுகையிட, ஃபேஸ்புக்

லைவ் உருவாக்க சிபிஎஸ் சமூக வலைப்பின்னல் தளங்களில் சுமார் பத்து உள்ளன. லைக்குகள், ஷேர்கள் எகிறிக்கொண்டிருக்கிறன.

அவர்கள் இருவரும் அருகருகே இருக்கிறார்கள்.. ஒருத்தியின் நெற்றியில் சிவப்புநிற முடிக் கற்றை. மற்றவளின் நெற்றியில் நீல நிற முடிக் கற்றை, பெண் ஒப்பனைக் கலைஞரின் நுட்பமான திறமை. ஆனால் வெளிப்படையாகத் தெரியும் திறமை.. கைத் தட்டல்கள் தொடர்கின்றன. பிறகு கோல்பர்ட் தனது மேசைக்குப் பின்னால் செல்கிறான்.

“வணக்கம் அத்ரியானா.”

“வணக்கம் ஸ்டீபன்,” என்கிறாள் இரண்டாவதாக வந்தவள்.

“நீங்கள் இரட்டையர்கள் தானே?”

“இல்லை, இல்லை,” இரண்டு இளம் பெண்களும் ஒரே நேரத்தில், அதே புன்னகையுடன், அதே ஆற்றலுடன் சொல் கிறார்கள்.

“சரி! சரி, பார்வையாளர்கள் அதைப் புரிந்துகொண்டார்கள் என்று நினைக்கிறேன் (சிரிப்பு). கடந்த சில மணிநேரங்களாக, நாங்கள் உங்களைப் பற்றி மட்டுமே பேசிக்கொண்டிருக்கிறோம். அத்ரியானா ஜூன், அத்ரியானா மார்ச் என்று சொல்லி உங்களை வேறுபடுத்திக் காட்ட வேண்டும். ஜூன் மற்றும் மார்ச் என்பது எஃப்பிஐ (FBI) இன் குறியீட்டு பெயர், இல்லையா?”

“ஆம்.”

“ஜூன் மாதம் சிவப்பு நிறத்திலும், மார்ச் மாதம் நீல நிறத் திலும் இருக்கிறார்கள். அப்படித்தான் நான் உங்களை அடை யாளம் காண்கிறேன்... இல்லை என்று சொல்லாதீர்கள். இந்த இரண்டு ஸ்வெட்டர்களிலும், உங்கள் இரண்டு முடிக்கற்றை சாயத்திற்கும் கண்மூடித்தனமான ஒரு தொகையைத் தயாரிப்பு நிறுவனம் முதலீடு செய்திருக்கிறது.”

“சரி.”

இளம் பெண்கள் இருவரிடமிருந்தும் ஒரே நேரத்தில் அதே பதில், பார்வையாளர்களிடையே அதே மகிழ்ச்சி. இளம் அத்ரியானா, இல்லை இல்லை இளம் அத்ரியானாக்கள் திரையில் சூப்பர் ஸ்டார்களாக ஜொளித்தனர்.

"அத்ரியானா ஜூன், நீ ஜூலியட்டாக நடிக்கவில்லை, இல்லையா?"

"இல்லை."

"இல்லை, நீ நடிக்கவில்லை. ஏனென்றால் ரோமியோ ஜூலியட் மே மாதம் நடந்தது. நீ இருநூற்று நாற்பத்திரண்டு பேருடன் அடைத்து வைக்கப்பட்டிருந்த மெக்குயர் இராணுவத் தளத்தில் இப்போது ஐந்து நாட்களுக்கு முன்பு தரையிறங்கியபோது, அது மார்ச் மாதம் என்று உறுதியாக இருந்தாய். இல்லையா?"

"ஆம், ஸ்டீபன். எப்.பி.ஐ.யால் நாங்கள் தடை செய்யப்பட்ட நாள் என்றைக்கு என்பதை என்னால் சரியாகச் சொல்ல முடியாது. நம் அனைவரின் பாதுகாப்புக்காக, எஃப்பிஐ (FBI) இன் கட்டளை அது."

"எனக்குப் புரிகிறது. நான் தெரிந்துகொள்ள விரும்புவது என்னவென்றால், பொதுமக்களும் புரிந்துகொள்ள விரும்புவார்கள் என்று நினைக்கிறேன், உன்னைப் போல் 'இன்னொருத்தி இருக்கிறாள்' என்பதை எப்படிக் கண்டுபிடித்தாய்?"

அவன் இரண்டு இளம் பெண்களையும் மிகுந்த கவனத்துடன் பார்க்கிறான்:

"அத்ரியானா மார்ச், கடந்த ஞாயிற்றுக்கிழமை, அதிகாலையில், எஃப்பிஐ (FBI) உன்னைத் தேடி வந்தது, உன் பெற்றோரின் வீட்டில், அப்படித்தானே... கோல்பர்ட் அவசரப்படாமல் தனது கோப்புகளைப் பார்க்கிறான். நியூ ஜெர்சியில் இருக்கும் எடிசனில், உன் பெற்றோர் பயந்திருப்பார்கள்... நீயும் கூடத்தான்..."

"ஆமாம், எஃப்பிஐ (FBI) அதிகாரிகள் எங்களிடம் இது தேசிய பாதுகாப்பு சம்பந்தப்பட்ட விஷயம் என்று சொன்னார்கள். அவர்கள் மேலும் சமாதானப்படுத்த முயன்றனர்.

"இரண்டு எஃப்பிஐ (FBI) அதிகாரிகள் உங்கள் வீட்டிற்கு விடியற்காலையில் வந்தது உண்மைதான் (சிரிப்பு). அதற்குப் பிறகு?"

"பிறகு நான் ஹெலிகாப்டர் மூலம் விமானப் படை தளத்திற்கு அழைத்துச் செல்லப்பட்டேன். மேலும் நாங்கள்..."

"ஹெலிகாப்டரில் முதல் முறையாகவா?"

"ஆம்."

ஒரே சத்தம். சுழலும் கட்டத்தில் ஒரு சலவை இயந்திரம். கத்திகள், காற்று, எல்லாம். நான் ஹெலிகாப்டர்களை வெறுக்கிறேன்.

ஸ்டீபன் கோல்பர்ட் தனது பார்வையாளர்களின் அதிகரித்து வரும் பொறுமையின்மையுடன் விளையாடுகிறான், ஆனால் எங்கு எப்போது நிறுத்த வேண்டும் என்பது அவனுக்குத் தெரியும்:

"இராணுவத் தளத்தில் தரையிறங்கியவுடன்?"

"நான் படையினரால் பாதுகாக்கப்பட்ட ஒரு பெரிய நிர்வாக கட்டடத்திற்கு அழைத்துச் செல்லப்பட்டேன், ஒரு மேஜை, சில நாற்காலிகள் கொண்ட ஒரு எளிமையான அறைக்கு அழைத்துச் செல்லப்பட்டேன், நான் அமர்ந்தேன், எனக்கு அடுத்ததாக ஒரு உளவியலாளர், அடுத்து எஃப்பிஐ (FBI) இன் அதிகாரி.

"அவர்கள் உன்னிடம் என்ன சொன்னார்கள்?"

"நான் பயப்படக் கூடாது என்றும் நான் ஒரு விதிவிலக்கான தருணத்தில் வாழப் போகிறேன்" என்றும் சொன்னார்கள்.

"பின்னர் ..." என்றார் ஸ்டீபன் கோல்பர்ட்.

"அவர்கள் என்னை உள்ளே அனுமதித்தார்கள்," என்று அத்ரியானா ஜூன் கூறினாள். என்னுடன் ஒரு உளவியலாளரும் வந்திருந்தான்.

"அது உங்களுக்கு அதிர்ச்சியாக இருந்திருக்கும். உளவியலாளர்களுக்கும் தான்..." (சிரிப்பு)

நீல நிற ஸ்வெட்டரில் இளம் பெண் தொடர்கிறாள், "நான் யார் முன் இருக்கிறேன், ... என்னைப் பற்றி உணர சில வினாடிகள் ஆனது. என் தலை சுற்றியது. நான் உண்மையில் யார் என்றும் இருக்கிறேனா என்றும் யோசித்தேன்"

"நீ, அத்ரியானா ஜூன், அது எப்படி நடந்தது என்று எங்களிடம் சொல்.

"எங்கள் விமானம் மூன்று நாட்களுக்கு முன்பு தரையிறங்கியது ..."

“மார்ச் மாதத்தில், உன் கூற்றுப்படி…”

“ஆம். கொந்தளிப்பு ஏற்பட்டது, விமானம் சேதமடைந்தது. நான் வெளி உலகத்துடன் தொடர்புகொள்ள முடியாமல் செல் போன் எதுவும் இல்லாமல் தடுத்து வைக்கப்பட்டிருந்தேன்.”

“உங்களால் கேண்டி க்ரஷ் கூட விளையாட முடியவில்லையா?” (சிரிப்பு.) அதனால், மூன்றாவது நாள் காலையில், கடந்த திங்கட்கிழமையன்று…

“அவர்கள் என்னைப் அழைக்க வந்தார்கள், அவர்கள் அதையே என்னிடம் சொன்னார்கள், விதிவிலக்கான தருணம் என்றும், நான் சந்திக்க முடியாத ஒருத்தரைச் சந்திக்கப் போகிறேன் என்றும்…”

“அது யாராக இருக்கும் என்று நீ நினைத்தாய்?”

“இது அபத்தமானது என்று எனக்குத் தெரியும், ஆனால் நான் மீண்டும் என் பாட்டியைப் பார்க்கப் போகிறேன் என்று நினைத்தேன். அவள் ஜனவரியில் இறந்துவிட்டாள்… (அறையில் உணர்ச்சியின் “ஓ!”)”

“ஓ, மன்னிக்கவும், அத்ரியானா. எனது அனுதாபங்கள்.”

“நான் அறைக்குள் சென்றேன்…

அத்ரியானா ஜூன் அத்ரியானா மார்ச்சைப் பார்த்து புன்னகைக்கிறாள். பார்வையாளர்கள் மீண்டும் கைத்தட்டுகிறார்கள். கோல்பர்ட் வேகத்தை இழக்க விரும்பவில்லை, அவன் உடனடியாகத் தொடர்கிறான்:.

“கடவுளே… நான் உனது இடத்தில் இருந்திருந்தால் எனக்கு மாரடைப்பு வந்திருக்கும். எனக்கு இரண்டு மாரடைப்பு வந்திருக்கும் (சிரிப்பு). நீ பயப்படவில்லையா? அத்ரியானா மார்ச்?”

“ஆமாம் கண்டிப்பாக. முதலில், நாங்கள் ஒருவருக்கொருவர் பேசத் துணியவில்லை, நாங்கள் உளவியல் நிபுணர்களுக்கும் எஃப்பிஐ (FBI)யிலிருந்து வந்த பெண்ணுக்கும் மட்டுமே பதிலளித்தோம். அவர்கள் எங்களுக்கு விளக்கம் அளிக்கும் ஒரு வீடியோவைக் காட்டினார்கள்…. விமானத்தில் இருந்த அதே தருணம்… அந்தத் தருணம்…”

"அந்த வேறுபாடு அல்லது முரண்பாடு, ஸ்டீபன் கோல்பெர்ட் அவளது வாக்கியத்தை முடித்துவிட்டு அவனுடைய கோப்பு களைப் பார்க்கிறான்..."

"ஆம். பின்னர், எங்களுக்கு விருப்பமான கேள்விகளை ஒருவருக்கொருவர் கேட்கச் சொன்னார்கள். எஃப்பிஐ (FBI) நாங்கள் ஒவ்வொருவருக்கும் மற்றவளின் குளோன் நகல் இல்லை என்பதை நிரூபிக்க விரும்பியது... எங்களுக்கு அதே நினைவுகள், அதே வாழ்க்கை என்றும் நிரூபிக்க விரும்பியது."

"இந்த மார்ச் மாதம் வரை அதே வாழ்க்கை, இந்த பாரிஸ்-நியூயார்க் விமானம் வரை, ஸ்டீபன் கோல்பர்ட் விளக்குகிறான். உதாரணமாக, அத்ரியானா மார்ச், உனக்கு மட்டுமே தெரிந்த ஒன்றை இன்னொரு அத்ரியானாவிடம் கேட்டாய், இல்லையா?"

"ஆம். புத்தாண்டு தினத்தன்று நடந்த எனக்கு மட்டுமே தெரிந்த விஷயம்," அத்ரியானா மார்ச் வெட்கத்துடன் கூறினாள்.

"இறுதியாக, நாம் இருவரும்தான் அதை தெரிந்து வைத்திருக் கிறோம்" என்று அத்ரியானா ஜூன் சேர்க்கிறாள். (சிரிப்பு).

மூன்று பேர்கள், உண்மையில். அவர்கள் இருவருடன் அவர் களது இளைய சகோதரன், யாருடைய அறைக்கு அத்ரியானா ஒருபோதும் கதவைத் தட்டாமல் அல்லது கணினியை மூடுவதற்கு வாய்ப்பளிக்காமல் நுழைந்திருப்பாளோ அந்தச் சகோதரன்.

"நீ நம்பமுடியாத அதிர்ஷ்டசாலி, தெரியுமா? புன்னகைக் கிறான் ஸ்டீபன் கோல்பர்ட், புத்தாண்டு தினத்தன்று நான் நிறைய குடித்தேன். எவ்வளவு என்றால் என் நினைவுகள் ஜனவரி 4ஆம் தேதி நண்பகலில்தான் மறுபடியும் தொடங்குகின்றன (சிரிப்பு). இப்போது நீங்கள் இருவரும்... அத்ரியானா என்று ஒத்துக்கொள்கிறீர்களா?"

"முற்றிலும் நம்பிக்கையுடன், என்கிறார்கள் அவர்கள். அதே நேரத்தில், ஈர்க்கப்பட்ட பார்வையாளர்களின் மகிழ்ச்சியைத் தூண்டுகிறார்கள்."

"உங்களுக்குத் தெரியுமா, சில சமயங்களில் நாம் பேரழிவை நெருங்கிவிட்டோம் என்று நினைக்கிறேன், அது ஏர்ஃபோர்ஸ்

ஒன்றில்கூட நடந்திருக்கலாம். நீங்கள் கற்பனை செய்கிறீர்களா? இரண்டு ஜனாதிபதிகள்? (கூச்சலும் கைத்தட்டல்களும்.) அவர்கள் இருவரும் அதே நாளில் ட்விட்டரைச் செயலிழக்கச் செய்திருப்பார்கள். சில அறிவியல் கருதுகோள்களை உங்களுக்கு வழங்கினார்கள் என்று நான் கற்பனை செய்கிறேன், அவை எல்லா இடங்களிலும் பத்திரிகைகளில் காணப்படுகின்றன.

இரண்டு இளம் பெண்களும் தலையசைக்க, அறிவிப்பாளன் தொடர்கிறான்.

"ஒரு விளக்கம் மற்றொன்றை விட உங்களுக்கு மிகவும் நம்பத்தகுந்ததாகத் தோன்றுகிறதா?"

தலையை ஆட்டுகிறார்கள்.

"எதுவாக இருந்தாலும், என்னைப் பொறுத்தவரை, நீங்கள் உருவகப்படுத்துதல்கள் அல்ல. நீங்கள் இருநூற்று நாற்பத்து மூன்று பேரும் வேற்று கிரகவாசிகள் என்று நினைப்பவர்களும் உண்டு. நீங்கள் பூமியை ஆக்கிரமிக்கப் போகிறீர்கள் என்றும் நினைப்பார்கள். (சிரிக்கிறார்). இப்போது நீ என்ன செய்யப் போகிறாய்? அத்ரியானா ஜூன், நீ உன் பெற்றோரிடம் திரும்பிச் சென்றாய். நிச்சயமாக, நீ அங்கு வசிக்கிறாய்...

"நான் என் சிறிய சகோதரனின் பழைய அறையில் வைக்கப் பட்டேன், அவன் டியூக்கில் படிக்கும் ஒரு மாணவன். நேற்றிரவு எஃப்பிஐ (FBI) எங்களை வீட்டிற்கு அழைத்துச் சென்றபோது நான் அவனைப் பார்த்தேன்.

"அவன் பெயர் ஆஸ்கார் தானே?" அவன் அதை எப்படி எடுத்துக்கொண்டான்? அத்ரியானா மார்ச்?

அவன் "என்ன ஆச்சரியம்" "என்ன ஆச்சரியம்" என்று குறைந்தது பத்து முறையாவது கூறினான். மேலும் எங்கள் தலைமுடி அலங்காரத்தை வித்தியாசமாக வைத்துக் கொள்ள பரிந்துரைத்தான்.

பார்வையாளர்களும் சிரிக்கிறார்கள். இரு பெண்களும் சிரிக் கிறார்கள். ஸ்டீபன் கோல்பர்ட் தன் கண்களை இப்போது கேமராவை நோக்கித் திருப்புகிறான்.

"ஆஸ்கார் அறையில் இருக்கிறான். நம்முடன் சேருமாறு உங்கள் பெற்றோரையும் அழைத்தோம். ஆனால் அவர்கள் மறுத்து விட்டனர். அவர்கள் இதை எப்படி எடுத்துக்கொள்கிறார்கள்?"

இரண்டு இளம் பெண்களும் ஒருவரையொருவர் பார்த்துக் கொள்கிறார்கள், ஜூன் தான் முதலில் பதிலளிக்கிறாள்.

"என் அம்மாவிற்கு ஒரே பயம். இன்று காலை அவள் என்னை முத்தமிடக்கூடத் துணியவில்லை."

"அவள் எங்கள் இருவரையும் பார்த்து பயப்படுகிறாள்," அத்ரியானா மார்ச் சொல்கிறாள். அவள் எங்களை வேறுபடுத்திப் பார்க்கவில்லை. இருவரும் ஒன்றாக இருப்பதாக அவள் நினைக் கிறாள்..."

ஒருத்தி "போலி" என்று, அத்ரியானா ஜூன் முடிக்கிறாள்.

"உன் அப்பா?"

இரண்டு பெண்களும் அமைதியாக இருக்கிறார்கள். ஸ்டீபன் கோல்பெர்ட்டிடம் முழுமையான விபரம் கொடுக்காததற்குத் தயாரிப்பு நிர்வாகம் வருத்தம் தெரிவிக்கிறது: புதன்கிழமை மாலை, இரண்டு அத்ரியானாக்கள் எடிசனுக்குத் திரும்பியபோது, ஒரு எஃப்பிஐ (FBI) முகவரும் ஒரு உளவியலாளரும் அவர்களுக்கு முன் வந்திருந்தனர். நினைத்துப் பார்க்க முடியாததை அவர்கள் பெற்றோரிடம் விரிவாக விளக்கினர். அம்மா "கடவுளே இது எப்படி சாத்தியம்?" என்று திரும்பத் திரும்பச் சொல்லிக் கொண்டே இருந்தாள். ஆனால், இறுதியில் அவர்கள் இருவரும் நுழைந்தபோது, சோபாவில் சாஷ்டாங்கமாக கிடந்த அப்பா, திகிலுடன் எழுந்தான், எதுவும் பேசாமல் அவன் மீண்டும் படிக்கட்டுகளில் ஏறி தனது அறையில் தன்னைப் பூட்டிக்கொண் டான். அவனை வெளியே வர சம்மதிக்க வைப்பதற்கு கதவு வழியாக நீண்ட நேரம் சமரசம் செய்ய வேண்டியிருந்தது. அப் போதிருந்து, அவனது நடத்தையைப் பார்த்து பயந்த எஃப்பிஐ (FBI) பீரோ, ஒரு அதிகாரி எல்லா நேரங்களிலும் அந்த இடத்தில் இருக்க வேண்டும் என்று முடிவு செய்தது.

அந்தப் பொருள் பற்றி பேசுவது தவிர்க்கப்பட வேண்டும் என்பதை கோல்பர்ட் புரிந்துகொள்கிறான். சங்கடமான சூழ்நிலை

ஏற்படுவதற்கு முன், அவன் கருஞ்சிவப்பு ஸ்வெட்டரில் இருந்த அத்ரியானாவை நோக்கி திரும்புகிறான்.

“இதுபோன்ற ஒரு தனித்துவமான சூழ்நிலையைச் சரிசெய்ய யாருக்குமே கடினமாகத்தான் இருக்கும். “தனித்துவமானது” உண்மையில் சரியான வார்த்தை அல்ல (சிரிப்பு). உங்கள் பெற் றோர் உங்களை நேசிக்கிறார்கள், இப்போது இதுபோன்ற இரண்டு அற்புதமான மகள்களைப் பெற்றதில் அவர்கள் மகிழ்ச்சி யடைவார்கள்.

பொதுமக்கள் இந்த விசித்திரக் கதையைக் கேட்டு நீண்ட நேரம் பாராட்டி கைத்தட்டுகிறார்கள். கோல்பர்ட் தான் அந்த ஆராவாரத்தை அடக்கி அமைதிப்படுத்த வேண்டியிருந்தது.

“நீங்கள் இருவரும் இதை எப்படி எடுத்துக்கொள்கிறீர்கள்?”

“நல்ல முறையில்” அத்ரியானா ஜூன் கூறினாள். அத்ரியானா மார்ச் தலையசைக்கிறாள்.

இது ஒரு பொய்யல்ல. இரண்டு இளம் பெண்களுக்குள்ளும் போட்டி ஒன்றும் இல்லை. அவர்களின் வாழ்க்கை அவர்களுக்கு முன்னால் உள்ளது, எதிர்காலம் வெல்லப்பட வேண்டும், அவர்களிடம் பகிர்ந்துகொள்ள இன்னும் எதுவும் இல்லை.

“உனக்கு ஆண் நண்பன் இருக்கிறானா, அத்ரியானா ஜூன்?” நான் ஸ்பானிய விசாரணையாளன் அல்ல, அப்படி நீயே வைத்துக்கொண்டாலும் யாரும் உன்னைக் குறை கூற மாட்டார்கள்.

“இல்லை, நான் பதிலளிக்க விரும்புகிறேன். நான் தனி யாகத்தான் இருக்கிறேன்.”

“சரி, அத்ரியானா, அதை இங்கே நேரலையில் ஒப்புக்கொண்டு வாழ்வது நல்ல யோசனையல்ல (சிரிப்பு). கோல்பர்ட் நீல உடை அத்ரியானாவை நோக்கிச் செல்கிறான்.”

“நீ, அத்ரியானா மார்ச்?” மார்ச் மாதத்துக்குப் பிறகு, நீ யாரை யாவது சந்தித்தாயா?”

“ஆம், மூன்று மாதங்களுக்கு முன்பு.

“இதை எங்களுடன் பகிர்ந்துகொண்டதற்கு நன்றி, அத்ரியானா,” கோல்பர்ட் தொடர்கிறார். “அவன் பெயர் என்ன?”

"நோலன்."

பார்வையாளர்கள் மகிழ்ச்சியுடன் சலசலக்கிறார்கள். கட்டுப் பாட்டு அறையில், தயாரிப்பாளருக்கு மகிழ்ச்சி: காதல் எப்போதுமே ஒரு நல்ல கவர்ச்சியான விஷயம்.

"ஸ்டீபன் கோல்பர்ட் தொடர்கிறான், ரோமியோ ஜூலியட்டில் நாடகத்தில் உன் கூட்டாளிகளில் நோலனும் ஒருவன் என்பதை நான் புரிந்துகொண்டேன். அது ரோமியோ இல்லைதானே?"

"இல்லை, அது மெர்குடியோ."

"ஆ, மெர்குடியோ! ரோமியோவின் சிறந்த நண்பன். நோலன்-மெர்குடியோ இங்கே நம்முடன் அரங்கத்தில் இருக்கிறார்களா?"

ஸ்பாட்லைட்டின் ஒளிவட்டம் பார்வையாளர்களின் வரிசைகளை மெதுவாக கடந்து, முன்வரிசையில் இறங்கி, ஒரு உயரமான, மெல்லிய கறுப்பு இளைஞனின் மீது நிற்கிறது. அவன் பெரிய புன்னகையுடன் எழுந்து நிற்கிறான். கூட்டம் உற்சாகப்படுத்துகிறது.

"சகோதர சகோதரிகளே, நோலன் சிம்மன்ஸை வரவேற்போம்."

கோல்பர்ட் கையை நீட்டி அவனுக்கு மேடையில் ஏற உதவுகிறான். கைத்தட்டல் நிற்கவில்லை, அது யூகிக்கக்கூடியதுதான். அத்ரியானாக்கள் புன்னகைக்கிறார்கள், கையை அசைக்கிறார்கள். அத்ரியானா மார்ச் சிறிது வெட்கம் அடைகிறாள். அத்ரியானா ஜூன் சிரிப்பை எழுப்பும் ஆச்சரியமான புன்னகையுடன் நோலனைப் பார்க்கிறாள். அவள் ஏற்கனவே மேடைக்குப் பின்னால் நோலனைச் சந்தித்துவிட்டாள், ஆனால், அவள் ஆச்சரியத்தைக் காட்டுவதுபோல் நடிக்கிறாள். அது அவளிடம் கவனத்தைத் திரும்பக் கொண்டுவரும் வழி. இந்தக் காட்சியை அவர்கள் நடிப்பதற்கு சமாதானப்படுத்துவதும் கடினமாக இல்லை. நோலனிடமும் ஒரு பிரச்சினையும் அதிகமாக இல்லை. ஸ்டீபன் கோல்பர்ட்டுடனான இரவு காட்சி ஒரு பிரபலமான பொழுதுபோக்காகும். மேலும் அவர்கள் புகழைத் தவிர்த்து, பயந்து அடக்கத்துடன் தங்களை மறைத்துக்கொள்வதற்காகவும் இந்தத் தொழிலைத் தேர்ந்தெடுக்கவில்லை. அனைவரும் நிகழ்ச்சியில் ஈடுபாட்டுடன் விளையாட்டை விளையாடுகிறார்கள்.

“உன் காதலியை நீ முத்தமிடலாம், நோலன். எந்தத் தவறும் செய்யாமல் சரியான நபரைக் கண்டுபிடித்து.” (சிரிப்பு).

அந்த இளைஞன் அத்ரியானா ஜூனுடன் சம்பிரதாயமாகக் கைகுலுக்கும் முன், அத்ரியானா மார்ச் கன்னத்தில் மென்மையாக முத்தமிட்டான். ஸ்டீபன் கோல்பர்ட் தலையை ஆட்டினான்.

“கவலைப்படாதே, மகனே,” என்றான் கோல்பர்ட். “இது போன்ற சூழ்நிலைக்கு யாரும் தயாராக இல்லை. உண்மையைச் சொல் நோலன், நீ அவர்களை ஒப்பனை அறைகளில் சந்தித் திருந்தால், யார் யார் என்று உனக்குத் தெரிந்திருக்குமா? ஆரம் பத்திலிருந்தே ஒவ்வொருத்தரையும் இன்னொருத்தர் வேடத்தில் நடிக்கச் சொல்லியிருந்தோமென்றால் என்ன செய்திருப்பாய்? நான் உன்னை ஏமாற்ற முயன்றிருந்தால் என்ன செய்திருப்பாய்?”

பார்வையாளர்களிடமிருந்து ஆச்சரியத்தின் சலசலப்பு எழு கிறது. ஒரு உண்மையான சந்தேகத்தால் சங்கடப்பட்ட நோலன், எல்லா அமைதியையும் இழந்து, தன்னிச்சையாக அத்ரியானா மார்ச்சிடமிருந்து பின்வாங்குகிறான். அது இனி விளையாட்டா காது. மக்கள் திடீரென்று கவலைப்படுகிறார்கள், ஒரு மோசமான பதற்றம் ஏற்படுகிறது, கோல்பர்ட் உடனடியாகத் தனது தந்திரத் திற்கு வருந்துகிறான்.

“கவலைப்படாதே, நோலன். இது உன் அத்ரியானாதான். (பார்வையாளர்களின் நிம்மதியின் பெருமூச்சு). அது மிகவும் மோசமான நகைச்சுவை, என்னால் தவிர்க்க முடியவில்லை. மன்னிக்கவும்...”

நோலன் அத்ரியானாவின் கையைத் திரும்பப் பிடிக்கிறான். ஸ்டீபன் கோல்பர்ட் சிரிக்கிறான். அவன் கொடூரமாக நடந்து கொண்டதற்குத் தன்னையே குற்றம்சாட்டிக் கொள்கிறான். ஏனென்றால் அவன் நிகழ்ச்சியை அதன் போக்கில் போக அனுமதித்துவிட்டான். அவன் தனது கோப்புகளை மீண்டும் படித்து, தனது குறிக்கப்பட்ட திட்டத்திற்குத் திரும்பி, மீண்டும் தொடர்கிறான்:

“சரி... இப்போது கதாபாத்திரங்களை எப்படிப் பிரித்துக் கொள்ளப்போகிறீர்கள்?”

ஸ்டீபன் நிகழ்ச்சி அதன் நல்ல இயல்புடைய மனநிலையை மீண்டும் பெறும்போது, கட்டுப்பாட்டு அறையில் கவலை ஏற்படுகிறது. ஒரு சில திரைகள் எட் சல்லிவன் அரங்கத்தின் வெளிப்புறத்தைக் காட்டுகின்றன. சமூக வலைப்பின்னல்களின் விழிப்பூட்டல்களிலிருந்து, டஜன் கணக்கான கிறிஸ்தவ வெறியர்கள் அறைக்குள் குவிந்தனர். ஒரு பத்து நிமிடங்களாக அவர்கள் அரங்கத்தை முற்றுகையிட்டனர்.

"நியூயார்க்கில் இவ்வளவு தெய்வீக மனிதர்கள் இருப்பதாக எங்களுக்குத் தெரியவில்லை," என்று தயாரிப்பாளர் ஒரு கேலியான புன்னகையுடன் கூறினாள்.

நிகழ்ச்சியின் பாதுகாப்பு இந்த நிகழ்விற்காக இரட்டிப்பாக்கப் பட்டது, காவல்துறையினரின் மிக மெல்லிய வளையம் அவர்களைத் தூரத்தில் வைத்திருக்க முயல்கிறது. ஆனால் கண்காணிப்பு கேமராக்களை எதிர்கொண்டு, ஆர்ப்பாட்டக்காரர்கள் அலறுகிறார்கள். தங்கள் வெறுப்பையும் பயங்கரத்தையும் வெளிப்படுத்துகிறார்கள். "வேட் ரெட் ரோ", "நரகத்தின் மகள்கள்", "சாத்தான் உன்னை உருவாக்கி இருக்கிறான்", "நிந்தனை" போன்ற விளம்பரத் தட்டிகள் முளைக்கின்றன.

"நிந்தனை?" ஆனால் என்ன நிந்தனை? என்று தயாரிப்பாளர் கேட்கிறாள்.

"அவர்கள் இரட்டையர்களைக் கேவலமாகக் கருதுகிறார்கள் என்று நான் படித்திருக்கிறேன்," என்று ஒரு உதவியாளர் துணிச்சலாகச் சொல்கிறாள். "பத்தாவது கட்டளையின் காரணமாகவும் இருக்கலாம்."

"அது எது?"

"உனக்கு நன்றாகத் தெரியும்... உன் அண்டை வீட்டாரின் மனைவிக்கு ஆசைப்படக் கூடாது; உன் அண்டை வீடு முதலிய வற்றை விரும்பக் கூடாது." அவர்கள் இருவரும் ஒரே விஷயங்களைக் கொண்டிருப்பதால், அவர்கள் அந்தக் கட்டளையை மதிக்க முடியாது. மறுபுறம், அவர்கள் "அவர்களின் அண்டை" இல்லை என்றும் ஒருவர் வாதிடலாம்.

"ஆம். இந்தப் பைத்தியங்கள் இறையியலுக்கு விளக்கங்களைச் செய்வதை நான் சந்தேகிக்கிறேன்."

திடீரென்று, போலீஸ் படை வந்து பாதுகாப்பு வரிசையை ஒருங்கிணைக்கும்போது, ஒரு "மொலோடோவ் காக்டெய்ல்" தீப்பிழம்புகளின் மேலே பறந்து தியேட்டரின் நுழைவாயிலில் மோதியது. தியேட்டர் வேலையாட்கள் விரைவாகத் தீயை அணைத்தனர், போலீசார் ஆர்ப்பாட்டக்காரர்களை விரட்டினர். தட்டிகளை அகற்றினர், பலர் கைது செய்யப்பட்டனர், ஆனால் எதுவும் உதவவில்லை, சிறிய உற்சாகமான கூட்டம் இன்னும் பெரியதாகிறது, பலகைகளை இடித்துத் தள்ளுகிறது, அவர்கள் தியேட்டருக்குச் செல்லும் பாதையை உடைக்க முயற்சிக்கிறார்கள்.

நிகழ்ச்சி முடிவடைகிறது, சம்பவங்களைப் பற்றி எச்சரிக்கப் பட்ட கோல்பர்ட் பொதுமக்களிடம் திரும்பினான்.

"அன்புள்ள நண்பர்களே, இந்த தியேட்டரில் நாம் திட்ட மிட்டதை விட அதிகமாகச் சிறிது நேரம் இருக்க வேண்டும். வெளியே மிகவும் ஆக்ரோஷமான ஆர்ப்பாட்டம் நடைபெறுகிறது. காவல்துறையினருடன் மோதல்களும் நடைபெறுகின்றன. நாங்கள் இப்போது உங்களை வெளியே விட்டால், நீங்கள் ஆபத்தில் சிக்கிவிடுவீர்கள்."

உங்கள் இருவருக்கும் இதுவே எனது கடைசிக் கேள்வி: மதவெறியின் ஆபத்தைப் பற்றி எஃப்பிஐ (FBI) ஏற்கனவே உங்களுக்கு எச்சரித்துள்ளது. மதசபைகளின் தலைவர்களிடமிருந்து வந்த அறிக்கைகளில் நீங்கள் இருவரும் சாத்தானிய உயிரினங்கள், "அருவருப்பு" என்று விவரிக்கப்பட்டிருக்கிறீர்கள் உங்களுக்கே கொலை மிரட்டல்களும் வந்துள்ளன, இல்லையா?

"ஆம், நூற்றுக்கணக்காக, எனது பேஸ்புக் கணக்கில். எங்கள் கணக்கு..."

"நான் உங்களுக்காக மிகவும் வருந்துகிறேன். சரி, சில சமயங்களில் புரியாமல் பயப்படுபவர்களுக்கு நீங்கள் என்ன சொல்வீர்கள்?"

ஸ்டீபன் கோல்பெர்ட் சிறிது அமைதியை நிலைநாட்ட அனுமதிக்கிறான். இந்த நிகழ்ச்சியின் தீவிரமான தருணம்

அனைவருக்கும் நினைவில் இருக்கும். ஸ்டீபனும் பெண் அறிவிப்பாளர்களும் நெருக்கடி சமாளிக்கும் பிரிவு மூலம் நியமிக்கப்பட்ட நிபுணர்களுடன் நீண்ட நேரம் ஆலோசித்து நிகழ்ச்சியைத் தயாரித்தனர். இது ஒரு பொறுமையாக ஒத்திகை செய்யப்பட்ட பேச்சு, இது அப்போதுதான் திடீரென்று பேசப்படும் பேச்சு என்ற மாயையைக் கொடுக்க வேண்டும், அத்ரியானா ஜூன் தான் அதை எடுத்துப் பேச வேண்டும் - உளவியலாளர்கள் முடிவு செய்துள்ளனர் - ஏனெனில் அவள்தான் பெரும்பான்மையினருக்கு முக்கிய நபராகக் கருதப்படுவாள்:

"அந்த விமானம் எப்படி இரண்டாவது முறையாகத் தரை யிறங்கியது என்று எனக்கு வெளிப்படையாகத் தெரியவில்லை," அத்ரியானா ஜூன் மெதுவாகக் கூறினாள். யாருக்கும் அது தெரியாது, ஆம், எல்லாவற்றிற்கும் மேலாக மெதுவாகவும் சீராகவும் பேசுங்கள், வார்த்தைகளைக் கண்டுபிடிப்பது கடினம் என்பதைக் காட்டுங்கள், உணர்ச்சிகளை உணர வையுங்கள். பயத்தில் இருக்கும் இவர்களுக்கெல்லாம் நான் சொல்ல விரும்புவது என்னவென்றால் "நானும்தான் பயப்படுகிறேன்" என்பதுதான். நாம் என்ன செய்கிறோம் என்பதை அனைவரும் கற்பனை செய்து பார்க்க வேண்டும். நான் தேர்ந்தெடுக்கப்படவில்லை, குறிப்பாக "தேர்ந்தெடுக்கப்படவில்லை." விமானத்தில் இருந்த அந்த இருநூற்று நாற்பத்து மூன்று பேரில் இல்லை. எனக்கு என்ன நடக்கிறது, நமக்கு என்ன நடக்கிறது, இந்த அறையில் யாருக்கும் நடந்திருக்கலாம். நான் யாரேனும்... முடிந்தால், திரும்பத்திரும்பச் சொல்லவும். இல்லை, அது மிக அதிகம். எனக்கு சிறப்பு எதுவும் இல்லை, ஒரு நேரத்தைக் குறிக்க, நான் எடிசனில் வசிக்கும் பத்தொன்பது வயது சிறுமி, பேராசிரியை ஆக விரும்புகிறவள், பிரெஞ்சு பேராசிரியை என்றும் சொல்லக் கூடாது, பலருக்கு பிரெஞ்சுக்காரர்களைப் பிடிக்காது, பேராசிரியை என்று கூட சொல்ல முடியாது, இல்லை, ஆசிரியை, இது எளிமையானது. எல்லோரும் ஆசிரியை நேசிக்கிறார்கள், பகுதி நேரத்தில் நாட கத்தில் நடிக்கும் ஒரு இளம் பெண் வலியுறுத்துகிறாள். "பகுதி நேர நாடக நடிகை", மார்ச் தொடக்கத்தில் ஐரோப்பாவிலிருந்து திரும்பியவள், ஆம், பிரான்சை விட ஐரோப்பாதான் பிடிக்கும்.. ஜூன் மாதத்தில் தன்னைக் கண்டுபிடித்தவள், தனக்கு என்ன

நடக்கிறது என்பதைப் பற்றி எதுவும் புரியாதவள். ஆனால், அதனுடன் சமாளிக்க வேண்டியவள். மறுபடியும் மௌனம், தடுமாறி, வார்த்தைகளை உடனே கண்டுபிடிக்க முடியாத நிலை. இந்த மற்ற இளம் பெண்... எனக்கு முன்னால் இருப்பவள், என்னைப் போலவே இருப்பவள்... அவளும் அதைச் சமாளிக்க வேண்டியிருக்கும். இந்த அத்ரியானா என்னை விட மூன்று மாதங்கள் அதிகமாக வாழ்ந்தாள். ஆனால் எங்களுக்கு அதே நினைவுகள் உள்ளன. எங்களுக்கு ஒரே கடவுள் நம்பிக்கை உள்ளது, நான் கடவுளை மறக்க இருந்தேன். அதுதான் முக்கிய விஷயம், அவர்கள் நாங்கள் விசுவாசிகள் என்பதை நினைவில் கொள்வதற்கு வலியுறுத்தினர், நான் கிட்டத்தட்ட மறந்துவிட்டேன், இது பைத்தியக்காரத்தனம். எங்களுக்கு ஒரே நண்பர்கள், ஒரே பெற்றோர்கள் உள்ளனர், நாங்கள் அவர்களை ஒருவரையொருவர் நேசிக்கிறோம், என் ஆடைகளை கூட பகிர்ந்து கொள்ள வேண்டும், ஏனென்றால் அவையும் அவளுடையதுதான்.

“மேலும், அத்ரியானா மார்ச் குறுக்கிடுகிறாள். நாம் எப்போதும் அதே நேரத்தில் அதே உடையை அணிய வேண்டும். இது கோல்பெர்ட்டின் யோசனை, மோசமானதாக இல்லை, சிரிப்பிற்காகக் காத்திரு, அங்கேயே சென்று மீண்டும் தொடங்கு.”

“இது உண்மை,” அத்ரியானா ஜூன் கூறினாள். ஆக, இனிமேல் நம் இருவரின் வாழ்க்கையும் நிச்சயமாகத் தனித்தனியாகத் தெரியும். அவர்கள் அதைச் செய்ய ஆரம்பித்தார்கள். நோலன் பக்கம் திரும்பி, அறையில் உள்ள உணர்ச்சிகளைக் கவனித்தால். உதாரணமாக, நோலனை நான் ஐரோப்பாவுக்குப் புறப்படுவதற்கு முன் அறிந்திருந்தால், நான் அவனைக் காதலித்திருந்தால் என்ன செய்திருப்போம் என்று எனக்குத் தெரியவில்லை. வற்புறுத்த வேண்டாம், பொதுமக்களே தங்களை அடையாளம் கண்டு கொள்ளட்டும், குழப்பத்தின் அளவை அளவிடட்டும். என் தலையில் ஓடும் பல விஷயங்களில் இதுவும் ஒன்று.

“நான் நம்புகிறேன், அத்ரியானா மார்ச் தொடர்கிறாள். குரலைச் சிறிது மாற்றி, இருவருக்கும் இடையே ஒரு வித்தியாசம் இருப்பதை வலியுறுத்துகிறேன், மக்கள் என்னைப் பார்த்து பயப்படக் கூடாது என்று நான் விரும்புகிறேன், அவளைப் பார்த்தும் பயப்படக்

கூடாது. அவர்கள் அன்பாக இருக்கட்டும். அங்கு, மிக நீண்ட மௌனத்தைக் குறிக்கவும். நாம் தொலைந்துவிட்டோம், நமக்கு நெருக்கமான அனைவரின் அன்பும் நமக்குத் தேவை. கீழே பாருங்கள், அத்ரியானா ஜூனின் கையை எடுத்துக்கொள். கைத் தட்டலுக்காகக் காத்திரு. நீ அழலாம் என்று நினைத்தால், எல்லா வற்றிற்கும் மேலாக, அழு.

அத்ரியானா ஜூனின் கன்னத்தில் கண்ணீர் வழிகிறது, அவள் தன்னைக் கட்டாயப்படுத்திக்கொள்ள வேண்டிய அவசியமில்லை, உணர்ச்சிகள் அனைத்தையும் ஆக்கிரமித்தது. அவள் அழ ஆரம் பித்தாள். அத்ரியானா மார்ச் அவளை நெருங்கி அவள் தோள்களைப் பிடித்துக்கொள்கிறாள். ஸ்டீபன் கோல்பர்ட் அவளைப் பார்த்து புன்னகைக்கிறான்.

"ரொம்ப நன்றி, உங்கள் இருவருக்கும். பலர் உங்களைப் புரிந்துகொள்வதை நான் அறிவேன். என்னிடம் கடைசியாக ஒரு கோரிக்கை உள்ளது: கிறிஸ்மஸ் ஈவ் அன்று, புகழ்பெற்ற "போசா- நோவா, தி கேர்ள் ஃப்ரம் இபனேமாவில்" பாட்டை நீங்கள் உங்கள் குடும்பத்துடன் பாடியதாக உங்கள் சகோதரன் என்னிடம் கூறினான்.

"ஆமி வைன்ஹவுஸ் பதிப்பில், ஆம்," அத்ரியானா ஜூன் கூறினாள்.

"எனவே... நீங்கள் இருவரும், அரங்கத்தை விட்டு வெளி யேறுவதற்கு முன் ... நீங்கள் கவலைப்படுகிறீர்களா?"

பொதுமக்கள் கத்துகிறார்கள், இளம் பெண்கள் புன்னகைக் கிறார்கள்.

"நீங்கள் ஒத்திகை பார்க்கவில்லை என்று நான் சேர்த்துக் கொள்கிறேன்." கோல்பர்ட் வெட்கமில்லாமல் பொய் சொன்னான், ஏனென்றால் அவர்கள் அரை மணி நேரம் ஒத்திகை பார்த்தார்கள்.

ஸ்டே ஹியூமனின் டிரம்மர், ஜோபிம், மோரேஸின் போசா- நோவாவை டிரம் மூலம் மெதுவாகத் தொடங்குகிறான். செட்டில் ஒளி மங்குகிறது, இரண்டு மென்மையான ஒளிக்கற்றைகள் இரு அத்ரியானா மீதும் விழுகின்றன. ஒருத்தி மேல் சிவப்பு நிறமும் மற்றொருத்தி மேல் நீல நிறமும். அவர்களின் வேறுபாடுகள்

நன்றாகத் தெரிகின்றன. வண்ணங்களின் விளையாட்டு தயாரிப்பாளரின் யோசனை. வினிசியஸ் டி மோரேஸ் ஒருமுறை தனது பாடலைப் பற்றி கூறும்போது "இது காலப்போக்கைப் பற்றியது. அனைவருக்கும் சொந்தமான அல்லது யாருக்குமே சொந்தமில்லாத இந்த சோகமான அழகைப் பற்றியது. மனச்சோர்வைப் பற்றியது" என்றான்.

ஒரு அத்ரியானா பேசத் தொடங்கும் போது, ஸ்டீபன் கோல்பர்ட் இரவு நிகழ்ச்சியின் மேடையில் ஐபனேமா கடற்கரை ஆக்கிரமிக்கிறது., அதைத் தொடர்ந்து இரண்டாவது அத்ரியானா அடுத்த வசனத்தைப் பேசுகிறாள்: "உயரமாகவும் பழுப்பு நிறமாகவும் இளமையாகவும் அழகாகவும்..."

இரண்டு அத்ரியானாக்களும் ஒரு சிறந்த டூயட்டில் இபனேமாவின் அழகான சைரனைப் பாடுகிறார்கள், இது மெல்லிய மணலில் கடலை நோக்கிச் செல்கிறது. ஒருத்தி ஒரு வாக்கியத்தைத் தொடங்குகிறாள், மற்றவள் அதை முடிக்கிறாள். அவர்கள் ஒன்றாக இருப்பது போன்றும், வித்தியாசமாக இருப்பது போன்றும் நடிக்கிறார்கள். அவர்களின் இணக்கம் மந்திரத்தின் எல்லைக்கே சென்று யாவரையும் மயக்கமடையச் செய்கிறது. இந்த மயக்கத்தின் ஒவ்வொரு நடுக்கமும் அதன் பயங்கரத்தின் ஹோமியோபதி டோஸைக் கொண்டுள்ளது.

"இது நல்ல டி.வி நிகழ்ச்சி" என்று தயாரிப்பாளர், கட்டுப்பாட்டு அறையில் கூறினாள். நல்ல டி.வி. நிகழ்ச்சிதான்.

# ஜேக்கப் எவன்ஸுக்குள் கேட்கும் குரல்

செவ்வாய்க்கிழமை, ஜூன் 29, 2021, இரவு மணி 11
எட் சல்லிவன் அரங்கம், நியூயார்க்

கடவுளின் கரம் ஒருபோதும் துவண்டு போவதில்லை. ஜேக்கப் எவன்ஸின் செயல்கள் அவரால்தான் வழிநடத்தப் படுகின்றன. ஜேக்கப் வர்ஜீனியாவின் ஸ்காட்ஸ்வில்லியில் கிறிஸ்துவின் விசுவாசத்தில் பிறந்தான். துன்பத்தில் பிறக்காதவர்கள் கடவுளின் படைப்புகள் அல்ல என்பதை அவன் தந்தை ஜானிடமிருந்து அறிந்துகொண்டான். ஏனென்றால் கடவுளைத் தவிர வேறு எவராலும் எதையும் படைக்க முடியாது. அவனுடைய தலையில் இடைவிடாது பேசும் குரல் சிறு வயதில் பண்ணையில் வேலை செய்யும்போது கேட்ட வார்த்தைகளை திரும்பத்திரும்பச் சொல்லும்...

பத்திரிகைகளிலும் சமூக ஊடகங்களிலும் இந்த அருவருப்பான விஷயம் வெளிப்பட்டபோது, கடவுள் ஜேக்கப் எவன்ஸை வழிநடத்தினார். முதல் நாளில், அவனும் அவனது ஏழாவது நாள் இராணுவ சகோதரர்களும் பாப்டிஸ்ட் தேவாலயத்தில் கூடினர், கடவுளைப் புண்படுத்திய அனைத்து விசுவாசமற்ற படைப்பு களைப் பற்றியும், உயிரினங்களைப் பற்றியும் சாத்தானைப் பற்றியும் ரெவரெண்ட் ராபர்ட்ஸ் பேசுவதை அவர்கள் கேட்டார்கள். மின்னலும் பெரும் நடுக்கமும் உண்டானது என்றும் ஒரு பெரிய ஆலங்கட்டி மழையின் கனமான கற்கள் வானத்திலிருந்து மனிதர்கள் மீது விழுந்தன என்றும் ஜான் இரண்டின்

அபோகாலிப்ஸில் கூறப்பட்டிருக்கிறது. அதை அறிந்தவரும் வழிநடத்துபவரான கடவுளுக்கு நன்றி. ரெவரெண்ட் ராபர்ட்ஸும் ஜேக்கப்பும் மற்ற விசுவாசிகளும் புயலை அடையாளம் கண்டு கொண்டனர். இறைவன் வழியில் வைத்த புனித புயலில் விமானம் சிக்கியது. கடவுளை நிந்தித்த மனிதர்கள் அனைவரும் இந்த விமானத்தில் இருந்தனர், ஏனெனில் இந்த ஆலங்கட்டி மழை மிகவும் பெரிய பேரிடர்.

கர்த்தரின் பரவசம் ஜேக்கப் எவன்ஸின் உடலில் ஓடியது, அவருடைய கோபம் அவன் கைகளில் பாய்ந்தது, ஜேக்கப் உலகில் மனிதர்களிடையே அவரின் மகிமையை நிறுவ வேண்டும் என்று விரும்பினார்.

பத்திரிகைகள் திரும்பத்திரும்பத் தரும் விளக்கங்கள் உண்டு. வல்லுநர்கள், அறிஞர்கள் இடையே விவாதங்களும் உண்டு, ஆனால் ஞானிகளின் ஞானத்தை அழிப்பேன், அறிவாளிகளின் புத்திசாலித்தனத்தை அழிப்பேன், ஏனென்றால் ஜேக்கப் ஏசயாவை நினைத்துப் பார்க்கிறான், தன் பெருமையையும் தன் சொந்த இரட்சிப்பையும் தனக்குள்ளேயே தேடுவது சர்வவல்லவரை அவமதிப்பது போன்றது. கடவுளின் செய்தியிலிருந்து தங்களை விடுவித்து, மனிதனின் மாயையில் ஞானத்தைத் தேட விரும்பும் கொரிந்தியர்களுக்கு பவுல் அனுப்பும் செய்தியும் இதுதான், இருப்பினும், மனத்தாழ்மையும் கடவுள் பயமும் நம் கர்த்தராகிய இயேசு கிறிஸ்துவில் விசுவாசமும் மட்டுமே இருக்க வேண்டும். அவர் உயிர்த்தெழுந்தார், அவர் உண்மையிலேயே உயிர்த்தெழுந்தார். கடவுள் தம் 'அருவருப்பு'டன் அனுப்பும் செய்தியில், இறைவனின் மகிமையிலும் தீமையை அழிப்பதிலும் மட்டுமே இரட்சிப்பு உள்ளது. யாக்கோபின் கண்கள் மூடப்பட்டன, ஆம், ஆனால் உன்னதமானவர் அவற்றை இரவிற்கு அகலமாகத் திறந்தார்.

அமெரிக்காவை எப்போதும் விழுங்கிக்கொண்டிருக்கும் இந்த முடிவில்லா நெருப்பின் மையத்தில், உளவுத்துறைக்கு எதிராக இருள் தொடுத்துக்கொண்டிருக்கும் இந்தப் போரில், அறியாமை, பகுத்தறிவு இல்லாமைக்கு முன் நுண்ணறிவு படிப்படியாகப் பின்வாங்குகிறது, ஜேக்கப் எவன்ஸ் தனது பழமையான,

முழுமையான நம்பிக்கையின் நிழல் கவசத்தை அணிந்து கொள்கிறான். மதம் என்பது படுகுழியில் இருக்கும் ஒரு மாமிசபட்சினி மீன். இது ஒரு சிறிய ஒளியை வெளியிடுகிறது. அதன் இரையை ஈர்க்க, அதற்கு நிறைய இரவு தேவைப்படுகிறது.

இரட்சகராகிய கிறிஸ்துவின் சிலுவையைத் தாங்கிய வாகன அணிவகுப்பில் எவன்ஸ், ஏழாவது நாள் இராணுவத்தின் பிற உறுப்பினர்கள் ஏழு மணிநேரம் காரை ஓட்டிச் சென்றனர். அவர்கள் இராணுவத் தளத்திற்கு வெளியே "கடவுளின் கோபம்" என்று கோஷமிட்டார்கள். ஆனால் வீரர்கள் அவர்களைப் பின்னுக்குத் தள்ளிவிட்டனர். கடவுளாலும், இன்ஸ்டாகிராமாலும், ஃபேஸ்புக்காலும், ஜேக்கப் இந்த அரக்கத்தனங்களில் ஒன்று இன்றிரவு உலகின் முன் காட்டப்படப்போகிறது என்பதை அறிந்தான், அவன் இந்தப் பொன்னிற முடியுடைய பெண்ணை வெறுப்புடனும் கோபத்துடனும் பார்க்கிறான், ஜேக்கப் அவள் ஒரு பெரிய பொய்யையும் வீழ்ந்தவர்களின் துரோகத்தையும் உருவகப்படுத்துகிறாள் என்பதையும் அறிவான்...

ஜேக்கப்பும் அவனுடன் பலரும் சிபிஎஸ் அரங்கத்தில் குவிந்தனர், அவர்கள் பிராட்வேயின் நியான் விளக்குகளுக்கும் பாலிக்ரோம் விளக்குகளுக்கும் மத்தியில் "50வது தெரு" நிலையத்தில் இறங்குகிறார்கள். அவர்கள் பாபிலோன் தி கிரேட் வழியாக, விபச்சாரிகளால் உருவாக்கப்பட்ட பெரிய நகரத்திற்குள் நடந்து செல்கிறார்கள். ஆனால் தெற்கிலிருந்து அவென்யூவை அடைவதை காவல்துறை தடுக்கிறது, உலோகத் தடைகள் அரங்கத்தை யாரும் அணுகாமல் பாதுகாக்கின்றன. உற்சாகமான கூட்டம் அதிகரிக்கிறது, நெட்வொர்க்குகளில் பேரணியாக வரும்படி வந்த அழைப்புகள் மூலம் ஒவ்வொரு நிமிடமும் ஜனத்திரள் பெருகிக்கொண்டிருக்கிறது.

நள்ளிரவில், முதல் எரியும் பாட்டில் ஒளிரும் கூரைக்கு எதிராகப் பறந்து நொறுங்குகிறது, தீ உடனடியாக ஒரு ஷார்ட் சர்க்யூட்டை ஏற்படுத்துகிறது. ஆயிரக்கணக்கான பல்புகளின் பிரகாசத்தையும் ஸ்டீபன் கோல்பர்ட்டுடன் நிகழ்ச்சியின் அடையாளத்தையும் அணைக்கிறது, ஆனால் ஜேக்கப் தீப்பிழம்புகளின் ஊடே முன்னேறுகிறான். அவன் நரகத்திற்குப் பயப்படவில்லை.

இயேசு அவன் இதயத்தில் மகிழ்ச்சியாக இருக்கிறார். கலவரக் காரர்கள் சிலரை போலீசார் கைது செய்கிறார்கள். ஜேக்கப் தன்னை அனுமதிக்குமாறு இறைவனிடம் மன்றாடுகிறான். அசுத்த மானவர்களை அணுகி, அவர்கள் அவருடைய சித்தத்தைச் செய்ய அனுமதிக்க வேண்டுகிறான். நெருப்பின் வெப்பத்தில் அவன் இறைவனிடம் பிரார்த்தனை செய்கிறான். அவன் தேர்ந்தெடுக்கப்பட்டவர்களிடையே சொர்க்கத்தின் தேனை விரைவில் ருசிப்பான் என்பதை அறிவான்.

தன் மலையின் உச்சியில் இருந்து இறைவன் தன் ஆட்டுக் குட்டியான ஜேக்கப் எவன்ஸைப் பார்க்கிறார். அவர் அவனை 53வது தெருவுக்கு அழைத்துச் செல்கிறார். ஜேக்கப் அவருடைய வெளிச்சத்தில் நடக்கிறான். ஏனென்றால் கடவுளுக்கு மட்டுமே வழி தெரியும். அங்கு, அவனது சகோதரர்கள் பிராட்வேயில் கூக்குரலிட்டுக் கொண்டிருக்கும்போது, ஜேக்கப் தன்னிடமிருந்து சில மீட்டர் தொலைவில் உள்ள நிலத்தடி கேரேஜிலிருந்து கறுப்பு லிமோசின் ஒன்று வெளிவருவதைக் காண்கிறான். அது இடது புறம் திரும்பி விசுவாசிகளின் ஆர்ப்பாட்டத்திலிருந்து தப்பித்து விடுகிறது. ஆனால் தெருவில் ஒரே நெரிசல். கார் பிராட்வேயில் ஒரு பகுதியில் சிக்கிக்கொண்டது. பின்புற ஜன்னல்களின் கண்ணாடிகள் முடிந்தவரை விரைவாக மேலே எழுகின்றன, ஆனால் நியூயார்க் இரவின் கடுமையான வெளிச்சத்தில், ஜேக்கப் இரண்டு இளம் பெண்களைப் பின்இருக்கையில் பார்க்கிறான். அவர்களின் முகங்கள் ஒன்றுபோல் இருக்கின்றன. வெல்ல முடியாதது கடவுளின் ஞானம். அருவருப்பானவர்கள் சிரிக் கிறார்கள், தங்களின் வெறுக்கத்தக்க வாயில் நேர்நேரான பற்களைக் காட்டுகிறார்கள். அவர்களின் தேவதை முகங்கள் இருள் தேவதையின் துரோக முகத்தைத் தாங்குகின்றன. கர்த்தர் என்னுடைய பழிவாங்கும் வாளை வழிநடத்துவார்.

இந்த உயிரினங்கள் இறக்க வேண்டும், எல்லா மனிதர்களையும் சூழ்ந்துகொள்ள ஒரு வானம் இருக்கும். ஜேக்கப் தனது பாக் கெட்டிலிருந்து ஒரு கிரெண்டல் P30 கைத்துப்பாக்கியை எடுத்துக்கொள்கிறான். ஒளி மிகவும் மென்மையாகவும் சூடாகவும் மின்னுகிறது, ஆண்டவரே, என் கரங்களைப் பலப்படுத்தும்.

அவன் ஜன்னல் வழியாகச் சுடுகிறான். கண்ணாடி சிதறுகிறது. இயேசு கிறிஸ்துவின் பெயரால் நான் உன்னை வெளியேற்றுவேன். அவனைச் சுற்றிலும் பீதியின் அலறல்கள் கேட்கின்றன. அவன் மீண்டும் துப்பாக்கியால் சுடுகிறான். அந்தக் குண்டு ஒரு முகத்தை அழிக்கிறது. தேவதூதன் கேப்ரியல் என் மீது இரங்குவார். ஜேக்கப் தொடர்ந்து துப்பாக்கியால் மற்றொரு இரத்தக்களரியான அத்ரியானாவைச் சுட்டு குண்டுகளை காலி செய்கிறான். மண்டியிடுகிறான். இயேசு கிறிஸ்து பிறந்தார். பின்னர் தரையில் அழுக்கு நிலக்கீல் மீது அவன் விழுந்தான். இரட்சகராகிய கிறிஸ்துவே உமது கரங்களை விரித்து, ஒரு வார்த்தை பேசுங்கள், என் ஆண்டவரே, என் ஆத்துமா இரட்சிக்கப்படட்டும், அதிகாரிகள் அவன்மேல் விழுந்து, அவன் கைகளை அவன் முதுகுக்குப் பின்னால் கட்டும்போது. சைரன்கள் ஒலியிலும் சுழலும் ஒளியிலும். நீல விளக்குகள், கேமரா ஃப்ளாஷ்களின் வெளிச்சத்திலும். இறைவன் என் மேய்ப்பர், அவரே கொடுக் கிறார். அவரே எடுத்துக்கொள்கிறார். மூடிய அரை கண்களுடன் சிரிக்கும் ஜேக்கப் எவன்ஸ், டிராகனின் வாயிலிருந்தும் மிருகத்தின் வாயிலிருந்தும் பொய்யான தீர்க்கதரிசியின் வாயிலிருந்தும் மூன்று ஆவிகள், தவளைகளைப் போன்ற இந்த மூன்று ஆவி களும், வெளியேறுவதைக் காண்கிறான்.

# அழிக்கப்பட்டவை

புதன்கிழமை, ஜூன் 30, 2021
க்ளைட் டோல்சன் ரிசார்ட், நியூயார்க்

விடியற்காலை மணி 12:43 எஃப்பிஐ (FBI) கட்டடத்தில், எல்லாத் தொலைக்காட்சிகளும் இப்போது செய்தி அலைவரிசைகளைத் தொடர்ந்து காட்டுகின்றன, மேலும் புரோட்டோகால் 42 குழு இரட்டைப் படுகொலையை நேரடியாக ஒளிபரப்புவதைப் பார்க்கிறது. 1:00 a.m.: CBS ஒரு சிறப்பு நிகழ்ச்சியை ஒளிபரப்புகிறது: துர்பாக்கிய நிலையில் உள்ள ஸ்டீபன் கோல்பர்ட் மதத்தில் நிபுணத்துவம் பெற்ற பத்திரிகை யாளர்களுடன் ஒரு நிகழ்ச்சியை நடத்துகிறான். புட்லோவ்ஸ்கி, அவளது நிபுணர்களால் உருவாக்கப்பட்ட சமாதானத்திற்கான அழைப்பு வெற்றி பெறவில்லை: ஹோப் சேனலில், பொய்யான தீர்க்கதரிசிகளை வணங்குவதைக் கண்டிக்கும் பிரசங்கங்கள், ஃபாக்ஸில், தொலைத்தொடர்பு ஆர்வலர்கள் குற்றத்தை எப்படிச் செய்ய வேண்டுமோ அப்படி கண்டனம் செய்கிறார்கள், உலகத்தின் முடிவைப் பற்றி பேசுகிறார்கள். காலையில், கேலப்பிடமிருந்தும், பிறரிடமிருந்து கருத்துக் கணிப்பாளர்கள் தெருக்களில் அலசுவார்கள்: 44% அமெரிக்கர்கள் இது "காலத்தின் இறுதி அறிகுறி" என்று நம்புகிறார்கள், அவர்களில் 34% பேர் இந்த முடிவு "அருகில்" இருப்பதாகவும், 25% "மிகவும் அருகில் கூட" என்று நினைக்கிறார்கள். ."1% அது ஏற்கனவே நடந்துவிட்டது என்று நினைக்கிறார்கள்." பகலில், உலகம் முழுவதும், வழி பாட்டுத் தலங்கள் முன் எப்போதும் இல்லாத கூட்டத்தைப் பார்க்க வேண்டியிருக்கும். ஏழு பில்லியன் மனிதர்கள் அவர்கள் உண்மையில் இந்த உலகில் இல்லை என்று கண்டுபிடிக்கும்போது, அதை புரிந்துகொள்வது அவ்வளவு எளிதானது அல்ல.

க்ளைட் டோல்சன் ரிசார்ட்டின் மாநாட்டு அறையில் ஜேமி மிகவும் ஆவேசமாக இங்குமங்குமாக நடக்கிறாள். அங்குதான் நெறிமுறை 42இன் முழு குழுவும் இப்போது நாடு கடத்தப்பட்டு வைக்கப்பட்டிருக்கிறது. அவள் மீண்டும் சொல்கிறாள்:

"அனைத்துப் பயணிகளின் அடையாளம் தெரியாதது உறுதி செய்யப்பட வேண்டும். மாஃபியா விசாரணைகளின் சாட்சிகளைப் போல. இந்த மக்கள் தாங்கள் மறைந்து போகவும், தங்கள் அடையாளத்தை மாற்றிக்கொள்ளவும் முடியும். இருப்பினும், கடவுள் ஒரு பிரச்சினையாக இருப்பார் என்று அவள் நன்றாகச் சொல்லியிருந்தாள்... அவருடைய சர்வ வல்லமைக்கு எதிராக எதுவும் இருக்கக் கூடாது என்பதால், எங்கிருந்தோ தோன்றிய இந்த போயிங் அவருடைய நோக்கத்தின் ஒரு பகுதியாகும். முரண்பாடானது என்னவென்றால், ஒரு உருவகப்படுத்துதலின் கருதுகோளில், ஒரு விஷயம் இனி விவாதத்திற்குரியது அல்ல: மனிதன் உண்மையில் ஒரு உயர்ந்த நுண்ணறிவின் உருவாக்கம். ஆனால் ஒரு "பிரம்மாண்ட ரோல் பிலேயிங் கேமை" உருவாக்கிய படைப்பாளியை வணங்குவதற்கு யார் தயாராக இருப்பார்கள்?

"ஜனாதிபதியின் அறிவிப்புக்குப் பிறகு, மருத்துவமனைகளில் தற்கொலைகள் அலைஅலையாக ஏற்படுவதாக அறிவிக்கப் பட்டது. ஏற்கனவே பல பலவீனமானவர்கள் அந்த நடவடிக் கையை எடுத்துள்ளனர். சதிசெயல் கோட்பாடுகள் பெருகி வருகின்றன: முழு விஷயமும் முன் ஏற்பாடான ஒரு அமைப்பு, இந்த உருவகப்படுத்துதலின் கதை, முதலாளித்துவம் முதல் புவி வெப்பமடைதல் வரை எதற்கும் எதிரான எந்தவொரு போராட்டத் தையும் அர்த்தமற்றதாக மாற்றும் நோக்கம் கொண்டது. இது தங்களின் நம்பிக்கையை உறுதிப்படுத்துகிறது என்று தட்டை யான பூமி கோட்பாளர்கள் கூறுகிறார்கள். சில மட்டும் சொல்லப் பட்டிருக்கிறது.

"நம்மை எச்சரிக்கையாக இருக்கச் சொல்பவர்களிடம் நாம் எப்போதும் எச்சரிக்கையாக இருக்க வேண்டும்", புட்லோவ்ஸ்கி சுருக்கமாகக் கூறுகிறாள்.

"வேற்றுக்கிரகவாசிகளும் ஒரு பெரிய மறுபிரவேசம் செய்கி றார்கள்," மிட்னிக் தொடர்கிறான். "ஆனால், அதை எப்படித்

தவிர்ப்பது... இந்தப் பெண்ணும் இருக்கிறாள். டோமி ஜின், ஒரு கெட்டிக்காரி. அவள் இதைப் பதிவிட்டிருக்கிறாள்.

மிட்னிக் ஒரு மெல்லிய, செந்நிற முடியுடைய, ஆசிய-அமெரிக்க பெண்ணின் படத்தைத் திரையில் காட்டுகிறான். இது ஏற்கனவே 1,512 விருப்பங்களைப் பெற்றுள்ளது. அவள் நெற்றியில் கருஞ்சிவப்பு முடி கற்றையாக இருக்கிறது. மேலும் "ஒன்று, இரண்டு, ஆயிரம் அத்ரியானாக்கள்" என்ற தலைப்பு எழுதப்பட்டுள்ளது. அதிகாலை இரண்டு மணிக்குள், 12,816 முறை பகிரப்பட்டுள்ளது. எட்டு மணிக்கு ஏழு மில்லியன் முறையாக இருக்கும். அதற்குள் அத்ரியானா ஜூனின் சிவப்புச் சாயம் பூசப்பட்ட முடி கற்றையுடன் ஆயிரக்கணக்கான மக்கள் பாரிஸ், ரியோ, ஹாங்காங், நியூயார்க் வீதிகளில் அணிவகுத்துச் செல்வார்கள். அவர்களின் நோக்கம் தெளிவற்றது, ஆனால், இணையத்தில் சிந்தனைச் சுதந்திரம் இன்னும் முழுமை யடைந்துள்ளது, மக்கள் சிந்திப்பதை நிறுத்திவிட்டார்கள் என்பது இப்போது தெளிவாகிறது.

சில மணிநேரங்களில் பச்சாதாபமும், உணர்ச்சியும், அபத்தமும் நன்றாக வணிகப்படுத்தப்படுகின்றன. விற்பனையாளர்கள் "என்னைத் தூண்டு, என்னை உருவகப்படுத்தாதே," "நான் ஒரு நிரல், என்னை மீட்டு அமை" "நான்" "நான் 1, நீ 2, நாங்கள் சுதந்திரமாக இருக்கிறோம்" என்ற வாசகங்களுடன் டி-ஷர்ட்களை விற்கிறார்கள். காலை தொலைகாட்சி நிகழ்ச்சிகளின் நகைச்சுவை நடிகர்கள் அசல்-நகல் பொருளில் தங்களின் கைவண்ணத்தை முயற்சி செய்கிறார்கள்.

"உனக்கு உருவகப்படுத்துதல் என்றால் என்ன என்று தெரியுமா, ஹிலாரி?" என்று ஆள்மாறாட்டம் செய்பவளிடம் பத்திரிகையாளர் கேட்கிறான்.

"பீட்டர்," ஹிலாரி கிளிண்டனின் குரல் பதிலளிக்கிறது, "அமெரிக்காவில் உள்ள ஒவ்வொரு பெண்ணிற்கும் உருவகப் படுத்துதல் என்றால் என்ன என்று தெரியும்."

~

அதுவரை, சில நூறு அறிஞர்களே கொட்டகையில் யூகித்துக்கொண்டிருந்தனர். திடீரென்று, இந்தக் கிரகத்தில் உள்ள பத்து மில்லியன் ஆராய்ச்சியாளர்கள் உள்ளனர், அவர்கள் ஒரு மாற்று வழியை முன்மொழிவதற்காகத் தங்கள் கோட்பாடுகளை விவாதிக்க வேண்டும். அங்கு “நகல் எடுக்கும் இயந்திரம்”, “பூச்சுத்துளை” போன்ற வார்த்தைகள் ஆரம்பத்தில் இருந்தே சில ஆதரவாளர்களைக் மட்டுமே கொண்டுள்ளன. எளிமையான கோட்பாடு மிகவும் பைத்தியக்காரத்தனமாக இருந்தாலும் பரவா யில்லை

இருப்பினும், உருவகப்படுத்துதலை வானியற்பியல் வல்லு நர்கள் விரும்பவில்லை. விண்வெளி நிறுவனங்களும் அப்படியே உள்ளன: விண்வெளி ஆய்விற்கு ஏற்கனவே அதிகம் செல வாகிறது. விலை உயர்ந்தது, ஆனால் எந்த இடமும் இல்லை என்றால், விலை திடீரென்று செலுத்தத் தகுதியற்றது. துகள் கோட்பாட்டாளர்களும் அதை விரும்பவில்லை. அவர்களின் அனைத்து அழகான துகள்கள், குவார்க்குகள், குளுவான்கள், இருண்ட பொருள்? எல்லாம் மெய்நிகரில் இருக்குமா? அவர்களின் பெரிய ஆக்சிலரேட்டர்களைக் காட்டி அவர்கள் பெருமிதம் கொள்கிறார்கள், ஒரு பெரிய 3D நகைச்சுவை? மற்றும் நேரம்? ஒரு வீடியோ கேமில் உள்ளதைப் போல, நேரமே ஒரு கலைப்பொருளாக இருந்தால். எல்லாமே அளவீடு செய்யப்பட்டு வேகத்தைக் குறைத்து, ஒரு மனிதனுக்கு விளையாடுவதற்கான வாய்ப்பைப் தருகிறது, உண்மையான நேரத்தை நமது மெய்நிகர் நேரத்திலிருந்து எவ்வாறு அளவிடுவது? இறுதியாக, உயிரியலாளர்கள்தான் கோப மடைந்துள்ளனர். பரிணாமம், இனங்கள் காணாமல் போதல், உயிரியல் பன்முகத்தன்மை இழப்பு? ஆனால் அனைவருக்கும் இது தெரியும்: பிரபஞ்சம், மெய்நிகராகவோ அல்லது இல்லாமலோ - இது பெருகிய முறையில் நன்கு அறியப்பட்ட சட்டங்களால் முழுமையாக நிர்வகிக்கப்படுகிறது. அதி நவீன கணினியுடன் சில உருவகப்படுத்துதல்களில் பல ஆண்டுகளாக ஈடுபடாதவர்கள் இந்த விஞ்ஞானிகளில் யாரும் இல்லை. அதன் சக்தி பத்து ஆண்டு களில் நூறால் பெருக்கப்படுகிறது. இயந்திரங்களின் சக்தியை பில்லியன் கணக்கான பில்லியன் மடங்கு அதிக சக்தி வாய்ந்ததாக அவர் எளிதில் கற்பனை செய்து பார்க்க முடியும்.

புதன்கிழமை காலை உற்பத்தித்திறனை அளவிடாமல் இருப்பது நல்லது. உண்மையில், புரோட்டோகால் 42இன் ஆண்களும் பெண்களும் மட்டுமே உண்மையில் வேலை செய்கிறார்கள்.

ஏனெனில் இந்த புதன்கிழமை காலை "ஹெர்மிஸ்" செயல் பாடு தொடங்குகிறது. மெரிதித் குறியீட்டுப் பெயரைக் கண்டு பிடித்தாள், இது 006 விமானத்தில் பயணிக்கும் அனைத்துப் பயணிகளுக்கான பயணத்தையும் ரகசியத்தையும் கூறுகிறது, - அவர்கள் மறைந்து போகும் நேரம் வந்துவிட்டது. ஜேக்கப் எவன்ஸின் குற்றத்திற்கு குறைந்தபட்சம் அவர்கள்தான் இலக்குகள் என்று பயணிகளை நம்பவைத்திருக்கும், மேலும் அமெரிக் காவில் கிட்டத்தட்ட அனைவரும் பெயர் தெரியாததை ஒப்புக் கொள்கிறார்கள். விமானத்தின் அனைத்து டிஜிட்டல் தடயங் களையும் என்எஸ்ஏ (NSA) அகற்றியுள்ளது, பிரெஞ்சு மற்றும் அமெரிக்க அதிகாரிகள் விமானத்தின் தாள்களை மீட்டனர். இது மார்ச் மாதத்தின் பாரிஸ்-நியூயார்க் ஏர் பிரான்ஸ் விமானம் என்று பொதுமக்களுக்குத் தெரியும், ஆனால் அதில் இருநூறுக்கும் மேற்பட்டவர்கள் இருந்தனர்.

～

புதன், ஜூன் 30, 2021,
ஸ்டுடியோ 4, பிரான்ஸ் 2, எஸ்பிளனேட்
ஹென்றி-டி-பிரான்ஸ், பாரிஸ்

உண்மை என்னவென்றால், உலகம் சில மணிநேரங்களில் ஒரு அர்த்த வெற்றிடத்திற்குள் நுழைகிறது. மதம் ஒரு தவறான கோட்பாட்டு பதிலை வழங்குவதால், தத்துவம் ஒரு சுருக்கமான, பிழையான ஒன்றைக் கொடுக்க முன்மொழிகிறது. உலகம் முழுவதும், பேச்சு நிகழ்ச்சிகள் பெருகி வருகின்றன. குறிப்பாக பிரான்சில், ஊடக தத்துவஞானிகளின் புகழ்பெற்ற செறிவு கொண்ட இந்த நாட்டில். அவர்களில் ஒருவர் பிலோமெட் என்று அழைக்கப்படுகிறான்... ஒப்புக்கொள்வோம். இங்கே அவன்

மற்றொரு விருந்தினரான விக்டர் மியெசெல்லுடன் ஒரு தேசிய சேனலின் நிகழ்ச்சியில் இருக்கிறான்.

“இந்த உருவகப்படுத்துதல் யோசனையைப் பற்றி எனது கருத்தைத் தெரிவிக்க விரும்பவில்லை” என்று பிலோமிட் கூறினான். ஆனால், அது எதையும் மாற்றும் என்று நான் நினைக்க வில்லை. நான் ஒரு பொருள்முதல்வாதி: சிந்திப்பதற்கும் சிந்திப்ப தாக நம்புவதற்கும் எந்த வித்தியாசமும் இல்லை, எனவே இருப்பதை நம்புவதற்கும் இருப்பதற்கும் இடையே எந்த வித்தியாசமும் இல்லை.

“ஆனால் நிச்சயமாக, ஃபிலோமெட், தொகுப்பாளர் கூறினான், நாம் உண்மையில் இருக்கிறோமா அல்லது நாம் மெய்நிகர்தானா என்பது முற்றிலும் ஒன்றல்ல.”

“என்னை மன்னியுங்கள், ஆம், அது ஒன்றுதான் என்று நான் நினைக்கிறேன். நான் ஒரு சிந்தனைத் திட்டமாக இருந்தாலும், நான் இருக்கிறேன். நான் அன்பையும் வலியையும் ஒரே மாதிரியாக உணர்கிறேன், நானும் இறந்துவிடுவேன், நன்றி. எனது உலகம் மெய்நிகராகவோ உண்மையானதாகவோ இருந்தாலும் எனது செயல்களுக்கு ஒரே மாதிரியான விளைவுகள் உண்டு.”

“ஃபிலோமெட், உங்களுக்குப் பக்கத்தில், எழுத்தாளர் விக்டர் மியெசெல் இருக்கிறான், அவனுடைய “முரண்பாடு” புத்தகம் ஒரு “வழிபாட்டு முறை” புத்தகமாக மாறியுள்ளது. இன்று இன்னும் அதிகமாக மாறி உள்ளது. விக்டர், நீ இந்த விமானத்தில் இருந்தாய். நீ “இரட்டை” தற்கொலை செய்து கொண்டது எங்களுக்குத் தெரியும், நீ இன்று மதியம் ஒரு செய்தியாளர் சந்திப்பைக் கொடுத்தாய். இப்போது எங்களுடன் இருப்பதற்கு நாங்கள் நன்றி கூறுகிறோம். இந்த நகல் பயணிகளின் எதிர்காலத்தை எப்படிப் பார்க்கிறாய்?”

“மார்ச் மாதத்திற்கும் ஜூன் மாதத்திற்கும் இடையில் எங்கள் “இரட்டையர்” சென்ற பாதைகளை இருநூறுக்கும் மேற்பட்டவர்கள் பார்த்துக்கொண்டிருந்தோம். ஒருவேளை பிரிந்து செல்ல விரும் பாததற்கு வருந்துகிறோம். சிலர் வேறுவிதமாக, அல்லது சிறப்பாக, அல்லது வேறு ஏதாவது செய்ய விரும்பலாம். ஆனால் நான் என்னை நேருக்கு நேராகக் காணவில்லை. இருந்தாலும்...”

எழுத்தாளன் தனது பாக்கெட்டிலிருந்து இரண்டு சிவப்பு செங்கற்களை எடுக்கிறான்.

“என் தந்தை இறந்த பிறகு, முப்பது ஆண்டுகளாக நான் என் சட்டைப் பையில் ஒரு செங்கல்லை எப்போதும் வைத்திருப்பேன். அது ஒரு வினோதமோ அல்லது அதிர்ஷ்டமான வசீகரமோ அல்ல. ஒரு சிறிய நினைவு, கிட்டத்தட்ட ஒரு பழக்கம். தற்கொலை செய்து கொண்ட விக்டர் வைத்திருந்த ஒன்றை என்னிடம் கொடுத்தார்கள். இப்போது அவற்றில் இரண்டு உள்ளது. எதெது என்பதை மறந்துவிட்டு அவற்றை ஒன்றுசேர்ந்தேன். அவை எதைக் குறிக்கின்றன என்பதை என்னால் சொல்ல முடியாது, ஆனால், எனக்கு முன்பைவிட அதிக வாய்ப்புகள், அதிக சுதந்திரம் இருப்பதாக உணர்கிறேன். ஆனால் ‘விதி’ என்ற வார்த்தையை எனக்கு இன்னும் பிடிக்கவில்லை. அம்பு விழுந்த இடத்திற்குப் பிறகு நீங்கள் வரையும் இலக்கு மட்டுமே இது.”

பார்வையாளர்களில், டைம்ஸ் இலக்கிய இதழின் பத்திரிகை யாளரான அன்னே வஸ்ஸூர் சிரித்துக்கொள்கிறாள். அம்பு ஒரு இலக்கைத் தாக்க வேண்டுமென்றால், அது முதலில் எல்லா வற்றையும் தவறவிட்டிருக்க வேண்டும் என்று கூறும் இந்த நகைச்சுவையை அவள் ரசிக்கிறாள். ஏப்ரல் மாதம் விக்டரின் மரணத்தை அறிந்ததும், அவள் அதிர்ச்சியடைந்தாள், வேதனை யடைந்தாள், இந்த உணர்வின் தீவிரம் அவளை ஆச்சரியப் படுத்தியது. நிச்சயமாக, அவள் அவனை ஆர்லஸில் கவனித் திருந்தாள். அவனுடைய பங்களிப்புகள் புத்திசாலித்தனமாகவும், புலனுணர்வுடனும் இருப்பதாக அவள் நினைத்தாள். இரவு உணவின் போது, அவளை அணுகுவதற்கான அவனின் குழந்தைத் தனமான முயற்சிகளால் அவள் கவரப்பட்டாள். அந்த நேரத்தில் அவள் வேறொரு உறவில் இருந்தாள், அவள் விளையாட விரும்ப வில்லை. பின்னர், பலவீனம், எளிமை, பெருமை ஆகியவற்றின் இந்தத் தருணத்தை அவள் வெறுத்தாள், அவன் துல்லியமாக அவளிடம் ஈர்க்கப்பட்டதை அவள் வெறுத்தாள். ஏனென்றால் அவள் அவனிடம் ஈர்க்கப்பட்டாள். அதனால் அவள் திட்டமிட்டதைவிட முன்னதாகவே ஆர்லஸை விட்டு வெளியேறினாள். ஒரு சுயநலம் பொருத்தமற்ற ஆசைக்காக வெட்கப்பட்டு, ஏமாற்றும் பெண்ணாக இருக்க மறுத்து, தன் மகிழ்ச்சியை அனுபவிக்கவும்

வலியை உண்டாக்கவும் மறுத்து, அவள் எங்கிருக்கிறாள் என்று தெரியாமலேயே போய்விட்டாள். அவள் ஓடிவிட்டாள். ஒரு கணம் வருந்துவதைவிட வருத்தத்துடன் வாழ்வது நல்லது என்று அவள் நினைத்திருப்பாள். ஆனால் கோஞ்சரோவின் இந்த மொழிபெயர்ப்பாளனைக் கண்டுபிடிக்க அவள் ஒருபோதும் சாக்குப்போக்கைக் கண்டுபிடிக்க விரும்பவில்லை. இந்த அற்புதமான "உயிர்த்தெழுதலை" அவள் ஒரு அடையாளமாகப் - புரிந்துகொள்ள முடியாத அடையாளமாகத்தா - பார்த்தாள். அனைத்திற்கும் மேலாக ஒரு அடையாளமாக மட்டுமே பார்த் தாள். இலக்கியப் பத்திரிகையாளரான அவள், ஒரு சிறப்பு நிருபருக்குப் பதிலாக, இந்த மாநாட்டில் கலந்துகொள்ள அனுமதிக்குமாறு டைம்ஸின் ஆசிரியர் குழுவிடம் அனுமதி பெற்றிருந்தாள். இப்போது அவள் நீண்ட காலமாக, துல்லிய மாக, ஒரு விதியாக இருக்கக்கூடிய ஒரு மனிதனைப் பார்த்துக் கொண்டிருந்தாள்.

"என்னிடம் சொல், பிலோமிட்," என்று நேர்காணல் செய்பவர் அவனிடம் திரும்பி, "நீ அந்தச் சூழ்நிலையில் இருந்தால் எப்படி நடந்துகொள்வாய்?"

"முதலில் நான் நீண்ட காலத்திற்கு உண்மையற்ற உணர்வைக் கொண்டிருக்க மாட்டேன். ஒருவேளை என் சொந்த இருப்பை நான் சந்தேகித்தால், என்னையே நான் கிள்ளிப் பார்த்துக்கொள்ள வேண்டும். அதற்கு பிறகு, இந்த மற்றொரு நபர் ஒரு மனநிறைவு இல்லாத கண்ணாடியாக இருப்பான் என்பது உண்மைதான். ஆனால் அதைவிட முக்கியமாக, என்னைப் பற்றிய அனைத்தையும் எனது ரகசியங்களையும் அவன் மட்டுமே அறிந்திருப்பான். அப்படி அம்பலப்படுத்தப்பட்டால், நான் மாறுவதா அல்லது என்னை விட்டு ஓடுவதா என முடிவு செய்ய முடியும்.. ஒரே வாழ்க்கையில் இரண்டு பேர் இருப்பது என்றால் ஒரு நபர் அதிகம். நான் நிச்சயமாக எனக்குள் சொல்லிக்கொள்வேன்: என்ன வீண் வேலை, எனது குடியிருப்பு, வேலை, இந்தப் பொன் பொருள் விஷயங்கள்... எதைப் பாதுகாக்க வேண்டும் என்பதில் கவனம் செலுத்துவேன் என்று நான் நினைக்கிறேன். எனக்கு ஒரு மகள் இருக்கிறாள், ஒரு பெண்ணைக் காதலிக்கிறேன், நான் 'என் மனைவி' அல்லது 'என் மகள்' என்று சொல்லும்போது, 'என்' என்பதன் அர்த்தம்

அனைத்தையும் நான் புரிந்துகொள்கிறேன்... அவற்றை நான் பகிர்ந்துகொள்ள வேண்டும் என்றால், உடைமைக்கான ஏக்கத்தை நான் ஒப்பிட்டுப் பார்க்கக் கற்றுக்கொள்ளலாம். உண்மையைச் சொல்வதானால், நான் எப்படி நடந்துகொள்வேன் என்று எனக்குத் தெரியவில்லை.

"போப் பிரான்சிஸின் பிரகடனத்தை நீ எப்படி விளக்குவாய்?"

"மன்னிக்கவும், போப் என்ன சொன்னார் என்று எனக்குச் சுத்தமாகத் தெரியாது"

"நான் மேற்கோள் காட்டுகிறேன்: 'கடவுள் மனிதகுலத்திற்குத் தனது சர்வ வல்லமையின் அடையாளத்தையும், அதற்கு முன்னால் சரணடைவதற்கும் அவரது சட்டங்களுக்குக் கீழ்ப்படிவதற்கும் ஒரு வாய்ப்பைக் கொடுக்கிறார்.'"

"அவர் அதைச் சொன்னாரா?" தத்துவஞானி ஆச்சரியத்துடன் கேட்கிறான்.

"இன்று காலை."

"மோசமான பாவிகளே, மனந்திரும்புங்கள்' என்று சொல்வதைப் போல் இருக்கிறது. என்னை மன்னியுங்கள். ஆனால் நான் அவரிடமிருந்து கொஞ்சம் சிறப்பாக எதிர்பார்த்தேன்.. இது அனைத்து மதத்தினரின் மென்பொருளாகும்: 'இதோ எங்கள் நம்பிக்கைகள், அவற்றை நிரூபிக்கும் உண்மைகளைக் கண்டறிவோம். வால்டேரின் பாத்திரமான பாங்லோஸைப் போல, கண்ணாடி அணிவதற்காகவே மூக்கு உருவாக்கப்பட்டதாகவும் அதனால்தான் அவர்களிடம் கண்ணாடிகள் உள்ளன என்றும் அவர்கள் நம்புகிறார்கள், இவை அனைத்திலும் நான் கடவுளின் குரலைக் கேட்டதில்லை. மேகங்களில் தோன்றியதையும் கண்டதில்லை. முற்றிலும் வெளிப்படையாகச் சொல்வதென்றால், அவர் நம்மிடம் ஏதாவது சொல்ல வேண்டும் என்றால், அது இப்போதுதான் நேரம் அல்லது எப்போதுமே இல்லை. நாம் இருக்கும் நிலையைப் பார்க்கும்போது, அது இல்லை, ஒரே உண்மையான தத்துவ, அறிவியல் அணுகுமுறை இதுதான்: 'இதோ உண்மைகள், சாத்தியமான முடிவுகள் என்ன என்பதைப் பார்ப்போம்.'"

“மற்றவர்...” என்று நேர்காணல் செய்பவர் தனது மற்ற விருந்தினரை மையமாகக் கொண்டு கேட்கிறான், “விக்டர் மியெசெல், இப்போது என்ன நடக்கும் என்று நீ கணிக்கிறாய்?”

“ஒன்றுமில்லை.”

“மன்னிக்கவும்?”

“ஒன்றுமில்லை. எதுவும் மாறாது. காலையில் எழுந்திருப் போம், நாம் இன்னும் வாடகை செலுத்த வேண்டியிருப்பதால் வேலைக்கு செல்வோம், முன்பு போலவே சாப்பிடுவோம், குடிப்போம், காதல் செய்வோம். நாம் உண்மையானவர்கள் போல் நடந்துகொள்வோம். நம்மை நாமே முட்டாளாக்குகிறோம் என்பதை நிரூபிக்கும் எதற்கும் நாம் குருடர்களாக இருப்போம். அது மனிதனின் மனப்பான்மை மட்டுமே. நாம் பகுத்தறிவுள்ளவர்கள் அல்ல.”

“விக்டர் மியெசெல் சொல்வது, நீ சொல்வது போல் இருக்கிறது, பிலோமிட். இன்று காலை லெ ஃபிகாரோ செய்தித் தாளில் உன் கட்டுரையில் குறிப்பிடப்பட்டுள்ளது. ‘அறிவாற்றல் முரண்பாட்டைக் குறைக்க வேண்டும்’ என்று நீ அதை விவரித்தாய் அல்லவா?”

“ஆம். முழுவதையும் இழக்காமல் இருக்க வேண்டுமானால் யதார்த்தத்தை மாற்ற நாம் தயாராக இருக்கிறோம்.. நமது சின்னஞ்சிறு கவலைகளுக்கு ஒரு பதிலை விரும்புகிறோம். நமது மதிப்புகள், உணர்வுகள், செயல்களை மறுபரிசீலனை செய்யாமல் உலகத்தைப் பற்றிச் சிந்திக்க ஒரு வழியை நாங்கள் விரும்புகிறோம்.. காலநிலை மாற்றத்தை எடுத்துக்கொள்ளுங்கள். விஞ்ஞானிகளின் பேச்சை நாம் கேட்பதில்லை. புதைபடிவ எரிபொருட்களில் இருந்து மெய்நிகர் கார்பனை இடைவிடாமல் வெளியேற்றுகிறோம். அவை மெய்நிகர் அல்லது இல்லாமலும் இருக்கலாம். நம் வளிமண்டலத்தை வெப்பமாக்குகிறோம், அது மெய்நிகர் அல்லது இல்லாமல் இருக்கலாம். நம் இனங்கள், மீண்டும் மெய்நிகர் அல்லது இல்லாமல் இருக்கலாம், அழிக்கப் படும். எதுவும் மாறவில்லை. பணக்காரர்கள் பொது அறிவு இருந்தபோதிலும், தனியாகத் தப்பித்துவிடுவோம் என்று நம்பு

கிறார்கள். மற்ற அனைவரும் ஏக்கத்துடன் வாழ வேண்டும் என்று விதிக்கப்பட்டிருக்கிறது.."

"பிலோமிட்டுடன் நீங்கள் உடன்படுகிறீர்களா, விக்டர் மியெசெல்?"

"நிச்சயமாக. பண்டோராவையும் அந்தப் பெட்டியையும் உனக்கு நினைவிருக்கிறதா?"

"ஆம்," தொகுப்பாளர் குழப்பத்துடன் பதிலளித்தாள். "ஆனால் இதற்கும் அதற்கும் என்ன தொடர்பு?"

"ஒன்று உள்ளது. உனக்கு நினைவிருந்தால். ப்ரோமிதியஸ் வானத்திலிருந்து நெருப்பைத் திருடினான். ஜீயஸ், அவனையும் நிந்தனை செய்யும் மற்றவர்களையும் பழிவாங்குவதற்காக அவன் சகோதரன் எபிமெதியஸுக்கு பண்டோராவின் பெட்டியை வழங்குகிறான். ஜீயஸ் அதற்குள் ஒரு பரிசை நழுவவிட்டான். ஒரு மர்மமான பெட்டி -அது உண்மையில் ஒரு ஜாடியைத் தவிர வேறில்லை- அதை அவள் ஒருபோதும் திறக்கக் கூடாது என்று அவளிடம் கூறினான். ஆனால் அவள் மிகவும் ஆர்வமாக இருந்தாள், அவனுக்குக் கீழ்ப்படியவில்லை. அதற்குள் அடைக்கப்பட்டிருந்த மனிதகுலத்தின் அனைத்துத் தீமைகளும் விடுவிக்கப்பட்டன: முதுமை, நோய், போர், பஞ்சம், பைத்தியக்காரத்தனம், வறுமை... ஒரே ஒரு தீமை மிகவும் மெதுவாகத் தப்பித்தது. அல்லது ஒருவேளை அது ஜீயஸின் விருப்பத்திற்குக் கீழ்ப்படிந்து இருக்கலாம். அந்தத் தீமை என்னவென்று உனக்கு நினைவிருக்கிறதா?

"இல்லை. தயவுசெய்து விளக்கவும், விக்டர்."

"அந்தத் தீமை எல்பிஸ் தீமை, நன்மையின் எதிர்பார்ப்பு - நம்பிக்கை. இது எல்லா தீமைகளிலும் மிக மோசமானது. நம்பிக்கைதான் நம்மைச் செயல்படத் தடைசெய்கிறது, மக்களின் துன்பத்தை நீடிக்கவும் செய்யும். ஏனெனில், அவர்கள் எப்போதும் சொல்வதுபோல், எல்லா ஆதாரங்களையும் மீறி, 'இறுதியில் எல்லாம் சரியாகிவிடும்.' எதுவாகவும் இருக்கக் கூடாது என்று நினைப்பது உண்மையாக இருக்க முடியாது. நாம் எப்போதும் கேட்க வேண்டிய கேள்வி என்னவென்றால், பெறப்பட்ட யோசனையை ஏற்றுக்கொள்வது எனக்கு எவ்வாறு பயனளிக்கிறது?

"எனக்குப் புரிகிறது," என்றாள் தொகுப்பாளினி. "ஃபிலோமெட், இதுதான் இப்போது நடந்துகொண்டிருக்கிறது. நாம் ஒவ்வொருவரும் நமக்கு வழங்கப்படும் யதார்த்தத்துடன் இணக்கமாக வருவதற்கான வழியைக் காண்கிறோம், சரியா?"

"ஆம். முற்றிலும். நீட்சே கூறிய ஒன்றை உனக்கு நினைவூட்ட விரும்புகிறேன்:

"'உண்மைகள் என்பது நாம் மறந்துவிட்ட மாயைகள்..' இப்போது முழு கிரகமும் ஒரு புதிய யதார்த்தத்தை எதிர்கொண்டுள்ளது, அது நமது அனைத்து மாயைகளையும் கேள்விக்குள்ளாக்குகிறது. நமக்கு ஒரு அடையாளம் அனுப்பப்படுகிறது, அது சந்தேகத்திற்கு அப்பாற்பட்டது. துரதிர்ஷ்டவசமாக, சிந்திக்க நேரம் எடுக்கிறது. முரண்பாடான விஷயம் என்னவென்றால், மெய்நிகர் என்ற உண்மையே நமது சக மனிதர்கள் மற்றும் நமது கிரகத்தின் மீது இன்னும் கூடுதலான கடமையை நமக்குத் தரக்கூடும். மிக முக்கியமாக, இது ஒரு கூட்டுக் கடமை."

"அது ஏன்?"

"ஏனெனில் - இது ஏற்கனவே ஒரு கணிதவியலாளரால் கூறப்பட்டது – இந்தச் சோதனையானது தனிநபர்களாகிய நமக்காக அல்ல. இந்த உருவகப்படுத்துதல் ஒரு கடலின் அளவில் சிந்திக்கிறது, ஒவ்வொரு நீரின் மூலக்கூறும் என்ன செய்கிறது என்பதைப் பற்றி கவலைப்பட முடியாது. முழு மனித இனத்திலிருந்தே உருவகப்படுத்துதல் எதிர்வினையை எதிர்பார்க்கிறது. உயர்ந்த இரட்சகர் என்று யாரும் வர மாட்டார்கள். நம்மை நாமே காப்பாற்றிக்கொள்ள வேண்டும்.

## கடிதங்கள் - 3 / மின்னஞ்சல்கள் - 2 / பாடல் - 1 / ஆக மொத்தத்தில் பலன் - பூஜ்யம்

சனிக்கிழமை, ஜூலை 10, 2021,
கரோல் வீதி, புரூக்ளின்

உறையின் முகவரியில் "அபி மற்றும் ஜோனா வாஸர்மேன்" என்று எழுதப்பட்டிருக்கிறது. ஜோனா இறுக்க மாகவும் தளர்வாகவும் இருக்கும் தனது சொந்த கையெழுத்தை அடையாளம் கண்டுகொள்கிறாள். அபி அதைத் திறக்கும்போது, நாலாக மடிக்கப்பட்ட ஒரு தாளும் மூடி ஒட்டப்பட்ட இரண்டு கடிதங்களும் இருந்தன.

அபி, ஜோனா

இந்த உறையில், ஜோனா, உனக்காக ஒரு கடிதத்தை நீ காண்பாய். அதை நீ அபியுடன் படிப்பாய் என்று எனக்குத் தெரியும், ஏனென்றால் நானும் அதைத்தான் செய்வேன். உனக்கும், உனக்கும் மட்டும் ஒன்றும் இருக்கிறது, அபி.

உன்னைப் போலவே, அபி, உன்னைப் போலவே, ஜோனா, இந்த விமானத்தில் இருந்த பலரைப் போலவே, நான் பதில்களைத் தேடினேன், துப்புகளை மட்டுமே, முரண்பாடு புத்தகத்தில், விமானத்தில் பிரெஞ்சு எழுத்தாளர் எழுதிய இந்த விசித்திரமான புத்தகத்தில், இதைத் தவிர வேறு எதையும் நான் காணவில்லை: "கடந்தகாலத்தை இன்னும் சாத்தியமாக்க அதை நாம் கொல்ல வேண்டும்."

நாங்களும் கடந்தகாலம் உயிர்த்தெழ வேண்டும் என்று விரும்பினோம், மேலும் நாங்கள் கருணையுள்ள இயல்புடன் சேர்ந்து, வெர்மான்ட்டில் இந்தக் குடிலை வாங்கினோம். நாங்கள் ஒரு குழந்தையைப் பெற முடிவு செய்த அந்த நீண்ட நாட்களில், மூடுபனியும் பனிக்கட்டியும் விழும்போது அபி என்னை அங்கு அழைத்துச் சென்றான். ஜோனா, உன்னையும் அங்கே அழைத்துச் சென்றான். அங்கு நாம் வாழ்ந்த வாழ்க்கை, நீயும் நானும், அபியும், மிகவும் வலிமையானது. இந்த நினைவு எங்களுக்கு ஆதரவாகவும், எங்கள் மூவருக்கும் பின்பற்ற வேண்டிய பாதையை ஆணையிடவும் நாங்கள் விரும்பினோம்.

ஆனால், ஊசியிலை மரத்திற்கும் இடையே இந்தக் குறுகிய கல் பாதையில், இந்த அடையாளப் பாதையில், நாங்கள் நடக்க முடியாத இந்த அடையாளப் பாதையில், என் அருமை அபி, மகிழ்ச்சியின்றி, இரண்டு எஜமானர்களுக்கு இடையில் ஒரு வளர்ப்பு நாயைப் போல, அந்த சோகமான புன்னகையுடன், ஒருவரிடமிருந்து மற்றொருவரிடம் சென்றாய். அவர்களில் ஒருவரிடம், மற்றவருடன் நெருக்கமாக இருந்ததற்காக மன்னிப்பு கேட்டாய், பின்னர் அதிக தாமதமின்றி அவருடன் சேரவேண்டியிருந்தது. நீ அங்கு இருக்கவில்லை. வெறுமனே அங்கே இல்லை, என்னுடனோ அவளுடனோ இல்லை, இல்லை, நீ இதயத்தைப் பிளக்கும் வகையில் இருந்தாய். நீ படங்கள் வரைந்திருப்பாய். தொடர்ந்து, பதிலளிக்கப்படாத கேள்விகளைத் தடுக்கும் உன் வழி இதுதான். எனக்கு எப்போதும் உன்னை நினைவூட்டும் இந்த கலர் படங்களுடன் நான் செல்வேன்.

நான் வெளியேறியதால், ஆம், நாம் ஒருவரையொருவர் அழித்துக்கொள்வதற்கு முன்பு, இந்த சோகத்தின் அறையில் உன்னைத் தனியாக விட்டுவிட்டேன். ஜோனா, அபியின் குழந்தையைச் சுமந்துகொண்டிருக்கிறாய். நான்தான் முதலில் இடிந்து விழுவேனோ என்று சந்தேகப்பட்டாய். முதலில் ஓடிப்போனவள். நிச்சயமாக உனக்குத் தெரியும் என்று நிச்சயமாக எனக்குத் தெரியும்.

*நான் ஓடிவிட்டேன்.*

*நான் மீண்டும் நியூயார்க்கிற்குச் சென்றேன், மன்ஹாட்டனில் உள்ள தலைமையகத்தில் ஜேமி புட்லோவ்ஸ்கியைத் தொடர்பு கொண்டேன். ஒரே நாளில், எஃப் பி ஐ (FBI) எனக்கு ஒரு புதிய அடையாளத்தையும் ஆறு வருட டிஜிட்டல் வாழ்க்கையையும் உருவாக்கியது, ஜோனா ஆஷ்பரி என்ற பெயரில் பாதுகாப்பாக இருப்பதற்காக. ஆஷ்பரி, இங்கிலாந்தில் லண்டனுக்கு வடக்கே உள்ள ஒரு சிறிய நகரம் போன்றது, அங்கு ரோமானிய தேவாலயம் மட்டுமே உள்ளது. பின்னர், வூட்ஸ், மரம், ஆஷ்பரி, புதைக்கப்பட்ட சாம்பல்: அவர்கள் வேண்டுமென்றே அதைச் செய்திருந்தால் அவர்களுக்கு நகைச்சுவை இருந்திருக்கும்.*

*இந்த ஜோனா ஆஷ்பரி இப்போது எஃப் பி ஐ (FBI) இன் சட்டத் துறையின் இயக்குநரகத்தில் பணிபுரிவாள். மேலும் என்எஸ்ஏ* (NSA) *இன் தயவால், ஸ்டான்ஃபோர்டில் இருந்து ஒரு பட்டம் இப்போது அவளது பெயரில் உள்ளது. எலனின் மருத்துவச் சிகிச்சைக்கான கட்டணத்தையும் அலுவலகமே வழங்க முன்வந்தது. இது ஒரு தாராளமான சலுகை, நான் மறுக்கவில்லை.* Denton & Lovell *இல் உன் வேலையை விட்டுவிடாதே. ஆனால் இந்த ஆலோசனையை நான் உனக்கு வழங்கத் தேவையில்லை, ஜோனா, உன் முடிவு எனக்கு முன்பே தெரியும்.*

*நிச்சயமாக மீண்டும் சந்திப்போம். எலனைப் பார்க்க போகும்போது ஒரு நாள் சந்திப்போம்.*

*உனக்கு முடிந்த அளவு மகிழ்ச்சி கிடைக்க நான் வாழ்த்துகிறேன்.*

*ஜோனா ஆஷ்பரி*

*ஜோனா,*

*உன்னை இப்படி அழைப்பது எவ்வளவு விசித்திரமானது.*

*உன் பெயர் இப்போது வாசர்மேன், நான், ஆஷ்பரி. வாசர். தண்ணீர், சாம்பல், இதிலெல்லாம் என்ன கேலிக்கூத்து.*

ஜோனா ஆஷ்பரி, இது ஜான் ஆஷ்பரி போல் தெரிகிறது, மேலும் "ஒரு குவிந்த கண்ணாடியில் சுய உருவப்படம்" என்ற அவனது நீண்ட கவிதையை நான் வாசிப்பதாக உறுதியளித்தது உனக்கு நினைவிருக்கும். ஆஷ்பெரி சின்குசென்டோவில் இருந்த ஒரு ஓவியத்தைப் பற்றி பேசுகிறான், இது பார்மிகியானினோவின் படைப்பு, இந்தக் கவிதை எனக்குப் பிடித்திருந்தது, மேலும் அந்த ஓவியத்தின் வரலாற்றையும் அறிய விரும்பினேன்.

ஒரு நாள், ஒரு ஓவியன் அவன் ஒரு இளைஞன், அவனுக்கு வயது இருபத்தொன்று அந்தக் சிகையலங்கார நிபுணனின் குவிந்த கண்ணாடிகளில் ஒன்றில் தன்னைப் பார்க்கிறான். அவன் தனது சுய உருவப்படத்தை உருவாக்க விரும்பு கிறான். அவன் ஒரு மரக் கோளத்தை வைத்திருந்தான். கண்ணாடியின் அளவிற்கு அதை அவன் உருவத்திற்குச் சரியாகப் படம் செய்வதற்காக. கீழே, முன்புறத்தில், அவன் தனது கையை, மிகப் பெரியதாகவும், மிகவும் அழகாகவும், அது உண்மையானதாகத் தோன்றும்படியும் வரைகிறான். மையத்தில், கிட்டதட்ட சிதைக்கப்பட்ட, அவனது அழ கான தேவதை உருவம். அது ஒரு குழந்தையைப் போல் இருக்கிறது. உலகம் இந்த முகத்தைச் சுற்றியே சுழல்கிறது. அனைத்தும் சிதைந்து வளைந்த கோடுகள்போல் தெரிகிறது.

இந்த ஓவியம் நம் இருவரின் உருவம் அல்ல, நீ என் கண்ணாடியின் கண்ணாடி, மேலும் அது ஏதோ ஒரு உருவக மாக இருக்க வேண்டும், ஏனென்றால் அதைப் பார்த்துக் கொண்டு நின்ற நான் திடீரென்று அழ ஆரம்பித்தேன் – சமீப காலமாக நான் மிகவும் அழுதுகொண்டிருக்கிறேன். அப்போது, இந்த மிகப் பெரிய கை என்னைப் பிடித்து, மிரட்டி, என்னிடம் உள்ள அனைத்தையும் கொள்ளை யடிக்கும் ஒரு பெரிய கை என்பதை நான் புரிந்துகொண்டேன்.

வெர்மான்ட்டில் உள்ள இந்தக் குடிலில், நான் ஒரு கனவு கண்டேன். நீ திடீரென்று இறந்துவிட்டாய். நான் என் பழைய இருப்பை மீண்டும் தொடங்கினேன், நீ இறந்து விட்டதைப் பார்த்து நான் மிகவும் மகிழ்ச்சியடைந்தேன்.

நான் அபிக்கு ஆறுதல் சொன்னேன், அவனை மீண்டும் வெல்வது மிகவும் எளிதானது, உன்னை மறக்கச் செய்வதும் எளிது. கண் விழித்தேன், விடிந்தது, மீண்டும் உறக்கம் வரவில்லை, மொட்டை மாடிக்குச் சென்றேன், கையில் காபியுடன். நீ ஏற்கனவே அங்கு இருந்தாய். உன்னாலும் தூங்க முடியவில்லை. என்னைப் போலவே, நீயும் என்னைப் போலவே ஒரு காபி சாப்பிட்டாய். நீ வெறுங்காலுடன் இருந்தாய். உன் தலைமுடியை என்னுடையது போன்று ஒரு வெள்ளி கிளிப்பால் பின் பக்கத்தில் இழுத்துக் கட்டியிருந்தாய். உன் கோப்பையை இரண்டு கைகளிலும் பிடித்தாய். உன் விரல்களும் அதே நிலையில். நமக்கு முன், மூடுபனி மலையில் ஒட்டிக்கொண்டது, சூரியன் இன்னும் நுழைவதற்குத் தயங்க, நாம் ஒரு குளிர்ந்த பார்வையைப் பரிமாறிக்கொண்டோம். நீயும் ஒரு கனவில் என்னைக் கொன்றுவிட்டாய் என்பதை நான் புரிந்துகொண்டேன். அப்போதுதான் நான் வெளியேற முடிவு செய்தேன். பயத்தினால் அல்ல, பொறாமையும் துன்பமும் என்னை அருவருப்பாகக் காட்டினாலும், அந்த அசிங்கத்தை உன் மீதெல்லாம் அப்பட்டமாகப் பார்த்தேன்.

நான் எங்கே போகிறேன் என்று எனக்குத் தெரியவில்லை. ஆனால், உன்னிடமிருந்து வெகு தொலைவிற்கு. உங்களிட மிருந்து வெகு தொலைவிற்கு. நான் யார் என்றும், நான் யாராக இருக்க விரும்புகிறேன் என்பதையும் கண்டுபிடிக்க எனக்கு இன்னும் வாய்ப்பு உள்ளது என்று எனக்குத் தெரியும்.

ஜோனா

அபி பால்கனியில் நடந்து செல்கிறான். அவனுக்காக மட்டுமே எழுதப்பட்ட இந்தக் கடிதத்தைத் திறக்கிறான். அவன் படிக்கும் ஒவ்வொரு வார்த்தையும் அவன் நெஞ்சைக் கொஞ்சம் கொஞ்சமாக நசுக்குகிறது.

அபி,

நான் உன்னை மட்டுமே நேசிக்கிறேன், நான் வெளி யேறுகிறேன்.

ஒரு வருடத்துக்கு முன்பு, நமக்கு ஒருவரையொருவர் தெரியாது. எதையும் நம்பாத நீ ஒரு அதிசயத்தைப் பற்றிப் பேசினாய். நான் சிரித்தேன், மகிழ்ச்சியாக, நான் சந்தித்தவர் களைப் பற்றி மட்டுமே பேசுகிறேன்.

இன்னொரு ஜோனா என் கடிதத்தைப் படிக்க வைப்பாள் என்று எனக்குத் தெரியும். நான் அதிகமாக எழுதப் போவதில்லை.

நான் இராணுவத் தளத்திலிருந்து வந்த நாளன்று, நாம் இருவரும் உன் அலுவலகத்திற்கு முன்னால் உள்ள பூங்காவிற்கு செல்லலாம் என்று சொன்னாய். நாம் இரு வரும் எவ்வளவோ பேசினோம். அங்கு, நீ உன் கைகளால் என்னைக் கட்டிப்பிடித்தாய். என் தலை உன் தோளில் சாய்ந்திருந்தது, நீ என் வயிற்றில் கை வைத்தாய். எந்த முன்எண்ணமும் இல்லாமல் நீ அதை செய்தாய். இது உங்களுக்கிடையில் நிறுவப்பட்ட ஒரு மென்மையான சடங்கு என்பதை நான் அப்போதே அறிந்தேன்: உன் கை உன் குழந்தையை, உங்கள் குழந்தையைப் பாதுகாத்தது. ஆனால் என் வயிற்றில் காக்க எதுவும் இல்லை அபி, உன் மீது ஆசை மட்டுமே இருந்தது, நீ சங்கடத்துடன் உன் உள்ளங்கையை எடுத்துக்கொண்டாய். ஏதோ சொன் னாய், என்னவென்று எனக்குத் தெரியவில்லை, நான் கவனிக்கவில்லை என்று நீ நம்பினாய். பின்னர் வீட்டிற்கு வந்தோம், என் வயிறும் வாழ்க்கையும் காலியாக இருந் ததைப் போல நான் எந்த வலிமையும் இல்லாமல் இருந்தேன்.

வெர்மாண்டில் உள்ள உன் அறையில் நாம் இருந்தபோது, அந்த வெப்பமும் புழுக்கமுமாக இருந்த இரவில், உன்னைக் காட்டுக்குள் இழுத்துச் சென்று மரத்தடியில் என்னைக் காதலிக்க வேண்டும் என்று நான் மிகவும் விரும்பினேன் என்பதை நினைத்துப் பார். ஆனால் நீ என்னிடமோ மற்ற ஜோனாவிடமோ எந்த ஒரு சிறிய செயலையும் செய்யத்

துணியவில்லை. நீ மிகச் சிறிய ஏக்கத்தின் தீப்பொறியைக் கூட பற்றவைக்க விரும்பவில்லை. நீ என்னை அழைத்துச் செல்ல வேண்டும் என்று நான் விரும்பினேன், உன்னை நான் உணர விரும்பினேன். உனது வலுவான ஆசையை எனக்குள் திணித்துக்கொள்ள விரும்பினேன். நான் திடீரென்று ஓடிப்போனது என் மீது எனக்கே ஏற்பட்ட வெறுப்பால்தான். எல்லாவற்றிற்கும் மேலாக நான் விரும்பியது அபி, விதி எனக்குப் போட்டியாக ஏதாவது கொடுக்க வேண்டும் என்றுதான். உன்னால் நான் கர்ப்பமாக இருக்க வேண்டும்.

அந்த வலி என்னிடம் உண்டாக்கும் பெண்ணைப் பார். நான் போக வேண்டும். கவலைப்படாதே, என் அபி: நீ போரும் அமைதியும் என்ற புத்தகத்தை ஒன்றுக்கு மேற்பட்ட முறை படித்திருக்கிறாய். அதனால் ஜெனரல் குதுசோவ் சொன்னதைப் போல பொறுமையும் நேரமும்தான் இரண்டு சக்திவாய்ந்த போர்வீரர்கள் என்று உனக்குத் தெரியும்.

இன்னொருவன் வருவான். மனங்களின் மற்றொரு சந்திப்பு நடக்கும். மற்றொரு அதிசயம். நான் அதில் உறுதியாக இருக்கிறேன். மீண்டும் காதலிப்பேன். குறைந்தபட்சம் வாழ்க்கையின் அர்த்தத்தைத் தேடுவதையாவது காதல் தடுக்கிறது.

நீ என்னை வரைந்த அந்த மென்மையான உருவப்படத்தை நான் பார்க்கிறேன். அஸ்தமனத்தில், என் தலையை மரத் தூண்மீது சாய்த்தபடி கண்கள் மூடிய நிலையில்.

நான் உன்னைக் காதலிக்கிறேன், நான் எப்போதும் உன்னை காதலிப்பேன். அதை நீ அறிவாய். ஏனென்றால், வித்தியாசமான முறையில், நான் உன் அருகிலேயே இருப்பேன்.

ஜோனா

## முந்தைய நாள்
## க்ளைட் டோல்சன் ரிசார்ட், நியூயார்க்

நீ நலமாக இருக்கிறாயா, ஜோனா?" ஜேமி புட்லோவ்ஸ்கி எஃப்பிஐ (FBI) யின் பொது பாலின கழிவறையின் கதவு வழி யாகக் கேட்கிறாள். இல்லை, ஜோனா ஜூன் உடல்நிலை சரியில்லை. அதிக ஸ்காட்ச், அதிக வலி. அவள் தலையும் இதயமும் சுழல்கின்றன. அவள் இடிந்து கீழே விழ வேண்டும் என்று விரும்புகிறாள், ஆனால், அவள் தன் ஆடைகளை அழுக்காக்கிக் கொள்வாள்.

ஜோனா அந்தக் கடிதங்களை சில மணிநேரங்களுக்கு முன்பு தான் எழுதினாள். அவற்றை அஞ்சல் செய்ய முடியாது என்று நினைத்தாள். அவள் அவற்றைத் தன் பர்ஸில் போட்டுக் கொண்டாள். அந்தக் கடிதங்கள் இப்போது யாரோ ஒருவர் தவறுதலாக வாங்கிய ஒரு கைத்துப்பாக்கியைப் போல உள்ளன: இது கட்டில் அருகில் மறைத்து வைக்கப்பட்டுள்ளது. ஆனால் அது படிப்படியாக அறை முழுவதையும் நிரப்புகிறது. அது ஒரு ஆவேசமாக மாறுகிறது, மேலும் அந்த கைத்துப்பாக்கி விரும்பியபடி. பயன்படுத்தப்பட்டால், அது அவர்களைக் கொலை யாளியாகவோ அல்லது தற்கொலையாளிகளாகவோ செய்து முடித்துவிடும். ஜோனா ஜூன் மூன்று கடிதங்களை எரிக்கத் துணியவில்லை. அவற்றை ஒரு அஞ்சல் பெட்டியில் போட வேண்டியிருந்தது.

ஒரு பெண் தான் நேசிக்கும் மனிதனை விட்டு விலக வேண்டுமானால், உலகையே சிதைக்க வேண்டும். ஜோனா ஜூன் அவர்களின் கதையை மீண்டும் எழுத வேண்டியிருந்தது. அபியின் மீது அவள் உணர்ந்த ஈர்ப்பை அவள் புதைத்துவிட்டாளா என்ற சந்தேகத்தைத் தோண்டி எடுக்க வேண்டியிருந்தது. அதே வழியில்

அவள் அதை பலமுறை திரும்பத்திரும்பச் சொன்னால் எல்லா அர்த்தத்தையும் பறித்துவிடும். அவனது மிகவும் பொன்னிறமான சுருள் முடிகள், அவனை பள்ளி மாணவன் போன்ற தோற்றம், அவனுடைய ஒல்லியான தேகம், அசட்டுத்தனம், அவனுடைய சற்றே ஆடம்பரமான உடைகள், அவன் எதைப் பற்றியும் கேலி செய்ய விரும்பும் விதம், அவன் வெடித்துச் சிரிக்கும் விதம் போன்றவற்றை விரும்பாதிருக்க அவள் கற்றுக்கொண்டாள். ஒரு குழந்தையைப் போல அவனுடைய உற்சாகத்தில், அவசர அவசரமாகத் திருமணம் செய்துகொள்வது, இருவரையும் ஒரு ஒப்பந்தத்தில் கட்டிப்போட்டுக்கொள்வது, இவை அனைத்தும் ஒரே இரவில் மறைந்துவிடும் என்பது போலவும், தன்னை முழுவதுமாக நம்பாதது போலவும் அவளுக்குச் சங்கடமாக இருந்தது. ஒரு வலி நிறைந்த இரவின் போது, அவள் அவனுடன் கழித்த ஒவ்வொரு நொடியையும் மீண்டும் உயிர்ப்பிக்கும்படி கட்டாயப்படுத்தினாள், இந்த அருவருப்பான மென்மையான காட்சியை அவள் சிந்திக்கும்போது தனக்குள் ஒரு குளிர்ச்சியைக் கண்டுபிடித்தாள். படிப்படியாக, அவள் வளர்ந்து வரும் வெறுப்பை உணரும்வரை அவள் உணர்ச்சியை அவிழ்த்தாள். வழக்கறிஞரான அவள் அரசு வழக்கறிஞராக மாறியிருந்தாள். அவள் இரக்கமின்றி தன் புத்திசாலித்தனம் அனைத்தையும் குற்றத்தின் சார்பாக உபயோகித்தாள். மேலும் வழக்கறிஞர் இந்த அபியைத் தனது ஆயிரம் பரிபூரணங்களுடன் எடுத்துக்கொண்டாள். ஜோனாவின் காதல் முடிவில்லாத படிகமாக்கப்பட்ட இந்த எளிய கிளையில் பளபளக்கும், உப்பு வைரங்களாக மாற்றி அதன் மீது அலட்சிய மழையைக் கொட்டினாள். பின்னர் படிகங்கள்கரைந்து, வசீகரமற்ற, இலைகளற்ற கிளை மீண்டும் தோன்றி, அவளை அழவைக்கும் அளவுக்கு மந்தமாகவும் சாதாரணமாகவும் இருந்தது.

எனவே, அவள் உண்மையில் அந்த மூன்று கடிதங்களையும் அஞ்சல் செய்த போதும் ஒரு மணிநேரம் பின்னரும், ஜோனா அபியைக் காதலிக்கவில்லை. பிறகு அவளது காதல் எல்லாம் வெள்ளமாகத் திரும்பியது, அவள் தாலிஸ்கர் பாட்டிலைத் திறந்தாள்.

~

அனுப்பியவர்: ANDRE.VANNIER@VANNIER&EDELMAN.COM

பெறுநர்: ANDRE.J.VANNIER@GMAIL.COM

தேதி: ஜூலை 1, 2021, 09:43

பொருள்: பிரிவு

அன்புள்ள ஆந்திரே (நான் உன்னை வேறு எப்படி அழைக்க முடியும்?),

நான் டிரோமில் இருந்து உனக்கு எழுதுகிறேன். நான் இங்கே சிறிது காலம் தங்கப் போகிறேன். நீ பாரிஸில் உள்ள என் குடியிருப்பில், அதாவது உன் குடியிருப்பில், எவ்வளவு காலம் வேண்டுமானாலும் தங்கலாம். நாங்கள் நியூயார்க்கிலிருந்து திரும்பியதிலிருந்து லூசியுடன் செய்த முழுமையான மின்னஞ்சல் பரிமாற்றத்தை இணைக்கிறேன். அவற்றைப் படித்தால் புரியும். நான் நிறைய எழுதினேன், அவள் அதிகம் பதிலளிக்கவில்லை. "நான் உன்னைப் பின்தொடர விரும்பவில்லை / வீணாக உன்னைத் துன்புறுத்த விரும்பவில்லை" என்று நீ நிறையப் பார்க்கிறாய். அவை அனைத்தும் பொய்கள், ஏனென்றால் நான் மீண்டும்மீண்டும், அர்த்தமில்லாமல் எழுதினேன். அந்தக் கடைசி மின்னஞ்சல், என்றென்றும் தொடரும் - இயேசுவே, சுருக்கமாக இரு - "சாத்தியமான பாதைகளிலேயே மிக நீளமான பாதையில் ஒன்றாக" நடப்பது பற்றிய பாசாங்குத்தனமான விஷயத்துடன் முடிவடைகிறது. நான் மாறிமாறி, வற்புறுத்தல், கண்ணீருடன் பிடிவாதமாக இருந்தேன். அவள் என்னை அவள் வாழ்க்கையிலிருந்து வெளியேற்றிய பிறகும், நான் அவளை தன் முடிவில் பின்வாங்க வைக்க முயற்சித்தேன்.

நான் உன் எதிரியோ, உன் போட்டியாளரோ, ஒரு கூட்டாளியோ கூட அல்ல. ஆனால் எனது கடந்தகாலம் எனது அஞ்சல் பெட்டியில் உள்ளது, அது உன் எதிர்காலமாக இருப்பதற்கு நீ விரும்பவில்லை என்றால், ஏதாவது செய்.

விரைவில் சந்திப்போம்,

ஆந்திரே

அனுப்பியவர்: ANDRE.J.VANNIER@GMAIL.COM
பெறுநர்: LUCIE.J.BOGAERT@GMAIL.COM
தேதி: ஜூலை 1, 2021, 17:08
பொருள்: நீயும் நானும் நானும் நீயும்

அன்புள்ள லூசி,

எனது புதிய மின்னஞ்சல் முகவரியிலிருந்து உன் மின்னஞ்சல் முகவரிக்கு எழுதுகிறேன், ஏனென்றால் பழையவை மற்றவர்களுக்குச் சொந்தமானது, மேலும் உன்னைப் போலவே நானும் ஜூன் மாதத்திற்கான J எழுத்தைச் சேர்த்துள்ளேன். நாம் ஏன் அனுசரித்துச் செல்ல வேண்டும்? நீயும் நானும் வாழாத அந்த நான்கு மாதங்கள் மற்ற ஆந்திரே மற்றும் லூசிக்கு நன்மையை அளித்தன என்று நினைக்கிறேன்.

"நமக்கு" என்ன நடந்தது என்பதை இப்போது நாம் இருவரும் அறிவோம். "நீ" என் ஆர்வத்தாலும் பொறுமையின்மையாலும் சோர்வடைந்து என்னை விட்டுச் சென்றாய். "நாம்" ஒருவருக் கொருவர் அனுப்பிய மின்னஞ்சல்களைப் படித்தேன். மற்றொரு லூசியின் வார்த்தைகள், அவள் மற்றொரு ஆந்திரேவிலிருந்து எவ்வாறு விலகிச் சென்றாள் என்பதை விவரிக்கிறது. என்னுடைய எல்லா பாதிப்புகளிலும், என்னுடைய முட்டாள்தனத்திலும் என்னுடையவை என நான் உணர்ந்த வாக்கியங்களைப் படித் திருக்கிறேன்.

இதை நான் சுருக்கமாகச் சொல்கிறேன். என்னுடன் இருப்பது உன்னைப் பொறுத்தவரையில் ஒருபோதும் பகுத்தறிவுத் தேர்வாக இருந்ததில்லை. இருந்தும் நீ என்னை அணுகினாய். உன்னுடன் இருப்பது ஒரு அதிசயம், இருந்தும் நான் உன்னை இழக்க முடிந்தது.

ஆபத்தில் இருக்கும் முன்பே ஒரு உறவைக் காப்பாற்றும் வாய்ப்பு மக்களுக்கு அரிதாகவே கிடைக்கிறது. முதல் வாய்ப்பை அழிக்கும் முன் எனக்கு இரண்டாவது வாய்ப்பு கிடைக்க வேண்டும்.

நான் உன்னை காதலிக்கிறேன். உன்னை இறுக்கமாக அணைத்துக்கொள்கிறேன்... ஆனால் மிகவும் இறுக்கமாக அல்ல.

ஆந்திரே

~

## பேயின் பாடல்

இசை & பாடல்கள்:
∴பெமி டாய்வோ கடுனா & சாம் கெஹிண்டெ சுக்வேஸ்
© ரியல் ஸ்லிம் என்டர்டெயின்மென்ட், 2021

இங்கே நான் மணல் நிறைந்த கலாபார் கடற்கரையில்
ஒரு புனித ஆவியுடன் நடனமாடுகிறேன்
ஏனென்றால் இப்போது காதல் கைக்கு எட்டவில்லை,
அவர்கள் வருவதை நாங்கள் பார்க்கவில்லை
நான் உன் தோலை நேசித்தேன், அது என் பாவம்,
அப்படித்தான் அவர்கள் உன்னை டயரில் எரித்தார்கள்,
நம் வானவில்லை அவர்களின் நெருப்பில் வீசினார்கள்

ஒவ்வொரு முத்தமும் எனக்கு நினைவிருக்கிறது,
உனது பல விஷயங்களை நான் இழக்கிறேன்
பள்ளத்தில் விழுந்த இதயங்களே

சூரிய ஒளியின் கீழ் கலாபார் கடற்கரையில்
நான் கானாமல் போன பேயைப் பாடுகிறேன்,
இப்போது காதல் கூட எட்டவில்லை

எங்களைச் சுற்றி நாய்கள் குரைப்பதைக் கேளுங்கள்
இருளில் போன என் இனிய காதல் தூசியின்
மேல் வீசும் காற்று
வா, கடைசி சுறாவுடன் நீந்தலாம்

ஒவ்வொரு முத்தமும் எனக்கு நினைவிருக்கிறது,
உன் பல விஷயங்களை நான் இழக்கிறேன்
பள்ளத்தில் விழுந்த இதயங்களே

நான் உன்னுடன் நடக்கையில், காதலன் டாம்
அழும் கலபார் கடற்கரையில்
பார், வெறுப்பு கூட கைக்கு எட்டவில்லை,
எனக்கு மன்னிப்பு வேண்டும்
ஆனால், இரத்தத்தையும் கண்ணீரையும் மறைக்க
நான் எதுவும் செய்யாமல் கெஞ்சுவேன்
நீ விரும்பினால் எனக்குக் கொஞ்சம் அன்பு வேண்டும்

ஒவ்வொரு முத்தமும் எனக்கு நினைவிருக்கிறது,
ஆனால் உன் அனைத்தையும் நான் இழக்கிறேன்
பள்ளத்தில் விழுந்த இதயங்களே
இரத்தத்தையும் கண்ணீரையும் மறைக்க
எனக்குக் கொஞ்சம் அன்பு வேண்டும்
நீ விரும்பினால்,
நீ விரும்பினால்.

~

## வியாழன், ஜூலை 1, 2021,
## க்ளைட் டோல்சன் ரிசார்ட், நியூயார்க்

கிளெஃப்மேன், ஒலி பதிவுகளை மீண்டும் கேட்க வேண்டுமா?"

ஏப்ரல், ஜூன் தலையை ஆட்டுகிறாள். ஜேமி புட்லோவ்ஸ்கி அவளைப் பார்க்கிறாள்.

அவள் இருக்கையில் ஊசலாடுகிறாள், அவளுடைய வெளிப் பாடு வெற்று வெளிப்பாடு. ஒரு விளையாட்டு, ஒரு வாய், சில சோப்பு, உலகம் முழுவதும் அவளைச் சுற்றி வருகிறது, ஒவ்வொரு வார்த்தையும் எந்த அர்த்தத்தையும் அடையாமல் எதிரொலிக்கிறது.

எஃப்பிஐ (FBI) அதிகாரி அவளிடம் ஒரு கிளாஸ் தண்ணீரைக் கொடுக்கிறாள், ஆனால், ஏப்ரலின் கைகள் மிகவும் மோசமாக நடுங்குவதால் அதை கீழே வைக்கிறாள். விமானத்தைப் பற்றி இப்போது

"குழந்தை மனநல மருத்துவர் உன் மகளைப் பேச அனு மதித்தாள், அவள் அவளை எந்த வகையிலும் வழிநடத்த வில்லை. அவள் நம்பிக்கையைப் பெற்றாள், சோபியா தனது ஒவ்வொரு வரைபடத்தையும் விளக்கினாள், அவள் ரகசியத்தைப் பற்றி பேசினாள். உனக்குப் புரிகிறதா?"

ஏப்ரல் அதிர்ச்சியில் முடங்கிக் கிடக்கிறாள். கிளார்க், அவளது சொந்த மகள், குளியல் தொட்டி, அவளது ஒவ்வொரு நினைவும் ஒரு படத்தைப் பற்றிய ஆலோசனையைக் கூற மறுக்கிறது. ஏப்ரல் டெண்டர், ஏப்ரல் ஷேடி, கிளார்க் எழுதாத கவிதை என்றாள். அதிகாரி தனது விளக்கங்களில் நிறுத்தி நிறுத்தி பேசுகிறாள். ஆனால் தொடர்ந்து பேசுகிறாள்.

"கிளெஃப்மேன், என் பெயர் ஜேமி. நான் உன்னை ஏப்ரல் என்று அழைக்கலாமா?"

"ஆம், அது நான்தான்," ஏப்ரல் தொனியற்ற குரலில் கூறுகிறாள்.

"சிறிது தண்ணீர், ஏப்ரல்."

ஏப்ரல் ஒரு இயந்திரத்தைப் போல அவள் சொன்னதைச் செய்கிறாள்.

"நன்றி, மேடம்."

"ஏப்ரல் ..." ஜேமி கேட்கிறாள். "நான் சொல்வது கேட்கிறதா? உன் மகள் இதைக் கடந்து செல்ல முடியும். அவளால் பேச முடிந்தது. அது முக்கியமானது, பேசுவது மிகவும் முக்கியமானது.

அறிவாற்றல் சிகிச்சையாளர்கள் அவளுடன் நீண்ட நேரம் இருந்தனர், அவர்கள் தண்ணீர், இருளைப் பற்றிய அவளது பயம், அவளது உடலுடனான உறவைப் பற்றி விவாதித்தனர். சோபியா அனுபவித்த அதிர்ச்சியின் குறுகிய கால விளைவுகள் குறித்து அவர்கள் உறுதியளிக்கும் முன்கணிப்பை வழங்கியுள்ளனர். ஆனால், நிச்சயமாக அவளது எதிர்கால வளர்ச்சி குறித்து நாம் உறுதியாகச் சொல்ல முடியாது, திருமதி. கிளெஃப்மேன். எல்லாம் சரியாகிவிடும் என்று நம்புகிறோம்" என்றாள்.

"...அனைத்தும் சரியாகிவிடும்."

"இதோ இதுதான் நடக்கப் போகிறது: உன் கணவன் விசாரணைக்கு உட்படுத்தப்பட்டு தண்டனை வழங்கப்படுவான்.

சோபியாவின் சாட்சியம், சோபியாக்களின் சாட்சியங்கள் இரண்டும், அவனைக் குற்றவாளியாகக் காட்டும் என்று நான் அதிகமாகச் சொல்ல மாட்டேன். ஏனென்றால், நீ பாரிஸில் இருந்ததால், கடந்த மூன்று மாதங்களில்...உனக்குப் பிறக்காத... உன் மகள், சரி... மற்ற சோபியா உன் வீட்டில் துஷ்பிரயோகம் செய்யப்பட்டுள்ளாள். உனக்குப் புரிகிறதா? நியூயார்க் மாநிலத்தில், இந்தக் குற்றத்திற்கான தண்டனை பத்து முதல் இருபத்தைந்து ஆண்டுகள் வரை.

"இருபத்தைந்து வருடங்கள். ஆம்."

"அவன் சிகிச்சையில் கலந்துகொள்ள, கண்காணிக்கப்பட, விலகிச் செல்ல ஒப்புக்கொண்டால் அது குறைவாக இருக்கலாம். இதை உன் குழந்தைகளுக்கு, குறிப்பாக லியாமுக்கு விளக்க வேண்டும், அவன் கோபமாக இருப்பான்...உன் மீதும், அவன் சகோதரி மீதும், தன் மீதும் கூட..."

"...லியாமுக்கு..?"

"இல்லை. அதை நீ உறுதியாக நம்பலாம். நேர்காணல்கள் சந்தேகத்திற்கு இடமளிக்காது.

ஏப்ரல் அவள் உதடுகளின் மேல் விரல்களை வைக்கிறாள். அவள் கண்கள் வெறுமையாகப் பார்க்கின்றன, பிறகு அவள் தலைமுடியின் வழியாக ஒரு கையை நகர்த்தினாள். ஜேமி அவளை இரக்கத்துடன் பார்க்கிறாள்.

"நீ உன் பெயரை மாற்றிக்கொள்ளலாம். வேறு மாநிலத்திற்குச் செல்லலாம்," என்று அவள் கூறுகிறாள். "உன் இரட்டையர் அதைத்தான் செய்கிறாள். அவள் ஏற்கனவே எங்கள் பரிந்துரையை ஏற்றுக்கொண்டாள். நான் இராணுவத்துடன் பேச்சுவார்த்தை நடத்தினேன், உன் கணவனின் ஓய்வூதியத்தை அவன் போரில் கொல்லப்பட்டது போல் வைத்திருப்பாய்.

"போரில் கொல்லப்பட்டானா," ஏப்ரல் பலவீனமாகக் கேட்கிறாள்.

அவள் அம்மாவுக்காக அவள் வரைந்ததைப் போல, அவள் கோழி குஞ்சுகளைப் பற்றி சிந்திக்கிறாள். குஞ்சுகள். அவை இரத்த நிறத்தில் உள்ளன, எஃகு-நீல வானத்தில் வட்டமிடுகின்றன. குளிரடிக்கின்றது. அது மிகவும் குளிராக இருக்கிறது. எதுவும் நகரவில்லை. முழுமையான பூஜ்யம். ஏப்ரல் பனிக்கட்டி புயலில் சிக்கினாள்.

"உன் குழந்தைகளுக்கும் உனக்கும் மருத்துவம், உளவியல் ஆதரவைப் பெறுவீர்கள்."

ஏப்ரலுக்கு எதுவும் செய்ய நேரமில்லை, அவள் கண்கள் திகிலுடன் விரிந்தன.

அவளுக்குள் குமட்டல் எழுகிறது. அதன் ஒரு கட்டுப்பாடற்ற பித்த கறுப்பு அலை உருவாகிறது. அவள் வாந்தியெடுக்க விரும்புகிறாள், ஆனால் அவளால் அதைக் கூட செய்ய முடியவில்லை

# கடைசி வார்த்தை

### அக்டோபர் 21, 2021, மதியம் 1:42

மூன்று முறை சூப்பர் ஹார்னெட் விமான பைலட் மீண்டும் கட்டளையைத் திரும்பச் சொல்லும்படி கேட்டான். ஆனால் அது ஒரு சங்கிலியின் இறுதி இணைப்பு மட்டுமே, மூளைக்குக் கீழ்ப்படிய மறுக்கும் கையால் என்ன பயன்?

பென்டகனில் உள்ள மிகவும் புனிதமான அறையான "டேங்கில்" முடிவு எடுக்கப்பட்டுள்ளது. இது ஒரு ஜன்னல் இல்லாத பெட்டகம். அதிகாரப்பூர்வமாக "அறை 2E924" என்று அழைக்கப்படும். இது ஒரு சாதாரண நிறுவனத்தின் மாநாட்டு அறை போல் தெரிகிறது, அதில் தங்க நிற கருவேல மர மேசை, சுழலும் நாற்காலிகள், காலத்தை வரையறுக்க முடியாத அலங்காரம் இருக்கின்றன. சுவரில் ஒரு ஓவியத்தில், ஜனாதிபதி ஆபிரகாம் லிங்கன் உள்நாட்டுப் போர் ஆலோசனைக் கூட்டத்தை நடத்துகிறார். அவரைச் சுற்றி லெப்டினெண்ட் ஜெனரல் யுலிசஸ் கிராண்ட், மேஜர் ஜெனரல் வில்லியம் டெகும்சே ஷெர்மன், ரியர் அட்மிரல் தாவீது டிக்சன் போர்ட்டர் ஆகியோர் உள்ளனர். இந்த அதிகாரிகள் அனைவரும் பல்வேறு ஆயுதப்படைகளின் தலைமை அதிகாரிகளால் எடுக்கப்பட்ட மிக ரகசியமான முடிவிற்குச் சாட்சியாக இருக்கின்றனர். இது நீண்டகாலமாக விவாதிக்கப்பட்ட ஒரு பிரச்சினை. ஜனாதிபதிதான் இறுதி முடிவை எடுக்க வேண்டும் என வலியுறுத்தப்பட்டது.

வடமேற்குத் திசையை நோக்கிச் செல்லும் போர் விமானத்தின் இறக்கையிலிருந்து ஏவுகணை பிரிந்தது. உடனடியாக, AIM 120 அதன் ராக்கெட்டின் உந்துவிசையைச் செயல்படுத்துகிறது. சில நிமிடங்களில் அதன் பயண வேகத்தை அடைகிறது. அதன் பின்னால் நேர்க்கோடாக ஒரு சாம்பல் நிறப் பாதை வால் போல் தெரிகிறது. சூரிய ஒளி அதன் எஃகு சுவரில் பிரதிபலிக்கிறது, அது பிரகாசிக்கும் மரணம் போல் இருக்கிறது. மேக் 4 வேகத்தில் அதன் இலக்கு பதினைந்து வினாடிகள் தூரத்தில் மட்டுமே உள்ளது.

பாரிஸில், லக்சம்பேர்க் பூங்காவிற்கு எதிரில், இரவு உணவிற்குச் செல்வதற்கு முன், மொட்டை மாடியில் விக்டரும் ஆன்னும் கடைசி காபியைக் குடிக்கிறார்கள். இது அக்டோபர் மாதத்தின் பிற்பகுதி. ஆனால் கோடைகாலம் இன்னும் தொடர்கிறது. அவர்கள் சொல்வது போல் இது இந்தியக் கோடை காலம். ஆன், விக்டரைப் பார்த்து புன்னகைக்கிறாள். எழுத்தாளன் இவ்வளவு விழிப்புடன் இருப்பதை ஒருபோதும் உணர்ந்ததில்லை. மற்றொரு விக்டரின் மரணம் தனது இருப்பை எவ்வளவு விலை மதிப்பற்றதாக ஆக்கியது என்று சில சமயங்களில் அவன் நினைக்கிறான். மேஜையில், இரண்டு பிரகாசமான சிவப்பு சர்க்கரை மிட்டாய்கள் போன்ற இரண்டு லெகோ செங்கல்களை வைத்தான். இயந்திரத்தனமாக அவற்றை கோர்க்கிறான் பின் பிரிக்கிறான்.

*புகையின் புகை, கோஹெலெட்*

*ஹேவல் ஹெவெலிம் கூறினான்*

*கோஹெலெட் அனைத்தும் புகை என்று ஹேவல் கூறுகிறான்.*

விமானம், முரண்பாடு, மாறுபாடுகளைச் சொல்லும் சிறு புத்தகத்தின் கடைசி வார்த்தையை விக்டர் இப்போதுதான் எழுதியிருக்கிறான். "ஒரு குளிர்கால இரவில் இருநூற்று நாற்பத்து மூன்று பயணிகள் இருந்தால்..." என்ற தலைப்பை யோசித்து வைத்திருந்தான். ஆன் தலையை அசைத்தாள் பின்னர் அவன் அதை ஆரம்ப வார்த்தைகளாக வைத்துக்கொள்ள விரும்பினான். - ஆன் பெருமூச்சு விட்டாள். இது இறுதியில் ஒரு சிறிய தலைப்பாக, ஒற்றை வார்த்தையாக இருக்கும். முரண்பாடு

என்ற தலைப்பு ஏற்கனவே எடுக்கப்பட்டுவிட்டது. அவன் அதை விளக்க முயலவில்லை. அவன் எளிமையுடன் சாட்சியாக இருக்கிறான். அவன் பதினொரு கதாபாத்திரங்களை மட்டுமே உருவாக்கியுள்ளான். துரதிர்ஷ்டவசமாக, ஏற்கனவே அந்தப் பதினொன்றே அதிகமாகிவிட்டது என்று யூகிக்கிறான். அவனது பதிப்பாசிரியர் அவனிடம் கெஞ்சினாள்: விக்டர், தயவுசெய்து, இது மிகவும் சிக்கலானது, நீ உன் வாசகர்களை இழக்கப்போகிறாய். எளிமைப்படுத்து. வேண்டாதவற்றை வெட்டு. விஷயத்திற்கு நேரடியாக வா. ஆனால் விக்டர் அவன் விரும்பியபடிதான் செய்தான். கிட்டத்தட்ட அனைவருக்கும் மர்மமாக இருக்கும் ஒரு கதாபாத்திரத்தைப் பற்றிய மிக்கி ஸ்பில்லேன்-வகையான உத்தி மூலம் அவன் நாவலைத் தீவிரமாகத் திறக்கிறான். இல்லை, இல்லை, முதல் அத்தியாயத்திற்குப் போதுமான இலக்கியத்தரம் இல்லை, என்று கிளெஃப்மேன் அவனை விமர்சித்தாள். "எப்போது உன் விளையாட்டை நிறுத்துவாய்?" ஆனால் விக்டர் இப்போது முன்னெப்போதையும் விட விளையாட்டுத்தனமானவன்.

ஆயிரம் கிலோமீட்டருக்கு அப்பால் மவுண்ட் சினாய் மருத்துவ மனையில், ஜோதி மார்க்கலுக்கு கண்ணீர் வற்றி விட்டது. அவள் கண்களை மூடுகிறாள். அவள் இரண்டாவது முறையாக தாவீதை இழக்கிறாள். நான்கு நாட்களாக, அவன் ஆழ்ந்த மயக்க நிலையில் இருக்கிறான். ஏனெனில் வலியைப் போக்க பிரெஞ்சு நானோ மருந்துகள்கூட இப்போது போதுமானதாக இல்லை. பால் மௌனமாக தனது சகோதரனின் படுக்கைக்கு அருகில் நிற்கிறான். மெலிந்து, வெளுத்துப்போய், அமைதியாக இருக்கிறான். வெளியே, கண்ணாடி உடையும் சத்தம் அவனைத் திசைதிருப்புகிறது, ஜன்னல் திரையைப் பாதியாகத் திறந்து, குனிந்து, முற்றத்தைப் பார்க்கிறான்: வாகன நிறுத்துமிடத்தில், இரண்டு ஆண்கள் உடைந்த ஹெட்லைட்டைச் சுற்றி ஒருவரை யொருவர் சண்டையிட்டுக்கொள்கிறார்கள். அறையில் எலக்ட்ரோ கார்டியோகிராமின் மானிட்டரில் கோடு ஒரே நேராகட்க் தட்டையாக இருக்கிறது. மந்தமான பீப் ஒலி தொடர்ச்சியாகக் கேட்கிறது.

லாகோஸில், வெப்பமண்டல இரவு சாயும்போது ஸ்லிம்மென் கச்சேரி முடிவடைகிறது. கச்சேரியின் முடிவில் ஆரவாரமும்

கைத்தட்டலுக்கும் மத்தியில் ஒரு ஆச்சரியமான விருந்தினர், கடைசி பாடலுக்காக, மேடைக்கு வருகிறார்., ஒரு சிறிய பொன்னிற மனிதன், இளஞ்சிவப்பு நிற உடை, பெரிய தங்க ஒளிரும் கண்ணாடிகள். மூவாயிரத்திற்கும் மேற்பட்ட இளம் நைஜீரியர்கள் சேர்ந்து பல்லவியைப் பாடுகிறார்கள். இதன் மறைக்கப்பட்ட அர்த்தம் அனைவருக்கும் தெரியும்:

*எனக்கு மன்னிப்பு வேண்டும்*

*ஆனால் இரத்தத்தையும் கண்ணீரையும்*

*மறைக்க நான் ஒன்றும் வேண்டுவதில்லை*

*நீங்கள் விரும்பினால் எனக்குக் கொஞ்சம் அன்பு வேண்டும்*

ஜோனா மார்ச்சின் வயிறு பெருத்திருக்கிறது. குழந்தை எதிர் பார்த்ததைவிட விரைவில் பிறக்கக்கூடும். இது ஒரு பெண் குழந்தை. அவளுக்கு சனா என்று பெயரிடப்படும். அது மறந்து போன ஜப்பானிய இளவரசியின் பெயர். ஹீப்ரு மொழியில் “ஆண்டு” என்று அர்த்தம். வால்டியோ விசாரணை நடக்காது என்பதால் அவளுக்குக் கொஞ்சம் ஓய்வு கிடைக்கிறது. வாதி களுடன் ஒரு உடன்பாடு எட்டப்பட்டது, ஹெப்டாகுளோரன் சந்தையில் இருந்து திரும்பப் பெறப்பட்டது. அவள் ஒருபோதும் அழியாமைக்கான தேடலைப் பற்றி விவாதிக்கப்பட்ட டோல்டர் கூட்டத்திற்கு செல்லவேயில்லை. பின்னர், புவி வெப்பமடைதல் மற்றும் இடம்பெயர்வு அலைகளின் விளைவுகளிலிருந்து தப்பிக்க கிரகத்தின் இடங்கள் பற்றி விவாதிக்கப்பட்ட இரவு உணவிற்கும் செல்லவில்லை. பிரையர் நியூசிலாந்தில் நூறு ஹெக்டேர் நிலம் வாங்கினான்.

குழப்பம் நிறைந்த குற்றவுணர்வின் சேறு நிறைந்த காக்டெய்லில் ஜோனா ஜூனுடன் தொடர்பைப் புதுப்பிக்க அபி விரும்பியிருப்பான், ஆனால் அவள் தொடர்பு வைத்துக்கொள்ள மறுத்துவிட்டாள். பின்னர் நடந்தாலும் நடக்கலாம். கலைப் பொருட்கள் கடத்தலில் நிபுணனான ஒருவனை அலுவலகத்தில் அவள் சந்தித்தாள். அவன் அதைத் தீவிரமாக நினைக்கிறான். அவள் அதை சந்தேகிக்கிறாள், ஆனால் அதை நம்ப விரும்புகிறாள்.

மேற்கு அண்டார்டிக் பனிப் பிரதேசத்தில், இது வசந்த காலத்தின் துவக்கம். புளோரிடா அளவில், இரண்டு கிலோமீட்டர் தடிமன் கொண்ட பெரிய பனிக்கட்டியான இந்த த்வைட்ஸ் பனிப்பாறை, மூன்று மாதங்களில் உடைந்துவிடும், நீர் மூன்று அடி இன்னும் உயரும், ஆனால் சோபியா, லியாம், அவன் தாய் யாவரும் வெள்ளத்தால் பாதிக்கப்படக்கூடிய ஹோவர்ட் கடற்கரை வீட்டை விட்டு வெளியேறினர். ஜூன் பெண்கள் கிளீவ்லேண்டிற்கு அருகிலுள்ள அக்ரோனில் குடியேறினர். லூயிஸ்வில்லில் மார்ச் பெண்கள் குடியேறினர். இராணுவமும் எஃப்பிஐ (FBI) யும் தங்கள் வாக்குறுதிகளை நிறைவேற்றினர். அவர்கள் ஒருவரையொருவர் மீண்டும் தொடர்புகொள்ள முயற்சிக்க மாட்டார்கள் என்று ஒப்புக்கொண்டனர். அவர்களுக்குப் பொதுவாக கிளார்க் இருக்கலாம், ஆனால் அவனது தண்டனையின் விதிமுறைகள் அவனது குடும்பத்துடன் எந்தத் தொடர்பையும் நிராகரிக்கின்றன. சிறிது சிறிதாக இரண்டு லியாம்களிடமும் கோபம் தணிந்தது.

பிளேக் கவலைப்படுவது தவறு. எஃப்பிஐ (FBI) யில், யாரும் அவனைத் தேடவில்லை. கென்னடி தளத்தில் கஸ்டம்ஸில் எடுக்கப்பட்ட இருக்கை 30Eஇல் பயணிக்கக்கூடிய ஒரு நபரின் இரண்டு மங்கலான படங்களில் இருந்து, முக அங்கீகாரம் மூலம் நெட்வொர்க்கில் 1,049,278 முகங்களை என் எஸ் ஏ (NSA) அடையாளம் கண்டுள்ளது. இந்த மில்லியனில், 1,553 பேர், கிழக்குக் கடற்கரையில் உள்ள விமான நிலையங்களில் ஒன்றின் கேமராவில் அடுத்த வாரம் பிடிபட்டவர்கள், ஆனால் அது எதையும் நிரூபிக்கவில்லை; 4,482 பிற முகங்கள் எந்த சுயவிவரத்திலும் பொருந்தவில்லை. அவை புகைப்படங்களில் மட்டுமே தோன்றுகின்றன, சில சமயங்களில் பின்னணியில். ஒப்புக்கொண்டபடி, மனிதன் நகல்தான், ஆனால் அவன் தெளிவாகக் கவனிக்கப்படாமல் போக முயற்சிக்கிறான். பின்னர், கொட்டகையின் கதவை உடைத்து காரைத் திருடியதைத் தவிர, அவன் வேறு என்ன குற்றம் செய்தான்?

ஆந்திரே மார்ச் மான்ட்ஜோக்ஸில் உள்ள தனது புத்தம் புதிய வீட்டில், சமையலறை ஓரத்தில் நீல நிற பீங்கான் ஒன்றை வைக்கிறான். ஆகஸ்ட் மாத தொடக்கத்தில், கிராமக் கோவிலில் நடந்த ஒரு கச்சேரியில், பக்கத்து நகரத்தில் வசிக்கும் ஒரு டபுள்

பாஸ் பிளேயரைச் சந்தித்தான்: அவன் தயாராக இருந்தான். அவள் ஒரு உயரமான, மிகவும் கருமையான கூந்தல் கொண்ட, ஆழமான நீல நிற கண்கள் கொண்ட ஒரு பெண், அவனைச் சிரிக்க வைத்து விடுகிறாள். ஓயாமல் புகை பிடிக்கிறாள். அவள் சில சமயங்களில் தொளதொளவென்று உடை அணிந்திருப்பாள், அதன் இடைவெளிகள் ஆண்ட்ரேவின் கைகளை மகிழ்விக் கின்றன, மேலும் அவன் எலக்ட்ரிக் பைக்கின் மகிழ்ச்சியைக் கண்டறிகிறான். இன்று காலை, காதல் செய்த பிறகு, அவள் மீண்டும் படுக்கையறையில் தூங்கிவிட்டாள், அவன் காலை உணவை மேசையில் ஏற்பாடு செய்தபோது, லூசி மார்ச் அவனுடன் சிறிது நேரம் உரையாடுவதற்காக அவனை தொலைபேசியில் அழைக்கிறாள். அவள் வேலை செய்கிறாள், “அதிகம், மிக அதிகம்”, என்று அவள் சொல்கிறாள், ஆனால் அவள் அமைதியாகி, லூயிஸின் கவனிப்புக்காக அவளுக்கும் லூசி ஜூனுக்கும் இடையே அமைந்திருந்த ஒத்துழைப்பை ஆதரிக்கிறாள். அது நன்றாகச் இருக்கிறது. “ஆச்சரியமாக நல்ல உடல்நலத்துடன்“

சிறுவன் தனது “மற்றொரு” தாயான லூசி ஜூன் கர்ப்பமாக இருப்பதைப் பற்றி கவலைப்படவில்லை. இந்த லூசியின் வாழ்க்கையின் ஈர்ப்பு மையம் சில மாதங்களில் மிகவும் மாறி விட்டது, கற்பனை செய்ய முடியாதது சாத்தியமாகிவிட்டது. நீ சொல்வது உறுதியா? என்று ஆந்திரே ஜூன் கேட்டான், அவன் கவலைப்பட்டதைப் போல மகிழ்ச்சியாகவும் இருந்தான். ஆம், நிச்சயமாக அவள் உறுதியாக இருக்கிறாள். இது சமநிலையின் ஒரு புதிய புள்ளியாகும், இந்த விதியைப் பழிவாங்கும் வழி. அவள் ரபேலை மீண்டும் அழைக்கவேயில்லை, வேறு எந்தத் தற்காலிக காதலனும் அவனுக்குப் பதிலாக இல்லை.

அத்ரியனும் மெரிதித்தும் வெனிஸ், இத்தாலி, ஐரோப்பாவில் உள்ளனர். அவர்கள் ஹோட்டலில் “அக்வா ஆல்டா” வால் தடுக்கப்பட்டுள்ளனர், ஆனால் இந்தத் தற்காலிக சிறைவாசம் அவ்வளவு சோகமானது அல்ல. அவர்களின் வெளிச்சமான அறை மேல்மாடியில் இருக்கிறது. அறையில் சேவைபற்றி குறை கூற முடியாது. - ஹோட்டல் மேலாளர், அத்ரியன் ஒரு அமெரிக்க நடிகனைப் போன்று இருப்பதாக நினைத்தான். ஆனால் எந்த நடிகன்? - வெள்ளை மாளிகையின் நினைவுப் பொருளான பழுப்பு வெள்ளை தூய்மையற்ற சட்டை, கறுப்பு நிற ஆடையால்

மூடப்பட்ட தரையில் தளர்வாகப் பரவியுள்ளது. அவர்கள் கண்ணுக்குத் தெரியாத போர்வைகளின் பிரமிட்டின் கீழ் தாழ்ந்த குரல்களில் பேசுகிறார்கள். மெரிதித்தின் தெளிவான சிரிப்பும் கேட்கிறது.

செப்டம்பரில், ஆபரேஷன் ஹெர்ம்ஸில் கவனம் செலுத்துவதற்காகப் பாதுகாப்புத் துறை, நெறிமுறை 42 ஐ ரத்து செய்தது. ஒரு கோட்பாட்டை செல்லுபடியாக்கவோ அல்லது மற்றொரு கோட்பாட்டை உறுதிப்படுத்தவோ யாரும் கற்பனை செய்யாமல், பணிக்குழுவின் யூகங்கள் கோடை முழுவதும் நீடித்திருக்கும். இந்த மற்றொரு விமானம் சீனாவில் இருப்பதை அமெரிக்கர்கள் ஒருபோதும் அறிந்திருக்க மாட்டார்கள். அதன் ஆக்கிரமிப்பாளர்கள் பற்றிய செய்திகள் எதுவும் இல்லை.

ஜேமி புட்லோவ்ஸ்கி ஒரு இறுதிப் பயிற்சிக்குப் பிறகு குவாண்டிகோவின் பார் ஒன்றில் மார்டினியைக் குடிக்கிறாள். இரண்டு நாட்களுக்கு முன்பு, அவள் 006க்கான சமீபத்திய பயணிகள் பாதுகாப்புத் திட்டத்தைச் சரிபார்த்து, பின் மேற்குக் கடற்கரைக்கு, சான் பிரான்சிஸ்கோவிற்குப் பணி இடமாற்றத்தைப் பெற்றாள். அங்கு அவள் பிராந்திய அலுவலகம், ஏழு செயற்கைக்கோள் அலுவலகங்கள் ஆகியவற்றின் இயக்குநராகப் பதவியேற்றாள். அவள் இப்போது என்ன நினைக்கிறாள் என்று கேட்டால், அவள் மற்றொரு மார்டினியை ஆர்டர் செய்வாள்.

சூப்பர் ஹார்னெட்டின் இடது கீழ் பக்க கேமரா AIM 120இன் பாதையைப் பின்தொடர்கிறது, கட்டளை அறையில், வெள்ளை மாளிகையின் அடித்தளத்தில், அமெரிக்க ஜனாதிபதி, ராட்சத திரையைப் பார்த்து, முகம் சுளித்து, முஷ்டிகளை இறுக்குகிறார். ஆம், இது ஒரு கடினமான முடிவு. நான் அதைத் தனியாக எடுத்தேன், ஏனென்றால் தனியாக முடிவெடுப்பதுதான் என் வேலை. மூன்றாவது ஏர் பிரான்ஸ் விமானம் 006, அட்லாண்டிக் வானத்தில் அதே கேப்டன் மார்க்கலுடனும், அதே ஃபேவரோக்ஸின் உதவியுடனும், அதே பயணிகளுடனும் அட்லாண்டிக் வானத்தில் பறக்கிறது என்று அவருக்குத் தெரிவிக்கப்பட்டது, அந்த விமானத்தை அழிக்க ஜனாதிபதி உத்தரவிட்டார். இதே விமானத்தை மீண்டும் மீண்டும் ஓய்வெடுக்க அனுமதிக்க முடியாது.

கடைசியாக ஒரு காபி சாப்பிடுவோம், என்றான் விக்டர், உனக்கும் வேண்டுமா? அவன் ஆன்னை தன்னிடம் இழுத்து, அவளது குளிர்ச்சியான விரல்களைத் தழுவி, அவளின் பிரிந்த உதடுகளில் மென்மையாக முத்தமிட்டான். அவனது சுவாசத்தில் புகையிலை, மெந்தோல் வாசனை வீசுகிறது. அப்போதுதான் அது நடக்கிறது. இது முதலில் ஒரு காற்றின் சுழல், தரையில் காய்ந்த இலைகளின் ஒரு இடைக்கால சூறாவளி. காற்றில் ஒரு குறிப்பு உள்ளது, மிகவும் பலவீனமானது, சங்கீத குறிப்புடன் காற்று அதிர்கிறது, மேலும் வானம் தெளிவாகிறது, ஆனால் மிகக் குறைவாக. நன்கு உடையணிந்த ஒரு பெண் ஷாப்பிங் பையை இழுத்துக்கொண்டு புத்தகக் கடையின் முன் நிற்கிறாள், ரெயின்கோட் அணிந்த ஒரு மனிதன் ஒரு பெரிய கறுப்பு நாயுடன் நடக்கிறான், ஒரு இளம் பெண் சைக்கிளில் அவர்களுக்கு முன்னால் செல்கிறாள். அவள் நின்று, தன் ஸ்மார்ட்போனைப் பார்த்துப் புன்னகைக்கிறாள். இது ஒரு அமைதியான தருணம்.

ஏவுகணை ஏர் பிரான்ஸ் 006 விமானத்திலிருந்து ஒரு வினாடி தூரத்தில் மட்டுமே உள்ளது. வெடிப்புக்கு முன் நேரம் நீண்டுக்கொண்டே போகிறது.

என்ன நடக்கிறது என்பதை விவரிப்பது கடினம், உலகின் இந்த மெதுவான அதிர்வுகளை வரையறுக்க மொழியில் எந்த வார்த்தையும் இல்லை, இந்த எல்லையற்ற துடிப்பு, பூமியின் எல்லா இடங்களிலும், அதே நேரத்தில், நெருப்பிடம் அருகே தூங்கும் பூனையையும் பொர்தோ நகரத்தின் மீது வானத்தில் பறக்கும் கிரேலாக் வாத்தையும் பாதிக்கின்றது.

ஜாம்பேசி நீர்வீழ்ச்சி, அனபூர்ணாவின் அழகிய பனிக்கட்டிகள், வெனிஸில் உள்ள பெரிய கால்வாயின் மீது ரியால்டோ பாலம், மிகப் பெரிய தாராவி சேரியில் உள்ள நெரிசலான பிரதான சாலை, மான்ட்ஜோக்ஸில் உள்ள ஒரு சமையலறையின் நீர்த்தொட்டியின் அருகில் உள்ள ஸ்பான்ச் பஞ்சு, மும்பையில் ஒரு கேரேஜின் முற்றத்தில் ஒரு பழைய தட்டையான டயர் யாவற்றையும் பாதிக்கின்றது.

★★★